ಕೇಪಿನ ಡಬ್ಬಿ

ಕಥಾಸಂಕಲನ

ಪದ್ಮನಾಭ ಭಟ್ ಶೇವ್ಕಾರ

ಕೇಂದ್ರ ಸಾಹಿತ್ಯ ಅಕಾಡೆಮಿ ಯುವ ಪುರಸ್ಕಾರ
ಛಂದ ಪುಸ್ತಕ ಬಹುಮಾನ ಪಡೆದ ಕೃತಿ

ಛಂದ ಪುಸ್ತಕ

ಓದಿ ಓದಿ ಮರುಳಾಗಿ!

Kepina Dabbi
Collection of short stories in Kannada
by Padmanabha Bhat Shevkara
Published by Chanda Pustaka,
I-004, Mantri Paradise, Bannerughatta Road, Bangalore-76
ISBN: 978-93-84908-63-8

ಮೊದಲ ಮುದ್ರಣ: 2014
ಎರಡನೆ ಮುದ್ರಣ: 2020

ಮುಖಪುಟ ಮತ್ತು ರೇಖಾಚಿತ್ರಗಳು : ವೆಂಕಟ್ರಮಣ ಭಟ್

ಪುಟಗಳು: 156 ಬೆಲೆ: ₹ 190

ಕಾಗದ: ಎನ್‌ಎಸ್ ಮ್ಯಾಪ್ಲಿತೊ 70 ಜಿಎಸ್‌ಎಂ, 1/8 ಡೆಮಿ

ಪ್ರತಿಗಳಿಗಾಗಿ ಸಂಪರ್ಕಿಸಿ:

ಛಂದ ಪುಸ್ತಕ
ಐ–004, ಮಂತ್ರಿ ಪ್ಯಾರಡೈಸ್
ಬನ್ನೇರುಘಟ್ಟ ರಸ್ತೆ
ಬೆಂಗಳೂರು–76
ಸೆಲ್: 98444 22782
me@vasudhendra.com

ಮುದ್ರಣ:

ಟ್ರಿನಿಟಿ ಅಕಾಡೆಮಿ, ಕುಡ್ಲು ಗೇಟ್, ಹೊಸೂರು ರಸ್ತೆ, ಬೆಂಗಳೂರು

ಪದ್ಮನಾಭ ಭಟ್ ಶೇವ್ಕಾರ

ಉತ್ತರ ಕನ್ನಡದ ಅಂಕೋಲೆಯ ಗಂಗಾವಳಿ ನದಿ ಸೆರಗಿನಲ್ಲಿನ ಶೇವ್ಕಾರ ಎಂಬ ಪುಟ್ಟ ಊರು. ಹುಟ್ಟಿದ್ದು 1990ರಲ್ಲಿ. ಪಿಯುಸಿವರೆಗೆ ಊರಲ್ಲಿಯೇ ಓದು. ನಂತರ ಹುಬ್ಬಳ್ಳಿಯಲ್ಲಿ ಬಿ.ಎ. ಧಾರವಾಡ ಕರ್ನಾಟಕ ವಿಶ್ವವಿದ್ಯಾಲಯದಲ್ಲಿ ಸಮೂಹ ಸಂವಹನ ಮತ್ತು ಪತ್ರಿಕೋದ್ಯಮ ಎಂ.ಎ; 2013 ನವೆಂಬರ್‌ನಿಂದ 'ಪ್ರಜಾವಾಣಿ' ದಿನಪತ್ರಿಕೆಯಲ್ಲಿ ವೃತ್ತಿಬದುಕು ಆರಂಭ. ಓದು–ಬರಹ ಬರೀ ಹವ್ಯಾಸವಷ್ಟೇ ಅಲ್ಲವೇ ಅಲ್ಲ. ಅದನ್ನು ಹೊರತುಪಡಿಸಿ ಸಿನಿಮಾ, ರಂಗಭೂಮಿ, ಪರ್ಯಟನೆಗಳಲ್ಲಿಯೂ ಆಸಕ್ತ.

ಇವರ ಮೊದಲ ಕಥಾಸಂಕಲನ 'ಕೇಪಿನ ಡಬ್ಬಿ'ಗೆ ಕೇಂದ್ರ ಸಾಹಿತ್ಯ ಅಕಾದೆಮಿ ಯುವ ಪುರಸ್ಕಾರ, ಕರ್ನಾಟಕ ಸಾಹಿತ್ಯ ಅಕಾಡೆಮಿ ದತ್ತಿ ಬಹುಮಾನ, ಛಂದ ಪುಸ್ತಕ ಬಹುಮಾನ, ಮಾಸ್ತಿ ಕಥಾ ಪುರಸ್ಕಾರ, ಶಾ. ಬಾಲೂರಾವ್ ಯುವ ಬರಹಗಾರ ಪ್ರಶಸ್ತಿ ಹಾಗೂ ಟೋಟೋ ಪುರಸ್ಕಾರಗಳು ಲಭಿಸಿವೆ. ಇದು ಅವರ ಎರಡನೆಯ ಕಥಾಸಂಕಲನ.

padmanabh.shevkar@gmail.com

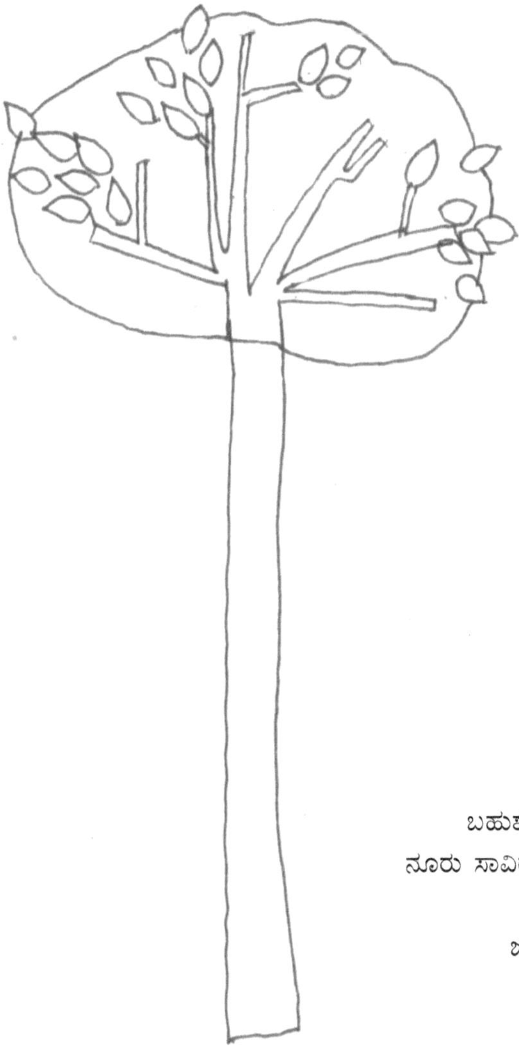

ನಾನು ಬರೆಯದ
ಬಹುಶಃ ಎಂದಿಗೂ ಬರೆಯಲಾಗದ
ನೂರು ಸಾವಿರ ಕತೆಗಳನ್ನು ಸ್ವತಃ ಬದುಕಿದ
ಬದುಕುತ್ತಿರುವ
ಜೀವಂತ ಕತಾಸಂಕಲನಗಳಾದ
ಅಬ್ಬೆ ಅಪ್ಪನಿಗೆ

ಆಡಂಬರವಿಲ್ಲದ ಸಹಜ ಕತೆಗಳು

ಕಳೆದ ಎರಡು ದಶಕಗಳಿಂದ ಕನ್ನಡ ಕಥನ ಸಾಹಿತ್ಯದಲ್ಲಿ ನಡೆಯುತ್ತಿರುವ ಪ್ರಯೋಗಗಳು ಕುತೂಹಲಕಾರಿಯಾಗಿವೆ. ಕಥನ ಸಾಹಿತ್ಯದ ವಸ್ತು ವೈವಿಧ್ಯತೆ ಮತ್ತು ವಸ್ತು ಸಮೃದ್ಧತೆಯ ಕಾರಣಕ್ಕಾಗಿ ಮಾತ್ರವಲ್ಲದೆ, ಭಾಷೆ ಮತ್ತು ಕಥಾ ಪ್ರಕಾರದ ಸ್ವರೂಪದಲ್ಲಿಯೂ ನಡೆಸುತ್ತಿರುವ ಪ್ರಯೋಗಗಳ ಕಾರಣಕ್ಕಾಗಿಯೂ ಕಥನ ಮತ್ತು ಕಾವ್ಯ ಪ್ರಕಾರಗಳು ಉಳಿದ ಸಾಹಿತ್ಯ ಪ್ರಕಾರಗಳಿಗಿಂತ ಹೆಚ್ಚು ಚೇತೋಹಾರಿಯಾಗಿವೆ.

ಸಮಕಾಲೀನ ಸಂದರ್ಭವು ಆಧುನಿಕ–ಸಾಂಪ್ರದಾಯಿಕ, ಗ್ರಾಮೀಣ–ನಗರ, ವಿದ್ಯಾವಂತ–ಅನಕ್ಷರಸ್ಥ ಇತ್ಯಾದಿ ರೂಢಿಗತ ವರ್ಗೀಕರಣಗಳ ಚೌಕಟ್ಟನ್ನು ದಾಟಿದ ಸಂಕೀರ್ಣ ಮತ್ತು ಸಂಕ್ರಮಣ ಘಟ್ಟದಲ್ಲಿದೆ. ಆದ್ದರಿಂದಲೇ ಸರಳವಾಗಿ ನಾವು ಐ.ಟಿ ಮುಂತಾದ ಹೊಸ ಅನುಭವಲೋಕ ಮತ್ತು ದಲಿತ ಹಾಗೂ ಹೆಣ್ಣುಮಕ್ಕಳ ನಿರ್ದಿಷ್ಟ ವರ್ಗವನ್ನು ಮೀರಿದ ನೆಲೆಗಳು ಸಮಕಾಲೀನ ಕಥಾಸಾಹಿತ್ಯದ ಮುಖ್ಯ ಲಕ್ಷಣಗಳೆಂದು ಗುರುತಿಸಿದರೂ ಅದರಾಚೆಗಿನ ಮತ್ತು ಅದರೊಳಗಿನ ಇತರ ವಿವರಗಳನ್ನು ಚರ್ಚಿಸುವುದು ಅನಿವಾರ್ಯ. ಬದಲಾದಂತೆ ತೋರುತ್ತಿರುವ ಬದುಕು ಮತ್ತು ವ್ಯಕ್ತಿತ್ವಗಳು ನಿಜಕ್ಕೂ ಬದಲಾಗಿವೆಯೇ ಎನ್ನುವುದೊಂದು ಮೂಲಭೂತ ಪ್ರಶ್ನೆ ಮಾತ್ರವಲ್ಲ, ಅನಿವಾರ್ಯ ಶೋಧವೂ ಆಗಿಬಿಟ್ಟಿದೆ. ಕಥನಗಳು ತೀವ್ರವೂ, ಆರ್ತವೂ ಆಗುತ್ತಿರುವುದು ಈ ಬಹುಮುಖಿ ವಾಸ್ತವವನ್ನು ಅದರ ವಿವಿಧ ಬಣ್ಣಗಳಲ್ಲಿ, ಸಾಧ್ಯತೆಗಳಲ್ಲಿ ಕಾಣುವ, ಕಂಡೂ ಕಾಣದ ನೆಲೆಗಳಲ್ಲಿ ಗ್ರಹಿಸುತ್ತಿರುವ ಕಾರಣಕ್ಕಾಗಿ.

ಈ ಬಾರಿಯ ಛಂದ ಪ್ರಶಸ್ತಿಯನ್ನು ಪಡೆದ ಪದ್ಮನಾಭ ಭಟ್ ಅವರ ಕಥೆಗಳು ಮುಖ್ಯವೆನಿಸುವುದು, ಸಮಕಾಲೀನ ಕಥಾ ಸಾಹಿತ್ಯದ ಬಗ್ಗೆ ನಾವು ಗುರುತಿಸಬಹುದಾದ ಮೇಲಿನ ಎಲ್ಲ ಗುಣ ಲಕ್ಷಣಗಳ ಸಮರ್ಥ ಪ್ರತಿನಿಧಿಯೆಂದು ಮಾತ್ರವಲ್ಲ, ಅಪ್ಪಟ ಲೇಖಕನ ವ್ಯಕ್ತಿವಿಶಿಷ್ಟತೆಯ ಸೂಚನೆಗಳೂ ಇವರ ಮೊದಲ ಕಥಾಸಂಕಲನದಲ್ಲಿಯೇ ಬಹುಸ್ಪಷ್ಟವಾಗಿವೆ ಎನ್ನುವ ಕಾರಣಕ್ಕೆ.

ಇಷ್ಟಕ್ಕೂ ಕಥೆಯೂ ಸೇರಿದಂತೆ ಯಾವುದೇ ಕಲಾಪ್ರಕಾರದಲ್ಲಿ ಅಸಲಿ ಎನ್ನುವ ಸೃಷ್ಟಿಯ ಮೂಲ ಯಾವುದು? ಪ್ರತಿಭೆ, ಉತ್ಪತ್ತಿಗಳ ಬಗ್ಗೆ ನಾನು ಹೇಳುತ್ತಿಲ್ಲ. ಇವು ಮೂಲಧಾತುಗಳು ಎನ್ನುವುದನ್ನು ನಾನು ನಿರಾಕರಿಸುತ್ತಿಲ್ಲ. ಆದರೆ, ಹೇಳಲಾರನೋ ಕವಿಯು ಹೇಳದಿರೆ ತಾಳಲಾರನೋ ಅನ್ನುವ ದುರ್ದಮ್ಯ ತಲ್ಲಣ ಮತ್ತು ಸಂಭ್ರಮವನ್ನು ಸಾಕಾರವಾಗಿ ತೋರಿಸುವ ಪಾತಾಳಗರಡಿ ಏನಾದರೂ ಇದೆಯೆ? ಹೀಗೆ ಹಂಚಿಕೊಳ್ಳಬೇಕೆಂಬ ದುರ್ದಮ್ಯತೆಯ ಹಿಂದೆ ತನಗೆ ತಾನೆ ಸ್ಪಷ್ಟವಾಗಬೇಕೆಂಬ ಹಂಬಲವೆಷ್ಟು? ಹಂಚಿಕೊಳ್ಳುವ ಪ್ರಕ್ರಿಯೆಯಲ್ಲಿಯೇ ಸ್ಪಷ್ಟವಾಗುವುದರ ಬಗೆಗಿನ ನಂಬಿಕೆಯೆಷ್ಟು? ಇಂಥ ಎಲ್ಲ ಪ್ರಶ್ನೆಗಳೂ ಎದುರಾಗುವುದು ನಮ್ಮನ್ನು ಹಬ್ಬಿ ಆವರಿಸುವ ದಟ್ಟ ಬರವಣಿಗೆಯನ್ನು ಓದಿದಾಗಲೇ. ಪದ್ಮನಾಭ ಭಟ್ ಅವರ ಕಥೆಗಳು ಹೀಗೆ ನಮ್ಮನ್ನು ಮುಟ್ಟುವ ಕಥೆಗಳು.

ಕಲಾಪಥ್ಯವೆನ್ನುವುದು ಅನುಭವ-ಕಾಣ್ಕೆಗಳ ಅಖಂಡ ಸೃಷ್ಟಿ ಎನ್ನುವುದು ನಿಜ. ಆದರೆ ಅನುಭವಗಳೊಂದಿಗಾಗಲಿ ಕಾಣ್ಕೆಗಳೊಂದಿಗಾಗಲಿ ನಿಷ್ಠುರವಾದ ಅನುಸಂಧಾನಕ್ಕೆ ಬೇಕಾಗುವ ಮನೋವಿನ್ಯಾಸವನ್ನು ಕಟ್ಟಿಕೊಳ್ಳುವುದು ಮತ್ತು ಅದನ್ನು ಎಲ್ಲ ಕಾಲಕ್ಕೂ ಉಳಿಸಿಕೊಳ್ಳುವುದು ಒಂದು ನಿರಂತರ ಸವಾಲು. ಪದ್ಮನಾಭ ಅವರು ಈ ಸವಾಲನ್ನು ಬಹುದಿಟ್ಟವಾಗಿ ಎದುರಿಸಿದ್ದಾರೆ. ಬರವಣಿಗೆಯ ಆರಂಭದಲ್ಲಿ ಸಹಜವೆನ್ನುವಂತೆ ಕಾಡುವ ಕೆಲವು ಹಿಂಜರಿಕೆ ಮತ್ತು ಅನುಮಾನಗಳನ್ನು ಪದ್ಮನಾಭ ಯಶಸ್ವಿಯಾಗಿ ನಿಭಾಯಿಸಿದ್ದಾರೆಂದೇ ಅವರ ಕಥೆಗಳ ಬಗ್ಗೆ ಅಪಾರ ಆಸಕ್ತಿ ಹುಟ್ಟುತ್ತದೆ.

ಸಂಕ್ರಮಣ ಘಟ್ಟ ಎಂದೆ. ಈ ಸಂಕಲನದ ಬಹುಪಾಲು ಕಥೆಗಳು ಸಮುದಾಯದ ಸಂಕ್ರಮಣಾವಸ್ಥೆಯ ಸಂದಿಗ್ಧಗಳನ್ನು ಯಾವುದೇ ತೀರ್ಮಾನಗಳ ಆತುರವಿಲ್ಲದೆ ನಮ್ಮೆದುರಿಗೆ ಅನಾವರಣಗೊಳಿಸುತ್ತಾ ಹೋಗುತ್ತವೆ. ಮೊದಲಿಗೆ 'ಛದ್ಮವೇಷ' ಕಥೆಯನ್ನು ತೆಗೆದುಕೊಳ್ಳೋಣ. ಬಾಲ್ಯಾವಸ್ಥೆಯನ್ನು ಕಳೆದುಕೊಳ್ಳುತ್ತಿರುವ ಹುಡುಗ ಮಧುವಿನ ಕಣ್ಣಿನ ಮೂಲಕ ನಮಗೆ ಲೋಕದರ್ಶನವೊಂದು ಲಭಿಸುತ್ತದೆ. ಆ ಹುಡುಗನಿಗೆ ಇದು ಆತ್ಯಂತಿಕವಾಗಿ ಸಂಕ್ರಮಣ ಸ್ಥಿತಿ. ತಾನು ಕಳೆದುಕೊಳ್ಳುತ್ತಿರುವುದರ ಬಗೆಗೆ ಸಂತಸ ಪಡಬೇಕೋ, ಪಡೆದುಕೊಳ್ಳುತ್ತಿರುವುದರ ಬಗೆಗೆ ಸಂತಸ ಪಡಬೇಕೋ ಗೊತ್ತಾಗದ ಸಂದಿಗ್ಧ ಸ್ಥಿತಿಯಲ್ಲಿ ಆ ಹುಡುಗನಿದ್ದಾನೆ.

ಹಳ್ಳಿಯ ಹುಡುಗ ಮಧು ಯಕ್ಷಗಾನದ ಸ್ಪರ್ಧೆಗೆಂದು ಹುಬ್ಬಳ್ಳಿಗೆ ಹೋಗುವುದನ್ನು ಕೇಂದ್ರವಾಗಿಟ್ಟುಕೊಂಡ ಈ ಕಥೆ ಅದರ ಹಿಂದೆ ಮುಂದೆ ನಡೆಯುವ ಘಟನೆಗಳನ್ನು ಪ್ರಸ್ತುತ ಪಡಿಸುವ ಕ್ರಮದಲ್ಲಿಯೇ ಇಡೀ ಸನ್ನಿವೇಶದ ಸಂಕೀರ್ಣತೆಯನ್ನು ಸರಳಗೊಳಿಸದೆ ಅದರೆಲ್ಲ ಸಾಂದ್ರತೆಯಲ್ಲಿ ಕಟ್ಟಿಕೊಡುತ್ತದೆ. ಯಕ್ಷಗಾನ ಸ್ಪರ್ಧೆಗೆ ಹೋಗಲು ಆಯ್ಕೆಯಾಗುವವನಿಗೆ ತನ್ನ ತಾಯಿ ಭೀಮನ ಪ್ರಸಂಗವನ್ನು ಕಲಿಸಿಕೊಡಲು ಸಿದ್ಧಳಾಗುವುದೇ ಮೊದಲ ಬೆರಗಿನ ಸಂಗತಿ. ತಾಯಿಯ ಪಾತ್ರದಲ್ಲಿ ಮಾತ್ರ ಪರಿಚಿತಳಾದ ಹೆಣ್ಣು, ಕಲಾವಿದೆಯ ರೂಪಾಂತರದಲ್ಲಿ ಕಾಣಿಸಿಕೊಂಡದ್ದೇ ಸಂತೋಷದ ಜೊತೆಗೆ ಅರ್ಥಮಾಡಿಕೊಳ್ಳಲು ಕಷ್ಟವಾದ ಸಂಗತಿಗಳನ್ನೂ ಧ್ವನಿಸುವುದರ ಮೂಲಕವೇ ಅವನನ್ನು ಅವನ ಬಾಲ್ಯದಿಂದ ಹೊರತರುತ್ತದೆ. ಅಪ್ಪನಿಲ್ಲದ ವೇಳೆಯಲ್ಲಿ ತನಗೆ ತಾಲೀಮು ಮಾಡಿಸುವ ತಾಯಿಯ ವ್ಯಕ್ತಿತ್ವದ ಸಂದಿಗ್ಧತೆಗಳು ನಿಧಾನವಾಗಿ ಮಧುವನ್ನು ತನ್ನದೇ ಕುಟುಂಬದ ಇನ್ನೊಂದು ಅಥವಾ ಈ ತನಕ ಅವನಿಗೆ ಅಪರಿಚಿತವಾದ, ಅಗೋಚರವಾದ ಸತ್ಯದ ಕಡೆಗೆ ಕರೆದೊಯ್ಯುತ್ತದೆ. ಹೆಂಡತಿ ಮತ್ತು ಮಗ

ತನ್ನ ರಾಜ್ಯದ ಯಃಕಶ್ಚಿತ್ ಪ್ರಜೆಗಳು ಎಂದು ತಿಳಿದ ಅಪ್ಪನಿಗಾದರೂ ಈ ಯಕ್ಷಗಾನದ ಸ್ಪರ್ಧೆ ಅವನ ಅಧಿಕಾರ ಕೇಂದ್ರವನ್ನೇ ಅಲ್ಲಾಡಿಸುವ ಸ್ಪರ್ಧೆಯೇ ಆಗಿ ಬಿಡುತ್ತದೆ. ತನ್ನ ಪ್ರತಿಭೆ, ಆಸಕ್ತಿ, ವ್ಯಕ್ತಿತ್ವ ಎಲ್ಲವನ್ನೂ ಕುಟುಂಬವೆನ್ನುವ ಯಜ್ಞಕ್ಕೆ ಆಹುತಿ ಕೊಟ್ಟ ಮಧುವಿನ ತಾಯಿಗೆ ತನ್ನ ಮಗನನ್ನೂ ಬಲಿ ಕೊಡಬಾರದೆನ್ನುವ ಅರಿವು ಹುಟ್ಟಿದ್ದೇ ಆ ಸಂಸಾರದ ಆಕಾರವೇ ಬದಲಾಗತೊಡಗುತ್ತದೆ. ಸ್ಪರ್ಧೆಗೆ ಮಗ ಹೋಗಬೇಕಾಗಿಲ್ಲ ಎನ್ನುವ ಹುಕುಂ ಹೊರಡಿಸಿದ ಯಜಮಾನನಿಗೆ ಮಗನನ್ನು ತಾನು ಆಳಬೇಕು ಎನ್ನುವ, ತನ್ನ ತೀರ್ಮಾನವೇ ಅಂತಿಮ ಎನ್ನುವ ಪುರುಷಾಹಂಕಾರ ಮಾತ್ರವಲ್ಲ, ಆ ಮೂಲಕ ಹೆಂಡತಿಯ ಬಹು ಪ್ರಿಯವಾದ ಆಸಕ್ತಿಯನ್ನೂ, ಅದರಲ್ಲಿ ಅವಳಿಗಿರುವ ಪ್ರತಿಭೆಯನ್ನೂ ಕೊಂದು ಮುಗಿಸಿಬಿಡಬೇಕೆನ್ನುವ ಕ್ರೌರ್ಯವೂ ಇದೆ. ಹೀಗೆ ಮಗನೇ ನೆವವಾಗಿ, ದಾಳವಾಗಿ ಗಂಡ ಹೆಂಡತಿ ನಡುವೆ ಈ ತನಕ ಮುಚ್ಚಿದ ಕೆಂಡವಾಗಿದ್ದ ಸಂಘರ್ಷವು ಈಗ ಕದನದ ಸ್ವರೂಪವನ್ನೇ ಪಡೆಯುತ್ತದೆ. ಗಂಡನ ಮೂರ್ತ, ದತ್ತ ಅಧಿಕಾರದ ಕ್ರೌರ್ಯ ಮತ್ತು ಒರಟು ನಡೆನುಡಿಗಳಿಗೆ ಪ್ರತಿಯಾಗಿ ಹೆಂಡತಿ ಮೌನವಾಗಿಯೇ ತನ್ನ ನಡೆಗಳನ್ನು ಮಗನನ್ನು ಸ್ಪರ್ಧೆಗೆ ತಯಾರು ಮಾಡುವುದರ ಮೂಲಕ ಮುಂದುವರಿಸುತ್ತಾಳೆ. ಕೊನೆಗೆ ಸ್ಪರ್ಧೆಯ ಹಿಂದಿನ ದಿನದ ತನಕವೂ ಗಂಡನಿಗೆ ಇದರ ಸುಳಿವೂ ಸಿಗದೇ, ಕೊನೆಯ ಘಳಿಗೆಯಲ್ಲಿ ಮಗ ಪ್ರಯಾಣಕ್ಕೆ ಹಣ ಕೇಳಿದ್ದೇ ಈ ಪ್ರತಿರೋಧದ ಕಲ್ಪನೆಯೇ ಇಲ್ಲದವನು ಎಂದಿನ ತನ್ನ ಯಜಮಾನಿಕೆಯಲ್ಲಿ ಇದನ್ನು ನಿಭಾಯಿಸಲು ಮುಂದಾದದ್ದೇ ಹೆಂಡತಿ ಈ ತನಕ ಕಾಪಿಟ್ಟುಕೊಂಡು ಬಂದಿದ್ದ ನೈತಿಕತೆಯ ಬಲದಲ್ಲಿ ಗಂಡನಿಗೆ ಎದುರಾಗುತ್ತಾಳೆ. ದಾಂಪತ್ಯದಲ್ಲಿ ನಿಷ್ಠೆಯ ಪ್ರಶ್ನೆಯನ್ನೆತ್ತಿ ಏಕಾಏಕಿ ಅವನನ್ನು ದುರ್ಬಲಗೊಳಿಸುವುದು ಮಾತ್ರವಲ್ಲ, ಸೋಲಿನ ಅಂಚಿಗೆ ತಳ್ಳುತ್ತಾಳೆ. ಕುಟುಂಬದಲ್ಲಿ ಈ ತನಕ ಅಧೀನಳೂ ಅಗೋಚರ ವ್ಯಕ್ತಿತ್ವದವಳೂ ಆಗಿದ್ದವಳು ಈಗ ತನ್ನ ವ್ಯಕ್ತಿತ್ವದ ಪ್ರಭೆಯಿಂದ ಉಜ್ವಲವಾಗಿ ಬೆಳಗುತ್ತಾಳೆ. ಹೆಣ್ಣು ತನ್ನನ್ನು ತಾನೇ ಗುರುತಿಸಿಕೊಳ್ಳುವ, ತನ್ನ ಬಗ್ಗೆ ತನಗೇ ನಂಬಿಕೆ ಗೌರವಗಳನ್ನು ಗಳಿಸಿಕೊಳ್ಳುವ ದಾರಿಯಲ್ಲಿ ನಡೆಯುತ್ತಿರುವ ಈ ಕಾಲಘಟ್ಟದಲ್ಲಿ ಉನ್ನತ ವಿದ್ಯೆ, ಉದ್ಯೋಗ, ಆರ್ಥಿಕ ಸ್ವಾವಲಂಬನೆ ಇದ್ಯಾವುದೂ ಇಲ್ಲದ, ಆದರೆ ತನ್ನ ಆತ್ಮಬಲದ ಆಧಾರದ ಮೇಲೆ ತನ್ನನ್ನು ಸ್ಥಾಪಿಸಿಕೊಳ್ಳಲು ಈ ಹೆಣ್ಣು ನಡೆಸುವ ಪ್ರಯತ್ನ ನಮ್ಮನ್ನು ಆರ್ತಗೊಳಿಸುವುದಷ್ಟೇ ಅಲ್ಲ, ಹೆಮ್ಮೆಯನ್ನೂ ಮೂಡಿಸುತ್ತದೆ.

ಆದರೆ ಇದು ಒಳ್ಳೆಯ ಕಥೆಯಾಗಿರುವುದಕ್ಕೆ ಇನ್ನೂ ಹಲವು ಕಾರಣಗಳಿವೆ. ಮಧುವಿನ ಪಾತ್ರ ಎಷ್ಟು ಶಕ್ತವಾಗಿದೆಯೆಂದರೆ, ಕನ್ನಡದ ಬಹುಮುಖ್ಯ ಹುಡುಗನಾಗಿರುವ ಆಲನಹಳ್ಳಿ ಶ್ರೀಕೃಷ್ಣರ ಹುಡುಗನನ್ನು ಇವನು ನೆನಪಿಸುತ್ತಾನೆ. ಮುಗ್ಧತೆಯನ್ನು ಕಳೆದುಕೊಳ್ಳುವ ಕ್ರಿಯೆಯಾದರೂ ಎಂಥ ಅಂತರಂಗದ ಕೋಲಾಹಲಗಳಿಗೆ ಕಾರಣವಾಗುತ್ತದೆ ಎನ್ನುವುದನ್ನು ಮಧುವಿನ ಪಾತ್ರ ಬಿಚ್ಚಿಡುತ್ತದೆ. ಈ ಕೋಲಾಹಲಗಳಿಗೆ ತಾನು ಕಾರಣನೋ ಇತರರು ಕಾರಣರೋ ಎನ್ನುವುದೇ ತಿಳಿಯದೇ ಕ್ಷೋಭೆ ಹೆಚ್ಚುತ್ತಲೇ ಹೋಗುವುದನ್ನು, ತನಗೆ ತಾನೇ ಸಮಸ್ಯೆಯಾಗುತ್ತಾ ಹೋಗುವ ವಿಲಕ್ಷಣ ಘಳಿಗೆಗಳನ್ನೂ ಈ ಕಥೆ ಬಲು ಸೂಕ್ಷ್ಮವಾಗಿ ಚಿತ್ರಿಸುತ್ತದೆ. ವ್ಯಕ್ತಿಯ ಸನ್ನಿವೇಶಗಳು ತನ್ನ ಪರಿಸರದ ಸನ್ನಿವೇಶಗಳ ಜೊತೆ ಹೊಂದಿರುವ ಅಖಂಡ ಸಂಬಂಧದ ನೆಲೆಗಳನ್ನು ಗುರುತಿಸುವ ಶಕ್ತಿಯು ಪದ್ಮನಾಭ ಭಟ್ ಅವರ ಕಥೆಗಳ ಮುಖ್ಯ ಕೇಂದ್ರಗಳಲ್ಲೊಂದು. ಇದಕ್ಕೆ ಈ ಕಥೆಯೂ ಸೇರಿದಂತೆ ಇತರ ಕೆಲವು ಕಥೆಗಳು ಅತ್ಯುತ್ತಮ ಉದಾಹರಣೆಗಳು.

ಬಾಲ್ಯವು ಕಥೆಗಾರರ ಮೂಲ ಆಕರಗಳಲ್ಲೊಂದು ಎನ್ನುವುದು ಪುನರಾವರ್ತನೆಯಾಗುತ್ತಿರುವ ಸತ್ಯ. ಅದರಲ್ಲೂ ಮೊದಲ ಮತ್ತು ಕೊನೆಯ ಘಟ್ಟದಲ್ಲಿ ಲೇಖಕರು ಬಾಲ್ಯಕ್ಕೆ ಆತುಕೊಳ್ಳುತ್ತಾರೆ ಎನ್ನುವುದರ ಬಗ್ಗೆ ಕುತೂಹಲಕಾರಿ ಅಧ್ಯಯನಗಳೇ ಬಂದಿವೆ. ಇರಲಿ, ಪದ್ಮನಾಭ ಭಟ್ ಅವರ ಈ ಮೊದಲ ಕಥಾ ಸಂಕಲನದಲ್ಲಿ ಬಾಲ್ಯ, ಬದುಕನ್ನು ಪರಿಚಯಿಸಿದ ಮೊದಲ ಪ್ರವೇಶವಾಗಿ, ತನ್ನ ಲೋಕದೃಷ್ಟಿಯನ್ನು ರೂಪಿಸಿಕೊಳ್ಳುವಲ್ಲಿ ಅದು ವಹಿಸಿದ ನಿರ್ಣಾಯಕ ಪಾತ್ರದ ಕಾರಣಕ್ಕಾಗಿ ಮತ್ತೆ ಮತ್ತೆ ಕಾಣಿಸಿಕೊಳ್ಳುತ್ತಾ ಹೋಗುತ್ತದೆ. ತನ್ನ ಈಗಿನ ವ್ಯಕ್ತಿತ್ವಕ್ಕೆ ಬಾಲ್ಯದ ಅನುಭವಗಳು, ಪರಿಸರವೇ ಕಾರಣವೋ, ಅಥವಾ ತನ್ನ ವ್ಯಕ್ತಿತ್ವವೆನ್ನುವುದು ತನ್ನ ಆಯ್ಕೆ ಮತ್ತು ಆದ್ಯತೆಗಳ ಮೇಲೆ ತಾನೇ ಕಟ್ಟಿಕೊಂಡಿರುವುದೋ ಎನ್ನುವ ಪ್ರಶ್ನೆ ಇಲ್ಲಿನ ಹಲವು ಪಾತ್ರಗಳನ್ನು ನಿರಂತರವಾಗಿ ಕಾಡುವುದನ್ನು ನಾವು ಗಮನಿಸಬಹುದು. ಛದ್ಮವೇಷದ ಮಧುವಿನಂತೆಯೇ, ಕೇಪಿನ ಡಬ್ಬಿಯ ಹುಡುಗನೂ ಇದಕ್ಕೆ ಒಳ್ಳೆಯ ಉದಾಹರಣೆ.

ಈ ಸಂಕಲನದ ಇನ್ನೊಂದು ಯಶಸ್ವಿ ಕಥೆಯೆಂದರೆ 'ಚೇಳು ಕಚ್ಚಿದ ಗಾಯ'. ಕುಟುಂಬದೊಳಗಿನ ಕಿಚ್ಚಿಲ್ಲದ ಬೇಗೆಗಳನ್ನು, ಏರಿಲ್ಲದ ಗಾಯಗಳನ್ನು ಈ ಕಥೆ ಅಪೂರ್ವವಾಗಿ ಕಾಣಿಸುತ್ತದೆ. ಆಧುನಿಕತೆ, ಗ್ರಾಮೀಣ ವಿದ್ಯಾವಂತ ಅನಕ್ಷರಸ್ಥ, ಹೆಣ್ಣು ಗಂಡು ಎನ್ನುವ ಸ್ಥಾಪಿತ ಚೌಕಟ್ಟುಗಳಾಚೆಗೆ ಬದುಕು ಪಡೆಸುತ್ತಿರುವ ಸಂಕೀರ್ಣ ಸ್ವರೂಪವನ್ನು ವಸ್ತುವಾಗಿಸಿಕೊಂಡಿರುವ ಈ ಕಥೆ ತನ್ನ ಕಾಲ ಮತ್ತು ಪರಿಸರದೊಂದಿಗೆ ಕಥೆಗಾರ ನಡೆಸುತ್ತಿರುವ ಸಂವಾದವೂ ಹೌದು. ಕುಟುಂಬವೊಂದು ಆಪ್ತ, ಬಿಡಿಸಬರದ ಸಂಬಂಧಗಳ ಹೆಣಿಗೆ ಎನ್ನುವುದು ಭ್ರಮೆಯೋ, ಮನುಷ್ಯರು ತಮಗೆ ತಾವೇ ಹೇಳಿಕೊಳ್ಳುವ ಸುಳ್ಳೋ ಎನ್ನುವ ತೀವ್ರತೆಯಲ್ಲಿ ಕುಟುಂಬದ ಸಂಬಂಧಗಳನ್ನು, ಮುಖ್ಯವಾಗಿ ತಾಯಿ ಮಗಳ ಮತ್ತು ಅಕ್ಕ ತಮ್ಮನ ನಡುವಿನ ಸಂಬಂಧಗಳನ್ನು ಈ ಕಥೆ ಒರೆಗೆ ಹಚ್ಚಲು ಪ್ರಯತ್ನಿಸುತ್ತದೆ. ತಾಯಿಯನ್ನು ಯಾಕೆ ಪರಮಶತ್ರುವಿನ ಹಾಗೆ ಗೋಳಾಡಿಸುತ್ತೇನೆ ಎಂದು ಯೋಚಿಸುತ್ತಲೇ ಅದರಿಂದ ಪಾರಾಗಲು ಪ್ರಯತ್ನಿಸಿ ಸೋಲುತ್ತಾ ಹೋಗುವ ರೇಣುಕ, ಮಗಳ ನಡವಳಿಕೆಯನ್ನು ತಾನು ತನ್ನ ತಾಯಿಯ ಜೊತೆ ನಡೆದುಕೊಂಡ ರೀತಿಯ ಪಕ್ಕ ಇಟ್ಟು ನೋಡುವ ಮೂಲಕ ಆತ್ಮವಿಮರ್ಶೆ ಮಾಡಿಕೊಳ್ಳುವಲ್ಲಿ ಸೋಲುವ ತಾಯಿ, ತನಗೇ ಅರಿಯದೆ ಚಕ್ರವ್ಯೂಹದಲ್ಲಿ ಸಿಕ್ಕಿ ಒದ್ದಾಡುವ, ಕುಟುಂಬವನ್ನು ಕೆಳಮಧ್ಯಮ ವರ್ಗದಿಂದ ಮಧ್ಯಮವರ್ಗದ ಪಟ್ಟಕ್ಕೆ ಏರಿಸಬಲ್ಲ ಆದರೆ ಅದು ಸಾಧ್ಯವಾಗದೇ ಒದ್ದಾಡುವ ಪ್ರಶಾಂತ, ಈ ಎಲ್ಲದಕ್ಕೂ ತನ್ನ ಅಸಹಾಯಕತೆಯಿಂದಲೇ ಪ್ರತಿಕ್ರಿಯಿಸುವ ರಾಮಣ್ಣ... ಹೀಗೆ ದುರಂತ ಕಥೆಯಾಗುವ ಕಡೆಗೆ ಆತುರದಿಂದಲೆಂಬಂತೆ ಧಾವಿಸುವ ಕಥೆ, ಸಂಕಷ್ಟದ ಘಳಿಗೆಯೊಂದರಲ್ಲಿ ಒಬ್ಬರಿಗೊಬ್ಬರು ಆಸರೆಯಾಗುವಲ್ಲಿ ಮುಗಿಯುತ್ತದೆ. ಸರಳವಾಗಿದ್ದೂ ವಿವರಗಳ ಮೂಲಕವೇ ಗಟ್ಟಿಯಾಗುವ ಈ ಕಥೆ ಸಂಬಂಧಗಳ ವಿಘಟನೆಯ ಸವಾಲನ್ನು ಧೈರ್ಯವಾಗಿ ಮುಖಾಮುಖಿಯಾಗಿದೆ.

ಶೈಲಿಯ ಸಂಯಮ, ಅನುಭವದ ಗಟ್ಟಿತನ ಮತ್ತು ಬಿಗಿಯಾದ, ಮೊನಚಾದ ಭಾಷೆ ಪದ್ಮನಾಭರ ಕಥೆಗಳ ಮೂಲ ಲಕ್ಷಣಗಳು. ಆಡಂಬರವಿಲ್ಲದ, ತೋರಿಕೆಯಿಲ್ಲದ, ಜನಪ್ರಿಯತೆಯ ಹಪಾಹಪಿಯಿಲ್ಲದ ಈ ಕಥೆಗಾರ ಕನ್ನಡದ ಮುಖ್ಯ ಕಥೆಗಾರನಾಗುವ ದಾರಿಯಲ್ಲಿದ್ದಾರೆ ಎನ್ನುವುದು ಆಶಯವೂ ಹೌದು, ವಾಸ್ತವವೂ ಹೌದು. ಆಳದನುಭವವನ್ನು

ಮಾತು ಕೈ ಹಿಡಿಯುವ ದಾರಿಯಲ್ಲಿ ಈ ಯುವ ಕಥೆಗಾರ ಎಲ್ಲ ಯಶಸ್ಸನ್ನೂ ಕಾಣಲಿ. ಈ ಪ್ರಶಸ್ತಿಯನ್ನು ಹಕ್ಕಿನಿಂದ ಪಡೆದ ಪದ್ಮನಾಭರಿಗೆ ಅಭಿನಂದನೆಗಳು.

ಈ ಬಾರಿಯ ಛಂದ ಪ್ರಶಸ್ತಿಯ ಕಥೆಗಾರರನ್ನು ಆಯ್ಕೆ ಮಾಡುವ, ಯುವ ಕಥನಕಾರರೊಂದಿಗೆ ಒಡನಾಡುವ ಅವಕಾಶ ಮಾಡಿಕೊಟ್ಟ ವಸುಧೇಂದ್ರರಿಗೆ ಕೃತಜ್ಞತೆಗಳು.

– ಎಂ. ಎಸ್. ಆಶಾದೇವಿ

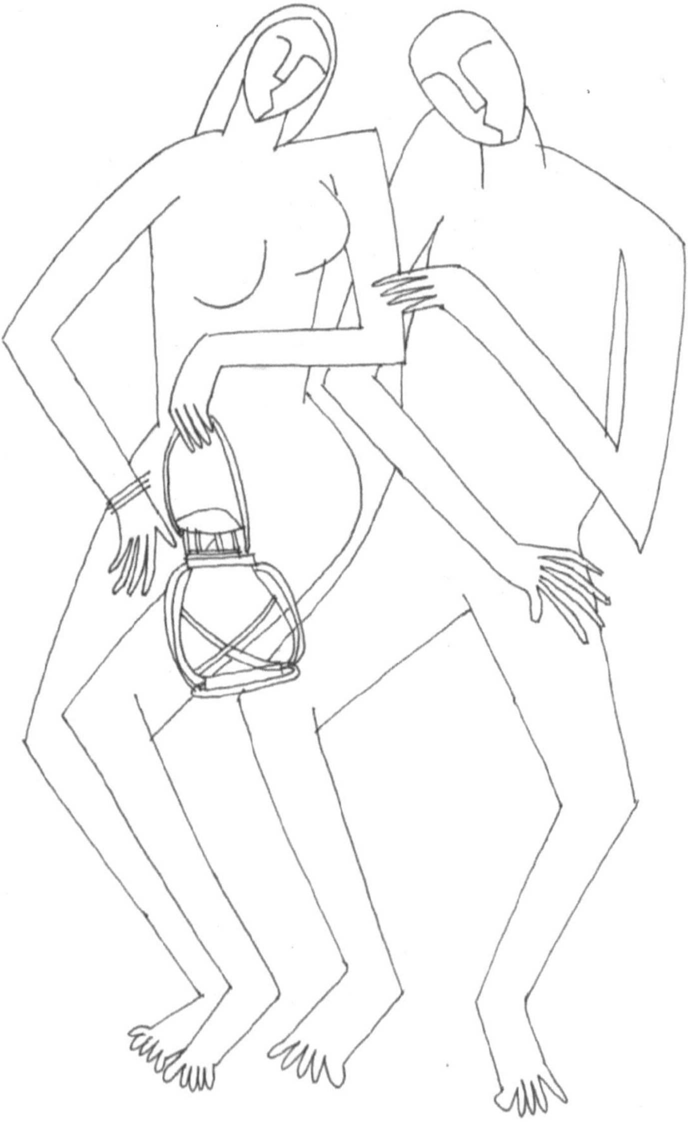

'....ತಾಗಿಸು ನಿಜದ ಸೂಜಿಮೊನೆ'

ಆಗ ನಾನು ಎಂಟನೆತ್ತೆಯಲ್ಲಿದ್ದೆ. ಅಕ್ಕ ಹತ್ತನೆತ್ತೆ ಹುಡುಗಿ. ಖಾಯಂ ಮನೆಗೆ ಬರ್ತಿದ್ದ ಮಂಗಳ ವಾರಪತ್ರಿಕೆಯನ್ನು ನಾನು ಅಕ್ಕ ಜಗಳವಾಡಿಕೊಂಡು ಓದುತ್ತಿದ್ದವು. ಆಗಲೇ ನಾನೊಂದು ನೂರು ಪೇಜಿನ ಪಟ್ಟಿಯಲ್ಲಿ 'ಕೊಂಕಿ ದುರ್ಗದ ರಹಸ್ಯ' ಎಂಬ ಹೆಸರಿಟ್ಟುಕೊಂಡು ಪತ್ತೆದಾರಿ ಕಾದಂಬರಿ ಬರೆಯಲು ಆರಂಭಿಸಿದ್ದೆ. (ಮುಂದೆ ಅದನ್ನೇ 'ಶೂಟ್' ಮಾಡಿ ಸಿನಿಮಾ ತೆಗೆಯುವ ಕ್ರಾಂತಿಕಾರಿ ಆಲೋಚನೆಯೂ ಇತ್ತು!) ಆಗಾಗ ಕದ್ದುಮುಚ್ಚಿ ಬರೆಯುತ್ತಿದ್ದ ಆ ಕಾದಂಬರಿಯನ್ನು ಯಾರಿಗೂ ಸಿಗದಂತೆ ಅಡಗಿಸಿಟ್ಟಿದ್ದೆ. ಅದು ಒಂದಿನ ನನ್ನ ಕಾದಂಬರಿಗಿಂತ ಮಹಾನ್ ಪತ್ತೆದಾರಿ ಅಕ್ಕನ ಕೈಗೆ ಸಿಕ್ಕಿಬಿಡ್ತು. 'ಚೊಲೋ ಬರೀದೆ, ಚೊಲೋ ಬರೀದೆ' ಎಂದು ಎರಡೆರಡು ಸಲ ಓದಿಕೊಂಡು ಖುಷಿಪಟ್ಟಳು. ತಗೋ, ನಂಗಂತೂ ಜನಪ್ರಿಯ ಕಾದಂಬರಿಕಾರನಾಗಿಯೇ ಬಿಟ್ಟಂತೆನಿಸಿ ಕೊಂಬು ಕೋರೆಗಳೆಲ್ಲ ಮೂಡಿಬಿಟ್ಟವು.

ಅವತ್ತು ರಾತ್ರಿ ಊಟವಾದ ಮೇಲೆ ಅಪ್ಪ ಜಗುಲಿ ಮಂಚದ ಮೇಲೆ ಕವಳ ಹಾಕುತ್ತಾ ಕೂತಿದ್ದಾಗ ಅಕ್ಕ 'ಅಪ್ಪಾ.. ಪುಟ್ಟು ಕಾದಂಬರಿನೆಲ್ಲಾ ಬರೀತ ಮಾರಾಯಾ..' ಎಂದು ಪಟ್ಟಿ ತೆಗೆದು ದೊಡ್ಡದಾಗಿ ಓದಲು ಶುರು ಮಾಡಿದಳು. ನಾನು ನಾಚಿಕೆಯಿಂದ ಟೇಬಲ್ಲಿನ ಮರೆಯಲ್ಲಿ ಕೂತುಕೊಂಡು ಅವಳು ಓದಿದ ಒಂದೊಂದು ಡೈಲಾಗಿಗೂ 'ಟಡಾ.. ಟೆಂವ್ ಟೆಂವ್ ಟೆಂವ್..' ಎಂದೆಲ್ಲ ಬಾಯಿಯಲ್ಲೇ ಸಿನಿಮೀಯ ಮ್ಯೂಸಿಕ್ಕು ಕೊಡುತ್ತಾ, ಅಪ್ಪ ಖಂಡಿತ ನನ್ನ ಬರಹವನ್ನು ಮೆಚ್ಚಿ ಶಹಭಾಷ್ ಅನ್ನುತ್ತಾನೆಂಬ ಖಾತ್ರಿಯಿಂದ ಕಾಯುತ್ತಿದ್ದೆ.

ಎರಡು ಪುಟ ಓದಿ ಮುಗಿದಿತ್ತೋ ಇಲ್ಲವೋ, ಅಡಿಕೆ ಕೊಚ್ಚುವುದ ನಿಲ್ಲಿಸಿದ ಅಪ್ಪ ಜೋರಾಗಿ ನಗಲು ಶುರುಮಾಡಿದ. ನನ್ನ ಮ್ಯೂಸಿಕ್ಕು, ಅಕ್ಕನ ವೈಸ್ ಓವರ್ ಎಲ್ಲವೂ ಒಮ್ಮೆಲೇ ಗಪ್ಪಾಯಿತು. ಕೊಂಚ ಹೊತ್ತಿಗೆ ನಗು ನಿಲ್ಲಿಸಿದ ಅಪ್ಪ, ನಾನು ಯಾವ್ಯಾವ ಡೈಲಾಗುಗಳನ್ನು ಮಂಗಳದ ಯಾವ್ಯಾವ ಧಾರಾವಾಹಿಗಳಿಂದ ಕದ್ದಿದ್ದೇನೆ ಎಂಬುದನ್ನು ನನಗಿಂತಲೂ ಖಚಿತವಾಗಿ ಹೇಳಿಬಿಟ್ಟ, ಅರ್ಧ ಸೆಕೆಂಡಿನಲ್ಲಿ ನಾನು ಒಣಗಿದ ಕೊತ್ತಂಬರಿ ಸೊಪ್ಪಿನಂತಾಗಿದ್ದೆ.

ನಂತರದಲ್ಲಿ ಅಪ್ಪ ಹೇಳಿದ್ದು, 'ಪೋರಾ.. ನಾವು ಮೊದಲು ಅನ್ನ ತಿನ್ನಬೇಕು. ಆದರೆ ತಿಂದಿದ್ದನ್ನು ಹಾಗ್ಹಾಗೇ ಕಾರಿಕೊಳ್ಳುವುದಲ್ಲ. ತಿಂದು ಸರಿಯಾಗಿ ಜೀರ್ಣಿಸಿಕೊಳ್ಳುವುದ ಕಲಿಯಬೇಕು. ನಂತರ ಅದರಿಂದ ಹುಟ್ಟಿದ ಶಕ್ತಿಯಿಂದ ಹೊಸದನ್ನು ಸೃಷ್ಟಿಸಬೇಕು..'

ಇದಾದ ಎಷ್ಟೋ ವರ್ಷಗಳ ನಂತರ ಓದಿದ 'ಪ್ರಾರ್ಥನೆ' ಪದ್ಯದಲ್ಲಿ ಸಿಕ್ಕ ಅಡಿಗರು ಹೇಳಿದ್ದೂ ಅದನ್ನೇ!

'ತಿಂದದ್ದು ಸರಿಯಾಗಿ ರಕ್ತವಾಗುವ ಹಾಗೆ
ಅನುಗ್ರಹಿಸು; ಅರಗದಂಥ ಕಚ್ಚಾ ಗಾಳಿಗೀಳುಗಳ
ಕಾಗದದ ಮೇಲೆಲ್ಲ ಕಾರಿಕೊಳ್ಳದ ಹಾಗೆ
ಏರ್ಪಡಿಸು ಸಹಜ ಹೊರದಾರಿಗಳ; ರಹದಾರಿಗಳ
ಕೊಡು ಎಲ್ಲರಿಗೂ ತಮ್ಮ ತಮ್ಮ ಖಾಸಗಿ ಮನೆಗೆ'
(ಅಡಿಗರ ಪ್ರಾರ್ಥನೆ ಪದ್ಯದಿಂದ)

ಇಲ್ಲಿನ ಕತೆಗಳನ್ನೆಲ್ಲ ಯಾವಾಗ? ಯಾಕೆ? ಎಷ್ಟು ವಯಸ್ಸಿನಲ್ಲಿ? ಎಂಥ ಮನಸ್ಸಿನಲ್ಲಿ ಬರೆದೆ ಎಂಬುದೆಲ್ಲ ಅಷ್ಟು ಮುಖ್ಯವಲ್ಲ ಎಂದೇ ನಂಗನಿಸುತ್ತದೆ. ಇಲ್ಲಿನವು ಕತೆಗಳಾಗಿವೆಯಾ ಇಲ್ಲವಾ ಎಂದು ಇನ್ನೂ ಅನುಮಾನದಲ್ಲೇ ಇರುವ ನನಗೆ ಕತೆ ಯಾಕೆ ಬೇಕು? ಅದರಿಂದ ಏನು ಸಿಗ್ತದೆ? ಹೇಗೆ ಹುಟ್ಟುತ್ತದೆ? ಹೇಗೆ ಬೆಳೆದು ಹೇಗೆ ಮರಿ ಹಾಕ್ತದೆ ಅನ್ನೊದರ ಬಗ್ಗೆಯಲ್ಲಾ ಏನೂ ಗೊತ್ತಿಲ್ಲಪ್ಪಾ.. ಇವುಗಳನ್ನು ನಾನು ಬರೆಯಬೇಕಾಗಿತ್ತು, ಬರ್ದೆ. ಅಷ್ಟೇ! ಹಾಗೆ ಇನ್ನೂ ಬರೆಯಬೇಕಾಗಿರುವ ಕತೆಗಳೂ ಬಹಳಷ್ಟಿವೆ.

ಈ ಹೊತ್ತಿನಲ್ಲಿ,

ಕತೆಯೆಂಬ ಕತ್ತಲ ದಾರಿಯಲ್ಲಿ ಬೆಳಕು ತೋರಿದ ಅನಂತಮೂರ್ತಿ, ಚಿತ್ತಾಲ, ದೇವನೂರು, ಜಯಂತ ಕಾಯ್ಕಿಣಿ ನಾನು ಓದಿದ ಇನ್ನೂ ಎಷ್ಟೆಲ್ಲ ಹಿರಿಯರ ಬರಹಗಳಿಗೆ,

ನನ್ನ ಗುಪ್ತ ಪ್ರೀತಿ ಮತ್ತು ಮುಕ್ತ ದ್ವೇಷ ಎರಡನ್ನೂ ಸುಮ್ಮನೇ ಸಹಿಸಿಕೊಳ್ಳುವ ಬೇರಿನಂತಹ ಅಪ್ಪ, ಅಬ್ಬೆಗೆ,

ಬರಹದ ನೊಗವನ್ನು ನನ್ನ ಹೆಗಲಿಗೇರಿಸಿ ಬದುಕಿನ ಉಳುಮೆಗೆ ಇಳಿದ ಅಕ್ಕರೆಯ ಅಕ್ಕ ಪ್ರತಿಭಾಗೆ,

ಬದುಕು ಬರಹ ಎರಡಕ್ಕೂ 'ಅಮ್ಮ'ನಾಗಿ ಪೊರೆಯುತ್ತಿರುವ 'ನಾಗಸುಧೆ'ಯೆಂಬ ನೆಮ್ಮದಿಯ ತಂಗುದಾಣಕ್ಕೆ,

ಓದು ಬರಹ ಬದುಕು ಮೂರೂ ಬೆಸೆದುಕೊಂಡ ಪಾಕಶಾಲೆಯಲ್ಲಿ ಅಡುಗೆಯ ಗುಟ್ಟು-ಪಟ್ಟುಗಳನ್ನು ಮೌನವಾಗಿಯೇ ಕಲಿಸಿಕೊಡುತ್ತಿರುವ ವಿವೇಕಣ್ಣಂಗೆ,

ನನ್ನನ್ನು, ನನ್ನ ಬರಹಗಳನ್ನು ತುಂಬ ಪ್ರೀತಿಸುವ, ಆ ಪ್ರೀತಿಯ ಕಾರಣದಿಂದಲೇ ಹುಟ್ಟಿಕೊಂಡ ನಿಷ್ಠುರತೆಯಲ್ಲಿ ನನ್ನ ತಿದ್ದುವ ಅಕ್ಕ ತೇಜಶ್ರೀ, ಸಚ್ಚಿ, ಎಂ.ಆರ್. ದತ್ತಾತ್ರಿ, ಮಹೇಶ್ ಕಲ್ಲರೆ, ಇನ್ನೂ ಎಷ್ಟೆಲ್ಲ ಆಪ್ತ ಜೀವಗಳಿಗೆ,

ಫ್ರೂಫು ತಿದ್ದಿಕೊಟ್ಟ ಖಂಡಾಂತರದ ಆತ್ಮೀಯೆ ಕಾವ್ಯಕ್ಕಂಗೆ,

ನನ್ನೆಲ್ಲ ಕತೆಗಳ ಮೊದಲ ಓದುಗ, ಮಾರ್ಗದರ್ಶಕರಾಗಿದ್ದ, ಈಗ ಪ್ರಶಸ್ತಿ ಕೊಟ್ಟು ಪ್ರಕಟಿಸುತ್ತಿರುವ ಛಂದನಗೆಯ ವಸುಧಣ್ಣಂಗೆ,

ಮೊದಲ ಯತ್ನದಲ್ಲೇ ಪುಸ್ತಕಕ್ಕೆ ತುಂಬ ಅಂದದ ಮುಖ ಕೊಟ್ಟ ದೋಸ್ತ ವೆಂಕಿಗೆ,

ಎಲ್ಲಕ್ಕೂ ಮಿಗಿಲಾಗಿ ಮುನ್ನುಡಿ ಬರೆದುಕೊಟ್ಟು ಈ ಕತೆಗಳ ಬಗ್ಗೆ ನನ್ನ ನಂಬಿಕೆ ಹೆಚ್ಚಿಸಿದ, ಸ್ಪರ್ಧೆಯ ತೀರ್ಪುಗಾರರೂ ಆದ ಎಂ.ಎಸ್. ಆಶಾದೇವಿ ಅವರಿಗೆ,

ಮತ್ತು,

ನಿಮ್ಮನ್ನು ತಲುಪಲು ನನ್ನನ್ನೇ ಆರಿಸಿಕೊಂಡ ಈ ಕತೆಗಳೆಂಬ ಅತೃಪ್ತ ಆತ್ಮಗಳಿಗೆ,

ಕೊಂಚ ಡೌಟಿನಿಂದಲೇ ಪುಸ್ತಕ ಓದಲು ತೊಡಗಿಕೊಂಡ ನಿಮಗೆ,

ಕಚೇರಿಯಲ್ಲಿ ಸಹಿ ಹಾಕಲು ಪೆನ್ನು ಕೊಟ್ಟವರಿಗೆ ಹೇಳಿದಂತೆ ಬರಿಮಾತಲ್ಲಿ 'ಥ್ಯಾಂಕ್ಸ್' ಅಂದುಬಿಟ್ರೆ ಏನು ಹೇಳಿದಂತಾಯ್ತು ಹೇಳಿ..?

'ದೊಡ್ಡ ದೊಡ್ಡ ಮಾತು ಬೆಲೂನು
ಹಿಗ್ಗುವಾಗ್ಗೆಲ್ಲ ತಾಗಿಸು ನಿಜದ ಸೂಜಿಮೊನೆ'

ಯಾವ್ದಕ್ಕೂ ನೀವೊಂದು ಪತ್ರ ಬರೀರಿ, ಬೈದಾದ್ರೂ ಸರಿ..

ಪದ್ಮನಾಭ

'ರಂಗಶಂಕರ'ದ ಆವಾರದ ಮರದ ಬೆಂಚಿನಲ್ಲಿ ಕುಳಿತು

29ನೇ ಜೂನ್ 2014

ಪರಿವಿಡಿ

ಚೇಳು ಕಚ್ಚಿದ ಗಾಯ /1
ಬೆಳಕು ಬಿಡಿಸಿದ ಚಿತ್ರ... /14
ಛದ್ಮವೇಷ /28
ಈ ನಡುವೆ... /42
ಹೆಣದ ವಾಸನೆ /54
ಇನ್ನರ್ಥ /67
ಬಾಂದಳದ ಮಿಂಚು /77
ಕತೆ /86
ಕೇಪಿನ ಡಬ್ಬಿ /96
ಮಾತು ಮುಗಿಯುವ ಮೊದಲು /105
ಇಲ್ಲದ ತೀರದ ಕಡೆಗೆ... /118

ಚೇಳು ಕಚ್ಚಿದ ಗಾಯ

ಚೊಚ್ಚಲ ಹೆರಿಗೆಗೆಂದು ತೌರಿಗೆ ಬಂದಿದ್ದ ರೇಣುಕಾ, ಬಚ್ಚಲಲ್ಲಿ ಎರಡೂವರೆ ತಿಂಗಳ ಪಾಪುವಿಗೆ ಮೀಯಿಸುತ್ತಿದ್ದ ಸುಮಿತ್ರಮ್ಮನಿಗೆ ಜೋರು ದನಿಯಲ್ಲಿ ಬೈಯುತ್ತಿದ್ದದ್ದು ಹಂಡೆಗೆ ಬಿಟ್ಟಿದ್ದ ನಲ್ಲಿ ನೀರಿನ ಸದ್ದನ್ನೂ ಮೀರಿ ಜಗುಲಿಗೆ ತಲುಪುತ್ತಿತ್ತು. "ಸ್ವಲ್ಪ ಬಿಟ್ಟು ಬಿಟ್ಟು ನೀರು ಹೊಯ್ಯಿ, ಪಾಪೂಗೆ ಉಸಿರುಗಟ್ಟು... ನೆತ್ತಿ ಮೇಲೆ ನೀರು ಹಾಕಿದ್ದು ಸಾಕು, ಅಷ್ಟೆಲ್ಲಾ ಬಿಸಿನೀರು ಹಾಕಿ ಸುಟ್ಟೇ ಬಿಡ ಮಾಡಿದ್ಯಾ ಎಂಥದು? ಏ... ನಿನ್ನೆ ನೆನೆಸಿಟ್ಟ ಕಡಲೆಹಿಟ್ಟು ಹಾಕಿ ತಿಕ್ಕೂದು ಬ್ಯಾಡ ಅಂತ ಹೇಳಿ ಸಾವಿರ ಸಾವಿರ ಸಲ ಹೇಳಿದ್ದೆ ನಿಂಗೆ, ಕೈ ಮುಗೀತೆ ಮಾರಾಯ್ತೀ ಪಾಪೂನ ಎದೆ ಹಿಂಡೂದು ಬ್ಯಾಡ, ಇನ್‌ಫೆಕ್ಷನ್ ಆಗ್ತು... ಸಾಕು ಬಿಡೇ ಈಗ ಮೈ ಒರೆಸು..." ಹೀಗೇ ಅವಳ ದನಿ ದೊಡ್ಡದಾಗುತ್ತಲೇ ಸಾಗಿತ್ತು.

ಹೊರಗೆ ಜಗುಲಿಯ ಮಂಚದ ಮೇಲೆ ಗೋಡೆಗೊರಗಿ ಕುಳಿತು ಬಾಯಲ್ಲಿನ ಅಡಿಕೆ ತುಂಡನ್ನು ಸಶಬ್ದವಾಗಿ ಕಡಿಯುತ್ತಿದ್ದ ರಾಮಣ್ಣ ಎದುರಿಗೆ ಕೂತಿದ್ದ ಮಗ ಪ್ರಶಾಂತನನ್ನು ನೋಡಿದ. ಆರಾಂ ಕುರ್ಚಿಯ ಮೇಲೆ ಒಂದು ಕಾಲನ್ನು ಎತ್ತಿ ಹಾಕಿ ಕೂತು, ಎಡಕಿವಿಯಲ್ಲಿ ಬೆರಳು ತೂರಿಸಿ ಗಿಡಗಿಡನೇ ಅಲ್ಲಾಡಿಸುತ್ತಾ ಬಾಯಿ ಅರೆತೆರೆದು ತೇಲುಗಣ್ಣಲ್ಲಿ ವಿಚಿತ್ರ ಸುಖ ಅನುಭವಿಸುತ್ತಿದ್ದ ಪ್ರಶಾಂತ ಆ ಕ್ಷಣದಲ್ಲಿ ರಾಮಣ್ಣನಿಗೆ ಕೊಟ್ಟಿಗೆಯಲ್ಲಿ ಮಲಗಿ ಬಾಯಲ್ಲಿ ನೊರೆ ಸುರಿಸುತ್ತಾ ಮೆಲುಕು ಹಾಕುತ್ತಿರುವ ಗಿಡ್ಡಿ ಎಮ್ಮೆಯಂತೇ ಕಂಡ. ನಿನ್ನೆ ರಾತ್ರಿ ಮಲಗಿದ್ದಾಗ ಸಣ್ಣನೆಯ ದನಿಯಲ್ಲಿ ಸುಮಿತ್ರಮ್ಮ "ಪ್ರಶಾಂತನದು ಎಂಥಾ ಕತೆ ಮಾತ್ರ ವಿಚಾರ್ಸಿ ನೋಡಿ..." ಎಂದದ್ದು ನೆನಪಾಗಿ ಮಾತಾಡಲು ಅನುವಾಗತೊಡಗಿದ.

ಅಪ್ಪ ತನ್ನನ್ನೇ ನೋಡುತ್ತಿರುವುದನ್ನು ತೆರಗಣ್ಣಲ್ಲೇ ಗಮನಿಸಿದ ಪ್ರಶಾಂತ ಕಿವಿಯಿಂದ ಕೈ ತೆಗೆದು ಕಾಲು ಕೆಳಹಾಕಿ ಸ್ವಸ್ಥನಾಗಿ ಕೂತ. ಮಂಚದ ಮತ್ತೊಂದು ಬದಿಗೆ ಅಸ್ತವ್ಯಸ್ಥವಾಗಿ ಬಿದ್ದಿದ್ದ ವಾರದ ಹಿಂದಿನ ದಿನಪತ್ರಿಕೆಯನ್ನು ತೆಗೆದುಕೊಂಡು ಮುಖಕ್ಕೆ ಅಡ್ಡದಾಗಿ ಹಿಡಿದು ಓದುವವನಂತೇ ನಟಿಸಿದ. ರಾಮಣ್ಣ ಒಮ್ಮೆ ದೊಡ್ಡದಾಗಿ ನಿಟ್ಟುಸಿರು ಬಿಟ್ಟು ಗೋಡೆಗೊರಗಿದ್ದವ ಎದ್ದು ನೆಟ್ಟಗೇ ಕುಳಿತುಕೊಂಡ. ಪಕ್ಕದ

ಕವಳಪೋಳಿಯನ್ನೊಮ್ಮೆ ಎತ್ತಿ ಸದ್ದು ಬರುವಂತೇ ಮತ್ತದೇ ಜಾಗದಲ್ಲಿ ಕುಕ್ಕಿದ. ಬಾಯಲ್ಲಿನ ಕವಳವನ್ನು ಪೆಚ್ ಪೆಚ್ ಎಂದು ಜಗಿದು ಸಣ್ಣಗೇ ಭುಜ ಹಾರಿಸಿ ಮತ್ತೆ ಪ್ರಶಾಂತನನ್ನು ನೋಡತೊಡಗಿದ. ಬರೀ ಸದ್ದಿನಿಂದಲೇ ಇದನ್ನೆಲ್ಲವನ್ನೂ ಗಮನಿಸಿದ ಪ್ರಶಾಂತನಿಗೆ ಅಪ್ಪ ತನ್ನೊಡನೆ ಏನೋ ಮಾತನಾಡಲು ಸಿದ್ಧತೆ ಮಾಡಿಕೊಳ್ಳುತ್ತಿರುವುದು ಹೊಳೆದು ಕೂತಲ್ಲೇ ಕುಂಡೆ ಅಲ್ಲಾಡಿಸಿ ಚಡಪಡಿಸಿದ. ಇನ್ನು ಇಲ್ಲೇ ಕೂತಿದ್ದರೆ ಅಪ್ಪ ತನ್ನ ನೌಕರಿ ಸುದ್ದಿಯನ್ನು ಕೇಳುವುದು ಗ್ಯಾರಂಟಿ ಅನ್ನಿಸಿತು. ಸುಮ್ಮನೇ ಪೇಪರ್ ಪಕ್ಕಕ್ಕಿಟ್ಟು ಉಚ್ಚೆ ಹೊಯ್ಯಲೆಂಬಂತೆ ಎದ್ದು ಹೊರನಡೆದ.

ಮಗನೊಂದಿಗೆ ಮಾತಾಡಲು ಬಾಯ್ತೆರೆದಿದ್ದ ರಾಮಣ್ಣ, ಎದ್ದು ಹೋಗುತ್ತಿರುವ ಅವನನ್ನು ನೋಡಿ ಮತ್ತೊಮ್ಮೆ ನಿಟ್ಟುಸಿರು ಬಿಟ್ಟು ಸುಮ್ಮನಾಗಿ ಮತ್ತೆ ಗೋಡೆಗೊರಗಿ ಕೂತು ಯೋಚಿಸತೊಡಗಿದ. ಒಂದು ಕ್ಷಣ ಯಾವುದರ ಬಗ್ಗೆ ಯೋಚಿಸಬೇಕೆಂದೇ ಅವನಿಗೆ ಗೊಂದಲವಾಯ್ತು. ಮೊಮ್ಮಗಳಿಗೆ ತೊಟ್ಟಿಲು ಮತ್ತು ಚಿನ್ನದ ಉಡದಾರ ಮಾಡಿಸಲು ದುಡ್ಡು ಹೊಂದಿಸುವ ಬಗ್ಗೆ ಯೋಚಿಸಲೋ, ಮಗಳು ತೌರಿಗೆ ಬಂದು ಎರಡೂವರೆ ತಿಂಗಳಾದರೂ ಒಮ್ಮೆಯೂ ನೋಡಲು ಬಾರದ ಅಳಿಯನ ಬಗ್ಗೆ ಚಿಂತಿಸಲೋ ಅಥವಾ ಬೆಂಗಳೂರಿನಲ್ಲಿ ಕಂಪನಿ ನೌಕರಿ ಮಾಡುತ್ತಿದ್ದವ ಏಕ್‌ಧಂ ಮನೆಗೆ ಬಂದು ಗುಮ್ಮನ ಗುಸುಕನ ಹಾಗೇ ಮಾತಿಗೇ ಸಿಕ್ಕದೇ ಕೂತಿರುವ ಮಗನ ಬಗ್ಗೆ ಯೋಚಿಸುವುದೋ ತಿಳಿಯಲಿಲ್ಲ. ಈಗಿನ ಪರಿಸ್ಥಿತಿ ನೋಡಿದರೆ ಮೊಮ್ಮಗಳಿಗೆ ಚಿನ್ನದ ಉಡದಾರ ಮಾಡಿಸಲು ಮಗ ಸಹಾಯ ಮಾಡುತ್ತಾನೆ ಎಂಬ ತನ್ನ ಆಸೆ ಹೆಚ್ಚು ಕಮ್ಮಿ ಹುಸಿಹೋದ ಹಾಗೆಯೇ ಎಂದುಕೊಂಡ.

"ಮಗಳ ಹೆರಿಗೆ ಮಾಡಿಸಿ ಗಂಡನ ಮನೆಗೆ ತಿರುಗಿ ಕಳಿಸುವಾಗ ಅಜ್ಜನ ಮನೆಯವ್ರು ಮಗುವಿಗೆ ಹೊಸ ತೊಟ್ಟಿಲು ಮತ್ತೆ ಚಿನ್ನದ ಉಡದಾರ ಮಾಡ್ಸಿ ಕಳಿಸೂದು ಆ ಕಡೆ ಪದ್ಧತಿ ಇದ್ದಡ" ಎಂದು ಬಂದ ಸ್ವಲ್ಪ ದಿನದಲ್ಲೇ ರೇಣುಕಾ ಹೇಳಿದಾಗ ಈಗಿನ ಪರಿಸ್ಥಿತಿಯಲ್ಲಿ ಅದೆಲ್ಲಾ ಆಗದ ಹೋಗದ ಕೆಲಸ ಎಂದು ರಾಮಣ್ಣ ಕೇಳಿಯೂ ಕೇಳದವನಂತೆ ಸುಮ್ಮನಿದ್ದ. ಆದರೆ ರೇಣುಕಾ ಅದನ್ನೇ ಬೇರೆಬೇರೆ ರೀತಿಯಲ್ಲಿ ಹೇಳತೊಡಗಿದ್ದಳು. "ಅಲ್ಲಾ ನಾ ಎಂತಾ ಆಸ್ತಿ ಕೇಳಿದ್ನಾ? ಏನೋ ಪದ್ಧತಿ ಇದ್ದು ಅಂತ ಕೇಳಿದ್ನಪಾ... ಅದೂ ಮಾಡಿಸಿ ಕೊಡದ್ದೇ ಖಾಲಿಖಾಲಿ ಹೋದ್ರೆ ಅಲ್ಲಿ ನಂಗೆ ಎಂತಾ ಮರ್ಯಾದೆ ಇರ್ತು?" ಅಂತೆಲ್ಲಾ ಕುಸುಕುಸು ಮಾಡತೊಡಗಿದಾಗ ಸುಮಿತ್ರಮ್ಮನೂ "ಸ್ವಲ್ಪ ಕಷ್ಟ ಆದ್ರೂ ಪರ್ವಾಗಿಲ್ಲೆ ಮಾಡಿಸಿಕೊಡಿ, ನಾಳೆ ಮೊಮ್ಮಗಳಿಗೆ ಏನೂ ಕೊಟ್ಟಿದ್ವಿಲ್ಲೆ ಹೇಳಿ ಮಾತು ಬರೋ ಹಂಗೆ ಅಪ್ಪೂದು ಬ್ಯಾಡ" ಎಂದಿದ್ದಳು. ರಾಮಣ್ಣ "ಅಲ್ದೇ ಮಾರಾಯ್ತಿ ನಂಗೆಂತಾ ಮಾಡಿಸಿ ಕೊಡ್ಲಾಗಾ ಹೇಳಿ ಇದ್ದನೆ? ದುಡ್ಡು ಎಲ್ಲಿಂದ ತರಲಿ ಹೇಳು...?" ಎಂದು ಅಲವತ್ತುಕೊಂಡಿದ್ದ. ಅದಕ್ಕೆ ಸುಮಿತ್ರಮ್ಮ "ಪ್ರಶಾಂತನ ಹತ್ರ ಕೇಳಿ. ಹಿಂಗಿಂಗೆ ಅಂತ ಹೇಳಿದ್ರೆ ಅವೆಂತದ್ದಾರೂ ವ್ಯವಸ್ಥೆ ಮಾಡದ್ದೇ ಇರ್ತ್ನಿಲ್ಲೆ. ಅವಂದೂ ಅಕ್ಕ ಅಲ್ದಾ?" ಎಂದಿದ್ದಳು. ಬೆಂಗಳೂರಿನಲ್ಲಿ ನೌಕರಿ ಮಾಡುತ್ತಿದ್ದ ಮಗನ ಬಳಿ ಹಣ ಕೇಳುವುದು ರಾಮಣ್ಣನಿಗೆ ಸ್ವಾಭಿಮಾನಕ್ಕೆ ಧಕ್ಕೆ ಅನ್ನಿಸಿದರೂ ಬೇರೆ ದಾರಿಯಿರಲಿಲ್ಲ. "ಹಾ... ನಾಳೆ ಫೋನ್ ಮಾಡ್ತೆ ಅವಂಗೆ" ಎಂದು ಒಪ್ಪಿಕೊಂಡಿದ್ದ.

ಆದರೆ ಮರುದಿನ ಬೆಳ್ಳಂಬೆಳಿಗ್ಗೆಯೇ ಒಂದು ಫೋನು ಗೀನು ಏನೂ ಮಾಡದೇ ಬಟ್ಟೆಗಳ ಎರಡು ದೊಡ್ಡ ಬ್ಯಾಗಿನೊಂದಿಗೆ ಪ್ರಶಾಂತ ಮನೆಯೆದುರು ಪ್ರತ್ಯಕ್ಷನಾದಾಗ ಮನೆಯಲ್ಲಿ ಎಲ್ಲರಿಗೂ ಅಚ್ಚರಿಯೊಟ್ಟಿಗೆ ಏನೋ ಭಯವೂ ಆಗಿತ್ತು. ಕೆಂಪು ಕಣ್ಣು, ಮುದ್ದೆ ಮುದ್ದೆ ಕೆಸರು ಶರ್ಟು, ಸದ್ಯದ ಕಾಲಕ್ಕೆ ಬ್ಲೇಡು ಕಾಣದ ಗಡ್ಡದಲ್ಲಿ ವಿಕ್ಷಿಪ್ತವಾಗಿ ಕಾಣುತ್ತಿದ್ದ ಮಗನನ್ನು ನೋಡಿ ರಾಮಣ್ಣನಿಗೆ ಹೇಗೆ ಪ್ರತಿಕ್ರಿಯಿಸಬೇಕೆಂದೇ ತಿಳಿಯಲಿಲ್ಲ. "ಹ್ಹೆ ಹ್ಹೆ ಪ್ರಶಾಂತ... ಇದೆಂಥದ್ದು ಹಿಂಗೆ ಒಮ್ಮಿಂದೊಮ್ಮೆಲೇ... ನಿನ್ನೆಯಷ್ಟೇ ನಾನು ಸುಮಿತ್ರೆ ನಿನ್ನ ನೆನಪು ಮಾಡ್ಕಂಡಿದ್ಯ..." ಎಂದು ಹೇಳಿ ಏಕೆ ನೆನಪಿಸಿಕೊಂಡಿದ್ದೆವು ಎಂಬುದನ್ನು ಹೇಳಲಾಗದೇ ಸುಮಿತ್ರಮ್ಮನ ಮುಖ ನೋಡಿ ಪೆಚ್ಚಗೆ ನಕ್ಕಿದ್ದ. ಪ್ರಶಾಂತ ಮಾತ್ರ ಯಾರೊಂದಿಗೂ ಸರಿಯಾಗಿ ಮಾತಾಡದೇ ಸುಮ್ಮನೆ ಒಳಹೋಗಿ ಗುಮ್ಮನ ಗುಸುಕನ ಹಾಗೆ ಕೂತುಬಿಟ್ಟಿದ್ದ. ಅದನ್ನು ನೋಡಿ ರಾಮಣ್ಣ ಸುಮಿತ್ರಮ್ಮ ರೇಣುಕಾ ಮೂವರಿಗೂ ಏನೋ ದುಗುಡವಾದರೂ ತೋರಿಸಿಕೊಳ್ಳದೇ ಪರಸ್ಪರ "ಏನೋ ಎರಡು ದಿನ ರಜೆ ಸಿಕ್ಕಿದ್ದನ. ಬಂದ" "ರಾತ್ರೆಯೆಲ್ಲಾ ನಿದ್ದೆಗೆಟ್ಟಿದ್ದಕ್ಕೆ ಸುಸ್ತಾಯ್ದು..." "ಸರಪ್ರೈಸ್ ಕೊಡ್ವಾ ಹೇಳಿ ಫೋನ್ ಮಾಡದ್ದೆ ಬೈಂದ" ಎಂದೆಲ್ಲಾ ಮೇಲಿಂದ ಮೇಲೆ ಹೇಳಿಕೊಂಡು ಸಂಭಾಳಿಸಿಕೊಂಡಿದ್ದರು.

ಆದರೆ ಸಾಮಾನ್ಯವಾಗಿ ರಜದ ಮೇಲೆ ಬಂದಾಗ ಎರಡು ದಿನಕ್ಕಿಂತ ಹೆಚ್ಚಿಗೆ ಉಳಿದುಕೊಳ್ಳದ ಪ್ರಶಾಂತ ಈಗ ವಾರದ ಮೇಲೆ ಎರಡು ದಿನ ಕಳೆದರೂ ಮರಳಿ ಹೊರಡುವ ಸೂಚನೆಯೇ ಸಿಕ್ಕದಿದ್ದಾಗ ಇದು ಸರಳ ರಜೆ ಹಾಕಿ ಬಂದಿದ್ದಲ್ಲ, ಏನೋ ಉಪ್ರಾಟಿ ಆಗಿರಲೇಬೇಕು ಎಂದು ಎಲ್ಲರಿಗೂ ಬಲವಾಗಿ ಅನ್ನಿಸಿತ್ತು. ಸುಮಿತ್ರಮ್ಮ ಮತ್ತು ರೇಣುಕಾ ಸುತ್ತಿ ಬಳಸಿ ಆ ವಿಷಯವನ್ನು ಕೆದಕಿ ಪ್ರಶಾಂತನ ಬಾಯಿ ಬಿಡಿಸಲು ಪ್ರಯತ್ನಿಸಿದ್ದರು. ಆದರೆ ಪ್ರಶಾಂತ ಏನನ್ನೂ ಬಿಟ್ಟುಕೊಡದೇ ಸುಮ್ಮನೇ ಇರುತ್ತಿದ್ದ. ಅವನ ಮೌನ ಮನೆಯವರನ್ನು ಇನ್ನಷ್ಟು ದುಗುಡಕ್ಕೆ ಕೆಡವಿತ್ತು. ಕೊನೆಗೆ ಸುಮಿತ್ರಮ್ಮ ರಾಮಣ್ಣನಿಗೆ "ಪ್ರಶಾಂತನದ್ದು ಎಂತಾ ಕತೆ ಮಾತ್ರ ಸರೀ ವಿಚಾರ್ಸಿ ನೋಡಿ..." ಎಂದು ಜವಾಬ್ದಾರಿಯನ್ನು ಗಂಡನ ಹೆಗಲಿಗೆ ದಾಟಿಸಿದ್ದಳು.

ರಾಮಣ್ಣ ಸುಮ್ಮನೇ ಮನೆಯ ಹಂಚು ನೋಡುತ್ತಾ ಕುಳಿತಿರುವಾಗಲೇ ತುದಿ ಒದ್ದೆಯಾಗಿದ್ದ ಲಂಗವನ್ನು ಎತ್ತಿ ಸೊಂಟಕ್ಕೆ ಸಿಕ್ಕಿಸಿಕೊಂಡಿದ್ದ ಸುಮಿತ್ರಮ್ಮ ಹೊರಬಂದು ನಿಂತಳು. ಕೈ ಮಣಿಕಟ್ಟಿಗೆ ಇನ್ನೂ ಉಳಿದುಕೊಂಡಿದ್ದ ಸಾಬೂನಿನ ನೊರೆಯನ್ನು ಸೀರೆಗೆ ಒರೆಸುತ್ತಾ ಅಳುಬುರುಕ ದನಿಯಲ್ಲಿ "ಅಲ್ಲಾ ನಾ ಎಂತಾ ಶಿಶುಗಳ ಸ್ನಾನ ಮಾಡಿಸಿ ಗೊತ್ತಿಲ್ಲದ್ದವಳಾ? ಈ ಹುಡುಗರೆಲ್ಲ ನಾ ಸ್ನಾನ ಮಾಡಿಸದೇನೆ ಇಷ್ಟು ದೊಡ್ಡವರಾಗಿದ್ವಾ? ಇವಿಷ್ಟೇ ಅಲ್ಲ, ನನ್ನ ಅಣ್ಣಂದಿರ ನಾಲ್ಕು ನಾಲ್ಕು ಮಕ್ಕಳ ಹೇಲು ಉಚ್ಚೆ ಬಳಿದು ಸ್ನಾನ ಮಾಡ್ಸಿ ಶಾಲೆಗೆ ಕಳ್ಸೂವರೆಗೂ ನಾನೇ ಮಾಡಿದ್ದು. ಈಗ ಈ ಕೂಸು ಯಾವ ನಮೂನಿ ಮಾತಾಡ್ತು ನೋಡಿ... ಅಲ್ಲಾ ಬೈಯ್ಸಿಕೊಂಬೂದೇ ಬದುಕಾಗಿ ಹೋತು ನಂದು. ಎಲ್ಲವ್ಕೂ ನಾನು ಸಸಾರಕ್ಕೆ ಸಿಗ್ತೆ... ನಾಳೆ ಆ ಶಿಶು ಮಾತಾಡಲೆ ತಾಗಿದ್ರೆ ಅದೂ ಬೈಯೂದೇಯ ನಂಗೆ, ನೋಡಿ ಬೇಕಾದ್ರೆ..." ಎಂದು ಗುಣಗುಣಿಸತೊಡಗಿದ್ದಳು. ಒಳಗಡೆ ಕೋಣೆಯಲ್ಲಿ ಪಾಪೂಗೆ ಹಾಲೂಡಿಸುತ್ತಾ

ಕೂತಿದ್ದ ರೇಣುಕಾ ಅಲ್ಲಿಂದಲೇ "ಹೌದೇ... ಜಗತ್ತಿನ ಎಲ್ಲ ಮಕ್ಕಳನ್ನೂ ನೀನೇ ಬೆಳೆಸಿದ್ದೆ... ಭಾರಿ ಚೋಲೋ ರೀತಿಲಿ... ಅದ್ಕೆ ನಂಗಳ ಪರಿಸ್ಥಿತಿ ಹಿಂಗಾದದ್ದು..." ಎಂದು ಧುಮುಗುಟ್ಟಿದಳು. ಸದ್ದು ಮಾಡಿ ಹಾಲು ಕುಡಿಯುತ್ತಿದ್ದ ಪಾಪುವಿಗೆ ರೇಣುಕಾಳ ಲಕ್ಷ್ಯ ಬೇರೆಡೆಗೆ ಹರಿದದ್ದೇ ನೆತ್ತಿಗೆ ಹತ್ತಿ ಕೆಮ್ಮತೊಡಗಿತು. ಸುಮಿತ್ರಮ್ಮ "ಎಷ್ಟು ಸಲ ಹೇಳ್ತೆ ನಾನು, ಪಾಪೂಗೆ ಹಾಲು ಕುಡಿಸಕಾದ್ರೆ ಬೇರೆ ಕಡೆ ಲಕ್ಷ್ಯ ಕೊಡಡಾ ಹೇಳಿ... ಥೋ...ಥೋ..." ಎನ್ನುತ್ತಾ ಗಡಿಬಿಡಿಯಲ್ಲಿ ಒಳಗೋಡಿದಳು. ರಾಮಣ್ಣನೂ ಎದ್ದು ಒಳಕೋಣೆಯ ಬಾಗಿಲವರೆಗೂ ಹೋಗಿ ಒಳಗೆ ಹೋಗದೇ ಬಾಗಿಲಲ್ಲೇ ನಿಂತು ಪಾಪುವಿನ ಕೆಮ್ಮು ಕಡಿಮೆಯಾದ ಮೇಲೆ ತಿರುಗಿ ಬಂದು ಕೂತ. ರೇಣುಕಾಳಿಗೆ ಇತ್ತಿತ್ಲಾಗೆ ಸಿಟ್ಟು ತುಂಬಾ ಜಾಸ್ತಿ ಆಗಿದೆ. ಬಹುಶಃ ಪಾಪುವಿಗೆ ಚಿನ್ನದ ಉಡಿದಾರ ಮಾಡಿಸಿಕೊಟ್ಟರೆ ಕಡಿಮೆಯಾಗ್ತದೇನೋ... ಅಂದುಕೊಂಡ. ಹೊರಗೆ ಅಂಗಳದ ತುದಿಯಲ್ಲಿ ಪ್ರಶಾಂತ ತೆಂಗಿನ ಮರಕ್ಕೆ ಒರಗಿಕೊಂಡು ಮೊಬೈಲಿನಲ್ಲಿ ಏನೋ ಮಾಡುತ್ತಿರುವುದು ಕಾಣಿಸಿತು. ಇವನ ಬಳಿ ಹಣ ಕೇಳೂದು ಆಗು ಹೋಗೋ ಮಾತಲ್ಲ, ಅದಕ್ಕೆ ಬೇರೆ ಏನಾದರೂ ವ್ಯವಸ್ಥೆ ಮಾಡಬೇಕು ಎಂದುಕೊಂಡು ಕಳೆದ ಕೊಯ್ಲಿನಲ್ಲಿ ಕೊಯ್ದ ತೆಂಗಿನಕಾಯಿ ಎಷ್ಟಿರಬಹುದು ಎಂದು ನೋಡಲು ಎದ್ದು ಕೊಟ್ಟಿಗೆಯತ್ತ ನಡೆದ.

⌛

ಪಾಪು ಹಾಲು ಕುಡಿದು ಮಲಗಿದರೂ ರೇಣುಕಾಗೆ ಕೋಣೆಯಿಂದ ಎದ್ದು ಹೊರಬರಬೇಕು ಅನ್ನಿಸಲಿಲ್ಲ. ಆ ಕತ್ತಲಲ್ಲೇ ಬಾಯಿ ಚಪ್ಪರಿಸುತ್ತಾ, ಮೂಗು ಚೂಪು ಮಾಡಿ ಕುಸುಕುಸು ಮಾಡುತ್ತಾ, ಗುಲಾಬಿ ಪಾದಗಳಿಂದ ಹೊದಿಕೆಗೆ ದಗದಗ ಒದೆಯುತ್ತಾ, ಕೈಯೆತ್ತಿ ಎತ್ತಿ ಕಿವಿಯನ್ನು, ಕೂದಲನ್ನು ಜಗ್ಗಿಕೊಳ್ಳುತ್ತಾ ಸೆಲ್ಯೂಟ್ ಹೊಡೆದ ರೀತಿಯಲ್ಲಿ ಮಲಗಿದ್ದ ಮಗಳನ್ನು ನೋಡುತ್ತಲೇ ಕೂತಿದ್ದಳು. ಗದ್ದದ ಬಳಿ ಸ್ವಲ್ಪ ಹೆಚ್ಚಾಗಿದ್ದ ಪೌಡರನ್ನು ಒರೆಸಿ ಕಿವಿ ಮುಚ್ಚುವಷ್ಟಿದ್ದ ಕಪ್ಪು ಕೂದಲನ್ನು ನೇವರಿಸಿ ಹಿಂದಕ್ಕೆ ಸರಿಸಿದಳು. ಕಾಪಾಗಿದ್ದ ಕಾಡಿಗೆಯನ್ನು ತಿದ್ದಿದಳು. ಹಾಗೇ ಪಾಪುವನ್ನು ನೋಡುತ್ತಾ ಕೂತವಳಿಗೆ ಹೊಟ್ಟೆಯೊಳಗಿಂದೇನೋ ಉಕ್ಕಿ ಬಂದು ಬಿಕ್ಕುವಂತಾಯಿತು. "ನೀ ಹೆಂಗಿದ್ದೆ ಹೇಳಿ ನೋಡಲು ಬರಲೂ ಪುರಸೊತ್ತಿಲ್ಯಲೇ ಮಗಾ ನಿನ್ನ ಅಪ್ಪಂಗೆ... ಹೂಂ ಏನ್ಮಾಡೂದು ಎಲ್ಲಾ ನಾವು ನಾವು ಪಡ್ಕೊಂಡು ಬಂದದ್ದು. ಇನ್ನೂ ಏನೇನು ಅನುಭವಿಸುವುದು ಬಾಕಿ ಇದ್ದಾ ಏನಾ... ಮಲಗು ಮಲಗು... ಈಗ ಮಲಗಿದ್ದೇ ಬಂತು... ಮೊದಲೇ ಹೆಣ್ಣು ಜನ್ಮ... ಒಂದು ಸಲ ಎದ್ದೆ ಅಂದ್ರೆ ಮುಗತ್ತು. ಮತ್ತೆ ನೆಮ್ಮದಿಯ ನಿದ್ರೆ ಬಿದಿರು ತಟ್ಟೆಯ ಮೇಲೆಯಾ..." ಕೊನೆ ಕೊನೆಗೆ ಧ್ವನಿ ಅವಳಿಗೆ ಗೊತ್ತಿರದಂತೆ ದೊಡ್ಡದಾಗುತ್ತಾ ಹೋಯಿತು. "ಎಂತಾ ಆತೇ?" ಸುಮಿತ್ರಮ್ಮ ಅಡಿಗೆ ಕೋಣೆಯಿಂದಲೇ ಕೂಗಿದಳು. "ಶಾನುಭೋಗರ ಶಾಟಾ ಹೋತು..." ರೇಣುಕಾ ತುಟಿಗಚ್ಚಿಕೊಂಡು ತನ್ನಷ್ಟಕ್ಕೇ ಗೊಣಗಿದಳು. ಒಮ್ಮೆಲೇ ಪ್ರಶಾಂತ ಕೋಣೆಯೊಳಕ್ಕೆ ಬಂದಾಗ ತುಂಬಿನಿಂತಿದ್ದ ತನ್ನ ಕಣ್ಣುಗಳನ್ನು ಒರೆಸಿಕೊಂಡು ತಿರುಗಿ ಕೂತಳು.

ಪ್ರಶಾಂತ ಒಳಬಂದು ಬ್ಯಾಗಿನ ಮೇಲೆ ಅವನ ಮೊಬೈಲ್ ಒಗೆದು ಅಲ್ಲಿ ಒಣಹಾಕಿದ್ದ ಟವೆಲ್ ಸುತ್ತಿಕೊಂಡು ಹೊರಗೆ ಹೋದ. ರೇಣುಕಾ ಮತ್ತೆ ಮಗುವನ್ನು ನೋಡುತ್ತಾ ಅನ್ಯಮನಸ್ಕಳಾಗಿ ಕೂತಳು.

ಇತ್ತಿತ್ಲಾಗೆ ಯಾಕೋ ಅಮ್ಮನ ಧ್ವನಿ ಕೇಳಿದರೇ ಮೈ ಶಿರ್ರನೇ ಉರಿಯುತ್ತಿತ್ತು ರೇಣುಕಾಗೆ. ಅವಳು ಬದುಕಿನಲ್ಲಿ ತುಂಬಾ ಕಷ್ಟಪಟ್ಟಿದ್ದಾಳೆ. ನೋವು ಅನುಭವಿಸಿದ್ದಾಳೆ. ಈಗ ವಯಸ್ಸಾಗಿದೆ. ಆದಷ್ಟೂ ಅವಳ ಮನಸ್ಸಿಗೆ ಬೇಜಾರಾಗದ ಹಾಗೆ ನಡೆದುಕೊಳ್ಳಬೇಕು ಅಂತೆಲ್ಲಾ ಪ್ರತಿಸಲ ಅಂದುಕೊಂಡರೂ ಕೂಡ ಅಮ್ಮನ ಎದುರಿಗೆ ಅದೆಲ್ಲ ಮರೆತು ಕೂಗಾಡಿಬಿಡುತ್ತಿದ್ದಳು. ಗಂಡನ ಮನೆಯಲ್ಲಿ ಎಲ್ಲರೂ ಎಷ್ಟೇ ಚುಚ್ಚಿ ಚುಚ್ಚಿ ಮಾತಾಡಿಸಿ, ಕತ್ತು ಹಿಚುಕಿ ಕೊಂದೇ ಬಿಡುವಷ್ಟು ಸಿಟ್ಟು ಬಂದರೂ ತುಟಿ ಪಿಟಿಕ್ ಅನ್ನದೆ ಸಹಿಸಿಕೊಳ್ಳುವ ತಾನು ಅದ್ಯಾಕೆ ಅಮ್ಮನ ಎದುರು ಸಣ್ಣಸಣ್ಣ ವಿಷಯಕ್ಕೂ ರಂಪ ಎಬ್ಬಿಸಿ ಮುಗಿಬಿದ್ದು ಕಾದುತ್ತೇನೆ? ಅವಳ ಮುಖ ಬಾಡಿದರೆ, ಕಣ್ಣು ತುಂಬಿ ಬಂದರೆ, ಅವಳು ಪ್ರಾಯಶ್ಚಿತ ಭಾವನೆಯಲ್ಲಿ ಬೆಂದರೆ ತನಗೆ ಸಿಗುವ ವಿಕೃತ ಖುಷಿಯಾದರೂ ಎಂಥದ್ದು? ರೇಣುಕಾಗೆ ಬಾಲ್ಯದಲ್ಲಿ ಅಪರೂಪಕ್ಕೆ ತಮ್ಮ ಮನೆಗೆ ಬರುತ್ತಿದ್ದ ದೊಡ್ಡಬ್ಬೆಯ ನೆನಪಾಯಿತು. ಅವರನ್ನು ಅಮ್ಮ ಹೀಗೇ ಅಳಿಸುತ್ತಿದ್ದರು.

ಅಮ್ಮನ ಅಮ್ಮ ಅಜ್ಜಿಗೆ ರೇಣುಕಾ ಮತ್ತು ಪ್ರಶಾಂತ ದೊಡ್ಡಬ್ಬೆ ಎನ್ನುತ್ತಿದ್ದರು. ಅವರು ನಾಲ್ಕು ದಿನ ಉಳಿಯಲಿಕ್ಕೆಂದು ಮಗಳ ಮನೆಗೆ ಬಂದರೆ ಪ್ರಶಾಂತ ರೇಣುಕಾ ಇಬ್ಬರಿಗೂ ಖುಷಿಯೋ ಖುಷಿ. ಅವರು ಅಮ್ಮನಂತೇ ಹಣೆಗೆ ಕೆಂಪು ಬೊಟ್ಟು ಇಟ್ಟು ಕೊಳ್ಳದೇ ಕಪ್ಪು ಬೊಟ್ಟು ಇಟ್ಟುಕೊಳ್ಳುತ್ತಿದ್ದರು. ಅವರಿಗೆ ಖಾಲಿಯಾಗದಷ್ಟು ಕತೆಗಳು ಗೊತ್ತಿದ್ದವು. ಮುಸ್ಸಂಜೆ ದೇವರಿಗೆ ನಮಸ್ಕರಿಸಿ ಭಸ್ಮವನ್ನು ಹಚ್ಚಿಕೊಳ್ಳುವಾಗ ಚಿಟಿಕೆಯಷ್ಟು ತೆಗೆದು ಬಾಯಿಗೂ ಹಾಕಿಕೊಳ್ಳುತ್ತಿದ್ದರು. ಅವರು ಹೀಗೆ ಭಸ್ಮವನ್ನು ತಿನ್ನುವ ಅಚ್ಚರಿ ಯನ್ನು ನೋಡಲು ಮಕ್ಕಳಿಬ್ಬರೂ ಅವರ ಪಕ್ಕವೇ ನಿಂತಿರುತ್ತಿದ್ದರು. “ಭಸ್ಮ ತಿಂದರೆ ಹೊಟ್ಟೆಯೊಳಗಿನ ಪಾಪಗಳೆಲ್ಲಾ ತೊಳೆದು ಹೋಗ್ತು... ತಕಳಿ...” ಎನ್ನುತ್ತಾ ಮಕ್ಕಳ ಬಾಯಿಗೂ ಹಾಕುತ್ತಿದ್ದರು. ಇವರಿಬ್ಬರೂ ಪರಸ್ಪರ ನೋಡಿಕೊಳ್ಳುತ್ತಾ ಸಣ್ಣಗೆ ನಗುತ್ತಾ ನುಂಗಿ ಪಾಪ ಕಳೆದುಕೊಂಡ ನಿರಮ್ಮಳ ಭಾವನೆಗೆ ಈಡಾಗುತ್ತಿದ್ದರು.

ದೊಡ್ಡಬ್ಬೆ ಬಂದ ಒಂದೆರಡು ದಿನ ಎಲ್ಲ ಚೆನ್ನಾಗಿಯೇ ಇರುತ್ತಿತ್ತು. ಆಗೆಲ್ಲಾ ಅವರು ಅಡುಗೆ ಮನೆಯಲ್ಲಿ ಅಮ್ಮನಿಗೆ ಸಹಾಯ ಮಾಡುತ್ತಾ ಸೊಸೆಯಂದಿರ ಬಗ್ಗೆ ದೂರು ಹೇಳುತ್ತಾ ಕಳೆಯುತ್ತಿದ್ದರು. ಒಂದೆರಡು ದಿನ ಆದಮೇಲೆ ಅದೇ ಅದೇ ದೂರುಗಳು ಮರುಕಳಿಸತೊಡಗಿದಾಗ ಅಮ್ಮನೂ ಸಿಡುಕಲು ಶುರುಮಾಡುತ್ತಿದ್ದಳು. ದೊಡ್ಡಬ್ಬೆ ಪಾತ್ರೆ ತೊಳೆಯಲು ಕೂತರೆ “ಏನೂ ಬ್ಯಾಡ... ನಿಂಗಳ ಸೊಸೆಯಂದಿರ ಸುದ್ದಿ ನನ್ನತ್ರ ಹೇಳಿದಂಗೆ ಮಗಳು ಮನೆಗೆ ಬಂದಾಗ ಪಾತ್ರೆ ತೊಳೆಸಿತ್ತು ಹೇಳಿ ಅಲ್ಲಿ ಹೋಗಿ ಹೇಳಿದ್ರೂ ಹೇಳ್ದಿ ನೀವು. ಬಿಡಿ ಬಿಡಿ...” ಎಂದು ತಿವಿಯುತ್ತಿದ್ದಳು. ಆಗೆಲ್ಲಾ ದೊಡ್ಡಬ್ಬೆ ಸುಮ್ಮನೇ ಹೊರಬಂದು ಕೂತುಬಿಡುತ್ತಿದ್ದರು. ಅದೂ ಇದೂ ಮಾತಾಡುತ್ತಾ ಸಂಜೆ ಅಕ್ಕಿ ಬೀಸುವ ಸಮಯಕ್ಕೆ ಸರಿಯಾಗಿ ಅಮ್ಮ ಅದು ಹೇಗೋ ತನ್ನ ಮದುವೆಯ ವಿಷಯಕ್ಕೆ ಬಂದಿರುತ್ತಿದ್ದಳು.

ಒರಳುಕಲ್ಲಿನ ಪಕ್ಕದಲ್ಲಿ ಅಮೂಲ್ ಹಾಲುಪುಡಿ ಡಬ್ಬಿ ಮೇಲೆ ಚಿಮಣಿ ದೀಪ ಇಟ್ಟು, ಎಡಗೈಯಲ್ಲಿ ಗಡಗಡನೇ ಗುಂಡು ತಿರುಗಿಸುತ್ತಾ ಬಲಗೈಯಲ್ಲಿ ಅಕ್ಕಿಯನ್ನು ಅಷ್ಟೇ ನಾಜೂಕಿಂದ ಗುಂಡಿನ ಅಡಿಗೆ ನೂಕುತ್ತಾ ಗುಂಡು ಅಲ್ಲಾಡಿದಂತೇ ಜೀವವನ್ನೂ ಒಂದೇ ಲಯದಲ್ಲಿ ಅಲ್ಲಾಡಿಸುತ್ತಾ ದೊಡ್ಡಬ್ಬೆಯನ್ನು ಬೈಯಲು ಶುರುಮಾಡುತ್ತಿದ್ದಳು. ವಿಷಯದ ತೀವ್ರತೆಗೆ ಅನುಗುಣವಾಗಿ ಅಕ್ಕಿ ಬೀಸುವುದನ್ನು ಕೊಂಚ ಹೊತ್ತು ನಿಲ್ಲಿಸುವುದು. ಮುಖವನ್ನು ಅರ್ಧ ತಿರುಗಿಸಿ ಮಾತನಾಡುವುದು ಎಲ್ಲ ಇರುತ್ತಿತ್ತು. ಒಂಚೂರೂ ವಿಚಾರಿಸ್ದೆ ತನ್ನನ್ನು ಈ ಬಡವರ ಮನೆಗೆ ಕೊಟ್ಟು ಮದುವೆ ಮಾಡಿದ್ದರಿಂದ ಶುರುವಾಗಿ, ಅಮೇಲೆ ತಂಗಿ ಸತ್ತಿದ್ದಾಳೋ ಬದುಕಿದ್ದಾಳೋ ನೋಡಲೂ ಬಾರದ ಅಣ್ಣಂದಿರ ಬಗ್ಗೆ, ಅಪರೂಪಕ್ಕೆ ತವರಿಗೆಂದು ಬಂದಾಗಲೂ ಚುಚ್ಚಿ ಮಾತನಾಡಿಸಿ ಅವಮಾನಗೊಳಿಸಿದ ಅತ್ತಿಗೆಯಂದಿರ ಬಗ್ಗೆಯೆಲ್ಲಾ ಘಟನೆ ಸಂದರ್ಭ ದಿನದ ಸಮೇತ "ನಂಗೆ ಸರೀ ನೆನಪಿದ್ದು... ಅದೆಲ್ಲಾ ಜೀವನದಲ್ಲಿ ಯಾವತ್ತೂ ಮರೀತ್ಲೆ..." ಎಂದು ಬಾರಿಬಾರಿಗೂ ಹೇಳುತ್ತಾ ಅದಕ್ಕೆಲ್ಲಾ ದೊಡ್ಡಬ್ಬೆಯೇ ಹೊಣೆಗಾರರು ಎಂಬಂತೇ ಜರಿಯುತ್ತಿದ್ದಳು. ಕೊನೆಗೆ ದೊಡ್ಡಬ್ಬೆ ಮುಖ ತಿರುಗಿಸಿಕೊಂಡು "ಹೌದೇ ಮಾರಾಯ್ತಿ ನಂಗ ತಪ್ಪು ಮಾಡಿದ್ದ... ಈಗ ಎಂತಾ ಮಾಡ್ಲಾಗ್ತು ಹೇಳು..." ಎಂದು ಸೊರ ಸೊರ ಅಳುವವರೆಗೂ ನಿಲ್ಲಿಸುತ್ತಿರಲಿಲ್ಲ. ಹೀಗೆ ಅಳಲು ಶುರುಮಾಡಿದ ಮೇಲೆ "ಅಲ್ಲಾ ನಿಂಗ ಈಗ ತೀಡಿರೆ ನಂಗಂತೂ ಒಂಚೂರೂ ಪಾಪ ಅನಿಸ್ತ್ಲೆ... ನಾನು ಒಂದೊಂದು ದಿನ ಅನುಭವಿಸಿದ್ದು ನೆನಪಿಸಿಕೊಂಡ್ರೆ..." ಎಂದು ವಿಚಿತ್ರ ನಡುಕದಲ್ಲಿ ಮಾತು ನಿಲ್ಲಿಸುತ್ತಿದ್ದಳು. ಹೀಗೆ ಅತ್ತ ಮರುದಿನ ಬೆಳಿಗ್ಗೆಯೇ ದೊಡ್ಡಬ್ಬೆ ತಾನು ತಿರುಗಿ ಮನೆಗೆ ಹೋಗುತ್ತೇನೆಂದು ಹೇಳಲು ಶುರುಮಾಡುತ್ತಿದ್ದರು. ಮಕ್ಕಳು ಒತ್ತಾಯ ಮಾಡಿ ಮಧ್ಯಾಹ್ನ ಉಳಿಸಿಕೊಂಡರೂ ಸಂಜೆಯಂತೂ ಹೊರಟೇ ಬಿಡುತ್ತಿದ್ದರು.

ಆದ್ದರಿಂದ ಯಾವಾಗ ಅಮ್ಮ ಅಕ್ಕಿ ಬೀಸುತ್ತಾ ದೊಡ್ಡಬ್ಬೆಯನ್ನು ಬೈಯ್ಯಲು ಶುರು ಮಾಡುತ್ತಾಳೆ ಅದರ ಮರುದಿನ ದೊಡ್ಡಬ್ಬೆ ಮರಳಿ ಹೋಗುತ್ತಾರೆ ಎಂದು ಮಕ್ಕಳಿಗೆ ಗೊತ್ತಾಗಿಬಿಡುತ್ತಿತ್ತು. ಅದಕ್ಕೇ ಅವರು ಈ ಬೈಯುವ ಕಾರ್ಯಕ್ರಮವನ್ನು ಮುಂದೂಡಲು ಇನ್ನಿಲ್ಲದಂತೇ ಹೆಣಗುತ್ತಿದ್ದರು. ಅಮ್ಮ ಬೈಯ್ಯಲು ಶುರುಮಾಡದಂತೆ "ಅಮ್ಮಾ ಅಕ್ಕಿ ಹಿಟ್ಟಿಗೆ ಉಪ್ಪು ಹಾಕಲಾ...?" "ನಂಗೂ ಅಕ್ಕಿ ಬೀಸುದು ಕಲ್ಸಿಕೊಡೇ..." "ಅಮ್ಮಾ ಇವತ್ತು ಇಲ್ಲೇ ಕೂತ್ಕಂಡು ಬಾಯಿಪಾಠ ಹೇಳ್ತ್ಯಾ..." ಅಂತೆಲ್ಲಾ ವಿಷಯಾಂತರ ಮಾಡಲು ಪ್ರಯತ್ನಿಸುತ್ತಿದ್ದರು. ಪ್ರಶಾಂತನಂತೂ ಒಮ್ಮೊಮ್ಮೆ ಅತ್ತಿತ್ತ ಸುಳಿದಂತೇ ಮಾಡಿ ಅಮೂಲ್ ಹಾಲಿನಪುಡಿ ಡಬ್ಬಿಯ ಮೇಲಿದ್ದ ದೀಪವನ್ನೇ ಆರಿಸಿಬಿಡುತ್ತಿದ್ದ. ಆದರೆ ಈ ಎಲ್ಲ ಉಪಾಯಗಳೂ ಬಹಳಷ್ಟು ಸಲ ಸೋತು ಅಮ್ಮ ತನ್ನ ಗುರಿ ಸಾಧಿಸಿಯೇ ಸಾಧಿಸುತ್ತಿದ್ದಳು. ಆಗೆಲ್ಲಾ ದೀಪದ ಬೆಳಕಲ್ಲಿ ವಿಚಿತ್ರ ಉದ್ವೇಗದಲ್ಲಿ ಏದುಸಿರು ಬಿಡುತ್ತಾ ದವಡೆ ಕಚ್ಚಿಕೊಂಡು ಅಕ್ಕಿ ಬೀಸುತ್ತಿದ್ದ, ಯಾವತ್ತೂ ಅಳದ ಅಮ್ಮನ ಮೇಲೆ ಮಕ್ಕಳಿಗೆ ಅಸಾಧ್ಯ ಕೋಪ ಬರುತ್ತಿತ್ತು. ಕುಸುಕುಸು ಅಳುತ್ತಿದ್ದ ದೊಡ್ಡಬ್ಬೆ ಪಾಪ ಅನ್ನಿಸುತ್ತಿದ್ದರು. ಅದೇ ಸಿಟ್ಟಿನಲ್ಲಿ ರೇಣುಕಾ ಒಮ್ಮೆ "ನೀ ಇವತ್ತು ದೊಡ್ಡಬ್ಬೆಗೆ ಅಳಿಸಿದಂಗೇ ನಾನೂ ದೊಡ್ಡವಳಾದ ಮೇಲೆ ನಿಂಗೂ ಅಳಿಸದೇ ಬಿಡ್ತ್ನಿಲ್ಲೆ ನೋಡ್ತಿರು..." ಎಂದು

ಕಿರುಚಾಡಿದ್ದಳು. ಅಮ್ಮ ಥಟ್ಟನೇ ಅಕ್ಕಿ ಬೀಸುವುದನ್ನು ನಿಲ್ಲಿಸಿ ಒಂದುಕ್ಷಣ ರೇಣುಕಾಳ ಮುಖವನ್ನೆ ನೋಡಿ ಮತ್ತೆ ನಿಧಾನಕ್ಕೆ ಅಕ್ಕಿ ಬೀಸತೊಡಗಿದ್ದಳು. ಅವತ್ತು ಅಮ್ಮ ಅತ್ತಳಾ? ದೀಪದ ಬೆಳಕು ಅರ್ಧ ಮುಖದ ಮೇಲಷ್ಟೇ ಬೀಳುತ್ತಿದ್ದರಿಂದ ಅವಳ ಕಣ್ಣಲ್ಲಿ ನೀರು ತುಂಬಿದ್ದು ಕಾಣದಿದ್ದರೂ ಗದ್ದದಿಂದ ಹನಿಯೊಂದು ಜಾರಿ ಹಿಟ್ಟಿನಲ್ಲಿ ಬೀಳುವಾಗ ಪಳಕ್‌ನೇ ಹೊಳೆದಂತೆ ಕಂಡಿತ್ತು ರೇಣುಕಾಗೆ. ಅಥವಾ ಅದು ತನ್ನ ಭ್ರಮೆಯಾ ಎಂಬ ಬಗ್ಗೆ ಅವಳಿಗೇ ಅನುಮಾನವಿದೆ. ದೊಡ್ಡಬ್ಬೆ ಮಾತ್ರ "ಯಯ್ಯೋ ಕೂಸೆ... ಮುಸ್ಸಂಜೆ ಹೊತ್ತಲ್ಲಿ ಅಂಥಾ ಮಾತು ಆಡಲಾಗ... ಅಮ್ಮ ಎಷ್ಟು ಕಷ್ಟಪಟ್ಟಿದ್ದು ಹೇಳಿ ನಿಂಗೆ ಗೊತ್ತಿಲ್ಲೆ. ಅಮ್ಮನ ರಾಶಿ ಚೊಲೊ ಮಾಡಿ ನೋಡ್ಕಳ... ತಪ್ಪಾತು ಹೇಳು..." ಎಂದು ಪಟ್ಟುಹಿಡಿದು ರೇಣುಕಾಳ ಬಾಯಲ್ಲಿ ತಪ್ಪಾತು ಎಂದು ಹೇಳಿಸಿದ್ದರು.

ನನಗೆ ಇಂದು ಅಮ್ಮನ ಮಾತು ಕೇಳಿದರೆ ಮೈ ಉರಿಯುವ ಹಾಗೆ ಅಮ್ಮನಿಗೂ ದೊಡ್ಡಬ್ಬೆಯ ಮಾತು ಕೇಳಿದರೆ ಮೈ ಉರಿಯುತ್ತಿತ್ತಾ? ಹೀಗೆ ದೊಡ್ಡಬ್ಬೆಯಿಂದ ಅಮ್ಮನಿಗೆ ಅಮ್ಮನಿಂದ ನನಗೆ ದಾಟಿಬಂದ ಈ ಉರಿಯ ಮೂಲ ಯಾವುದು? ರೇಣುಕಾಗೆ ಇದೆಲ್ಲ ಒಂದು ಸರಪಳಿಯಂತೆ ಕಂಡಿತು. ತೊಟ್ಟಿಲಲ್ಲಿ ಮಲಗಿರುವ ತನ್ನ ಮಗಳೂ ಈ ಸರಪಳಿಯ ಮುಂದಿನ ಕೊಂಡಿಯಂತೇ ಭಾಸವಾಗಿ ಸಣ್ಣಗೇ ಕಂಪಿಸಿದಳು.

ತೊಟ್ಟಿಲು ತೂಗುವುದನ್ನೂ ಮರೆತು ಯೋಚನಾ ಲಹರಿಯಲ್ಲಿ ಮುಳುಗಿಹೋಗಿದ್ದ ರೇಣುಕಾ, ಕೋಣೆ ಮೂಲೆಯಲ್ಲಿ ಪ್ರಶಾಂತನ ಬ್ಯಾಗಿನ ಮೇಲಿನ ಮೊಬೈಲ್ ವಿಕಾರವಾಗಿ ಅರಚಿಕೊಳ್ಳುತ್ತಾ ಬೆಳಕುಕಾರಿ ನಡುಗತೊಡಗಿದಾಗ ವಾಸ್ತವಕ್ಕೆ ಬಂದಳು. ಕುತೂಹಲದಿಂದ ಎದ್ದುಹೋಗಿ ಮೊಬೈಲನ್ನು ಎತ್ತಿ ನೋಡಿದಳು. Xxx ಎಂದು ಸೇವ್ ಆಗಿತ್ತು. ಯಾವುದೋ ಹುಡುಗಿಯ ನಂಬರಿರಬೇಕು ಎಂದುಕೊಂಡು ಇನ್ನಷ್ಟು ಕುತೂಹಲದಿಂದ ರಿಸೀವ್ ಮಾಡಿ ಕಿವಿಗಿಟ್ಟುಕೊಂಡಳು. ಮರುಕ್ಷಣ ಹಲೋ ಅನ್ನುವ ಮೊದಲೇ ಆ ಕಡೆಯಿಂದ ಕೇಳಿಸಿದ ಗಡಸು ದನಿಗೆ ದಂಗಾಗಿಬಿಟ್ಟಳು. "ಏ ಮಾದರ್ ಛೋದ್... ಭೋಸಡಿ ಕೇ... ಕಹಾ ಚುಪಾ ಹೈ ತೂ...? ಮೇರೆ ಬಾತ್ ಠೀಕ್‌ಸೇ ಸುನ್ ಲೇ, ತುಮ್... ತುಮ್ ಬಚ್ ನಹೀ ಪಾವೋಗೆ... ಮಾರ್ ಡಾಲೂಂಗಾ ಸಾಲೆ, ಟುಕಡೆ ಟುಕಡೆ ಕರ್‌ಕೆ ಮಾರ್ ಡಾಲೂಂಗಾ... ಸುವ್ವರ್ ಕೆ ಬಚ್ಚೆ ಡೂಂಡ್ ಲೂಂಗಾ" "ಅಕ್ಕಾ..." ಹಿಂದೆ ಬಂದು ನಿಂತ ಪ್ರಶಾಂತನ ಚೀರುದನಿಗೆ ಬೆಚ್ಚಿ ರೇಣುಕಾ ಕಿವಿಗೆ ಹಿಡಿದಿದ್ದ ಮೊಬೈಲ್ ಕೈಬಿಟ್ಟಳು. ಮೊಬೈಲ್ ಧಪ್‌ನೇ ಬ್ಯಾಗಿನ ಮೇಲೆ ಬಿತ್ತು. ಅದರಲ್ಲಿ ಇನ್ನೂ ಏನೇನೋ ಮಾತಾಡುತ್ತಿರುವುದು ಸಣ್ಣಗೇ ಕೇಳಿಸುತ್ತಿತ್ತು. ತೊಟ್ಟಿಲಲ್ಲಿನ ಪಾಪು ಪ್ರಶಾಂತನ ದನಿಗೆ ಬೆಚ್ಚಿ ಎಚ್ಚರಾಗಿ ಅಳತೊಡಗಿತು. ರೇಣುಕಾಗೆ ಮೊಬೈಲಿನಲ್ಲಿ ಕೇಳಿದ ಶಬ್ದಗಳನ್ನು ಅರಗಿಸಿಕೊಳ್ಳಲು ಸ್ವಲ್ಪ ಹೊತ್ತು ಸ್ತಬ್ಧಳಾಗಿ ನಿಲ್ಲಬೇಕಾಯಿತು. ಪ್ರಶಾಂತ ದುಡುದುಡುನೆ ಹೋಗಿ ಮೊಬೈಲ್ ಎತ್ತಿಕೊಂಡು ಇನ್ನೂ ಬಡಬಡಿಸುತ್ತಿದ್ದ ಕಾಲ್ ಕಟ್ ಮಾಡಿದವನೇ ಎಡಗೈ ಮುಷ್ಟಿಯಲ್ಲಿ ಮೊಬೈಲ್ ಹಿಡಿದುಕೊಂಡು ತೊಡೆಗೆ ಕುಟ್ಟಿಕೊಳ್ಳುತ್ತಾ ರೇಣುಕಾಳನ್ನೇ ದಿಟ್ಟಿಸಿ ತನ್ನದಲ್ಲದ ಬೇರೆಯದೇ ದನಿಯಲ್ಲಿ ಕೂಗಾಡತೊಡಗಿದ. "ಅಕ್ಕಾ ನನ್ನ ಮೊಬೈಲಿಗೆ ಬರುವ ಕಾಲೆಲ್ಲಾ ನೀ ರಿಸೀವ್

ಮಾಡೂ ಜರೂರತ್ತು ಇಲ್ಲೆ ಹಾ ಮೊದಲೇ ಹೇಳ್ತಿದ್ದೆ..." ಅವನ ಆವೇಶ ನೋಡಿದ್ದೇ ರೇಣುಕಾಳಿಗೆ ಆ ಫೋನ್‌ಗೂ ಪ್ರಶಾಂತ ಬೆಂಗಳೂರಿಂದ ಹೇಳದೇ ಕೇಳದೇ ಮನೆಗೆ ಬಂದು ನಿಂತಿರುವುದಕ್ಕೂ ಏನೋ ಸಂಬಂಧವಿದೆ ಅನ್ನಿಸಿತು. ಆ ಗಡಸು ದನಿಯಿಂದ ಎದೆಯಲ್ಲಿ ಹುಟ್ಟಿದ ನಡುಕ ಪೂರ್ತಿ ನಿಲ್ಲದಿದ್ದರೂ ಸಾವರಿಸಿಕೊಂಡು ಯುದ್ಧ ಮಾಡಲು ಹೊಸ ಅಸ್ತ್ರ ಸಿಕ್ಕವಳಂತೇ ಹುರಿಗೊಂಡಳು. ಅದೇ ಹುರುಪಿನಲ್ಲಿ "ಎಂಥಕ್ಕೋ ನಿನ್ನ ಕಾಲ್ ರಿಸೀವ್ ಮಾಡಲಾಗಾ? ನಾ ಕೇಳಬಾರದ್ದು ಅದೆಂತಾ ಕಾಲ್ ಬತ್ತು ನಿಂಗೆ? ಹೇಳು ಯಾರು ಅದು ಫೋನ್ ಮಾಡಿದ್ದು?" ಎಂದು ತಿರುಗಿ ಪ್ರಶಾಂತನೆದುರು ನಿಂತಳು. ಪಾಪು ಇನ್ನೂ ಜೋರಾಗಿ ಅಳತೊಡಗಿತು. ನಿಂತಲ್ಲೇ ಸಣ್ಣಗೆ ನಡುಗುತ್ತಿದ್ದ ಪ್ರಶಾಂತ "ಯಾರ ಫೋನ್ ಅಂದ್ರೆ..." ಎಂದು ತನ್ನ ಆವೇಶಕ್ಕೆ ತಕ್ಕ ಹರಿತ ಮಾತಿಗಾಗಿ ತಡಕಾಡುವವನಂತೇ ಹಲ್ಲು ಕಡಿದು 'ಮ್... ಮ್...' ಎಂದು ತೊದಲಿ ಕೈಯೆತ್ತಿ ತೋರಿಸುತ್ತಾ "ಪರ್ಸನಲ್ ವಿಷಯಕ್ಕೆಲ್ಲಾ ತಲೆಹಾಕಡಾ ನೀನು..." ಎಂದ. ಪ್ರಶಾಂತ ಸ್ವಲ್ಪ ಬಳಲಿದಂತೆ ಕಂಡಿದ್ದೇ ರೇಣುಕಾ ಈಗಲೇ ಇವನನ್ನು ಹಣಿಯಬೇಕು ಎಂದುಕೊಂಡು ಎರಡು ಹೆಜ್ಜೆ ಮುಂದೆ ಹೋಗಿ ಇನ್ನಷ್ಟು ಹುರುಪಿನಿಂದ "ಎಂಥಾ ಸುಡುಗಾಡು ಪರ್ಸನಲ್... ಇಷ್ಟು ದಿನ ಇರದೇ ಇದ್ದದ್ದು? ಪರ್ಸನಲ್ ಆಗಿ ಮಾತಾಡವ್ರು ಹಂಗೆ ಮಾತಾಡ್ತ್ವಾ? ಕೊಲೆ ಮಾಡ್ತೆ ಹೇಳ್ತ್ವಾ? ಅವತ್ತು ಹೆಣಮುಸುಡಿ ಹೊತ್ಕಂಡು ಮನೆಗೆ ಬಂದಾಗೇ ಡೌಟಿದ್ದಿತ್ತು ನಂಗೆ. ಇಂಥದ್ದೇನೋ ಭಾನಗಡಿ ಮಾಡ್ಕಂಡೇ ಬೈಂದ ಇವ ಹೇಳಿ... ಹೇಳು ಯಾರು ಅದು ಹೇಳು... ಹೇಳು ನೀ ಈಗ..." ಎನ್ನುತ್ತಾ ಮುಗಿಬಿದ್ದಳು. ಇವರ ಗಲಾಟೆ ಕೇಳಿ ರಾಮಣ್ಣ ಸುಮಿತ್ರಮ್ಮ ಇಬ್ಬರೂ ಕೋಣೆಗೆ ಬಂದರು. ಸುಮಿತ್ರಮ್ಮ "ಏ... ಆ ಪಾಪು ತೀಡ್ತಿದ್ದು. ಅದ್ಕಿಂತಾ ಜಗಳ ಮಾಡ್ಕಂಬೂದೇ ಮುಖ್ಯ ಆಗೋತು ನಿಂಗೋಕೆ ಅಲ್ದಾ? ಜಗಳ ಆಡ್ಕಂಬುದಾದ್ರೆ ಎಲ್ಲಾದರೂ ಬೆಟ್ಟಕ್ಕೆ ಹೋಗಿ ಜಗಳ ಆಡಿ, ಮನೆಲಲ್ಲಾ..." ಎನ್ನುತ್ತಾ ಪಾಪುವನ್ನು ಎತ್ತಿಕೊಳ್ಳಲು ಹೋದರು. ರೇಣುಕಾ ಇನ್ನಷ್ಟು ಗಟ್ಟಿ ದನಿಯಲ್ಲಿ "ಏ... ನೀಯೇನು ನನ್ನ ಪಾಪೂನ ಸಮಾಧಾನ ಮಾಡೂದು ಬ್ಯಾಡ. ನನ್ನ ಮಗಳ ಸಂಭಾಳಿಸೂದು ನಂಗೆ ಗೊತ್ತಿದ್ದು. ನಾನು ಅಷ್ಟು ಮಕ್ಕಳ ಬೆಳ್ಸಿದ್ದೆ ಇಷ್ಟು ಮಕ್ಕಳ ಬೆಳ್ಸಿದ್ದೆ ಹೇಳಿ ಕೊಚ್ಚಿಕೊತ್ತಿದ್ಯಲೆ... ಈಗ ನಿನ್ನ ಮಗ ಎಂಥಾ ಘನಂಧಾರಿ ಕೆಲ್ಸ ಮಾಡಿಕ್ಕಿ ಮನೆಗೆ ಬಂದು ಕೂತ್ಕಂಡಿದ್ದ ಕೇಳು ಮೊದ್ಲು..." ಎಂದು ಕಿರುಚಿದಳು. ಸುಮಿತ್ರಮ್ಮ ಅವಳ ಮಾತು ಕೇಳದವಳಂತೇ ಪಾಪುವನ್ನು ಎತ್ತಿಕೊಂಡು ತೂಗುತ್ತಾ ಹೊರಗೆ ಹೋದಳು. ರಾಮಣ್ಣ ಆಜನ್ಮ ಶತ್ರುಗಳಂತೇ ಜಗಳಕ್ಕೆ ನಿಂತ ಮಕ್ಕಳನ್ನು ನೋಡುತ್ತಾ ನಿಂತೇ ಇದ್ದ.

ಪ್ರಶಾಂತ ನಡುಗುತ್ತಲೇ ರೇಣುಕಾಳತ್ತ ಕೈ ತೋರಿಸುತ್ತಾ "ನಾ...ನಾ..." ಎಂದು ಸಿಟ್ಟಿನ ರಭಸದಲ್ಲಿ ತೊದಲುತ್ತಾ "ನಾ... ನನ್ನ ಮನೆಗೆ ಬೈಂದೆ. ನಿನ್ನ ಮನೆಗಲ್ಲ ತಿಳ್ಕಾ... ಅದನ್ನು ಕೇಳೂ ಹಕ್ಕು ನಿಂಗಿಲ್ಲೆ... ನಿನ್ನ ಗಂಡ ಯಾಕೆ ನಿನ್ನ ನೋಡಲೆ ಬೈಂದಿನಿಲ್ಲೆ ಅಂತ ಕೇಳಿದ್ರೆ ನೀ ಎಂತಾ ಉತ್ತರ ಕೊಡ್ತೆ...?"

ರೇಣುಕಾಳಿಗೆ ಪ್ರಶಾಂತ ಬೇರೆ ದಾರಿಯಲ್ಲಿ ತನ್ನ ಮೇಲೆ ದಾಳಿ ಮಾಡುವುದ ಕಂಡು ಸ್ವಲ್ಪ ಹಿಂಜರಿಕೆಯಾದಂತಾದರೂ ತೋರಿಸಿಕೊಳ್ಳದೇ "ಹೌದೋ ನಾನು ನನ್ನ

ಗಂಡನ ಸಂತಿಗೆ ಜಗಳ ಮಾಡ್ಕಂಡೇ ಬೈಂದೆ. ಏನೀಗ? ಎಂತಾ ನಿಂದೊಬ್ಬಂದೇ ಮನೆನಾ ಇದು? ಹಕ್ಕಿನ ವಿಷಯ ಹೇಳಿದ್ರೆ ನಂಗೂ ಸಮಾನ ಹಕ್ಕು ಇದ್ದು ಗೊತ್ತಾತಾ? ಕೇಸು ಜಡಿದ್ರೆ ಆಗ ಗೊತ್ತಾಗ್ತು. ಎಂಥಾ ಕೊಟ್ಟಿದ್ದಿ ನಿಂಗ ನಂಗೆ? ಒಂದ್ ಒಂದ್ ಒಂದ್ ಉಡಿದಾರ ಮಾಡಿಸಿ ಹಾಕ್ಲೆ ಮೂರು ಲೋಕ ಹೊತ್ಕಂಡವ್ರಂಗೆ ಒದ್ದಾಡ್ತ. ಆಗ ಡಿಗ್ರಿ ಮುಗಿದ ಮೇಲೆ ಎಂ.ಎ ಮಾಡ್ತೆ ಅಂದ್ರೆ ಇಬ್ರಿಗೂ ಕಲಿಸಲು ಆಗ್ತ್ಲೆ ನನ್ನತ್ರ. ನೀ ಕಲ್ತಿದ್ದು ಸಾಕು. ಪ್ರಶಾಂತಂಗೆ ಕಲಿಸ. ನಾಳೆ ಅವನೇ ನೌಕರಿ ಮಾಡಿ ಮನೆ ಸಾಕವ... ನಿಂಗೆ ಗಂಡ ಇರ್ತ... ಹಿಂಗೆ ಏನೇನೋ ಹೇಳಿ ಮದ್ವೆ ಮಾಡಿಕೊಟ್ಟಿ. ಈಗ ಮನೆ ಮಗ ಕಲ್ತು ಭರ್ಜರಿ ನೌಕರಿ ಮಾಡಿ ದುಡ್ಡು ರಾಶಿ ಹಾಕಿದ್ದ ನೋಡಿ. ನಾಳೆ ಯಾರೋ ಬಂದು ಇವನ ಕಡಿದು ಹೆಡಿಗೆಲಿ ತುಂಬ್ಕಂಡು ಹೋಪಾಗ ಆಗ ಆಗ ಗೊತ್ತಾವ್ತು ನಿಂಗೋಕೆ ಇವನ ನೌಕರಿ ಹಣೆಬರಹ... ಹಾಂ..." ರೇಣುಕಾ ನಿಧಾನ ತನ್ನ ದಾಳಿಯ ದಿಕ್ಕನ್ನು ಬದಲಾಯಿಸಿ ರಾಮಣ್ಣನ ಕಡೆ ತಿರುಗಿ ನಿಂತು ಮಾತನ್ನು ಮಸೆದು ಮಸೆದು ಬೀಸ ತೊಡಗಿದಳು. ಪ್ರಶಾಂತ ಮತ್ತೆ ಅವಳನ್ನು ಮತ್ತೆ ತನ್ನೆಡೆಗೆ ಸೆಳೆದುಕೊಳ್ಳಲು "ಬರೀ ಅಪ್ಪನ ಕೈಲಾಗ್ತ್ಲೆ ಹೇಳಿ ನಿನ್ನ ಎಂ.ಎ ಓದಿಸದೇ ಇದ್ದದ್ದಲ್ಲ. ಬಿ.ಎದಲ್ಲೇ ಅದ್ಯಾವುದೋ ಪಟಗಾರ ಹುಡುಗನ ಜೊತೆ ಓಡಿ ಹೋಗಲು ರೆಡಿ ಆಗಿದ್ಯಲೆ... ಅದ್ರ ಕತೆ ಹೇಳು..."

"ಎಂತಾ ಆತು ಈಗ...?" ರಾಮಣ್ಣ ಪ್ರಶಾಂತನ ಮಾತು ತುಂಡರಿಸಿ ಆದಷ್ಟೂ ಸಮಾಧಾನ ತಂದುಕೊಂಡು ನಿಧಾನವಾಗಿಯೇ ಕೇಳಿದ. ಅವನ ಸಾವಧಾನದಿಂದ ಇನ್ನಷ್ಟು ಕ್ರುದ್ಧಗೊಂಡ ರೇಣುಕಾ "ಕೇಳು ಕೇಳು ಕೇಳು... ಎಂಥಾ ಆತು ಕೇಳು... ಹೇಳೋ ಅಪ್ಪನತ್ರ ಯಾರ ತಲೆ ಒಡೆದಿಕ್ಕಿ ಬೈಂದೆ ಹೇಳು... ಉತ್ತರ ಹೇಳು ನೀ ಈಗ..." ಎಂದು ವಿಚಿತ್ರವಾಗಿ ಕೇಕೆ ಹಾಕಿ ಹೇಷಾರವ ಮಾಡಿದಳು.

ರಾಮಣ್ಣನಿಗೆ ಅವರಿಬ್ಬರೂ ತಮ್ಮ ರಕ್ತದ ರುಚಿ ತಮಗೇ ಹತ್ತಿ ಕಚ್ಚಾಡಿಕೊಳ್ಳುತ್ತಿರುವ ಪಿಶಾಚಿಗಳಂತೆ ಕಂಡರು. ಯಾಕೋ ಇದ್ಯಾವುದರ ಸೂತ್ರವೂ ತನ್ನ ಕೈಯಲ್ಲಿಲ್ಲ ಎಂಬ ಭಾವನೆಯುಂಟಾಗಿ ತಲೆಕೆಟ್ಟುಹೋಗಿ "ಥೋ... ಏನಾದ್ರೂ ಮಾಡ್ಕಂಡು ಸಾಯ್ರಿ..." ಎಂದು ಕಿರುಚಿ ದುಡುದುಡುನೇ ಹೊರಬಂದು ಕೊಟ್ಟಿಗೆಗೆ ಹೋಗಿ ಸೂಲಿಗೆ ಹುಗಿದು ತೆಂಗಿನಕಾಯಿ ಸುಲಿಯತೊಡಗಿದ. ಎರಡನೇ ಕಾಯಿಗೇ ಸೂಲಿಗೆ ಜಾರಿ ಕೈಗೆ ಕಪ್ಪಿತು. ಹಸ್ತದಲ್ಲಿ ಆಳವಾದ ಗಾಯದ ಬಿಳಿಭಾಗ ಕೊಂಚಕೊಂಚವಾಗಿ ಕೆಂಪೇರಿ ರಕ್ತ ತುಂಬಿ ಹರಿಯತೊಡಗಿತು. ನೋವಿಗೆ ಛಿಲ್ಲನೇ ಬೆವರೊಡೆದು ಹಾಕಿಕೊಂಡಿದ್ದ ಬಿಳಿ ಬನಿಯನ್ನಿಂದ ಹಿಡಿದು ಇಡೀ ಮೈ ತೋಯ್ದು ಒದ್ದೆಯಾಯ್ತು. ಹಣೆ, ಮುಖದ ಮೇಲೆ ಬೆವರು ಜಿನುಗಿ ಮೂಗಿನ ಗುಂಟ ಗುತ್ತತೊಡಗಿತು. ಓಡಿ ಹೋಗಿ ಮಕ್ಕಳಿಬ್ಬರ ಎದುರು ನಿಂತು "ಹಕ್ಕಿನ ಆಸರಿಕೆ ಆಯ್ದು ಅಲ್ದಾ ನಿಂಗೋಕೆ? ಕುಡಿರಿ ಕುಡಿರಿ ಇದ್ರ... ಹಕ್ಕು ಸಿಗ್ತು ಹಕ್ಕು..." ಎಂದು ರಕ್ತವನ್ನು ಮುಖದ ಮೇಲೆ ಚೆಲ್ಲಿಬಿಡಲೇ ಅನ್ನಿಸಿತು. ಮೈಗೆ ಇನ್ನಷ್ಟು ಆವೇಶ ಹೊಕ್ಕಂತಾಗಿ ಅದೇ ಗಾಯದ ಕೈಯಲ್ಲಿ ಇನ್ನೊಂದು ತೆಂಗಿನಕಾಯಿ ತೆಗೆದುಕೊಂಡು ಸೂಲಿಗೆಗೆ ಕುಕ್ಕಿ ಕುಕ್ಕಿ ಸುಲಿಯತೊಡಗಿದ. ಸುಲಿದ ಪ್ರತಿ ಕಾಯಿಯೂ ರಕ್ತದಿಂದ ತೋಯ್ದು ಹೋಗುತ್ತಿತ್ತು. ಕೈಯಿಂದ ಜಾರಿದ ರಕ್ತದ ಹನಿಗಳು ಸುಲಿಗೆಗುಂಟ

ಇಳಿದು ಕಾಯಿಸಿಪ್ಪೆ ಹುಡಿಯಲ್ಲಿ ಸೇರಿ ಗುಂಡಗೆ ಉಂಡೆ ಉಂಡೆಯಾಗಿ ಮಣ್ಣಲ್ಲಿ ಸೇರಿ ಹೋಗುತ್ತಿದ್ದವು. ಇಡೀ ಕೊಟ್ಟಿಗೆ ನೆತ್ತರ ವಾಸನೆಯಲ್ಲಿ ಬಿಗಿದುಕೊಂಡಿತ್ತು. ಒಮ್ಮೊಮ್ಮೆ ಕಾಯಿ ಕಪ್ಪಿಸುವಾಗಲೂ ಗಾಯಕ್ಕೆ ಒತ್ತಿ ಜೀವ ಕೈಗೆ ಬಂದಂತಾಗುತ್ತಿತ್ತು. ನೋವು ಹೆಚ್ಚಾದಷ್ಟೂ ಆವೇಶವೂ ಹೆಚ್ಚಿ 'ಹಸ್ ಹಸ್' ಎಂದು ವಿಚಿತ್ರ ಶಬ್ದ ಹೊರಡಿಸುತ್ತಾ ಕಾಯಿ ಸುಲಿಯುತ್ತಲೇ ಇದ್ದ. ಸುಮಿತ್ರಮ್ಮ ಬಂದು "ದೇವ್ರೇ... ಎಂಥ ಮಳ್ಳು ವೇಷ ಇದು...? ಎಂಥಾ ಜೀವ ತೆಕ್ಕಳ ಮಾಡಿದ್ರ? ಬಿಡಿಬಿಡಿ..." ಎಂದು ತೋಳು ಹಿಡಿದು ಮನೆಗೆ ಕರೆದುಕೊಂಡು ಹೋಗುವವರೆಗೂ...

ಅವತ್ತು ರಾತ್ರಿಯವರೆಗೂ ಮನೆಯೆಂಬುದು ನೆರೆ ಬಂದುಹೋದ ಊರಂತೆ, ರಸ್ತೆಯಲ್ಲಿ ಹೊಟ್ಟೆ ಮೇಲಾಗಿ ಸತ್ತುಬಿದ್ದ ಕಪ್ಪೆಯಂತೇ ನಿರಭ್ರ ಬಿದ್ದುಕೊಂಡಿತ್ತು. ಆಗೀಗ ಪಾಪು ಅಳುವ, ಮೊಲೆ ಚಪ್ಪರಿಸುವ, ತೊಟ್ಟಿಲು ತೂಗುವ ಸಣ್ಣ ಸದ್ದುಗಳೇ ಭೀಕರವಾಗಿ ಕೇಳಿಸುತ್ತಿದ್ದವು.

ಅವತ್ತು ರಾತ್ರಿ ಯಾರೂ ಉಣ್ಣಲಿಲ್ಲ. ರಾಮಣ್ಣ, ಸುಮಿತ್ರಮ್ಮ ಪಂಜಿ ಹರಿದು ಕೈಯ ಗಾಯಕ್ಕೆ ಕಟ್ಟಿದ್ದ ಬಿಳಿ ಅರಿವೆಯ ಮೂರ್ನಾಲ್ಕು ಸುತ್ತುಗಳನ್ನೂ ದಾಟಿ ಬಂದಿದ್ದ ರಕ್ತದ ಕಲೆಗಳನ್ನು ನೋಡುತ್ತಾ ಹೊರ ಜಗುಲಿಯ ಮಂಚದ ಮೇಲೆ ಕೂತಿದ್ದ. ರೇಣುಕಾ ಕೋಣೆಯಿಂದ ಹೊರಬಂದಿರಲೇ ಇಲ್ಲ. ರಾತ್ರಿ ಸುಮಿತ್ರಮ್ಮ ಬಟ್ಟಲು ಇಟ್ಟು ಊಟಕ್ಕೆ ಕರೆದರೂ ಯಾರೂ ಬರಲಿಲ್ಲ. ಕರೆದು ಕರೆದು ಸಾಕಾಗಿ ಕೊನೆಗೆ ತಾನೂ ಊಟ ಮಾಡದೇ ಎಲ್ಲವನ್ನೂ ಮುಚ್ಚಿಟ್ಟು ಸುಮ್ಮನೇ ದೇವರ ಕೋಣೆಗೆ ಹೋಗಿ "ಭಗವಂತಾ ಶಿವಾ ಪರಮಾತ್ಮಾ..." ಎಂದು ಉಸಿರು ಬಿಡುತ್ತಾ ಹಾಸಿಗೆ ಬಿಡಿಸಿ ಮಲಗಿಬಿಟ್ಟಳು. ಸ್ವಲ್ಪ ಹೊತ್ತಿಗೆ ಜಗುಲಿಗೆ ಕೂತಿದ್ದ ರಾಮಣ್ಣನೂ ಎದ್ದುಬಂದು ಮಲಗಿದ. ಎಷ್ಟೋ ಹೊತ್ತಿಗೆ ಪ್ರಶಾಂತ ಕೋಣೆಯೊಳಕ್ಕೆ ಬಂದು ಮೂಲೆಯಲ್ಲಿದ್ದ ಹಾಸಿಗೆಯನ್ನು ಎತ್ತಿಕೊಂಡು ಜಗುಲಿಗೆ ನಡೆದ.

ರೇಣುಕಾ ಮಾತ್ರ ಹಾಗೇ ಕೂತೇ ಇದ್ದಳು ತೊಟ್ಟಿಲ ಬುಡದಲ್ಲಿ. ಹೊಟ್ಟೆ ಹಸಿವೆಯಿಂದ ವಿಚಿತ್ರ ಶಬ್ದಗಳನ್ನು ಹೊರಡಿಸುತ್ತಿತ್ತು. ತಾನು ಪ್ರಶಾಂತ ಆಡಿಕೊಂಡ ಒಂದೊಂದು ಮಾತೂ ಅವಳ ಕಿವಿಯಲ್ಲಿ ರಿಂಗಣಿಸುತ್ತಿದ್ದವು. ಕೊಟ್ಟಿಗೆಯಿಂದ ಅಮ್ಮನ ಕೈಹಿಡಿದು ಬಂದ ಅಪ್ಪನ ರಕ್ತಸಿಕ್ತ ಕೈ, ಬೆವರಿಂದ ತೋಯ್ದು ಮೈಯ ಚಿತ್ರ ಕಣ್ಣೆದುರಿಗೆ ಬಂದು ಮೈ ಜುಮ್ ಅಂತು. ಆ ಕಿರಿದುಗೊಂಡ ಕಣ್ಣಲ್ಲಿನ ಯಾತನೆ, ಕೈಯಿಂದ ತೊಟ್ಟಿಕ್ಕುವ ಹನಿಹನಿ ನೆತ್ತರು... 'ಹಾ...' ಎಂಬ ಸಂಕಟದ ಉದ್ಗಾರ... ಎಲ್ಲವೂ ತನ್ನನ್ನೇ ಕುರಿತಾದದ್ದು ಎಂಬ ಭಾವನೆಯಾಗಿ ಹೊಟ್ಟೆಯಲ್ಲಿ ತಡೆಯಲಾರದ ತಲ್ಲಣದ ಸುಳಿ ಎದ್ದಿತು. ಹೊರ ಜಗುಲಿಯಲ್ಲಿ ಪ್ರಶಾಂತ ನಿದ್ದೆ ಬರದೇ ಬರಿದೆ ಹಾಸಿಗೆಯಲ್ಲಿ ಹೊರಳಾಡುತ್ತಿರುವುದು ಉಸಿರ ಸದ್ದಿನಿಂದಲೇ ತಿಳಿಯುತ್ತಿತ್ತು. ನಾನು ಅಷ್ಟು ಕಟುವಾಗಿ ಮಾತಾಡಬಾರದಿತ್ತು. ಪಾಪ ಯಾವ ಭಾನಗಡಿಯಲ್ಲಿ ಸಿಕ್ಕಿಹಾಕಿಕೊಂಡಿದ್ದಾನೋ ಏನೋ. ಅವನದು ಏನೂ ತಪ್ಪಿಲ್ಲದೆಯೂ ಇರಬಹುದು. ಯಾವುದು ಒಳ್ಳೆಯದು

ಯಾವುದು ಕೆಟ್ಟದ್ದು ತಿಳಿಯದ ಭೋಳೆ ಸ್ವಭಾವದವ ಅಂದುಕೊಳ್ಳುತ್ತಾ ಮತ್ತೊಮ್ಮೆ ಪಾಪುವನ್ನು ಎತ್ತಿ ಹಾಲು ಕುಡಿಸಿ ಮಲಗಿಸಿದಳು. ಹಾಗೇ ಕಣ್ಣಿಗೆ ಮಂಪರು ಹತ್ತಿದಂತಾಗಿ ಹಾಸಿಗೆಯಲ್ಲಿ ಅಡ್ಡಾದಾಗ ನಡುರಾತ್ರಿ ಮೀರಿತ್ತು.

ಸ್ವಲ್ಪ ಜೊಂಪು ಹತ್ತಿತ್ತೋ ಇಲ್ಲವೋ ಪಾಪು ಕಿಟಾರನೇ ಕಿರುಚಿಕೊಂಡ ಸದ್ದಿಗೆ ರೇಣುಕಾ ಬೆಚ್ಚಿ ಹಾಸಿಗೆಯಲ್ಲೇ ಎದ್ದು ಕೂತಳು. ಪಾಪು ಉಸಿರುಗಟ್ಟಿಕೊಂಡು ವಿಕಾರವಾಗಿ ಅಳುತ್ತಿತ್ತು. "ಅರೇ ಒಮ್ಮಿಂದೊಮ್ಮೆಲೆ ಇದಕ್ಕೆಂತಾ ಆತು?" ಎಂದುಕೊಂಡು ಪಾಪುವನ್ನು ತೊಟ್ಟಿಲಿಂದ ಎತ್ತಿ ತೊಡೆಮೇಲೆ ಹಾಕಿಕೊಂಡು ಆ... ಎನ್ನುತ್ತಾ ತೂಗತೊಡಗಿದಳು. ಏನೇ ಮಾಡಿದರೂ ಪಾಪು ಅಳು ನಿಲ್ಲಿಸದೇ ಇನ್ನಷ್ಟು ಜೋರಾಗಿ ಅಳತೊಡಗಿದಾಗ ರೇಣುಕಾಗೆ ಗಾಬರಿಯಾಯ್ತು. ತಲೆಯನ್ನು ನೇವರಿಸುತ್ತಾ ಕುತ್ತಿಗೆಗೆ ಕೈ ಹಾಕಿದಾಗ ಏನೋ ಉಬ್ಬಿದಂತೆನಿಸಿ ನೋಡಿದಳು. ಕತ್ತಿನ ಹಿಂಬಾಗದಲ್ಲಿ ಕಿವಿಯ ಕೆಳಗೆ ಒಂದಿಷ್ಟು ಕೆಂಪಗಾಗಿ ಏನೋ ಕಚ್ಚಿದ ಎರಡು ಹಲ್ಲಿನ ಗುರುತುಗಳನ್ನು ನೋಡಿದ್ದೇ ಭಯದಿಂದ "ಅಮ್ಮಾ..." ಎಂದು ಕೂಗಿಕೊಂಡಳು. ರೇಣುಕಾಳ ಧ್ವನಿಯಲ್ಲಿನ ಗಾಬರಿಗೆ ಎಲ್ಲರೂ ಎದ್ದು ಓಡಿಬಂದರು. ಗಾಯ ನೋಡಿದ ಸುಮಿತ್ರಮ್ಮ "ದೇವ್ರೇ... ಅಪ್ಪೀ... ಎಂತಾ ಕಚ್ಚಿತ್ತು ಮಗಾ..." ಎನ್ನುತ್ತಾ ಪಾಪುವನ್ನು ಎತ್ತಿಕೊಂಡು ಕೆಂಪಾದ ಭಾಗಕ್ಕೆ ಉಫ್... ಉಫ್... ನೇ ಊದತೊಡಗಿದರು. ರಾಮಣ್ಣ "ಹಾವು ಗೀವು ಹೊಡತ್ತಾ ಮತೆ..." ಎನ್ನುತ್ತಾ ಕೋಣೆ ಸುತ್ತ ನೋಡತೊಡಗಿದ. ಪ್ರಶಾಂತ ಗಾಬರಿಯಿಂದ ದಂಗು ಬಡಿದವನಂತೇ ನೋಡುತ್ತಾ ನಿಂತೇ ಇದ್ದ. ರಾಮಣ್ಣ ತೊಟ್ಟಿಲ ಬಟ್ಟೆ ಎತ್ತಿ ಕೊಡವಿದಾಗ ದೊಡ್ಡ ಚೇಳೊಂದು ಪಟ್‌ನೇ ಬಿದ್ದು ಪಾಟಿಕಲ್ಲಿನ ನಯ ನೆಲದ ಮೇಲೆ ಓಡಲಾರದೇ ಓಡತೊಡಗಿತು. ಅದನ್ನು ಕಂಡಿದ್ದೇ ಎಲ್ಲರೂ ಒಟ್ಟಿಗೇ "ಅದೆ ಚೇಳು..." ಎಂದು ಕೂಗಿಕೊಂಡರು. ಆ ಒಕ್ಕೊರಲಿನ ಕೂಗಿನಲ್ಲಿ ಎಲ್ಲರಿಗೂ ತಮ್ಮ ಧ್ವನಿಯೊಂದು ಬಿಟ್ಟು ಉಳಿದ ಮೂವರ ಧ್ವನಿಯಷ್ಟೆ ಕೇಳಿ ವಿಚಿತ್ರ ಕಕ್ಕಾಬಿಕ್ಕಿಯಾದರು. ರಾಮಣ್ಣ ಕಾಲ ಮಡುವಿನಲ್ಲಿ ಮೆಟ್ಟಿ ಚೇಳನ್ನು ಅಪ್ಪಚ್ಚಿ ಮಾಡಿದ.

ಪಾಪು ಇನ್ನೂ ಮುಷ್ಠಿ ಕಟ್ಟಿಹಿಡಿದು ಜೋರಾಗಿ ಅಳುತ್ತಲೇ ಇತ್ತು. "ಆಸ್ಪತ್ರೆಗೆ ಹೋಗಕಾಗಿತ್ತು..." ರೇಣುಕಾ ಬಿಕ್ಕುತ್ತಲೇ ಹೇಳಿದಳು. ಆದರೆ ಅಲ್ಲಿಂದ ಗುಳ್ಳಾಪುರ ಆಸ್ಪತ್ರೆಗೆ ಹೋಗಲು ಮೂರುವರೆ ಮೈಲಿ ನಡೆಯಬೇಕಾಗಿತ್ತು. "ಈ ರಾತ್ರೆ ಆಸ್ಪತ್ರೆಗೆ ಪಾಪುವನ್ನು ಕರ್ಕಂಡು ಹೋಗುವದು ಕಷ್ಟ. ನಾನೇ ಹೋಗಿ ಡಾಕ್ಟರ್ ಕರ್ಕಂಡು ಬತ್ತೆ..." ಎಂದು ರಾಮಣ್ಣ ಗಾಯವಾಗಿದ್ದ ಕೈಯನ್ನು ಬನಿಯನ್ನಿನೊಳಗೆ ನಿಧಾನವಾಗಿ ತೂರಿಸುತ್ತಾ ಹೇಳಿದ. ಪ್ರಶಾಂತ ಥಟ್ಟನೇ "ಅಪ್ಪಾ ನೀ ಇಲ್ಲೇ ಇರು. ನಾ ಹೋಗಿ ಬತ್ತೆ ಡಾಕ್ಟರ್ ಇದ್ದಲ್ಲಿ..." ಎಂದು ಅಂಗಿಯನ್ನು ಸಿಕ್ಕಿಸಿಕೊಂಡು ಹೊರಗೋಡಿದ. ಹೊರಗೆ ದಾರಿ ಕಾಣದಷ್ಟು ಕತ್ತಲಿತ್ತು. ಗೇಟು ತೆರೆದು ರಸ್ತೆಗೆ ಬಿದ್ದು ಮೇಲೆ ಆಕಾಶ ನೋಡುತ್ತಾ ರಸ್ತೆಯನ್ನು ಅಂದಾಜಿಸುತ್ತಾ ಓಡತೊಡಗಿದ. ಸುಮಿತ್ರಮ್ಮ ಒಳಗಿಂದ ಎಣ್ಣೆ ಅರಶಿನ ತಂದು ಗಾಯಕ್ಕೆ ಹಚ್ಚಿ ಊದತೊಡಗಿದ್ದರು.

ಪ್ರಶಾಂತ ತಿರುಗಿ ಬರುವಷ್ಟರಲ್ಲಿ ರಾಮಣ್ಣ ಇನ್ನೂ ಅಳುತ್ತಲೇ ಇದ್ದ ಪಾಪುವನ್ನು ಎತ್ತಿಕೊಂಡು ಕೋಣೆಯಲ್ಲಿ ಅತ್ತಿಂದಿತ್ತ ಅಡ್ಡಾಡುತ್ತಿದ್ದ. ರೇಣುಕಾ ಅಮ್ಮನ ಕೈಯನ್ನು ಗಟ್ಟಿಯಾಗಿ ಹಿಡಿದುಕೊಂಡು ಕಣ್ಣಲ್ಲಿ ನೀರು ತುಂಬಿಕೊಂಡು ಕೂತಿದ್ದಳು. ಪ್ರಶಾಂತನನ್ನು ನೋಡಿದ್ದೇ ಅಮ್ಮನಿಂದ ಬಿಡಿಸಿಕೊಂಡು ಎದ್ದು ಬಂದು ಪ್ರಶಾಂತನ ಕೈ ಹಿಡಿದುಕೊಂಡು "ಡಾಕ್ಟರು ಬಂದ್ರಾ...?" ಎಂದಳು. ಹಾಗೆ ಕೇಳುವಾಗ ಅವಳ ಕಣ್ಣಿಂದ ಹನಿಯೊಂದು ಜಾರಿ ಪ್ರಶಾಂತನ ಪಾದದ ಮೇಲೆ ಬಿದ್ದು ಬೆಚ್ಚಗಾಯ್ತು. ಪ್ರಶಾಂತ ಕಿಸೆಯಿಂದ ಮುಲಾಮನ್ನು ಹೊರತೆಗೆದು ಏದುಸಿರು ಬಿಡುತ್ತಾ "ಡಾಕ್ಟ್ರ ಹೇಳಿದ್ರು... ಕಚ್ಚಿದ್ದು ಚೇಳು ಅಂತಾದ್ರೆ ತೊಂದ್ರೆಯೇನು ಇಲ್ಯಡ. 24 ತಾಸು ಗಾಯದ ನೋವು ಇರ್ತು. ಆಮೇಲೆ ಕಡಿಮೆ ಆಗ್ತು. ಈ ಮುಲಾಮು ಹಚ್ಚಿ. ನೋವು ಇದ್ದದ್ದು ತಿಳಿಯದ್ದಂಗೆ ಆಗ್ತು. ಯಾವ್ದಕ್ಕೂ ನಾಳೆ ಬೆಳಿಗ್ಗೆ ಬಂದು ತೋರ್ಸ್ಕಂಡು ಹೋಗಿ ಅಂದ್ರು" ಎಂದ. ರೇಣುಕಾ "ಆದ್ರೂ ಒಂದ್ಸಲ ಬಂದು ನೋಡ್ಕಂಡು ಹೋಗ್ಲಾಯ್ತು..." ಎನ್ನುತ್ತಾ ಅವನ ಬಳಿ ಮುಲಾಮು ತೆಗೆದುಕೊಂಡಳು. ಆ ಗಡಿಬಿಡಿಯಲ್ಲೂ ಒಂದು ಕ್ಷಣ ರೇಣುಕಾ ಬೆವತಿದ್ದ ಪ್ರಶಾಂತನ ಮುಖವನ್ನೇ ಅಕ್ಕರೆಯಿಂದ ದಿಟ್ಟಿಸಿದ್ದು ಪ್ರಶಾಂತನಿಗೂ ಗೊತ್ತಾಯಿತು.

ಮುಲಾಮು ಹಚ್ಚಿದ ಎಷ್ಟೋ ಹೊತ್ತಿನ ಮೇಲೆ ಪಾಪು ಅಳುವನ್ನು ನಿಲ್ಲಿಸಿ ನಿದ್ರಿಸಿತು. ಪಾಪು ನಿದ್ದೆ ಮಾಡಿದ್ದೇ ಎಲ್ಲರಿಗೂ ನಿರಾಳವಾದಂತಾಯ್ತು. ರಾಮಣ್ಣ ಹೋಗಿ ಮಲಗಿದ. ಸುಮಿತ್ರಮ್ಮ ಅಲ್ಲೇ ಹಾಸಿಗೆಯನ್ನು ತಂದು ಹಾಸಿ ಮಲಗಿಕೊಂಡಳು. ಪ್ರಶಾಂತ ಜಗುಲಿಗೆ ಹೋದ. ರೇಣುಕಾ ತೊಟ್ಟಿಲಿನ ಬಟ್ಟೆಯನ್ನು ಮತ್ತೊಮ್ಮೆ ಕೊಡವಿ ಪಾಪುವನ್ನು ಮಲಗಿಸಿ ತೂಗುತ್ತಾ ಕೂತಳು. ಅತ್ತು ಅತ್ತು ಸುಸ್ತಾಗಿದ್ದ ಪಾಪು ಕಣ್ಣ ಮೇಲೆ ಕೈಯಿಟ್ಟುಕೊಂಡೇ ನಿದ್ದೆ ಹೋಗಿದ್ದಳು. ಸುಮಿತ್ರಮ್ಮ ಮಲಗಿದ್ದಲ್ಲೆ "ರೇಣು ಈಗ ನೀ ಮಲಗು... ಎಂಥದೂ ಆಗ್ತ್ನೆ... ನಾಳೆ ಬೆಳಿಗ್ಗೆ ದವಾಖಾನೆಗೆ ತೋರಿಸಿಕೊಂಡು ಬಪ್ಪ..." ಎಂದು ಎರಡೆರಡು ಸಲ ಹೇಳಿದ್ದಳು. ರೇಣುಕಾಗೆ ಮಾತ್ರ ನಿದ್ದೆ ಹತ್ತಿರ ಸುಳಿಯುವಂತಿರಲಿಲ್ಲ.

ಎಷ್ಟೋ ಹೊತ್ತಿಗೆ ಬಚ್ಚಲಿಗೆ ಹೋಗಿ ಬರುವಾಗ ಜಗುಲಿಗೆ ಇಣುಕಿದಳು. ಪ್ರಶಾಂತ ಮಂಚದ ಮೂಲೆಯಲ್ಲಿ ಮೊಣಕಾಲ ಮೇಲೆ ಗದ್ದವೂರಿ ಎರಡೂ ಕೈಯಿಂದ ಮೊಣಕಾಲನ್ನು ಗಟ್ಟಿಯಾಗಿ ಬಿಗಿದು ಮುದುಡಿ ಕೂತಿದ್ದ. ರೇಣುಕಾ ಹತ್ತಿರಕ್ಕೆ ಹೋದಾಗ ಅವನು ಸಣ್ಣಗೇ ಬಿಕ್ಕುತ್ತಿರುವುದು ಗೊತ್ತಾಯಿತು. ಮೆಲ್ಲಗೇ "ಎಂತಾ ಆತೋ...?" ಕೇಳಿದಳು. ಪ್ರಶಾಂತ ತಲೆಯೆತ್ತಿ ತುಟಿಕಚ್ಚಿಕೊಂಡು ಸುಮ್ಮನೇ ಮಂಚದ ಇನ್ನೊಂದು ಮೂಲೆಯಲ್ಲಿ ನಿಃಶಬ್ದವಾಗಿ ಬೆಳಕು ಕಾರುತ್ತಾ ಬಿದ್ದಿದ್ದ ಮೊಬೈಲಿನತ್ತ ಕೈ ತೋರಿಸಿದ. ಹತ್ತಿರ ಹೋಗಿ ಎತ್ತಿಕೊಂಡಳು. ಪರದೆಯ ಮೇಲೆ Xxx ಹೆಸರು ಕಾಣಿಸಿತು. ತಕ್ಷಣ ಮಧ್ಯಾಹ್ನ ಬಂದಿದ್ದ ಫೋನ್ ಕಾಲ್‌ನ ಗಡಸು ದನಿಯ "ಟುಕಡೆ ಟುಕಡೆ ಕರ್ ಕೆ ಮಾರ್ ಡಾಲೂಂಗಾ..." ಎಂದಿದ್ದು ನೆನಪಾಗಿ ಎದೆ ಧಸ್ ಅಂತು. ತಿರುಗಿ ಬಂದು ಪ್ರಶಾಂತನ ಪಕ್ಕ ಕೂತು "ಎಂತದೋ ಇದೆಲ್ಲಾ...?" ಕೇಳಿದಳು. ಪ್ರಶಾಂತ ಉಮ್ಮಳಿಕೆಯನ್ನು ನಿಯಂತ್ರಿಸಿಕೊಳ್ಳುತ್ತಾ

ತಡೆತಡೆದು "ಅಕ್ಕಾ... ಅವ್ರು ನನ್ನ... ನನ್ ಕೊಂದೇ ಬಿಡ್ತ್ವೇ... ಜೀವ ತೆಗಿತ..." ಎಂದು ಮುಖ ಮುಚ್ಚಿಕೊಂಡು ಬಿಕ್ಕಿ ಬಿಕ್ಕಿ ಅಳತೊಡಗಿದ. ಅವನ ಧ್ವನಿಯಲ್ಲಿನ ನೇರವಾಗಿ ಜೀವಕ್ಕೆ ಸಂಬಂಧಿಸಿದ ಏನೋ ಒಂದು ತನ್ನೊಳಗೆ ಕಚ್‌ನೇ ಕಪ್ಪಿದಂತಾಗಿ ವಿಚಿತ್ರ ತಲ್ಲಣದಲ್ಲಿ ಅವನ ತಲೆಯನ್ನು ಬಾಗಿಸಿ ತನ್ನ ಮಡಿಲಲ್ಲಿ ಇರಿಸಿಕೊಂಡಳು. ಕಂಪಿಸುತ್ತಿದ್ದ ಅವನ ಬೆನ್ನನ್ನು ಬಾಚಿ ನೇವರಿಸತೊಡಗಿದಳು. ಅಷ್ಟು ದೂರ ಆಸ್ಪತ್ರೆಗೆ ಓಡಿ ಹೋಗಿ ಬಂದಿದ್ದರಿಂದ ಅವನ ಮೈ ಬೆವರಿಂದ ತೊಯ್ದು ವಾಸನೆ ಬರುತ್ತಿತ್ತು. ಅಕ್ಕನ ಮಡಿಲಲ್ಲಿ ಮುಖ ಒತ್ತಿಕೊಂಡ ಪ್ರಶಾಂತ "ನಾ... ನಾ... ಏನೂ ತಪ್ಪು ಮಾಡಿದ್ನಿಲ್ಲ್ಯೇ ಅಕ್ಕಾ... ಏನೂ ಏನೂ ತಪ್ಪಿಲ್ಲೆ ನಂದು... ನೀ ಆದ್ರೂ ನಂಬೇ ನನ್ನ..." ಎಂದು ಬಿಕ್ಕತೊಡಗಿದ.

ಒಳಗಿಂದ ರಾಮಣ್ಣ ಕೈ ನೋವಿನಲ್ಲಿ ಮೆಲ್ಲಗೇ ನರಳುವುದೂ ಸುಮಿತ್ರಮ್ಮ ಸಣ್ಣನೆಯ ದನಿಯಲ್ಲಿ ಏನೋ ಹೇಳುತ್ತ ಸಮಾಧಾನಿಸುತ್ತಿರುವುದೂ ಕೇಳುತ್ತಿತ್ತು. ಬಹುಶಃ ಎದ್ದು ಹೋಗಿ ಅಪ್ಪನ ಪಕ್ಕ ಕೂತಿರಬೇಕು. ಮಡಿಲಲ್ಲಿ ಮಲಗಿ ಅಳುತ್ತಿರುವ ಪ್ರಶಾಂತನ ಕಣ್ಣೀರೋ ಬಾಯೆಂಜಿಲೋ ಏನೋ ನೈಟಿಯ ಬಟ್ಟೆ ದಾಟಿ ರೇಣುಕಾಳ ತೊಡೆ ಬೆಚ್ಚಗೆ ಒದ್ದೆಯಾಯ್ತು. ಆ ಕ್ಷಣಕ್ಕೆ ತನ್ನ ತೊಡೆ ಮೇಲೆ ಮುಖವಿಟ್ಟು ಅಳುತ್ತಿರುವ ಪ್ರಶಾಂತ, ಒಳಗೆ ನರಳುತ್ತಿರುವ ಅಪ್ಪ, ಈಗೊಂದು ಗಳಿಗೆ ಮೊದಲು ಚೇಳು ಕಚ್ಚಿಸಿಕೊಂಡು ಅಳುತ್ತಿದ್ದ ಪಾಪು, ಭರಿಸಲಾಗದ ತಳಮಳದಲ್ಲಿ ನಡುಗುತ್ತಿರುವ ತಾನು, ಅಮ್ಮ, ನೋವಿನಲ್ಲಿ ಎಲ್ಲರೂ ಒಂದೇ ಒಂದೇ ಆಗಿರುವಂತೇ ಭಾಸವಾಯ್ತು. ಎಲ್ಲರಿಗೂ ಕೇಳುವಂತೇ ದೊಡ್ಡದಾಗಿ "ತೊಂದ್ರೆ ಏನೂ ಇಲ್ಲ. 24 ತಾಸು ನೋವು ಇರ್ತದೆ. ಆಮೇಲೆ ನಿಧಾನವಾಗಿ ಕಡಿಮೆ ಆಗ್ತದೆ. ಬೇಕಾದ್ರೆ ಈ ಮುಲಾಮು ಹಚ್ಚಿ. ನೋವು ಇರ್ತದೆ. ಆದ್ರೆ ತಿಳಿಯೂದಿಲ್ಲ... ನಾಳೆ ಬೆಳಗೊಂದು ಆದ್ರೆ ಮತ್ತೊಂದು ಸಲ ಚೆಕ್‌ಅಪ್ ಮಾಡಬಹುದು." ಎಂದು ತನಗೆ ತಾನೇ ಹೇಳಿಕೊಳ್ಳಬೇಕು ಎಂಬ ಭಾವನೆಯಾಯ್ತು.

ಆದರೆ ಸಣ್ಣ ಸದ್ದನ್ನೂ ಹೊರಬಿಡದಂತೇ ಕೊರಳು ಬಿಗಿದುಕೊಂಡಿತ್ತು. ಸುಮ್ಮನೆ ಬಿಕ್ಕು ಬಿಕ್ಕಿಗೂ ಅಲ್ಲಾಡುವ ಪ್ರಶಾಂತನನ್ನು ಆದಷ್ಟು ಅವುಚಿಕೊಂಡು ಕತ್ತಲೆಯನ್ನೇ ಬಿಟ್ಟ ಕಣ್ಣಿಂದ ದಿಟ್ಟಿಸುತ್ತಾ ಬೆಳಗಾಗುವುದನ್ನು ಕಾಯತೊಡಗಿದಳು.

ಬೆಳಕು ಬಿಡಿಸಿದ ಚಿತ್ರ...

ಶೇಖರ ಶೇವ್ಕಾರು ಕ್ರಾಸಿನಲ್ಲಿ ಬಸ್ಸು ಇಳಿಯುವಷ್ಟರಲ್ಲಿ ಕತ್ತಲಾಗಿತ್ತು. ಪಕ್ಕದಲ್ಲಿನ ಗೆಳೆಯ ವಿಠೋಬನ ಅಂಗಡಿಗೂ ಹೋಗದೇ ನೇರವಾಗಿ ಮನೆ ಕಡೆಗೆ ಹೊರಟ. ಆಗಷ್ಟೇ ಮಳೆ ಬಂದು ನಿಂತಿದ್ದರಿಂದ ನೆಲಪೂರ್ತಿ ಒದ್ದೆಯಿತ್ತು. ಆಕಾಶದಲ್ಲಿ ದಟ್ಟವಾಗಿ ಮೋಡ ಕಟ್ಟಿ ಬೆಳುದಿಂಗಳೂ ಇಲ್ಲದೆ ದಾರಿ ಕಾಣದಷ್ಟು ಕತ್ತಲಾಗಿತ್ತು. ಒಮ್ಮೆ ಕಣ್ಣುಜ್ಜಿಕೊಂಡು ಹಾಗೇ ನಡೆಯತೊಡಗಿದ.

ನಿನ್ನೆ ಸಂಜೆ ಧಾರವಾಡದಲ್ಲಿ ಅನಂತುಮಾವ ಸಿಕ್ಕಿ ಹೇಳಿದ ಸುದ್ದಿಯೇ ಶೇಖರ ಹತ್ತಿರ ಹತ್ತಿರ ವರ್ಷದ ನಂತರ ಮತ್ತೆ ಊರಿನ ಕಡೆಗೆ ಬರುವಂತೆ ಮಾಡಿತ್ತು. ಸಂಜೆ ವಿದ್ಯಾವರ್ಧಕ ಸಂಘದಲ್ಲಿ ಯಾವುದೋ ಕಾರ್ಯಕ್ರಮಕ್ಕೆಂದು ಹೊರಟ ಶೇಖರನಿಗೆ ಮೇಲಿನಕೇರಿ ಅನಂತುಮಾವ ಸಿಕ್ಕು 'ಚಾ ಕುಡಿವಾ ಬಾರೋ' ಎಂದು ಹೊಟೇಲಿಗೆ ಕರೆದುಕೊಂಡು ಹೋಗಿದ್ದ. ಅಲ್ಲಿ ಚಾ ಜೊತೆಗೆ ಮಿರ್ಚಿ ಕಚ್ಚುತ್ತಾ "ಮಾಸ್ತರ್‍ರಿಂದು ಎಂತದೋ ಹೊಸ ಕತೆ?" ಎಂದು ಕೇಳಿದ್ದ. ಶೇಖರನಿಗೆ ಏನೂ ಅರ್ಥವಾಗದೆ "ಎಂಥದು? ನಂಗೆಂತದ್ದೂ ಗೊತ್ತಿಲ್ಲೆ" ಎಂದಾಗ "ಹೂಂ. ನಿನ್ನಪ್ಪನ ಬಗ್ಗೆ ನಿನ್ನತ್ರಾನೇ ಚಾಡಿ ಹೇಳ ಹೇಳೂದು ನನ್ನುದ್ದೇಶ ಅಲ್ಲಾ. ಅದ್ರಿಂದ ನಂಗೆ ಆಗೂ ಲಾಭನಾದ್ರೂ ಏನಿದ್ದು ಹೇಳು? ಆದ್ರೂ ಅವ್ರ ಮಗ ನೀನು. ನಿಂಗೆ ಇಷ್ಟಾಗಿ ಏನೂ ಗೊತ್ತಿಲ್ಲೆ ಅಂದ್ರೆ ಹೇಳೂದು ನನ್ನ ಕರ್ತವ್ಯ ಆಗ್ತು ನೋಡು..." ಎಂದು ಶುರು ಮಾಡಿ ಕವಳ ತಿಂದು ಕಪ್ಪಾಗಿದ್ದ ಅಸಹ್ಯ ಹಲ್ಲುಗಳನ್ನು ತೋರಿಸುತ್ತಾ ಮಧ್ಯಮಧ್ಯ ಕ್ಕೆಕ್ಕೆಕ್ಕೆ ಎಂದು ವಿಕಾರವಾಗಿ ನಗುತ್ತಾ ತನ್ನ ಅಸಹ್ಯ ಡಬ್ಬಲ್ ಮೀನಿಂಗ್ ಭಾಷೆಯಲ್ಲಿ ಏನೇನೋ ಹೇಳುತ್ತಲೇ ಹೋಗಿದ್ದ. ಶೇಖರನಿಗೆ ಕೇಳುವಷ್ಟು ಕೇಳಿ ಕೊನೆಗೆ ತಡೆಯಲಾಗದೆ ಮೈ ಉರಿದು "ಅಪ್ಪ ಏನು ಬೇಕಾದ್ರೂ ಮಾಡ್ಕಳ್ಲಿ. ಅದು ಅವಂಗೆ ಬಿಟ್ಟದ್ದು. ನನ್ನತ್ರ ಎಂತಕ್ಕೆ ಹೇಳ್ತೆ? ಅಷ್ಟೆಲ್ಲಾ ಕಾಳಜಿ ಇದ್ರೆ ಅವನತ್ರೇ ಹೋಗಿ ಹೇಳು..." ಎಂದವನೇ ಹಿಂತಿರುಗಿ ನೋಡದೆ ಎದ್ದು ಹೊರಬಂದಿದ್ದ. ಅಲ್ಲಿಂದ ಹೋಗಬೇಕೆಂದುಕೊಂಡಿದ್ದ ಕಾರ್ಯಕ್ರಮಕ್ಕೂ ಹೋಗಲಾಗದೆ ಸುಮ್ಮನೆ ಪರತ್ ರೂಮಿಗೆ ಬಂದಿದ್ದ.

ಈ ಅಪ್ಪ ಮನೇಲಿದ್ದಷ್ಟು ದಿನ ತನ್ನ ಮಾಸ್ತರಗಿರಿ ತೋರಿಸಿ ಯಾವ್ಯಾವ ಥರ ಕಾಡಬೇಕೋ ಕಾಡಿ ನನ್ನ ಬಾಲ್ಯವನ್ನು ಒಂದು ದುಃಸ್ವಪ್ನವನ್ನಾಗಿ ಮಾಡಿದ. ಅವನಿಂದ ತಪ್ಪಿಸಿಕೊಳ್ಳಲಿಕ್ಕೆ ಅಂತಲೇ ಇಷ್ಟು ದೂರ ಬಂದು ಕಾಲೇಜಿಗೆ ಸೇರಿಕೊಂಡರೂ ಇನ್ನೂ ಬಿಡುತ್ತಿಲ್ಲವಲ್ಲ ಅನ್ನಿಸಿತು ಶೇಖರನಿಗೆ. ಅನಂತುಮಾವ ಹೇಳಿದ್ದು ನಿಜವಿರಬಹುದೇ? ಪೂರ್ತಿ ನಿಜವಲ್ಲದಿದ್ದರೂ ಪೂರ್ತಿ ಸುಳ್ಳು ಆಗಿರಲೂ ಸಾಧ್ಯವಿಲ್ಲ ಅನ್ನಿಸಿತ್ತು. ಅದರ ಜೊತೆಗೇ ಅಪ್ಪ ಸದ್ಯ ಪತ್ರವನ್ನೂ ಬರೆದಿಲ್ಲ ಎಂಬುದು ನೆನಪಾಗಿ ಒಮ್ಮೆ ಊರಿಗೆ ಹೋಗಿ ಬಂದರೆ ಹೇಗೆ ಅಂದುಕೊಂಡ. ಆದರೆ ಮರುಕ್ಷಣವೇ ಅದು ನಿಜವಿರಲಿ ಸುಳ್ಳಿರಲಿ ನನಗೆ ಆಗುವುದೇನಿದೆ? ಅಪ್ಪನಿಂದ ಎಷ್ಟು ದೂರವಿರ್ತೆನೋ ಅಷ್ಟೇ ಆರಾಮಿರ್ತೇನೆ ಅಂದುಕೊಂಡು ತಲೆಕೊಡವಿ ನಿದ್ರಿಸಲು ಯತ್ನಿಸಿದ. ಆದರೆ ನಿದ್ರೆ ಹತ್ತದೆ ಅನಂತುಮಾವನ ಮಾತುಗಳೇ ಮತ್ತೆ ಮತ್ತೆ ಕೇಳಲಾರಂಭಿಸಿತು. ಮರುದಿನ ಕ್ಲಾಸಿನಲ್ಲಿಯೂ ಅದೇ ಕಾಡಲು ತೊಡಗಿದಾಗ "ಏನಾದ್ರೂ ಆಗಲಿ, ಒಂದು ಸಲ ಹೋಗಿ ನೋಡಿಕೊಂಡೇ ಬಂದು ಬಿಡ್ವ..." ಅಂತ ನಿರ್ಧರಿಸಿ ಸಂಜೆಯ ಬಸ್ಸು ಹತ್ತಿ ಬಂದುಬಿಟ್ಟಿದ್ದ.

ಯಾವುದೋ ಮರದ ಬುಡದಿಂದ ಕಪ್ಪೆಯೊಂದು ಡ್ರೋಕ್... ಎಂದು ಕೂಗಿತು. ಒಂದು ಕೂಗಿದ್ದೇ ಮತ್ತೊಂದು ಇನ್ನೊಂದು ಹೀಗೆ ಸುತ್ತಮುತ್ತೆಲ್ಲಾ ಕಪ್ಪೆಗಳು ಅರಚ ತೊಡಗಿ ತಲೆಚಿಟ್ಟು ಹಿಡಿಯುವಂತಾಯ್ತು. ಕಪ್ಪೆ ಕೂಗಿದ್ರೆ ಮಳೆ ಜೋರಾಗ್ತದೆ ಅಂತ ಅರ್ಥವಂತೆ. ಈ ಕಪ್ಪೆಗಳು ಹೀಗೆ ಕೂಗಿಕೂಗಿಯೇ ಹೊಟ್ಟೆಯೊಡೆದು ಸಾಯ್ತಾವಂತೆ. ಅಮ್ಮ ಹೇಳ್ತಿದ್ದಳು. ಅಲ್ಲಾ, ಹೀಗೆ ಕೂಗಿದ್ರೆ ಸಾಯ್ತಿವಂತ ಗೊತ್ತಿಲ್ವಾ ಅವುಗಳಿಗೆ? ಅಕಾರಣ ಕೂಗ್ತಾ ಕೂಗ್ತಾನೇ ಸಾಯೂದಂದ್ರೆ... ಶೇಖರನಿಗೆ ಚಿಕ್ಕಂದಿನಲ್ಲಿ ನೋಡಿದ್ದ ತುಳಸಿ ಪೀಠದೆದುರಿಗೆ ಮಲಗಿಸಿದ್ದ ಅಮ್ಮನ ಶವ ನೆನಪಾಯ್ತು. ಊಹೂಂ. ನೆನಪಾಗುವುದು ಹೊದೆಸಿದ ಬಿಳಿ ಪಂಜಿಯಿಂದ ಆಚೆಬಂದಿದ್ದ, ಜೋಡಿಸಿ ದಾರಕಟ್ಟಿದ್ದ, ಬೆರಳ ಸಂದಿಗಳಲ್ಲಿ ಚರ್ಮ ಕೊಳೆತು ಬಿಳುಚಿದ ಪಾದಗಳು ಮತ್ತು ಪಕ್ಕದಲ್ಲಿ ಬಟ್ಟೆ ಮುಚ್ಚಿ ಮಲಗಿಸಿದ್ದ ಒಂದು ಸಣ್ಣ ಮುದ್ದೆ ಅಷ್ಟೆ. ಏನೋ ತೊಂದರೆಯಾಗಿ ಏಳು ತಿಂಗಳಿಗೇ ಹೆರಿಗೆಯಾಗಿ ತಾಯಿ ಮಗು ಇಬ್ಬರೂ ಸತ್ತಿದ್ದಂತೆ. ಶೇಖರ ಆಗ ಶಾಲೆಯಲ್ಲಿದ್ದ. ಮಾಸ್ತರ್ರು ಪಾಠ ಮಾಡುತ್ತಿದ್ದರು. ಯಾರೋ ಬಂದು ಅಮ್ಮನಿಗೆ ಆರಾಮಿಲ್ಲ ಮನೆಗೆ ಬರಬೇಕಂತೆ ಅಂದಾಗ ಅವರು "ಹಾ... ಇದೊಂದು ಪಾಠ ಮುಗಿಸಿಕೊಂಡು ಬರ್ತೆನೆ..." ಅಂದಂಗೆ ಶೇಖರನಿಗೆ ನೆನಪು. ಇದು ಬರೀ ಭ್ರಮೆಯಾ ಅಥವಾ ನಿಜವಾ ಅವನಿಗೇ ಸ್ಪಷ್ಟವಿಲ್ಲ. ಆದರೆ ಮನೆಗೆ ಹೋಗುವಷ್ಟರಲ್ಲಿ ಎಲ್ಲವೂ ಮುಗಿದಿತ್ತು. ಆ ನಂತರದ್ದು ನೆನಪಿಲ್ಲ. ಆದರೆ ಅಮ್ಮನ ಅಮ್ಮ ಶೇಖರನ ಅಜ್ಜಿ ಬಂದು ಅವನನ್ನು ತಬ್ಬಿಕೊಂಡು "ಮಾಣಿ..., ನಿನ್ನಮ್ಮನ ಕೊಂದೇ ಬಿಟ್ನಲ್ಲೋ ಈ ಮಾಸ್ತರ... ರಾಕ್ಷಸ ಅಂವ ಮನುಷ್ಯಾ ಅಲ್ದೋ..." ಎಂದು ಬೋರಾಡಿ ಅತ್ತಿದ್ದು ಮಾತ್ರ ಅದರ ಸ್ವರದೊಟ್ಟಿಗೇ ಚೊಕ್ಕವಾಗಿ ನೆನಪಿದೆ. ಆ ಧ್ವನಿಯೇ ನಂತರದ ದಿನಗಳಲ್ಲಿ ಅಪ್ಪ ಹತ್ತಿರವಾಗಲು ಯತ್ನಿಸಿದಾಗೆಲ್ಲ ಶೇಖರನನ್ನು ಕಾಡಿ ಇನ್ನಷ್ಟು ದೂರ ಸರಿಸುವಂತೆ ಮಾಡುತ್ತಿತ್ತು.

ತಲೆಯೆತ್ತಿ ನೋಡಿದರೆ ಆಕಾಶದ ಹಿನ್ನೆಲೆಯಲ್ಲಿ ಮರಗಳೆಲ್ಲಾ ಕಪ್ಪು ಕಪ್ಪಾಗಿ ವಿಚಿತ್ರ ಆಕೃತಿಯಲ್ಲಿ ಕಾಣುತ್ತಿದ್ದವು. ಕುಂಡೆಬೆಳಕ ಹುಳಗಳು ಬೆನ್ನಿಗೆ ಅರಿಶಿನ ದೀಪ್ತಿ ಕಟ್ಟಿಕೊಂಡು ಅಲ್ಲಲ್ಲಿ ಹಾರಾಡುತ್ತಿದ್ದವು. ಚಿಕ್ಕಂದಿನಲ್ಲಿ ಅವುಗಳನ್ನು ಮೈಗೆ ತಾಗಿಸಿಕೊಂಡರೆ ರಾತ್ರಿ ಹಾಸಿಗೆ ಯಲ್ಲಿ ಉಚ್ಚೆ ಹೊಯ್ಯುತ್ತಾರೆ ಎಂದು ನಂಬಿಕೊಂಡು ಅವು ಕಂಡಕೂಡಲೇ ಓಡುತ್ತಿದ್ದದ್ದು ನೆನಪಾಯ್ತು. ಒಮ್ಮೆಲೆ ಜೋರು ಗಾಳಿ ಬೀಸಿ ಮರದ ಎಲೆ ಮೇಲಿದ್ದ ನೀರಿನ ಹನಿಗಳೆಲ್ಲ ರಪರಪ ಬಿದ್ದು ಮೈಯೆಲ್ಲ ಒದ್ದೆಯಾಯ್ತು. ಮತ್ತೆ ಅಪ್ಪ ನೆನಪಾದ. ಶಾಲೆಗೆ ಸೇರಿದ ಮರುದಿನವೇ 'ಸರ್' ಅನ್ನುವ ಬದಲಿಗೆ ಅಪ್ಪ ಅಂದೆ ಎಂಬ ಕಾರಣಕ್ಕೆ "ಅಪ್ಪ ಗಿಪ್ಪ ಎಲ್ಲಾ ಮನೇಲಿ ಇಲ್ಲಿ ಎಲ್ಲ ಮಕ್ಕಳಂಗೆ ನೀನೂ..." ಎಂದು ರಪರಪ ಬಾರಿಸಿಬಿಟ್ಟಿದ್ದ. ಶಾಲೆಯಲ್ಲಿ ಯಾವ ಮಕ್ಕಳು ತಪ್ಪು ಉತ್ತರ ಕೊಟ್ಟು ಹೊಡೆತ ತಿಂದರೂ ನಂತರದ ಪ್ರಶ್ನೆ ಶೇಖರನಿಗೇ ಇರುತ್ತಿತ್ತು. ಅವನು ಸರಿಯುತ್ತರ ಕೊಟ್ಟರೂ ತಪ್ಪು ಉತ್ತರ ಹೇಳುವವರೆಗೂ ಪ್ರಶ್ನೆಗಳನ್ನು ಕೇಳಿ ಹೊಡೆತ ಬೀಳುತ್ತಿತ್ತು. ಯಾರಾದರೂ ನಮ್ಮ ಮಾಸ್ತರು ಭಾಳ ಸ್ಟ್ರಿಕ್ಟು ಅಂದದ್ದು ಕೇಳಿದಾಗೆಲ್ಲ ಅವರ ಉಮೇದು ಇನ್ನಷ್ಟು ಹೆಚ್ಚುತ್ತಿತ್ತು. ಅಮ್ಮ ಸತ್ತ ನಂತರವಂತೂ ಈ ಸ್ಟ್ರಿಕ್ಟು ಇನ್ನೂ ಹೆಚ್ಚಾಗಿ ಶೇಖರ ಮಾಸ್ತರ್ರ ಪ್ರಾಮಾಣಿಕತೆ ಪ್ರದರ್ಶನಕ್ಕೆ ಆಖಾಡವಾಗಿಬಿಟ್ಟಿದ್ದ. ಅಲ್ಲಿಂದ ಮುಂದೆ ಪ್ರಾಥಮಿಕ ಶಾಲೆ ಮುಗಿಸಿ ಹೈಸ್ಕೂಲು ಸೇರಿದರೂ ಶೇಖರ ಶೇಖರನಾಗದೆ 'ಮಾಸ್ತರ್ರ ಮಗ'ನಾಗೇ ಗುರ್ತಿಸಿಕೊಳ್ಳುವಂತಾಗಿ ನರಳಿದ್ದ. ಆಗೆಲ್ಲಾ ಅಪ್ಪನ ಯಾವ ಮಾತಿಗೂ ಎದುರುತ್ತರ ಕೊಡುವ ಧೈರ್ಯವಿಲ್ಲದಿದ್ದರೂ ಅವರಿಂದ ತಿಂದ ಒಂದೊಂದು ಹೊಡೆತದಲ್ಲೂ, ಅಳುತ್ತಾ ಕಳೆದ ಒಂದೊಂದು ರಾತ್ರಿಗಳಲ್ಲೂ ಅಜ್ಜಿ "ರಾಕ್ಷಸ ಅಂವ ಮನುಷ್ಯಾ ಅಲ್ಲೋ..." ಎಂದು ಕಿರುಚಿದಾಗ ಶೇಖರನ ಮನಸ್ಸಿನಲ್ಲಿ ಮೂಡಿದ್ದ ಅಪ್ಪನ ಚಿತ್ರಕ್ಕೆ ಒಂದೊಂದೇ ಕೋರೆಹಲ್ಲುಗಳು ಹುಟ್ಟುತ್ತಲೇ ಹೋಯಿತು. ಹೇಗಾದರೂ ಒಂದು ದಿನ ಅಪ್ಪನಿಗೆ ಎದುರು ನಿಂತು ಮಾತಾಡಬೇಕು ಎಂಬ ಶರಿಕೆ ಬೆಳೆಯುತ್ತಲೇ ಹೋಯಿತು.

ಅವತ್ತು ಪಿಯೂಸಿ ಪ್ರಥಮ ವರ್ಷದ ರಿಸಲ್ಟು ಬಂದ ದಿನ. ಶೇಖರ ಮಾರ್ಕ್ಸ್‌ಕಾರ್ಡ ತಂದು ಮಾಸ್ತರರಿಗೆ ಕೊಟ್ಟ. ಇಂಗ್ಲಿಷ್‌ಗೆ ನಲವತ್ಮೂರು ಮಾರ್ಕ್ಸ್ ಬಿದ್ದದ್ದು ನೋಡಿ ಕಣ್ಣು ಕೆಂಪಾಗಿಸಿಕೊಂಡು "ಇಂಗ್ಲಿಷಿಗೆಂತಕ್ಕೆ ಇಷ್ಟು ಕಡಿಮೆ?" ಕೇಳಿದ್ದರು. ಶೇಖರನೂ ಹುಂಬತನದಲ್ಲಿ ಎತ್ತೆತ್ತಲೋ ನೋಡುತ್ತಾ "ಕಡಿಮೆ ಓದಿದ್ದೆ ಅದ್ಕೆ ಕಡ್ಮೆ ಮಾರ್ಕ್ಸ್ ಬಿತ್ತು..." ಎಂದಾಗ ಮಾಸ್ತರರಿಗೆ ಸಿಟ್ಟು ಏರಿ ಒಳಗೆ ಹೋಗಿ ಚರ್ಮದ ಬೆಲ್ಟು ತಂದು "ನನಗೇ ಎದುರುತ್ತರ ಕೊಡ್ತ್ಯಾ? ನಾಚ್ಗೆಗೆಟ್ಟವ್ನೆ ಹೆಣ ಹಾಕ್ತೆ ನಿನ್ನ..." ಎಂದು ಹೊಡೆಯಲು ಬಂದಿದ್ದರು. ಶೇಖರ ಎಂದಿನಂತೆ "ಅಪ್ಪಾ ತಪ್ಪಾತೋ ಹೊಡಿಯಡಾ... ಮತ್ತೆ ಹಂಗೆ ಮಾಡ್ತ್ನಿಲ್ಲೆ..." ಎಂದೆಲ್ಲಾ ಅಲವತ್ತುಕೊಳ್ಳದೆ ನುಗ್ಗಿ ಬರುತ್ತಿದ್ದ ಮಾಸ್ತರ್ರನ್ನೇ ನೆಟ್ಟಗೆ ದಿಟ್ಟಿಸುತ್ತಾ "ಹಾಕು ಹೆಣ... ಅಮ್ಮನೊಂದು ಹೆಣ ಹಾಕಿ ತಿಂದು ಮುಗ್ಸಿದ್ಯಲ... ನನ್ನೂ ಹಂಗೇ ಮಾಡು. ಈ ನರಕಕ್ಕಿಂತ ಅದೇ ಛೊಲೋ..." ಎಂದು ಘರ್ಜಿಸಿದ್ದ. ಆ ದನಿಯ ಹೊಡೆತಕ್ಕೆ ಮಾಸ್ತರರ ಸಿಟ್ಟೆಲ್ಲಾ ಜರ್ರನೆ ಇಳಿದುಹೋಗಿ ಎತ್ತಿದ್ದ ಕೈಯನ್ನು ಹಾಗೇ ಇಳಿಸಿ ಆವೇಶದಿಂದ ನಡುಗುತ್ತಿದ್ದ

ಶೇಖರನನ್ನೇ ನೋಡುತ್ತಾ ದಿಗ್ಭ್ರಾಂತರಾಗಿ ನಿಂತುಬಿಟ್ಟಿದ್ದರು. ತನ್ನ ಮಾತು ಅಪ್ಪನನ್ನು ಅಷ್ಟು ತೀವ್ರವಾಗಿ ತಾಗುತ್ತದೆ ಎಂದು ಶೇಖರನೂ ಎಣಿಸಿರಲಿಲ್ಲ. ಮತ್ತೆರಡು ದಿನ ಮಾತುಕತೆ ಇಲ್ಲದೆ ಗರಬಡಿದಂತೆ ಕುಳಿತುಬಿಟ್ಟಿದ್ದ ಮಾಸ್ತರ್‌ರನ್ನು ನೋಡಿ ಶೇಖರ ಏನೋ ಗೆದ್ದವನಂತೆ ಒಳಗೊಳಗೇ ಖುಷಿಪಟ್ಟಿದ್ದ. ಆದರೆ ಮಧ್ಯರಾತ್ರಿಯೆಲ್ಲಾ ನಿದ್ದೆ ಮಾಡದೇ ದೀಪ ಹಚ್ಚಿಕೊಂಡು ಹೆಬ್ಬಾಗಿಲ ಪಕ್ಕದಲ್ಲಿದ್ದ ಅಮ್ಮನ ಫೋಟೋವನ್ನೇ ದಿಟ್ಟಿಸುತ್ತಾ ಕೂತಾಗ ಮಾತ್ರ ತಾನು ಹಾಗೆ ಹೇಳಬಾರದಿತ್ತೇನೋ ಎಂದು ಕೊಂಚ ಅಳುಕಾಗಿತ್ತು.

ನೀರು ತುಂಬಿ ನಿಂತು ರಸ್ತೆ ಮೇಲಿನ ಹೊಂಡಗಳೂ ಕಾಣುತ್ತಿರಲಿಲ್ಲ. ಬೊಳಕ್‌ನೆ ಗೊತ್ತಾಗದೇ ಒಂದು ಹೊಂಡದಲ್ಲಿ ಕಾಲೂರಿದ್ದೇ ನೀರು ಸಿಡಿದು ಮೊಣಕಾಲವರೆಗೆ ಪ್ಯಾಂಟ್ ಒದ್ದೆಯಾಯ್ತು. ನಿಂತು ಪ್ಯಾಂಟಿನ ಕಾಲುಗಳನ್ನು ಮಡಿಸಿಕೊಂಡು ನಡೆಯತೊಡಗಿದ.

ಎದುರುತ್ತರ ಕೊಟ್ಟ ದಿನದಿಂದ ಮಾಸ್ತರ್‍ರು ಒಮ್ಮೆಲೇ ತಣ್ಣಗಾದದ್ದು ನೆನೆಸಿಕೊಂಡರೆ ಶೇಖರನಿಗೆ ಈಗಲೂ ಅಚ್ಚರಿಯಾಗುತ್ತದೆ. ಮತ್ತೆಂದೂ ಅವರು ಶೇಖರನ ಮೇಲೆ ಕೈ ಮಾಡಲಿಲ್ಲ. ದೊಡ್ಡದಾಗಿ ಬೈಯಲಿಲ್ಲ. ಬದಲಿಗೆ ಅವನಿಗೆ ಹತ್ತಿರವಾಗಲು ಹೆಣಗುತ್ತಿದ್ದರು. ಬಚ್ಚಲಲ್ಲಿ ನೆನೆಸಿಟ್ಟ ಶೇಖರನ ಬಟ್ಟೆಯನ್ನು ಒಮ್ಮೊಮ್ಮೆ ತಾನೇ ತೊಳೆದುಬಿಡುತ್ತಿದ್ದರು. ಶೇಖರ ಏನಾದರೂ ಹೇಳಲಿ ಎಂದು "ಬಟ್ಟೆ ತೊಳೆದದ್ದು ಚೊಕ್ಕ ಆಯ್ದಾ?" ಎಂದು ಕೇಳಿ ಎಚ್ಚರಿಸುತ್ತಿದ್ದರು. ಆಗೀಗ ಕರೆದು ಪಕ್ಕ ನಿಲ್ಲಿಸಿಕೊಂಡು ಅವರಿಗಿಂತ ಎರಡಿಂಚು ಎತ್ತರ ಬೆಳೆದ ಶೇಖರನನ್ನು ನೋಡಿ "ನೋಡು ಶಾಂಭವಿ, ನಿನ್ನ ಮಗನ... ಹದಿನೇಳು ವರ್ಷಕ್ಕೇ ನನಗಿಂತ ಎರಡಿಂಚು ಎತ್ತರ ಆಯ್ದು. ಬೆಳಿಯೂ ಕಾಲ ಇನ್ನು ಮುಂದೇ ಇದ್ದು. ಇನ್ನೂ ಎಷ್ಟು ಎತ್ತರ ಆಗ್ತ್ನನ..." ಅಂತೆಲ್ಲ ಹೇಳಿ ಕೃತಕವಾಗಿ ನಗುತ್ತಿದ್ದರು. ಪರೀಕ್ಷೆಗೆ ಓದಲು ಕೂತರೆ "ಎಂತಾ ಎಷ್ಹೊತ್ತಿಗೂ ಓದ್ತಾ ಇರ್‍ತ್ಯ? ಮಾತ್ರ ಅತ್ತಿತ್ಲಾಗೆ ಅಡ್ಡಾಡ್ಕಂಡು ಬಾ..." ಎನ್ನುತ್ತಿದ್ದರು. ಆದರೆ ಅಪ್ಪನ ಈ ಡೊಂಬರಾಟಗಳು ಶೇಖರನಲ್ಲಿ ಪ್ರೀತಿಯ ಬದಲು ಇನ್ನಷ್ಟು ರೇಜಿಗೆ ಹುಟ್ಟಿಸುತ್ತಿದ್ದವು. ಅವನೂ ಹಠಕ್ಕೆ ಬಿದ್ದು ಮಾಸ್ತರ್‍ರು ತೊಳೆದು ಒಣಗಿಸಿದ ಬಟ್ಟೆಯನ್ನು ಮತ್ತೆ ತೊಳೆಯುತ್ತಿದ್ದ. ಅವರ ಯಾವ ತಮಾಷೆಗೂ ನಗದೆ ಅವರು ಪೆಚ್ಚಾಗುವುದನ್ನು ನೋಡಿ ಒಳಗೊಳಗೇ ಖುಷಿಪಡುತ್ತಿದ್ದ. ಬೇಕಂತಲೇ ಹಗಲು ರಾತ್ರಿ ಕೂತು ಓದುತ್ತಿದ್ದ. ಮೂರು ಜನರಿಗೆ ಪಾಸಾಗಲು ಸಾಲುವಷ್ಟು ಮಾರ್ಕ್ಸ್ ತುಂಬಿದ್ದ ಮಾರ್ಕ್ಸ್‌ಕಾರ್ಡಿಗೆ ಸಹಿ ಹಾಕುವಾಗ ಯಾವುದೋ ಬೆದರಿಕೆ ಪತ್ರ ಓದುವಂತೆ ಬಿಳುಚಿದ ಮಾಸ್ತರ್‍ರ ಮುಖ, ನಡುಗುವ ಕೈಗಳನ್ನು ನೋಡಿ ಇನ್ನಷ್ಟು ಅವಡುಗಚ್ಚುತ್ತಿದ್ದ.

ಹೀಗೆ ಮಾಸ್ತರ್‍ರು ದಿನದಿನಕ್ಕೂ ಮಗನಿಗೆ ಹತ್ತಿರವಾಗಲು ಹೊಸಹೊಸ ದಾರಿಗಳನ್ನು ಶೋಧಿಸುತ್ತಲೇ ಹೋದರು. ಶೇಖರನೂ ಅವರು ತೆರೆದ ಎಲ್ಲ ದಾರಿಗಳ ಬಾಗಿಲನ್ನೂ ದಡಾರನೆ ಮುಚ್ಚುತ್ತ ಇನ್ನಷ್ಟು ನಿಗೂಢವಾಗುತ್ತಲೇ ಹೋದ. ಬರಬರುತ್ತ ಅವರಿಬ್ಬರಿಗೂ ಇದೊಂದು ಆಟವಾಗಿಬಿಟ್ಟಿತು. ಆದರೆ ಸ್ವಲ್ಪೇ ದಿನದಲ್ಲಿ ಶೇಖರನಿಗೆ ಈ ತೆರೆದು ಮುಚ್ಚುವ ಆಟದಿಂದ ಮನೆಯಲ್ಲಿ ನಿಚ್ಚಳವಾಗಿ ಉಸಿರಾಡಿದರೂ ಎಲ್ಲಿ

ಅಪ್ಪನೆದುರು ಸಡಿಲಾಗಿ ಬಿಡುತ್ತೀನೇನೋ ಅನ್ನಿಸತೊಡಗಿ, ಮುಚ್ಚುತ್ತಿರುವ ಬಾಗಿಲುಗಳ ಹಿಂದೆ ತಾನೇ ಶಾಶ್ವತ ಬಂಧಿಯಾಗಿಬಿಟ್ಟಂತೆ ಭಾಸವಾಗತೊಡಗಿತು. ಅಪ್ಪನಿಂದ ದೂರ ಎಲ್ಲಿಯಾದರೂ ಹೋಗದಿದ್ದರೆ ಸರ್ವನಾಶವಾಗಿ ಹೋಗುತ್ತೇನೆ ಎಂದು ಅನ್ನಿಸುತ್ತಿತ್ತು. ಪಿಯುಸಿ ಎರಡನೆ ವರ್ಷದ ರಿಸಲ್ಟು ಬಂದದ್ದೇ ಡಿಗ್ರಿ ಮಾಡಲು ಧಾರವಾಡಕ್ಕೆ ಹೋಗುವುದು ಅಂತ ನಿರ್ಧರಿಸಿದ. ಆಗಲೂ ಧಾರವಾಡಕ್ಕೆ ಹೋಗುವುದಕ್ಕಿಂತ ಇಲ್ಲಿಂದ ತಪ್ಪಿಸಿಕೊಳ್ಳುವುದು ಮುಖ್ಯವಾಗಿತ್ತು. ಅಪ್ಪ ಕಾಮರ್ಸು ಮಾಡು ಅಂದಿದ್ದಕ್ಕೆ ಧಾರವಾಡದ ಕರ್ನಾಟಕ ಕಾಲೇಜಿಗೆ ಹೋಗಿ ಆರ್ಟ್ಸಿಗೆ ಸೇರಿಕೊಂಡಿದ್ದ. ಮಾಸ್ತರ್‌ರಿಗೆ ಮಗ ಧಾರವಾಡಕ್ಕೆ ಹೋಗುವುದು ಇಷ್ಟವಿಲ್ಲದಿದ್ದರೂ ಏನೂ ಹೇಳದೆ ಸುಮ್ಮನಾಗಿದ್ದರು. ಅವನ ಕಾಲೇಜಿನ ಅಡ್ರೆಸ್ಸಿಗೆ ಪ್ರತಿ ವಾರ ತಪ್ಪದೇ ಪತ್ರ ಬರೆಯುತ್ತಿದ್ದರು. ತಿಂಗಳ ಕೊನೆಗೆ ಮಗ ಕೇಳುವ ಮೊದಲೇ ಬ್ಯಾಂಕಿಗೆ ದುಡ್ಡು ಹಾಕುತ್ತಿದ್ದರು. ಯಾವತ್ತೂ ಯಾವುದಕ್ಕೆ ಎಷ್ಟು ಖರ್ಚು ಮಾಡಿದೆ ಎಂದು ಕೇಳಲಿಲ್ಲ. ಆದರೆ ಶೇಖರ ಮಾತ್ರ ಒಂದೊಂದು ರೂಪಾಯಿಯ ಲೆಕ್ಕವನ್ನೂ ಬರೆದು ತಿಂಗಳ ಕೊನೆಗೆ ಕಳಿಸುತ್ತಿದ್ದ. ಮಾಸ್ತರ್‌ರ ಎಲ್ಲ ಪತ್ರಗಳಿಗೆ ಅವನಿಂದ ಬರುತ್ತಿದ್ದ ಪ್ರತಿಕ್ರಿಯೆ ಅದೊಂದೇ. ತೀರಾ ಅನಿವಾರ್ಯವಿರದೇ ಕಾಲೇಜಿಗೆ ರಜೆಯಿದ್ದರೂ ಊರಿಗೆ ಬರುತ್ತಿರಲಿಲ್ಲ. ಅವನು ವೃತ್ತಪತ್ರಿಕೆ ಕೊಂಡಿದ್ದು ಮೂರು ರೂಪಾಯಿ. ಶೇವಿಂಗ್ ರೇಜರ್ ಎರಡು ರೂಪಾಯಿ ಅಂತೆಲ್ಲ ಲೆಕ್ಕ ಬರೆದು ಕಳಿಸುವಾಗ ಅದನ್ನು ನೋಡಿ ಮಾಸ್ತರ್‌ರಿಗೆ ಸಂಕಟವಾಗುತ್ತಿತ್ತು.

⌛

ಶೇಖರ ಮನೆಯ ಹತ್ತಿರಕ್ಕೆ ಬರುವಷ್ಟರಲ್ಲಿ ಮತ್ತೆ ಸಣ್ಣಗೆ ಮಳೆ ಶುರುವಾಗಿತ್ತು. ಗೇಟು ತೆಗೆದ ಸದ್ದು ಕೇಳಿ ಕೊಟ್ಟಿಗೆಯಲ್ಲಿನ ದನಗಳೆಲ್ಲ ದಡಬಡ ಎದ್ದು ನಿಂತವು. ರಾತ್ರಿ ಕತ್ತಲಲ್ಲಿ ಅವುಗಳ ಕಣ್ಣುಗಳಷ್ಟೇ ಫಳಫಳ ಹೊಳೆದು ಭಯ ಹುಟ್ಟಿಸುವಂತಿದ್ದವು. ಮನೆಯೊಳಗಿಂದ ಮಂದಗೆ ಚಿಮಣಿ ದೀಪದ ಕೆಂಪು ಬೆಳಕು ಕಿಟಕಿಯಿಂದ ಹೊರಚೆಲ್ಲುತ್ತಿತ್ತು. ಬಾಗಿಲಿಗೆ ಹೋದಾಗ ಮಾಸ್ತರ್‌ರು ಅಡುಗೆಮನೆಯಲ್ಲಿ ಸಣ್ಣಗೆ 'ವನದೇವಿಯಾ... ವನದಾ ಸಿರಿಯಾ... ಎನಿತು ಪೊಗಳಿಪುದೆನ್ನ ಮನಸೋತುದು...' ಎಂದು ಗುನುಗುತ್ತಿರುವುದು ಕೇಳಿ ಹಾಗೇ ನಿಂತ. ಅಪ್ಪ ಹಾಡಿದ್ದನ್ನು ಎಂದೂ ಕೇಳಿರದ ಅವನಿಗೆ ಅಚ್ಚರಿಯಾಯ್ತು. "ಅಪ್ಪಾ..." ಕರೆಯುವಾಗ ಎಷ್ಟೇ ಬೇಡವೆಂದರೂ ಧ್ವನಿ ಗಡುಸಾಯಿತು. ಹಾಡು ತಟ್ಟನೆ ನಿಂತಿತು. ಸ್ವಲ್ಪ ಹೊತ್ತಿಗೆ ಎಡಗೈಯಲ್ಲಿ ದೀಪ ಹಿಡಿದುಕೊಂಡು ಬಂದ ಮಾಸ್ತರ್‌ರು ಬಾಗಿಲು ತೆಗೆದರು. ದೀಪ ಹಿಡಿದ ಒದ್ದೆ ಕೈಯ ಮಣಿಕಟ್ಟಿನ ರೋಮಗಳೆಲ್ಲ ಸಾಪಾಗಿ ಚರ್ಮಕ್ಕೆ ಅಂಟಿಕೊಂಡಿದ್ದವು. ದೀಪದ ಬೆಳಕು ಕೆಳಗಿನಿಂದ ಅರ್ಧ ಮುಖಕ್ಕಷ್ಟೇ ಬಿದ್ದು ಎಡಭಾಗವಷ್ಟೇ ಕಾಣುತ್ತಿತ್ತು. ದೀಪದ ಕುಡಿಯ ಹೊಯ್ದಾಟಕ್ಕೆ ರೆಪ್ಪೆ, ಮೂಗು, ಎತ್ತಿದ ಹುಬ್ಬುಗಳ ಹಿಂದಿನ ನೆರಳುಗಳೂ ಹೊಯ್ದಾಡಿ ಅಪ್ಪ ವಿಚಿತ್ರವಾಗಿ ಕಂಡು ಅವರನ್ನೇ ನೋಡುತ್ತಾ ನಿಂತ. ಶೇಖರನನ್ನು ನೋಡಿದ್ದೇ ಮಾಸ್ತರ್‌ರು ಅಚ್ಚರಿಯಿಂದ "ಅರೆ... ಮಾಣಿ ನೀನಾ...? ಕಲ್ಪನೆನೇ ಇದಿತ್ಲ್ಯಲ..." ಎಂದು ಗಡಿಬಿಡಿಯಲ್ಲಿ ಒಳಹೋಗಿ ಹೆಗಲ ಮೇಲಿನ ಟವೆಲ್‌ನಿಂದ ಎರಡು ಸಲ ಕುರ್ಚಿ

ಝಾಡಿಸಿ "ಬಾ ಬಾ..." ಎಂದು ಒಳಗೆ ಕರೆದೊಯ್ದರು. ಅಲ್ಲೇ ಅಡಿಕೆ ಚೀಲದ ಮೇಲೆ ಬ್ಯಾಗನ್ನಿಟ್ಟ ಶೇಖರ ಕುರ್ಚಿಯ ಮೇಲೆ ಕೂತು ಮಡಿಸಿದ್ದ ಪ್ಯಾಂಟಿನ ಕಾಲನ್ನು ಬಿಡಿಸತೊಡಗಿದ. ಮಗನನ್ನು ನೋಡಿದ ಮಾಸ್ತರ್‌ರಿಗೆ ಉಮೇದು ಹೊಕ್ಕಂತಾಗಿ ಒಳಗೆ ಹೋಗಿ ಒಂದು ಲೋಟ ಮಜ್ಜಿಗೆ ಬೆಲ್ಲ ತಂದುಕೊಟ್ಟು "ಅಲ್ಲಾ ಸುಟ್ಟ ಕರೆಂಟೂ ಇಲ್ಲೆ ನೋಡು. ಅಲ್ಲಾ ನೀ ಧಾರವಾಡದಿಂದ ಎಷ್ಟೊತ್ತಿಗೆ ಹೊರಟಿದ್ದೆ ಏನ್ ಕತೆ? ಈಗೆಂತಾ ರಜೆನಾ ಹೆಂಗೆ? ಅಲ್ಲಾ ನೀ ಬತ್ತೆ ಹೇಳಿ ಕಲ್ಪನೆನೇ ಇದಿತ್ಲ್ಯಲೋ ಮಾರಾಯ್ನೇ...?" ಒಂದೇ ಸಮನೆ ಮಾತಾಡುತ್ತಲೇ ಹೋದರು ಉತ್ತರಿಸಲೂ ಜಾಗ ಬಿಡದೆ. ಶೇಖರ ಗಂಭೀರವಾಗಿಯೇ "ಏನಿಲ್ಲೆ... ನಿನ್ನೆ ಧಾರವಾಡದಲ್ಲಿ ಮೇಲಿನಕೇರಿ ಅನಂತುಮಾವ ಸಿಕ್ಕಿ ಸುಮಾರು ಸುದ್ದಿ ಹೇಳ್ದ... ಏನಿಲ್ಲೆ ಒಂದ್ಸಲ ಮನೆಗೆ ಬಂದು ಹೋಪ ಅನ್ಸಿತ್ತು ಬಂದೆ ಅಷ್ಟೆ..." ಎಂದು ಅರ್ಧಂಬರ್ಧ ಸುಳಿವು ಕೊಟ್ಟು ಎದ್ದು ಕೈಕಾಲು ತೊಳೆದು ಬರಲು ಬಚ್ಚಲಿಗೆ ನಡೆದ. ಬಡಬಡ ಮಾತಾಡುತ್ತಿದ್ದ ಮಾಸ್ತರ್ರು ಒಮ್ಮೆಲೇ ಗಪ್‌ನೆ ಬಾಯಿ ಮುಚ್ಚಿದರು. ಶೇಖರನಿಗೂ ಯಾಕೋ ಅಪ್ಪ ದಿಗ್‌ಭ್ರಾಂತನಾಗಿ ತನ್ನನ್ನೇ ನೋಡುತ್ತಿರಬಹುದು ಎಂಬ ಭಾವನೆ ಎಂದಿನಂತೆ ಖುಷಿ ಹುಟ್ಟಿಸದೆ ವಿಚಿತ್ರ ತಳಮಳವೆಬ್ಬಿಸಿತು.

ಕೈಕಾಲು ತೊಳೆದು ಬರುವಷ್ಟರಲ್ಲಿ ಮಾಸ್ತರ್ರು ಊಟಕ್ಕೆ ಬಡಿಸಿ ಕಾಯುತ್ತಿದ್ದರು. ಹಾಗಲಕಾಯಿ ಚಟ್ನಿ, ಮೂಲಂಗಿ ಸಾರು. ಅಡುಗೆ ರುಚಿಯಾಗಿತ್ತು. ಒಬ್ಬನೇ ಇದ್ದರೂ ಇಷ್ಟು ಒಳ್ಳೆಯ ಅಡುಗೆ ಮಾಡಿಕೊಂಡು ಉಣ್ಣುತ್ತಾರಲ್ಲ ಎಂದು ಹೊಟ್ಟೆಕಿಚ್ಚಾಯಿತು. ಮಾಸ್ತರ್ರು ಯಾವುದೋ ಯೋಚನೆಗೆ ಬಿದ್ದವರಂತೆ ಹುಬ್ಬು ಮೇಲೆರಿಸಿಕೊಂಡು ಮೌನವಾಗಿ ಉಣ್ಣುತ್ತಿದ್ದರು. ಶೇಖರ ಊಟ ಮುಗಿಸಿ ಹೊರಬಂದು ಜಗುಲಿಯಲ್ಲಿ ಕತ್ತಲಲ್ಲೇ ಕೂತ. ಒಳಗಡೆ ಅಪ್ಪ ಪಾತ್ರೆ ತೊಳೆಯುತ್ತಿರುವ ಸದ್ದು ಕೇಳುತ್ತಿತ್ತು. ಹೊರಗೆ ಜಿಟಿಜಿಟಿ ಮಳೆ. ಹಂಚಿನಿಂದ ಹನಿ ಹನಿ ನೀರು ತೊಟ್ಟಿಕ್ಕುತ್ತಿತ್ತು. ಆಗಾಗ ಮಿಂಚುವ ಮಿಂಚಿನ ಬೆಳಕಲ್ಲಿ ಕಾಣುವ ಅಂಗಳದ ತೆಂಗಿನ ಮರಗಳನ್ನು ಕಣ್ಣಗಲಿಸಿ ದಿಟ್ಟಿಸಿದ. ಯಾಕೋ ಅಪ್ಪನ ಸುದ್ದಿ ಕೇಳಿದಾಗ ನನಗೆ ಆಗಬೇಕಾದಷ್ಟು ಶಾಕ್ ಆಗಿಲ್ಲ ಅನ್ನಿಸಿತು. ಅದನ್ನು ಹೇಳಿದ ಅನಂತುಮಾವನ ಗಲೀಜು ಭಾಷೆಯ ಬಗ್ಗೆ ಅಸಹ್ಯವಾಯಿತೇ ವಿನಃ ಅಪ್ಪನ ಬಗ್ಗೆಯಾಗಲಿ ಆ ಹೆಂಗಸಿನ ಬಗ್ಗೆಯಾಗಲಿ ರೋಷ ಉಕ್ಕಲಿಲ್ಲ. ಅಪ್ಪ ಅಮ್ಮನ ಆತ್ಮಕ್ಕೆ ದ್ರೋಹ ಮಾಡುತ್ತಿದ್ದಾನೆ, ಇದನ್ನು ಪ್ರತಿಭಟಿಸುವುದು ನನ್ನ ಕರ್ತವ್ಯ ಅಂತೆಲ್ಲ ನೆನಪಿಸಿಕೊಂಡರೂ ಮರುಕ್ಷಣದಲ್ಲೇ ಇದು ತನ್ನದಲ್ಲದ ಯಾರೋ ಬರೆದುಕೊಟ್ಟು ಹೋದ ಭಾಷಣದ ಅಪರಿಚಿತ ಸಾಲುಗಳು ಅನ್ನಿಸಿಬಿಟ್ಟಿತಲ್ಲ. ಹೆಬ್ಬಾಗಿಲ ಪಕ್ಕದಲ್ಲಿರುವ ಅಮ್ಮನ ಫೋಟೊ ನೋಡಬೇಕು ಅನ್ನಿಸಿತು. ಆದರೆ ಎದ್ದುಹೋಗುವುದೂ ಕಿರಿಕಿರಿಯೆನ್ನಿಸಿ ಹಾಗೇ ಕೂತಿದ್ದ.

ಎಷ್ಟೋ ಹೊತ್ತಿಗೆ ಮಾಸ್ತರ್ರು ಒಳಗಿಂದ ಬಂದು ಮಧ್ಯದಲ್ಲಿ ದೀಪ ಇಟ್ಟು ಎದುರಿಗೆ ಕುಳಿತುಕೊಂಡರು. ಆಮೇಲೆ ಮೆಲ್ಲನೆ ಮಾಡಿನ ಹೆಂಚು, ಪಕ್ಕದ ಅಡಿಕೆ ಚೀಲ, ಗೋಡೆಯ ಲಕ್ಷ್ಮಿ ಫೋಟೋದ ಕ್ಯಾಲೆಂಡರ್ ಎಲ್ಲವನ್ನೂ ನೋಡುತ್ತಾ ಪಕ್ಕದ ಕವಳಪೋಳಿಯಲ್ಲಿನ ಅಡಿಕೆ ತುಂಡನ್ನು ಬಾಯಿಗೆ ಹಾಕಿಕೊಂಡು ಶೇಖರನನ್ನೇ

ನೋಡಿ "ಹಾ... ಎಂತಾ ಅಂದ ಅನಂತಾ...?" ಕೇಳಿದರು. ದೀಪದ ಹೊಯ್ದಾಟದಲ್ಲಿ ಅಪ್ಪನ ನೆರಳು ಹಿಂಬದಿಯ ಗೋಡೆಯ ಮೇಲೆ ಆಟವಾಡುವುದನ್ನು ನೋಡುತ್ತಿದ್ದ ಶೇಖರ ಮಾಸ್ತರ್ರ ಮಾತು ಕೇಳಿ ತಲೆಯೆತ್ತಿದ. ಅವರು ಎಲ್ಲದಕ್ಕೂ ಸಿದ್ಧರಾಗಿ ಕುಳಿತಂತಿತ್ತು. ಅವರ ಕಣ್ಣುಗಳು ಇವತ್ತಲ್ಲಾ ನಾಳೆ ಈ ಗಳಿಗೆಯನ್ನು ಎದುರಿಸಲೇಬೇಕು, ನಾಳೆಗಾಗೂದು ಇಂದೇ ಆಗಿಹೋಗ್ಲಿ ಎಂಬಂತಿದ್ದವು. ಶೇಖರನಿಗೆ ಏನು ಹೇಳಲೂ ತೋಚಲಿಲ್ಲ. ಅಪ್ಪನೆದುರು ಆಡಬೇಕೆಂದುಕೊಂಡು ಮಸೆದು ಇಟ್ಟುಕೊಂಡಿದ್ದ ಹರಿತ ಮಾತುಗಳೆಲ್ಲ ಈಗ ಹಿಡಿಕೆ ಮುರಿದುಬಿದ್ದು ಹಿಡಿಯಲು ಹೋದ ಕೈಯನ್ನೇ ಕೊರೆಯುತ್ತದೆನ್ನಿಸಿತು. "ಏನಿಲ್ಲೆ... ವಿಶೇಷ ಏನು ಹೇಳಿದ್ನಿಲ್ಲೆ... ಹಾಂಗೆ ಮಾತಾಡ್ದ ಅಷ್ಟೇ... ನಂಗೆ ನಿದ್ರೆ ಬತ್ತಿದ್ದು ಮಲಗ್ತೆ..." ಎಂದು ಸುಮ್ಮನೆ ಎದ್ದು ಒಳಬಂದು ಚಾದರ ಹೊದ್ದು ಮಲಗಿದ. ಆದರೆ ನಿದ್ರೆ ಬರದೆ ಹೊರಳಾಡಿ ಹೊರಳಾಡಿ ಅಂತೂ ಬೆಳಗಿನ ಜಾವ ಎಷ್ಟೋ ಹೊತ್ತಿಗೆ ನಿದ್ದೆ ಹತ್ತಿತ್ತು.

ಮರುದಿನ ಶೇಖರನಿಗೆ ಎಚ್ಚರಾದಾಗ ಎಂಟು ಗಂಟೆ. ಅಪ್ಪ ಏನಾದರೂ ಶಾಲೆಗೆ ಹೋದರಾ...? ಇಂದು ರವಿವಾರ. ಶಾಲೆಗೂ ರಜ ಎಂದುಕೊಳ್ಳುತ್ತ ಮುಖ ತೊಳೆದುಕೊಂಡು ಅಡುಗೆ ಮನೆಗೆ ಬಂದ. ಮಾಸ್ತರ್ರು ದೋಸೆ, ಚಟ್ನಿ ಮಾಡಿ ಪಾತ್ರೆಯಲ್ಲಿ ಮುಚ್ಚಿಟ್ಟಿದ್ದರು. ಇಲ್ಲೇ ಎಲ್ಲೋ ಹೋಗಿರಬೇಕು ಬರುತ್ತಾನೆ ಎಂದು ಹೊರಗೆ ಬಂದು ಕಾಯುತ್ತಾ ಕೂತ. ಬಾಗಿಲ ಚಿಲಕದ ಮೇಲೆ ಏನೋ ಚೀಟಿ ಸಿಕ್ಕಿಸಿರುವುದು ಕಾಣಿಸಿತು. ಅಪ್ಪನದೇ ಅಕ್ಷರ. 'ಶೇಖರಾ ನಾನು ಶಾಲೆಯ ಕೆಲಸದ ಮೇಲೆ ಕಾರವಾರಕ್ಕೆ ಹೋಗ್ತಿದ್ದೆ. ತಿರುಗಿ ಬರುವುದು ತಡ ಆಗಬಹುದು. ಕಾಯೂದು ಬೇಡ. ದೋಸೆ ಎರೆದು ಇಟ್ಟಿದ್ದೆ. ಅಪರೂಪಕ್ಕೆ ಮನೆಗೆ ಬಂದಾಗ ನಿನ್ನ ಜೊತೆ ಇರಲಾಗ್ತಿಲ್ಲೆ... ಕ್ಷಮಿಸು... ಇತಿ ನಿನ್ನಪ್ಪ...' ಬರೆದು ಕನ್ನಡದಲ್ಲಿ ದೊಡ್ಡಕ್ಕೆ ಸಹಿ ಹಾಕಿದ್ದ. ಅರೇ, ಇಂದು ರವಿವಾರ. ರಜೆ. ಇವತ್ತೇನು ಶಾಲೆ ಕೆಲಸ? ಅನ್ನಿಸಿದರೂ ಏನಾದ್ರೂ ಇರ್ಲಿ ಎಂದು ದೊಸೆ ತಿಂದು ಚಾ ಮಾಡಿಕೊಂಡು ಕುಡಿದ. ಕಾರವಾರಕ್ಕೆ ಹೋಗೋದು ನಿನ್ನೆ ಯಾಕೆ ಹೇಳಲಿಲ್ಲ ಅಪ್ಪ? ಅಂದುಕೊಳ್ಳುತ್ತಾ ಹೊರಬಂದು ಅಂಗಳದಲ್ಲಿ ಅಡ್ಡಾಡತೊಡಗಿದ. ಆಕಾಶದಲ್ಲಿ ಕಟ್ಟಿದ್ದ ಮೋಡ ಹಾಗೇ ಇತ್ತು.

ಸ್ವಲ್ಪ ಹೊತ್ತಿಗೆ ಮನೆಯಲ್ಲಿ ಬೇಜಾರಾಗಿ ಹಾಗೇ ಅಡ್ಡಾಡಿಕೊಂಡು ಬರುವಾ ಅಂತ ಬಾಗಿಲಿಗೆ ಚಿಲಕ ಹಾಕಿ ಶಾಲೆಯ ಕಡೆಗೆ ನಡೆದ. ಶೇಖರ ಶಾಲೆ ನೋಡದೆ ಮೂರ್ನಾಲ್ಕು ವರ್ಷ ಆಗಿಹೋಗಿತ್ತು. ಶಾಲೆ ಹೆಚ್ಚಿಗೆಯೇನೂ ಬದಲಾಗಿರಲಿಲ್ಲ. ರಜೆಯಾಗಿದ್ದರಿಂದ ಖಾಲಿಖಾಲಿಯಾಗಿತ್ತು. ಸುತ್ತಲೂ ಹೂಗಿಡಗಳನ್ನು ನೆಟ್ಟಿದ್ದರು. ಖಾಲಿ ಅಂಗಳದಲ್ಲಿ ನೆಟ್ಟಿದ್ದ ಸ್ತಂಭಗಳು ಅನಾಥವಾಗಿ ನಿಂತಿದ್ದವು. ವರಾಂಡಾದ ಕಂಬಕ್ಕೆ ಕಟ್ಟಿದ್ದ ದೊಡ್ಡ ಗಂಟೆ ಸುತ್ತಲೂ ಜಂಗು ಹಿಡಿದು ಕಪ್ಪಗಾಗಿತ್ತು. ಮಧ್ಯದಲ್ಲಿ ಮಾತ್ರ ನುಣುಪಾಗಿ ಹೊಳೆಯುತ್ತಿತ್ತು. ಮೂವತ್ತೆರಡು ಜನ ಹುಡುಗರಿದ್ದ ಎರಡು ಕೋಣೆಯ ಈ ಶಾಲೆಗೆ ಅಪ್ಪನೊಬ್ಬನೇ ಮಾಸ್ತರ್ರಾಗಿದ್ದರು. ಆಗೀಗ ಯಾರ್ಯಾರೋ ವರ್ಗವಾಗಿ ಬರುತ್ತಿದ್ದರೂ ಬಂದಷ್ಟೇ ಬೇಗ ಇಲ್ಲಿಂದ ವರ್ಗ ಮಾಡಿಸಿಕೊಂಡು ಹೋಗುತ್ತಿದ್ದರು. ಶೇಖರ ಸುತ್ತಾಡುತ್ತಾ ಶಾಲೆಯ ಹಿಂಭಾಗಕ್ಕೆ ಬಂದ. ಅಲ್ಲಿನ ಲಿಂಬುಗಿಡದ ತುಂಬಾ

ಸಣ್ಣಸಣ್ಣ ಮಿಡಿಗಳು ತುಂಬಿದ್ದವು. ಚಿಕ್ಕವನಿದ್ದಾಗ ಮನೆಯಿಂದ ಉಪ್ಪು ತಂದುಕೊಂಡು ಬರಿಬರೀ ಲಿಂಬುಕಾಯಿಗೇ ಉಪ್ಪು ಹಚ್ಚಿಕೊಂಡು ಕಣ್ಣುಮುಚ್ಚಿಕೊಂಡು ಬಾಯಿ ಚಪ್ಪರಿಸುತ್ತಾ ತಿನ್ನುತ್ತಿದ್ದದ್ದು ನೆನಪಾಯಿತು. ಹಾಗೆ ಒಮ್ಮೆ ಲಿಂಬುಕಾಯಿ ಕೀಳುವಾಗ ಮಾಸ್ತರ್ರು ನೋಡಿ ಶೇಖರನ ಜೊತೆ ಎಷ್ಟೆಲ್ಲಾ ಹುಡುಗರಿದ್ದರೂ ಅವನನ್ನೇ ಹಿಡಿದು "ಲಿಂಬುಕಾಯಿ ಕದಿತ್ಯನೋ...?" ಎಂದು ಕಾಲಮೇಲೆಲ್ಲಾ ಗುರುತು ಬರುವಂತೆ ಹೊಡೆದದ್ದೂ ನೆನಪಾಗಿ ಮನಸ್ಸು ಕಹಿಯನಿಸಿ ಪಕ್ಕಕ್ಕೆ ನಡೆದ. ಶಾಲೆಯ ಹಿಂದೆ ಹೊಸ ಕೋಣೆಯನ್ನು ಕಟ್ಟಿದ್ದರು. ಅದರ ಮೇಲೆ 'ಬಿಸಿಯೂಟದ ಕೊಠಡಿ' ಎಂದು ಬರೆದಿರುವುದು ನೋಡಿ ಶೇಖರನಿಗೆ ಅವಳ ನೆನಪಾಯ್ತು. ಅವಳೇ ಇಲ್ಲಿ ಅಡುಗೆ ಮಾಡೂದಂತೆ. ಅನಂತೂಮಾವ "ಅಡುಗೆಗೆ ಸುಗ್ಗಿಕಾಯಿ ಉಳ್ಳಾಗಡ್ಡೆ ಹಾಕಿ ಹಾಕಿಯೇ ಅವಳು ಮಾಸ್ತರ್ರ ಮೀಟರ ಏರ್ಸಿದ್ದು... ಅಲ್ಲಾ ಗಂಡ ಸತ್ತು ಸುಮಾರು ವರ್ಷ ಆತಲ... ಅವಳ ಒರಳುಕಲ್ಲಿಗೂ ತಿರುಗಿಸಲೆ ಒಂದು ಗುಂಡು ಬೇಕಲ... ನಿನ್ನಪ್ಪ ಹತ್ರದಲ್ಲೇ ಸಿಕ್ದಾ... ಸಮಾನ ದುಃಖಿಗಳು... ಹ್ಹೆ ಹ್ಹೆ ಹ್ಹೇ..." ಎಂದು ಕವಳ ಹಾಕಿ ಕಪ್ಪಾಗಿದ್ದ ಹಲ್ಲುಗಳನ್ನು ಕಿಸಿದು ವಿಕಾರವಾಗಿ ನಕ್ಕಿದ್ದು ನೆನಪಾಗಿ ಅಸಹ್ಯವೆನಿಸಿತು.

ಅವಳ ಮನೆ ಶಾಲೆಯ ಹತ್ತಿರವೇ ಇದೆ ಎಂಬುದು ನೆನಪಾಗಿ ಒಮ್ಮೆ ನೋಡಿಬಿಡುವ ಮನಸ್ಸಾಯಿತು. ಚಿಕ್ಕಂದಿನಲ್ಲಿ ಓಡಾಡಿದ ದಾರಿಯನ್ನು ನೆನಪಿಸಿಕೊಂಡು ನಡೆದ. ದೂರದಲ್ಲಿ ಎರಡು ಮಾಡಿನ ಒಂಟಿಮನೆ ಕಾಣಿಸಿತು. ಹತ್ತಿರ ಹೋದಂತೆಲ್ಲಾ ಅಂಗಳದಲ್ಲಿ ಯಾರೋ ಒಬ್ಬರು ಪುಟ್ಟ ಹುಡುಗನ ಜೊತೆ ಆಡುತ್ತಿರುವುದು ಕಾಣಿಸಿತು. ಅವರನ್ನು ಎಲ್ಲೋ ನೋಡಿದಂತೆನಿಸಿ ಹತ್ತಿರ ಹತ್ತಿರ ಹೋದಂತೆ ಚಕ್‌ನೆ ಹೊಳೆದು ಶೇಖರನ ಬಾಯಲ್ಲಿ ಒಮ್ಮೆಲೆ "ಕಾರವಾರ...!" ಎಂದು ಉದ್ಗಾರ ಹೊರಬಿದ್ದು ಮತ್ತೆ ತಣ್ಣಗೆ 'ಅಪ್ಪ...' ಎಂದ. ಸರಕ್ಕನೆ ಪಕ್ಕದ ಮರದ ಹಿಂದೆ ಸರಿದುಕೊಂಡು ಅತ್ತ ನೋಡತೊಡಗಿದ. ಆ ಹುಡುಗ ಅಟ್ಟಿಸಿಕೊಂಡು ಬರುತ್ತಿದ್ದರೆ ಮಾಸ್ತರ್ರು ತಪ್ಪಿಸಿಕೊಂಡು ಇಡೀ ಅಂಗಳದ ತುಂಬೆಲ್ಲಾ ಓಡುತ್ತಿದ್ದರು. ಅಷ್ಟಷ್ಟೊತ್ತಿಗೆ ನಿಂತು ದಣಿವಾರಿಸಿಕೊಂಡು ಕೆಂಪು ಟವೆಲ್ಲಿನಲ್ಲಿ ಮುಖವರೆಸಿಕೊಂಡು ಮತ್ತೆ ಓಡುತ್ತಿದ್ದರು. ಮಾಸ್ತರ್ರು ನಿಂತಷ್ಟು ಹೊತ್ತು ತಾನೂ ನಿಂತಿರುತ್ತಿದ್ದ ಹುಡುಗ ಅವರು ಓಡಲು ಶುರುಮಾಡಿದ್ದೇ ಮತ್ತೆ ಅಕ್ಕಳಿಸಿ ನಗುತ್ತಾ ಅಟ್ಟಿಸಿಕೊಂಡು ಹೋಗುತ್ತಿದ್ದ. ಮಾಸ್ತರ್ರು ತಪ್ಪಿಸಿಕೊಂಡಷ್ಟೂ ಅವನ ನಗು ಹಿಗ್ಗುತ್ತಿತ್ತು. ಅಲ್ಲೇ ಚಿಟ್ಟೆಯ ಮೇಲೆ ಹೆಂಗಸೊಬ್ಬಳು ಹಸಿರು ಸೀರೆ ಉಟ್ಟುಕೊಂಡು ಕೂತು ಅವರ ಆಟ ನೋಡಿ ಚಪ್ಪಾಳೆ ತಟ್ಟುತ್ತಾ, 'ಓಡು ಓಡು ಹಿಡಿ ಹಿಡಿ..." ಎನ್ನುತ್ತಾ ಆ ಹುಡುಗನಿಗೆ ನಿರ್ದೇಶನ ನೀಡುತ್ತಿದ್ದಳು. ಮರದ ಮರೆಯಲ್ಲಿ ನಿಂತ ಶೇಖರ ಯಾವುದೋ ಲೋಕದ ಅದ್ಭುತವೊಂದು ತನಗಾಗೇ ತೆರೆದುಕೊಂಡಂತೆ ಬಿಟ್ಟಕಣ್ಣಿಂದ ದಿಟ್ಟಿಸಿದ.

ಇಡೀ ಊರಿಗೇ ಶಿಸ್ತಿಗೆ ಗಾಂಭೀರ್ಯತೆಗೆ ಹೆಸರಾಗಿದ್ದ ಅಪ್ಪ, ಶಾಲೆಯಲ್ಲಿ ತನ್ನ ಮಗ ಮತ್ತು ಬೇರೆ ಮಕ್ಕಳ ಮಧ್ಯೆ ಭೇದಭಾವ ಮಾಡುವುದಿಲ್ಲ ಎಂಬುದನ್ನು ಸಾಬೀತುಪಡಿಸಲು ಯಾರೇ ತಪ್ಪು ಮಾಡಿದರೂ ಅವರ ಜೊತೆ ನನಗೂ ಹೊಡೆಯುತ್ತಿದ್ದ ಅಪ್ಪ, ಕೊನೆಗೆ ತಾನೇ ಕಟ್ಟಿಕೊಂಡ ಹುಸಿಶಿಸ್ತಿನ ವೇಷದಿಂದ ಹೊರಬರಲಾರದೆ

ಪ್ರತಿಕ್ಷಣ ನರಳುತ್ತಿದ್ದ ಅಪ್ಪ, ಈಗ ಎಲ್ಲ 'ಮಾಸ್ತರಿಕೆಯ' ಕಿರೀಟ, ಭುಜಕೀರ್ತಿ, ಎದೆ ಕವಚಗಳನ್ನು ಕಳಚಿಟ್ಟು ಯಾವುದೋ ಹುಡುಗನ ಜೊತೆ ಚಿಕ್ಕ ಮಕ್ಕಳಂತೆ ಅಂಗಳದ ತುಂಬೆಲ್ಲಾ ಓಡಾಡುತ್ತಾ ಆಡುತ್ತಿರುವುದನ್ನು ನೋಡಿದ ಶೇಖರನಿಗೆ ಇದು ತನ್ನ ಅಪ್ಪನೇ ಹೌದೋ ಅಲ್ಲವೋ ಎಂದೇ ಕ್ಷಣಕಾಲ ಅಜೀಬಾಯಿತು. ಈ ಕ್ಷಣವೇ ಅಪ್ಪನೆದುರು ಹೋಗಿ ನಿಂತರೆ ಹೇಗೆ ಅನ್ನಿಸಿತು. ಚಿಕ್ಕಂದಿನಿಂದ ನಾನು ಅನುಭವಿಸಿದ ಯಾತನೆ ಅವಮಾನಗಳ ಪ್ರತಿಕಾರಕ್ಕೆ ಇದು ಸರಿಯಾದ ಸಮಯ. ಸುಮ್ಮನೆ ನಾನು ಎದುರಿಗೆ ಹೋಗಿ ದಿಟ್ಟಿಸಿದರೂ ಸಾಕು. ಅಪ್ಪ ಇನ್ನೆಂದೂ ಏಳಲಾರದಂತೆ ಕುಸಿದುಹೋಗುತ್ತಾನೆ. ಅಲ್ಲಿ ನನ್ನ ಕಣ್ಣುಗಳು ಕೇಳುವ ಒಂದೊಂದು ಪ್ರಶ್ನೆಗಳೂ ಅವರ ರಾತ್ರಿಗಳನ್ನು ನರಕ ಮಾಡಿ ನರಳಿಸುತ್ತವೆ ಎಂತೆಲ್ಲಾ ಆಲೋಚನೆಗಳು ಮನಸಲ್ಲಿ ಸುಳಿಯಿತು. ಆದರೆ ಅಪ್ಪನನ್ನು ಹೊಸತಾಗಿ ಕಂಡ ಈ ಶುಭ್ರ ಬೆಳಕಿನ ಗಳಿಗೆಯೆದುರು ಅವೆಲ್ಲಾ ಬಣ್ಣ ಕಳೆದುಕೊಂಡ ಹಳೆ ಮುರುಕು ಆಟದ ಸಾಮಾನುಗಳಂತೆ ಟೊಳ್ಳು ಟೊಳ್ಳಾಗಿ ಕಂಡವು. ಕೊಂಚ ಸರಿದ ಮೋಡದಿಂದ ಹೊರಬಂದ ಬಿಸಿಲಿನಲ್ಲಿ ಹೊಳೆಯುತ್ತ ಚಕ್‌ನೆ ಎರಗಿ, ಸರಕ್ಕನೆ ಬಾಗಿ, ಸರಿದು, ಜಿಗಿದು ತಪ್ಪಿಸಿಕೊಳ್ಳುತ್ತಾ ಓಡುತ್ತಿದ್ದ ಮಾಸ್ತರ್ರು ಈ ಜಗತ್ತಿಗೇ ಸಂಬಂಧಪಡದವರಂತೆ ಈಗಷ್ಟೇ ತೆರೆದುಕೊಂಡ ಹೊಸ ದಾರಿಯಲ್ಲಿ ತಮ್ಮನ್ನು ಕಾಡುವ ಎಲ್ಲವನ್ನೂ ದಾಟುತ್ತಾ ಓಡುತ್ತಿರುವ ಸಾರ್ಥಕ ಪಥಿಕನಂತೆ ಕಂಡರು. ಶೇಖರ ಹಾಗೇ ಕಣ್ಮುಚ್ಚಿ ಕಂಡಿದ್ದನ್ನು ಮನಸ್ಸಲ್ಲಿ ತುಂಬಿಕೊಂಡು ಮತ್ತೆ ತಿರುಗಿ ನೋಡದೆ ಮನೆಕಡೆಗೆ ನಡೆದ.

ಮನೆಗೆ ಬಂದು ಮುಟ್ಟುವಷ್ಟರಲ್ಲಿ ಘಂಟೆ ಹನ್ನೆರಡಾಗಿತ್ತು. ಸುಮ್ಮನೆ ಬಾಗಿಲು ತೆರೆದು ಜಗುಲಿಯಲ್ಲಿ ಕೂತ. ಹೆಚ್ಚು ಹೊತ್ತು ಕೂರಲಾಗದೆ ಎದ್ದು ಅತ್ತಿತ್ತ ಅಡ್ಡಾಡಿದ. ಮೂಲೆಯಲ್ಲಿ ಪೇರಿಸಿಟ್ಟಿದ್ದ ಅಡಿಕೆ ಚೀಲವನ್ನು ಬಡಿದ. ಧೂಳು ಹಾರಿತು. "ಥೋ... ಹೊತ್ತಾತು. ಅಡಿಗೆ ಏನೂ ಮಾಡಾಯ್ದಿಲ್ಲೆ... ಇವ್ರ ಮಳ್ಳು ಕತೆ ಕಟ್ಕಂಡು ಕುಂತ್ರೆ ನಮಗೆ ಪುರೇಸುದಲ್ಲ..." ಎಂದು ಅಮ್ಮನ ರೀತಿಯಲ್ಲಿ ವೃಥಾ ಗಡಿಬಿಡಿಯನ್ನು ಆರೋಪಿಸಿಕೊಂಡು ಅಡುಗೆಮನೆಗೆ ಹೋಗಿ ಒಲೆಯಲ್ಲಿ ಬೆಂಕಿ ಹಾಕಿ ಅನ್ನಕ್ಕಿಟ್ಟ. ಒಲೆಯ ಮೇಲಿದ್ದ ಬೆಳಗಿನ ದೋಸೆ ಹಿಟ್ಟಿನ ಕಲೆಗಳನ್ನು ಉಗುರಲ್ಲಿ ಕೆರೆಸಿ ಕೆರೆಸಿ ತೆಗೆದ. ಉಗುರು ನೋಯತೊಡಗಿತು. ಮತ್ತೆ ಹೊರಬಂದು ಕುರ್ಚಿಯಲ್ಲಿ ಕೂತ. ಇಷ್ಟು ದಿನ ತೀವ್ರವಾಗಿ ದ್ವೇಷಿಸಲಾದರೂ ಒಬ್ಬ ಅಪ್ಪ ಇದ್ದ. ಆ ದ್ವೇಷದಲ್ಲಿಯಾದರೂ ಅವನು ನನಗೆ ಉತ್ಕಟವಾಗಿ ಸಂಬಂಧಿಸಿರುತ್ತಿದ್ದ. ಇಂದು ಅವನನ್ನೂ ಕಳೆದುಕೊಂಡೆ ಅನ್ನಿಸಿತು. ಕೊಟ್ಟಿಗೆಯಲ್ಲಿ ದನ 'ಅಂಬೋ...' ಎಂದು ಕೂಗಿತು. ಒಂದು ಕೂಗಿದ್ದೇ ಉಳಿದವೆಲ್ಲ ಅದನ್ನನುಸರಿಸಿ ಒಟ್ಟೊಟ್ಟಿಗೇ ಕೂಗ ತೊಡಗಿದವು. ಎದ್ದು ಕೊಟ್ಟಿಗೆಯತ್ತ ನಡೆದ. ಶೇಖರನನ್ನು ನೋಡಿ ದನಗಳೆಲ್ಲ ದಡಬಡ ಎದ್ದು ಬಾಲ ಎತ್ತಿ ಜೊರಕ್ ಜೊರಕ್ ಜೊರ್ರ್... ನೆ ಉಚ್ಚೆ ಹೊಯ್ದವು. ಮಾಡಿನಿಂದ ಒಣಹುಲ್ಲನ್ನು ಹಿಸಿದು ಎಲ್ಲ ದನಗಳ ಎದುರೂ ಸ್ವಲ್ಪ ಸ್ವಲ್ಪ ಚೆಲ್ಲಿದ. ದನಗಳೆಲ್ಲ ಎದುರಿಗೆ ಹಾಕಿದ್ದ ಹುಲ್ಲು ತಿನ್ನುವುದನ್ನೂ ಬಿಟ್ಟು ಅಪರಿಚಿತ ನೋಟದಿಂದ ಕಿವಿ ನಿಮಿರಿಸಿಕೊಂಡು ಶೇಖರನನ್ನು ದಿಟ್ಟಿಸುತ್ತಾ ಜೋರಾಗಿ ಉಸಿರಾಡುತ್ತಿದ್ದವು. ಶೇಖರ ಅವುಗಳನ್ನೇ ನೋಡಿದ. ನಿನ್ನೆ

ರಾತ್ರಿ ಕತ್ತಲಲ್ಲಿ ನೀಲಿಯಾಗಿ ಹೊಳೆಯುವ ಉಂಡೆಯಂತೆ ಕಂಡಿದ್ದ ಅದೇ ಕಣ್ಣುಗಳು ಈಗ ಶುಭ್ರ ಶಾಂತವಾಗಿ ಕಾಣುತ್ತಿದ್ದವು. ತುಂಬಿ ನಿಂತಿದ್ದ ಉಚ್ಚೆ ಹೊಂಡದಲ್ಲಿ ಆಕಳು ಪಚಕ್‌ನೆ ಸಗಣಿ ಹಾಕಿ ಶೇಖರನ ಕಾಲಿಗಷ್ಟು ಸಿಡಿಯಿತು. ಆಕಾಶದಲ್ಲಿ ಕಪ್ಪು ಮೋಡಗಳು ಜೋರಾಗಿ ಓಡುತ್ತಿದ್ದವು. ಮೇಲೆ ನೋಡುತ್ತಾ ಹೊರಬಂದ ಶೇಖರನಿಗೆ ಏನೋ ತುಳಿದಂತಾಗಿ ಚಕ್‌ನೇ ಪಕ್ಕಕ್ಕೆ ಜಿಗಿದು ಅತ್ತ ನೋಡಿದ. ನಾಲ್ಕೂ ಕಾಲುಗಳನ್ನು ಕಿಸಿದುಕೊಂಡು ಬಿಳೀ ಹೊಟ್ಟೆ ಮೇಲಾ ಸತ್ತು ಬಿದ್ದಿದ್ದ ದೊಡ್ಡ ಕಪ್ಪೆ. ಸಾಯುವವರೆಗೂ ಬಾಯಿಮುಚ್ಚದೆ ಕೂಗುತ್ತಲೇ ಇದ್ದ ಕಪ್ಪೆ. ಕಣ್ಣುಗುಡ್ಡೆಗಳೆರಡೂ ಹೊರಬಂದು ಜೋತಾಡುತ್ತಿದ್ದವು. ಬಾಯಿಂದಲೂ ಬೆಳ್ಳಗಿನದೇನೋ ಹೊರಬಂದಿತ್ತು. ಶೇಖರನಿಗೆ ಹೊಟ್ಟೆ ತೊಳಿಸಿದಂತಾಯ್ತು. ಕಾಲನ್ನು ಹುಲ್ಲಿಗೆ ಉಜ್ಜಿದ. ಆದರೂ ಕಪ್ಪೆಯ ನುಣುಪು ಇನ್ನೂ ಇದ್ದಂತೆ ಭಾಸವಾಯ್ತು. ಕೊಟ್ಟಿಗೆಯೊಳಗೆ ಹೋಗಿ ಚೊಂಬು ತುಂಬಾ ನೀರು ಸುರಿದುಕೊಂಡು ತೊಳೆದುಕೊಂಡಾಗ ಮಾತ್ರ ಸಮಾಧಾನವೆನ್ನಿಸಿತು. ಮತ್ತೆ ಹೊರಬಂದು ಹಿತ್ತಿಲ ಕಡೆ ನಡೆದ.

ನೆಲ ರಾಡಿಯಾಗಿ ಚಪ್ಪಲಿಯಿಲ್ಲದ ಬರಿಗಾಲ ಬೆರಳ ಸಂದಿಯಿಂದ ಕೆಸರು ಪಿಚಿಕ್ ಪಿಚಿಕ್‌ನೆ ಹಾರುತ್ತಿತ್ತು. ಹಿತ್ತಿಲಲ್ಲಿ ಹಾಗಲ, ಬೆಂಡೆ, ಬದನೆ, ಮೆಣಸು ಎಲ್ಲ ಇದ್ದವು. ಚಂದಗೆ ಚಿಗುರಿಕೊಂಡಿದ್ದ ಸೌತೆ ಬಳ್ಳಿಯಿಂದ ಎರಡು ಮಿಡಿಗಳನ್ನು ಕಿತ್ತುಕೊಂಡು ಕಚ್ಚಿದ. ಸತ್ತ ಕಪ್ಪೆಯ ನೆನಪಾಗಿ ನುಂಗಲಾಗದೆ ಹಾಗೇ ಉಗಿದ. "ಯಾಕೆ ತಿನ್ನಲಾಗೂದಿಲ್ಲ... ನೋಡೇ ಬಿಡ್ವ..." ಅಂದುಕೊಂಡು ಉಳಿದದ್ದನ್ನು ಬಾಯಿಗೆ ಹಾಕಿಕೊಂಡು ಕಪ್ಪೆಯ ನೆನಪು ಮಾಡಿಕೊಳ್ಳುತ್ತಲೇ ಜಗಿದು ಜಗಿದು ತಿಂದ. ಏನೂ ಆಗಲಿಲ್ಲ. ನಾಲ್ಕು ಹಾಗಲಕಾಯಿ ಒಂದಿಷ್ಟು ಬಸಲೆ ಸೊಪ್ಪು ಕಿತ್ತುಕೊಂಡು ಅಡುಗೆ ಮನೆಗೆ ಬಂದ.

ಒಲೆಯಲ್ಲಿ ಅನ್ನ ಮೆಲ್ಲನೆ ಕುದಿಯಲಾರಂಭಿಸಿತ್ತು. ಸೌದಿಯನ್ನು ಕೊಡವಿ ಬೆಂಕಿ ಸರಿ ಮಾಡಿದ. ತರಕಾರಿಗಳನ್ನು ತೊಳೆದುಕೊಂಡು ಬಂದು ಹೆಚ್ಚಲೆಂದು ಮಣೆಗತ್ತಿ ಹಾಕಿದ. ಅದರ ಮೇಲೆ ಅರ್ಧ ಕುಂಡೆಯಾಕಾರದಲ್ಲಿ ಸವೆದು ಕಪ್ಪಗೆ ನುಣ್ಣಗಾಗಿತ್ತು. ಇಷ್ಟು ವರ್ಷ ಅಪ್ಪ ಮೌನವಾಗಿ ಕೂತು ತರಕಾರಿಗಳನ್ನು ಕೊಚ್ಚಿದ ಗುರುತು... ಯಾಕೋ ಮೈ ಜುಮ್ ಅಂತು. ಬಟ್ಟಲು ತೆಗೆಯಲು ಪಾತ್ರೆ ಸ್ಟಾಂಡಿನೆಡೆಗೆ ತಿರುಗಿದ. ಅದರ ಪಕ್ಕದಲ್ಲಿ ಗೋಡೆಯ ಮೇಲೆ ಮೂರು ಬೆರಳುಗಳಷ್ಟು ಜಾಗ ಕಪ್ಪಾಗಿ ಗುರುತಾಗಿತ್ತು. ಪ್ರತಿದಿನ ಅಪ್ಪ ಅಲ್ಲೇ ಕೈಯೂರಿ ಪಾತ್ರೆಗಳನ್ನು ತೆಗೆಯುತ್ತಿದ್ದನೇನೋ... ಈಗ ಶೇಖರನಿಗೆ ಸ್ವಿಚ್‌ಬೋರ್ಡು, ಒಲೆ, ಬಚ್ಚಲ ನಳ, ಸೌಟು, ಒಗ್ಗರಣೆ ಡಬ್ಬ, ಕತ್ತಿಹಿಡಿಕೆ ಎಲ್ಲೆಲ್ಲೂ ಅಪ್ಪನ ಕೈತಾಗಿ ಸವೆದ ಗುರುತುಗಳೇ ಕಾಣತೊಡಗಿತು. ಸುಮ್ಮನೆ ತಲೆಕೊಡವಿಕೊಂಡು ಮಣೆಗತ್ತಿಯ ಮೇಲೆ ಕೂತುಕೊಂಡು ಹಾಗಲಕಾಯಿ ಸೀಳಿ ಅದರ ಬೀಜಗಳನ್ನು ತೆಗೆದು ಸಣ್ಣಗೆ ಹೆಚ್ಚತೊಡಗಿದ. ಪದೆ ಪದೆ ಒಳಗಿನಿಂದೇನೋ ಉಕ್ಕಿಬಂದಂತಾಗಿ ಗಂಟಲು ಬಿಗಿದುಕೊಳ್ಳುತ್ತಿತ್ತು. ಅಪ್ಪನಿಗೂ ಪ್ರತಿದಿನ ಈ ಮೆಟ್ಟುಗತ್ತಿಯ ಮೇಲೆ ಕೂಡುವಾಗಲೂ ಅಮ್ಮ ನೆನಪಾಗಿರಬಹುದೇ? ಹಾಲು ಕಾಯಿಸುವಾಗ, ಒಗ್ಗರಣೆ ಹಾಕುವಾಗ, ಬೂದಿತಿಕ್ಕಿ ಪಾತ್ರೆ ತೊಳೆಯುವಾಗ,

ಅಬ್ಬಿವಲೆಯಲ್ಲಿ ಬೆಂಕಿಹಾಕುವಾಗ ಇಡೀ ದಿನ ಅಮ್ಮನ ಪಾತ್ರ ನಿರ್ವಹಿಸುವಾಗಲೆಲ್ಲ ಅವಳ ಗುರುತುಗಳು ಕಾಡಿರಬಹುದೇ? ಅನ್ನ ಕೊತಕೊತ ಕುದಿಯಲಾರಂಭಿಸಿತ್ತು. ಬಾಗಿಲಿಗೆ ಸಿಕ್ಕಿಸಿದ್ದ ಬಿಳೀ ಅರಿವೆಯನ್ನು ಒದ್ದೆ ಮಾಡಿ ತೋಪಿನ ಬಾಯಿಗೆ ಕಟ್ಟಿ ತಿಳಿ ಬಾಗಿಸಿ ಕೆಳಗೆ ಎತ್ತಿಟ್ಟ. ಹಾಗೇ ಬಸಲೆ ಸೊಪ್ಪನ್ನು ಬೇಯಿಸಲಿಟ್ಟು, ಮತ್ತೊಂದು ಒಲೆಯ ಮೇಲೆ ಅಗಳಿಯಲ್ಲಿ ಒಗ್ಗರಣೆ ಹಾಕಿ, ಹೆಚ್ಚಿದ್ದ ಹಾಗಲಕಾಯಿಯನ್ನು ಸುರಿದು ತೋಳಿಸುತ್ತಾ ಕೂತ. ಅಪ್ಪ ಯಾವಾಗಲೋ ಪತ್ರದಲ್ಲಿ "ಶೇಖರಾ... ನಾ ಇಲ್ಲಿ ಬರೀ ನಿಶಾನೆಗಳ ಜೊತೆ ಬದುಕುತ್ತಿದ್ದೇನೆ. ಬರೀ ನಿರ್ಜೀವ ಗುರುತುಗಳು... ಎಷ್ಟೇ ಉಜ್ಜಿದರೂ ಹೋಗದ, ಎಷ್ಟೇ ನೇವರಿಸಿದರೂ ನಗದ ನಿರ್ಭಾವುಕ ನಿಶಾನೆಗಳು. ಇವುಗಳಲ್ಲಿ ಒಂದಾದರೂ ಒಂದು ಕ್ಷಣ ನನಗೆ ಸ್ಪಂದಿಸುವಂತಿದ್ದರೆ ಎಷ್ಟು ಚೆನ್ನಾಗಿರ್ತಿತ್ತಲ್ಲ ಅನಿಸ್ತದೆ. ದಿನಾ ಬೆಳಗ್ಗೆ ಎದ್ದು ಸ್ಪಂದಿಸುವ ಒಂದು ಜೀವಂತ ನಿಶಾನೆಗಾಗಿ ಪ್ರಾರ್ಥಿಸ್ತೇನೆ..." ಎಂದು ಬರೆದಿದ್ದು ನೆನಪಾಯ್ತು. ಅವತ್ತು ಬರಿ ನನ್ನ ಓಲೈಸಲು, ನನ್ನ ಅನುಕಂಪ ಗಿಟ್ಟಿಸಿಕೊಳ್ಳಲು ಮಾಡಿದ ನಾಟಕ ಅಂತಷ್ಟೇ ಅನ್ನಿಸಿದ್ದ ಆ ಅದೇ ಮಾತುಗಳು ಇಂದು ಬೇರೆಯದೇ ಬೆಳಕಿನಲ್ಲಿ ಹೊಳೆಯುತ್ತಿವೆಯಲ್ಲ... ಅಪ್ಪನ ಪಾಲಿಗೆ ನಾನೂ ಒಂದು ನಿರ್ಜೀವ ನಿಶಾನೆಯೇ ಆಗಿದ್ದೆನಾ? ಬೆಂಕಿ ಹೆಚ್ಚಾಗಿ ಒಗ್ಗರಣೆ ಘಾಟು ಹಬ್ಬಿ ಕೆಮ್ಮು ಬಂತು. ಎರಡು ಸೌದಿಗಳನ್ನು ಹೊರಗೆಳೆದ. ಕೊತಕೊತ ಕುದಿಯುತ್ತಿದ್ದ ಬಸಲೆಸೊಪ್ಪನ್ನು ಕೆಳಗಿಳಿಸಿ ತಣಿಯಲಿಟ್ಟ. ಎಷ್ಟೆಲ್ಲಾ ದಾರಿಗಳಿಂದ ಅಪ್ಪ ನನ್ನನ್ನು ಮುಟ್ಟಲು, ನೇವರಿಸಲು ಯತ್ನಿಸಿದ. ಅವುಗಳಲ್ಲಿ ಒಂದಕ್ಕಾದರೂ ನಾನು ತೆರೆದುಕೊಂಡಿದ್ದರೆ ಎಲ್ಲ ಬದಲಾಗಬಹುದಿತ್ತೇನೋ. ನಾನು ಮುಚ್ಚಿದ ದಾರಿಯ ಇನ್ನೊಂದು ತುದಿಯಲ್ಲಿ ಅವಳು ಜೀವಂತ ನಿಶಾನೆಯಾಗಿ ನಿಂತಿದ್ದಳಾ? ಅಗಳಿಯಲ್ಲಿ ಹಾಗಲಕಾಯಿ ಹೊತ್ತಿ ವಾಸನೆ ಬರತೊಡಗಿತು. ಅದನ್ನು ಕೆಳಗಿಳಿಸಿ ತೆಂಗಿನಕಾಯಿ ತುರಿ ಹಾಕಿ ಕಲಸಿ ಪಾತ್ರೆ ಮುಚ್ಚಿಟ್ಟ. ಈರುಳ್ಳಿ ಟೊಮೆಟೊ ಹಸಿಮೆಣಸು ಹೆಚ್ಚಿ, ಕಾಯಿತುರಿ ಬೀಸಿ ಬಸಲೆಸೊಪ್ಪಿಗೆ ಬೆರೆಸಿದ. ಅದಕ್ಕೆ ಸ್ವಲ್ಪ ಮಜ್ಜಿಗೆ ಸುರಿದು ಅದನ್ನೂ ಮುಚ್ಚಿಟ್ಟ. ಇಷ್ಟು ದಿನ ಬರೀ ದ್ವೇಷವನ್ನಲ್ಲದೆ ಬೇರೇನನ್ನೂ ಹುಟ್ಟಿಸದ ಅಪ್ಪ ಇಂದು ಮತ್ತೊಂದೇ ಏನೋ ಆಗಿ ಕಾಣುತ್ತಿದ್ದಾನಲ್ಲ. ಈ ಬದಲಾದ ಕ್ಯಾನ್ವಾಸಿನಲ್ಲಿ ನನ್ನ ಪಾತ್ರ ಎಂಥದ್ದು? ಹೊರಗೆ ಆಗಾಗ ಒಮ್ಮೆಲೆ ರಪರಪ ಮಳೆಬಂದು ಮತ್ತೆ ಅಷ್ಟೇ ಬೇಗ ನಿಂತುಹೋಗುತ್ತಿತ್ತು. ಟವೆಲ್ಲೆತ್ತಿಕೊಂಡು ಹೋಗಿ ತಣ್ಣೀರನ್ನೆ ಸುರಿದುಕೊಂಡು ಸ್ನಾನಮಾಡಿ ಬಂದ. ದೇವರ ಕೋಣೆಯಲ್ಲಿ ದೀಪ ಉರಿಯುತ್ತಿರುವುದು ಕಾಣಿಸಿತು. ಒದ್ದೆ ಬಟ್ಟೆಯಲ್ಲೇ ಹೋಗಿ ದೇವರ ಮುಂದೆ ಕೂತ. ಮಣೆಯ ಮೇಲೆ ಮತ್ತೆ ಅಪ್ಪನ ಗುರುತು. ಪದ್ಮಾಸನ ಹಾಕಿ ಕೂತು ಮೂಗಿನ ಮೇಲೆ ಬೆರಳಿಟ್ಟು ಕಣ್ಣು ಮುಚ್ಚಿದ. ಚಿಕ್ಕಂದಿನಲ್ಲಿ ಬಾಯಿಪಾಠ ಮಾಡಿದ್ದ ಜಪದ ಯಾವ ಮಂತ್ರವೂ ನೆನಪಾಗಲಿಲ್ಲ. ಬದಲಿಗೆ ಮುಚ್ಚಿದ ಕಣ್ಣಿಗೆ ಚಿಟ್ಟೆಯ ಮೇಲೆ ಹಸಿರು ಸೀರೆಯುಟ್ಟುಕೊಂಡು ಕೂತು ಚಪ್ಪಾಳೆ ತಟ್ಟುತ್ತಿದ್ದ ಅವಳ ಮುಖವಿಲ್ಲದ ಆ ಆಕೃತಿಯೇ ಕಾಣಿಸಿತು. ಪಟ್‌ನೆ ಕಣ್ಣು ತೆರೆದ. ತನ್ನ ಅವಸ್ಥೆಗೆ ತನಗೇ ನಗು ಬರುವಂತಾಯ್ತು. ಸುಮ್ಮನೆ ಎದ್ದು ಬಟ್ಟೆ ಬದಲಿಸಿಕೊಂಡು ಹೋಗಿ ಊಟ ಮಾಡಿದ. ಪದಾರ್ಥಗಳಿಗೆರಡಕ್ಕೂ ಉಪ್ಪೇ

ಹಾಕಿರಲಿಲ್ಲ. ಅನ್ನಕ್ಕೇ ಉಪ್ಪು ಹಾಕಿ ಕಲಸಿಕೊಂಡು ಊಟಮಾಡಿ ಹೊರಬಂದು ಸ್ವಲ್ಪೊತ್ತು ಮಲಗುವಾ ಅಂತ ಹಣೆಗೆ ಕೈ ಅಡ್ಡ ಹಾಕಿಕೊಂಡು ಮಂಚದ ಮೇಲೆ ಅಡ್ಡಾದ. ನಿನ್ನೆ ರಾತ್ರಿಯೂ ಸರಿಯಾಗಿ ನಿದ್ರೆ ಮಾಡಿರದಿದ್ದರಿಂದ ಕಣ್ಣು ಉರಿಯುತ್ತಿತ್ತು ಆದರೂ ನಿದ್ರೆ ಬರಲಿಲ್ಲ. ಕಣ್ಣು ಗಟ್ಟಿ ಮುಚ್ಚಿ ಅಪ್ಪನ ಮುಖವನ್ನೇ ನೆನದ. ಇದುವರೆಗೆ ಅವನ ಮನಸ್ಸಿನಲ್ಲಿದ್ದ ಬೆತ್ತ ಹಿಡಿದುಕೊಂಡ ದವಡೆಗಚ್ಚಿದ ನೂರು ಕೋರೆಹಲ್ಲುಗಳ ಅಪ್ಪನ ಕಠೋರ ಮುಖ ನೆನಪಾಗಲೇ ಇಲ್ಲ. ಆ ಚಿತ್ರಕ್ಕೆ ಒಮ್ಮೆ ಹುಡುಗನ ಜೊತೆ ಆಡುತ್ತಾ ಚಂಗನೆ ಜಿಗಿದ ಅವನ ಕಾಲು, ಬೆವರೊರೆಸಿಕೊಂಡ ಕೆಂಪು ಟವೆಲ್ಲು, ಇನ್ನೊಮ್ಮೆ ಆ ಹುಡುಗನ ಗುಂಗುರು ಕೂದಲಿನ ಹಿಂತಲೆಗಳು ಮೂಡಿ ಮತ್ತೆ ಎಲ್ಲ ಕದಡಿಹೋಗುತ್ತಿದ್ದವು.

ಮತ್ತೆ ಮಲಗಿರಲಾಗದೆ ಎದ್ದು ಹೆಬ್ಬಾಗಿಲ ಪಕ್ಕದಲ್ಲಿದ್ದ ಅಮ್ಮನ ಫೋಟೋದೆದುರು ಹೋಗಿ ನಿಂತ. ಬಾಳೆ ನಾರಿನಿಂದ ತುದಿ ಕಟ್ಟಿದ್ದ ದಪ್ಪ ಉದ್ದ ಜಡೆಯನ್ನು ಎದೆಮೇಲೆ ಇಳಿಬಿಟ್ಟು ನಿಂತಿದ್ದ ಅಮ್ಮನ ಮುಡಿಯಲ್ಲಿ ಕೊಂಚ ವಾರೆಯಾಗಿ ಮುಡಿದುಕೊಂಡ ಅಶೋಕಾ ಹೂವಿನ ಗೊಂಚಲು. ಈಗ ಏನೋ ಮಾತಾಡಲಿದ್ದಾಳೆ ಎಂಬಂತೆ ಬಾಯಿ ಕೊಂಚ ತೆರೆದು ಕಣ್ಣು ಕಿರಿದಾಗಿ ಕತ್ತಿನ ಎಲುಬುಗಳು ಎದ್ದು ಕಾಣುತ್ತಿದ್ದವು. ಅವಳ ಬಲಗೈ ಪಕ್ಕದಲ್ಲಿ ತುಸು ನಾಚಿ ನಿಂತಿದ್ದ ಶೇಖರನ ತಲೆಯ ಮೇಲಿತ್ತು. ಶೇಖರನ ಬಾಯಲ್ಲಿ ಕಚ್ಚಿಹಿಡಿದಿದ್ದ ಅಮ್ಮನ ಕೇಸರಿ ಸೀರೆಯ ನವಿಲು ಚಿತ್ರದ ಸೆರಗು. ಶೇಖರ ಹಾಗೇ ಆ ಫೋಟೋವನ್ನು ನೋಡುತ್ತಾ ಕೂತೇ ಇದ್ದ ಎಷ್ಟೋ ಹೊತ್ತು. ಕೊನೆಗೊಮ್ಮೆ ಏನೋ ನಿರ್ಧರಿಸಿದವನಂತೆ ಎದ್ದು ಎಲ್ಲ ಬಟ್ಟೆಗಳನ್ನು ಬ್ಯಾಗಿಗೆ ತುಂಬಿಕೊಂಡು ಮನೆಗೆ ಕೀಲಿ ಹಾಕಿ ಹೊರನಡೆದ.

ದೂರದಿಂದ ಅವಳ ಮನೆ ಕಾಣಲಾರಂಭಿಸಿದಾಗ ಶೇಖರ ಒಮ್ಮೆ ನೀಳವಾಗಿ ಉಸಿರೆಳೆದುಕೊಂಡು ಅತ್ತ ನಡೆದ. ಯಾರೋ ಬಾಗಿಲಲ್ಲಿ ಕೂತಿದ್ದವರು ಪಕ್ಕನೆ ಒಳಹೋದಂತೆ ಕಾಣಿಸಿತು. ಒಳಗಿಂದ ಕೇಳುತ್ತಿದ್ದ ಹುಡುಗನ ಗದ್ದಲ ಒಮ್ಮೆಲೆ ನಿಂತಿತು. ಅದ್ಯಾವುದೂ ಲಕ್ಷ್ಯಕ್ಕೆ ಬರದವನಂತೆ ಶೇಖರ ಅಂಗಳ ದಾಟಿ ಬಾಗಿಲೆದುರು ಹೋಗಿ ನಿಂತ. ನಿಧಾನಕ್ಕೆ ಒಳಗಿನಿಂದ ನಡೆದುಬಂದ ಅವಳು ಬೆಳಗ್ಗೆ ಉಟ್ಟಿದ್ದ ಹಸಿರು ಸೀರೆಯಲ್ಲೆ ಇದ್ದಳು. ತುಂಬಾ ಚೆನ್ನಾಗಿ ಪರಿಚಯ ಇದ್ದವಳಂತೆ "ಬಾ ಕೂತ್ಕಾ..." ಎಂದು ಕುರ್ಚಿ ತೋರಿಸಿದಳು. ತಾನು ಬಾಗಿಲಿಗೆ ಆತುಕೊಂಡು "ಧಾರವಾಡದಿಂದ ಯಾವಾಗ ಬಂದೆ?" ಕೇಳಿದಳು. ಶೇಖರ "ನಿನ್ನೆ..." ಅಂತಷ್ಟೇ ಅಂದು ಸುಮ್ಮನೆ ಕೂತ. ಗೋಡೆಯ ಮೇಲೆ ಗಂಧದ ಹಾರ ಹಾಕಿದ ಗ್ಲಾಸಿನ ಮೇಲೆ ಕುಂಕುಮ ಇಡಿಸಿದ ಗಂಡಸಿನ ಫೋಟೋ. ಮತ್ತೊಂದು ಇಲ್ಲದ ಜೀವದ ಚಿತ್ರ, ಇನ್ನಷ್ಟು ಗುರುತುಗಳು... "ತಡಿ ಚಾ ಮಾಡ್ಕಂಡು ಬತ್ತೆ..." ಎಂದು ಒಳಹೋದಳು. ತಿರುಗಿದಾಗ ಜಡೆಗೆ ಕಟ್ಟಿದ್ದ ಬಾಳೆ ನಾರು ಕಂಡಿತು. ಶೇಖರನಿಗೆ ಚಾ ಬೇಡ ಎಂದು ಹೇಳಬೇಕೆನಿಸಿದರೂ ಹೇಳಲಿಲ್ಲ. ಒಳಗೆ ಏನೋ ಗುಸುಗುಸು ಮಾತನಾಡುವುದು ಕೇಳಿಸಿತು.

ಸುಮ್ಮನೆ ಎದ್ದು ಅಂಗಳಕ್ಕೆ ಬಂದು ನಿಂತ. ಅಷ್ಟೊತ್ತಿಗೇ ಮನೆಯ ಹಿಂಭಾಗದಿಂದ ಪುಟ್ಟ ಹುಡುಗ ಚಿಕ್ಕ ಸೈಕಲ್ ಹೊಡೆದುಕೊಂಡು ಬೆಲ್ಲು ಬಾರಿಸುತ್ತಾ

ಬಂದ. 'ಅರೆ... ನನ್ನ ಸೈಕಲ್' ಶೇಖರನಿಗೆ ಆಶ್ಚರ್ಯವಾಯಿತು. ಎದುರಿನ ಮಡ್‌ಗಾರ್ಡಿನ ಮೇಲೆ ರೇಡಿಯಮ್‌ನಲ್ಲಿ ಬರೆದಿದ್ದ ಶೇಖರ ಎಂಬ ಹೆಸರೂ ಹಾಗೇ ಇತ್ತು. ಹುಡುಗ ಶೇಖರನನ್ನು ನೋಡಿ ಗಕ್ಕನೆ ಸೈಕಲ್ ನಿಲ್ಲಿಸಿ ನೆಲಕ್ಕೆ ಕಾಲೂರಿ ಇವನನ್ನೇ ನೋಡತೊಡಗಿದ. ಗುಂಗುರು ಕೂದಲು. ತುಂಬು ಕೆನ್ನೆ, ಚಂದ ಕಣ್ಣುಗಳು ಕಿವಿಯಿಂದ ಕೆಳಗಿಳಿಯುತ್ತಿರುವ ಒಂದೇ ಬೆವರ ಹನಿ. ಶೇಖರನಿಗೆ ಅಮ್ಮನ ಪಕ್ಕ ನಿಂತಿದ್ದ ತನ್ನದೇ ಫೋಟೋ ನೆನಪಾಯಿತು. ಮುಗುಳ್ನಕ್ಕ... ಆ ಹುಡುಗನೂ ನಕ್ಕು ಕತ್ತಿನಲ್ಲಿನ ಸರವನ್ನು ಎತ್ತಿ ಬಾಯಲ್ಲಿಟ್ಟುಕೊಂಡು ಕಚ್ಚತೊಡಗಿದ. ಅರೆ! ಇದೂ ನನ್ನದೇ ಸರ. ತುದಿಗೆ 'S' ಎಂದು ಬರೆದಿರುವ ಒಂದೆಳೆಯ ಚಿನ್ನದ ಸರ... ಶೇಖರ ಮೆಲ್ಲನೆ ಸರ ಹಿಡಿದು ಲಾಕೆಟ್‌ಅನ್ನು ಮುಷ್ಟಿಯಲ್ಲಿ ಹಿಡಿದುಕೊಂಡ. ನಗುತ್ತಿದ್ದ ಹುಡುಗನ ಮುಖ ಒಮ್ಮೆಲೆ ಗಂಭೀರವಾಯ್ತು. ಶೇಖರನ ಕೈಯಿಂದ ಸರವನ್ನು ಜಗ್ಗಿಕೊಳ್ಳಲು ಯತ್ನಿಸಿದ. ಆಗದಿದ್ದಾಗ ಕಣ್ಣು ಕಿರಿದುಗೊಳಿಸಿ ಸಣ್ಣಗೇ "ಬಿಡೋ... ಬಿಡೋ... ನಂದು ಬಿಡೋ..." ಎಂದು ಕೊಸರುತ್ತಾ ಜಗ್ಗತೊಡಗಿದ. ಶೇಖರ ಬಿಡಲಿಲ್ಲ. ಒಮ್ಮೆಲೇ ಅಳುಮುಖ ಮಾಡಿದ ಹುಡುಗ ತನ್ನ ಎರಡೂ ಕೈಯಲ್ಲಿ ಶೇಖರನ ಕೈಯನ್ನು ಹಿಡಿದು ಬಲವಾಗಿ ಕಚ್ಚಿಬಿಟ್ಟ. 'ಐಶ್...' ಶೇಖರ ಸರ ಬಿಟ್ಟು ಹಿಂದಕ್ಕೆ ಜಿಗಿದ. ಹೆಬ್ಬೆರಳಿನ ಮೇಲುಭಾಗದಲ್ಲಿ ಎರಡು ಹಲ್ಲುಗಳು ಆಳವಾಗಿ ಮೂಡಿದ್ದವು. ನೋವಿನಿಂದ ಕೈ ಕೊಡವಿಕೊಂಡ. ಅಷ್ಟರಲ್ಲಿ ಚಹ ಹಿಡಿದುಕೊಂಡು ಬಂದ ಅವಳು ಅದನ್ನು ಟೇಬಲ್ಲಿನ ಮೇಲಿಟ್ಟು "ಅಯ್ಯೋ... ಕಚ್ಚಿದ್ನಾ...? ದೇವ್ರೇ ಈ ಚಟವೊಂದು ಹೆಂಗೆ ಬಿಡಿಸೂದಾ ಏನಾ... ದರಿದ್ರದವನೆ... ಅಣ್ಣಂಗೆ ಕಚ್ಚುತ್ಯಾ?" ಎನ್ನುತ್ತಾ ಕೈಗೆ ಸಿಕ್ಕ ಕೋಲು ಹಿಡಿದುಕೊಂಡು ಹೊಡೆಯಲು ಹೋದಳು. ಆ ಹುಡುಗ "ಅಮ್ಮಾ ಇಲ್ಲೆ... ಅವನೇ ನನ್ನ ಸರ ತಕತ್ತಾ..." ಎನ್ನುತ್ತಾ ಸೈಕಲ್ ಅಲ್ಲೆ ಬಿಟ್ಟು ಓಡತೊಡಗಿದ. ಶೇಖರನೇ ಮುಂದೆ ಹೋಗಿ "ಇಲ್ಲೆ ಇಲ್ಲೆ ಎಂತದೂ ಆಯ್ದಿಲ್ಲೆ. ಹೊಡಿಯಡಿ... ಅವಂಗೆಂತಾ ಗುತ್ತಾಗ್ತು ಸಣ್ಣ ಹುಡುಗ..." ಎಂದು ಹೇಳಿ ಅವನನ್ನು ಆಚೆ ಕಳಿಸಿದ. ಕೈಯಿಂದ ರಕ್ತ ಸುರಿಯುತ್ತಿದ್ದದ್ದನ್ನು ನೋಡಿ ಅವಳು ಕೈಯಲ್ಲಿನ ಕೋಲನ್ನು ಅಲ್ಲೇ ಎಸೆದು "ಥೋ... ಗನಾಕೆ ಕಚ್ಚಿದ ಅಲ್ದಾ...? ಛೇ... ತಡಿ ಬಂದೆ..." ಎಂದು ಒಳಗೋಡಿದಳು. ಒಳಗೆ ಮತ್ತೆ ಗುಸುಗುಸು ಕೇಳಿಸಿತು. ಶೇಖರ ಸುಮ್ಮನೆ ಕೈಯನ್ನು ತಲೆಗಿಂತ ಮೇಲೆ ಎತ್ತಿಹಿಡಿದು ಕೂತ. ಒಳಗಿಂದ ಬಿಳಿ ಬಟ್ಟೆ, ಚಾ ಪುಡಿಯನ್ನು ತಂದು ಗಾಯಕ್ಕೆ ಚಾ ಪುಡಿ ಹಾಕಿ, ಬಟ್ಟೆ ಸುತ್ತಿ ಕಟ್ಟಿದಳು. ಶೇಖರ ಪಟ್ಟಿ ಕಟ್ಟುತ್ತಲೇ ಹುಡುಗನಿಗೆ ಒಂದೇ ಸಮನೆ ಬೈಯುತ್ತಲೇ ಇದ್ದ ಅವಳನ್ನೇ ನೋಡುತ್ತಾ ಕೂತ. "ಇಂಜಕ್ಷನ್ ತಗಳಕಾಗ್ತನ ಅಲ್ದಾ...?" ಎಂದಳು. "ಏನೂ ಆಗ್ತಿಲ್ಲೆ ಬಿಡಿ..." ಎಂದ. ಚಾ ತಂದು ಕೊಟ್ಟಳು. ಕುಡಿದ. ಅಂದಾಜು ಸಿಗದೆ ನಾಲಿಗೆ ಸುಟ್ಟಿತು. ತಟ್ಟೆ ಹಾಗೆ ನೆಲಕ್ಕಿಟ್ಟು ಬಾಗಿಲ ಕಡೆಗೆ ನೋಡತೊಡಗಿದ. ಅದನ್ನು ಗಮನಿಸಿದ ಅವಳು "ಮಾಸ್ತರ್ರು ಸದ್ಯ ಇತ್ಲಾಗೆ ಬಂದಿರೇ ಇಲ್ಲೆ. ಮನೆಬದಿಗೆ ಇದ್ರಾ...?" ಕೇಳಿದಳು. ಶೇಖರ ಏನೂ ಉತ್ತರಿಸದೆ ಸುಮ್ಮನೆ ನಕ್ಕ. ನಂತರ ಮೆಲ್ಲಗೇ ಕಿಸೆಯಿಂದ ಮನೆಯ ಕೀಲಿಕೈ ತೆಗೆದು ಟೇಬಲ್ಲಿನ ಮೇಲಿಟ್ಟು ಸ್ವಲ್ಪ ದೊಡ್ಡ ದನಿಯಲ್ಲಿ "ಅಪ್ಪಂಗೆ ಈ ಚಾವಿ ಕೊಟ್ಟುಬಿಡಿ. ರಾತ್ರಿ ಪಾಲಿಗೆ ಅಡಿಗೆ

ಮಾಡಿಟ್ಟಿದ್ದೆ. ನಾನು ಧಾರವಾಡಕ್ಕೆ ಹೋಗ್ತೆ ಹೇಳಿ..." ಎಂದು ಎದ್ದುನಿಂತ. ಅವಳು ತಲೆತಗ್ಗಿಸಿ ಮೌನವಾಗಿ ನಿಂತಳು. ಶೇಖರ ಮನೆಯಿಂದ ಹೊರಬಂದು ಮತ್ತೆ ತಿರುಗಿ ನೋಡದೆ ನಡೆಯತೊಡಗಿದ. ಸುದೀರ್ಘ ತರಗತಿಯನ್ನು ಮುಗಿಸಿ ಹೊರಬಂದ ಶಾಲಾಮಕ್ಕಳಂತೆ ಬಿಡುಗಡೆಯ ಭಾವ ಮನಸ್ಸಿನಲ್ಲಿ ತುಂಬಿಕೊಂಡಿತ್ತು.

ಸ್ವಲ್ಪದೂರ ಹೋಗುವಷ್ಟರಲ್ಲಿ ಯಾರೋ ಕರೆಯುತ್ತಿರುವುದು ಕೇಳಿಸಿ ತಿರುಗಿ ನೋಡಿದ. ಆ ಪುಟ್ಟ ಹುಡುಗ ದಾರಿಯಲ್ಲಿ ನಿಂತ ನೀರನ್ನು ಪಿಚಿಕ್ ಪಿಚಿಕ್‌ನೆ ಹಾರಿಸುತ್ತಾ ಓಡಿ ಬರುತ್ತಿರುವುದು ಕಾಣಿಸಿತು. ಬಂದವನೆ ಶೇಖರನ ಎದುರಿಗೆ ನಿಂತು "ಅಣ್ಣಾ... ಅಮ್ಮ ನಿಂಗೇ ಕೊಟ್ಟಿಕ್ ಬಾ ಅಂತು..." ಎಂದು ಏದುಸಿರುಬಿಡುತ್ತಾ ಮುಷ್ಟಿ ಚಾಚಿದ. ಅದರಲ್ಲಿ ಅವನ ಕತ್ತಿನಲ್ಲಿದ್ದ ಅದೇ ಚಿನ್ನದ ಸರವಿತ್ತು. ಶೇಖರ ಅವನ ಮುಖವನ್ನೇ ದಿಟ್ಟಿಸಿದ. ಅವನು ಶೇಖರನನ್ನು ನೋಡದೇ ಎತ್ತೆತ್ತಲೋ ನೋಡುತ್ತಿದ್ದ. ಕಣ್ಣುಗಳು ತುಂಬಿ ನಿಂತಿದ್ದವು. ನಡುಗುವ ತುಟಿಗಳು ವಕ್ರವಾಗಿ ಇನ್ನೇನು ಒಡೆಯಲಿರುವ ಕಟ್ಟೆಯಂತೆ ಕಾಣುತ್ತಿದ್ದವು. ಶೇಖರ ಸುಮ್ಮನೆ ಅವನ ಕೈಯಿಂದ ಚೈನನ್ನು ತೆಗೆದುಕೊಂಡು ಒಮ್ಮೆ ನೋಡಿ ಮೆಲ್ಲಗೆ ಅವನ ಕೊರಳಿಗೇ ಹಾಕಿದ. ಸರಕ್‌ನೆ ತಿರುಗಿ ನೋಡಿದ ಹುಡುಗ "ನಂಗೆನಾ...?" ಕೇಳಿದ. ಅರಳಿದ ಕಣ್ಣಿಂದ ತುಂಬಿದ್ದ ಎರಡು ಹನಿಗಳು ತಟಕ್‌ನೆ ಜಾರಿ ಬಿದ್ದವು. ಶೇಖರ ನಕ್ಕು "ಊಂ..." ಅಂದ. "ಆದ್ರೆ ವಾಪಸ್ ತಕಂಡೋದ್ರೆ ಅಮ್ಮ ಮತ್ತೆ ಹೊಡಿತು..." ಬಟ್ಟೆ ಕಟ್ಟಿದ್ದ ಶೇಖರನ ಕೈಯನ್ನೇ ನೋಡುತ್ತಾ ಅಳುಮುಖ ಮಾಡಿದ. "ಇಲ್ಲ, ಅಣ್ಣನೇ ಕೊಟ್ಟ ಹೇಳು ಏನೂ ಮಾಡ್ತ್ಲೆ..." ಎಂದು ಶೇಖರ ಅದೇ ಕೈಯಿಂದ ಅವನ ತಲೆ ಸವರಿದ. "ಹೂಂ... ಸರಿ ಹಂಗಾದ್ರೆ..." ಎಂದು ಪಟ್‌ನೆ ಲಾಕೇಟನ್ನು ಬಾಯಿಗೆ ಹಾಕಿಕೊಂಡು ಕಚ್ಚಿ ಹಿಡಿದು ತಿರುಗಿ ಓಟಕಿತ್ತ. ಹಾಗೇ ಮನೆಯತ್ತ ನೋಡಿದ ಶೇಖರನಿಗೆ ಅಂಗಳದಲ್ಲಿ ನಿಂತ ಅಪ್ಪನ ಅಸ್ಪಷ್ಟ ಆಕೃತಿ ಕಾಣಿಸಿತು. ಮೋಡಗಳೆಲ್ಲ ಸರಿದು ಆಕಾಶ ಪೂರ್ತಿ ಸ್ವಚ್ಛವಾಗಿತ್ತು. ಆಗಷ್ಟೇ ಮುಳುಗುತ್ತಿದ್ದ ಸೂರ್ಯನ ಕಿರಣಗಳಿಗೆ ಓಡುತ್ತಿದ್ದ ಹುಡುಗ ಚಿಮ್ಮಿಸಿದ ದಾರಿ ನೀರೂ ಫಳಫಳ ಹೊಳೆಯುತ್ತಿತ್ತು. ಇಡೀ ವಾತಾವರಣದ ಬಣ್ಣದ ಪಟದಲ್ಲಿ ಅವನು ಸಂಜೆಯ ಬೆಳಕು ಬಿಡಿಸಿದ ಜೀವಂತ ಚಿತ್ರದಂತೆ ಕಾಣುತ್ತಿದ್ದ...

ಛದ್ಮವೇಷ

ವಿಶ್ವಣ್ಣ ಗುಳ್ಳಾಪುರಕ್ಕೆ ಬಂದು ಮುಟ್ಟುವಾಗ ನಾನು ಬಂದು ಆಗಲೇ ಹತ್ತಿಪ್ಪತ್ತು ನಿಮಿಷಗಳು ಕಳೆದುಹೋಗಿತ್ತು. ಕಾದು ಕಾದು ನನ್ನಲ್ಲಿ ಅಸಹನೆಯೊಟ್ಟಿಗೆ ಇವನು ಬರ್ತಾನಾ ಇಲ್ವಾ ಅನ್ನೋ ಸಂದೇಹವೂ ಕಾಡಲು ಶುರುವಾಗುವಷ್ಟರಲ್ಲಿ ಮಸ್ತು ಹೊಸ ಶರ್ಟು ಪ್ಯಾಂಟು ಹಾಕಿಕೊಂಡ ವಿಶ್ವಣ್ಣ ಬಂದು ಮುಟ್ಟಿದ್ದ. ಬಂದವನೇ ನನ್ನ ಭುಜ ಒತ್ತಿ "ಏನೋ ಭರ್ಜರಿ ರೆಡಿ ಆಯ್ತ್ಯಲ ಮಧು... ಎಲ್ಲ ತಯಾರಿ ಮಾಡ್ಕಂಡಿದ್ದೆ ಅಲ್ದಾ?" ಎಂದ. ನಾನು ಕೊಂಚ ಸಿಟ್ಟಿನಲ್ಲೇ "ನಾ ತಯಾರಾಗಿ ಬಂದು ಆಗಲೇ ಅರ್ಧ ತಾಸು ಆಗೋತು... ಎರಡು ಬಸ್ಸು ಹೋತು ಗೊತ್ತಿದ್ದಾ? ನಿಂದೇ ತಡ..." ಎಂದೆ. ಅಷ್ಟರಲ್ಲಿ ಬಂದ ಕಿರಾಣಿ ಅಂಗಡಿ ಬಾಲಣ್ಣ ವಿಶ್ವಣ್ಣನಿಗೆ "ಎಂಥದೋ ವಿಶ್ವಾ... ಯಾವ ಕಡೆಗೆ ಹೊರಟದ್ದು...?" ಕೇಳಿದ. ವಿಶ್ವಣ್ಣ ಅವನತ್ತ ತಿರುಗಿ "ಇಲ್ಲೇ ಹುಬ್ಬಳ್ಳಿಗೆ... ಈ ಮಾಣಿದು ರಾಜ್ಯ ಮಟ್ಟದ ಪ್ರತಿಭಾ ಕಾರಂಜಿಯಲ್ಲಿ ಛದ್ಮವೇಷ ಇದ್ದು. ಅವನ ಮಾಸ್ತರ್ರು ಬಂದ್ರೆ ಶಾಲೆಗೆ ರಜೆ ಕೊಡಕಾಗ್ತು. ಅಲ್ಲದ್ದೆ ಇವ ಯಕ್ಷಗಾನದ ಭೀಮನ ಪಾರ್ಟ್ ಮಾಡ್ತಿದ್ದ. ವೇಷ ಕಟ್ಟಲು ಗೊತ್ತಿದ್ದವ ಒಬ್ಬ ಬೇಕಾಗ್ತು. ನೀನೇ ಹೋಗಿ ಬಾ ಅಂದ್ರು... ಅದ್ಕೆ..." ಎಂದ. ಬಾಲಣ್ಣ "ಓ...ಹೋ... ಹೋ... ಹೌದೇನೋ ಮಧು? ಆಗ್ಲಿ ಆಗ್ಲಿ, ಬಹುಮಾನ ತಕಂಡೇ ಬರ ನೀನು" ಎಂದು ಅಂಗಡಿಯತ್ತ ನಡೆದ. ಅಷ್ಟೊತ್ತಿಗೇ ಒಂದು ಹುಬ್ಬಳ್ಳಿ ಬಸ್ಸು ಬಂದಿದ್ದರಿಂದ ಗಡಿಬಿಡಿಯಿಂದ ವೇಷದ ಪೆಟ್ಟಿಗೆಯೊಟ್ಟಿಗೆ ಬಸ್ಸು ಏರಿ ಕೂತೆವು. ನನಗೆ ಕಿಟಕಿ ಬದಿ ಸೀಟು ಸಿಕ್ಕಿದ್ದಕ್ಕೆ ಖುಷಿಯಾಗಿತ್ತು. ವಿಶ್ವಣ್ಣ ಟಿಕೇಟು ಮಾಡಿಸಿದ.

ಸ್ವಲ್ಪ ಹೊತ್ತಿಗೆ ನಮಗಿಂತ ಎರಡು ಸೀಟು ಮುಂದೆ ಕೂತಿದ್ದ ಹುಡುಗಿಯತ್ತ ನೋಡುತ್ತಾ ವಿಶ್ವಣ್ಣ ನನಗೋ ಸ್ವಗತವೋ ತಿಳಿಯದ ಧಾಟಿಯಲ್ಲಿ "ಸಕ್ಕತ್ ಇದ್ದಲೋ ಹುಡುಗಿ..." ಅಂದ. ನಾನು ತಿರುಗಿ ಅವನ ಮುಖ ನೋಡಿದೆ. ಅವನು ಆ ಹುಡುಗಿಯನ್ನೇ ಎವೆಯಿಕ್ಕದೇ ನೋಡುತ್ತಿದ್ದ. ಮೊನ್ನೆ ಅಮ್ಮ ಮತ್ತು ಆಚೆ ಮನೆ ಯಮುನತ್ತೆ ಇಬ್ಬರೂ ವಿಶ್ವಣ್ಣನ ಬಗ್ಗೆ ಮಾತಾಡುತ್ತಿದ್ದದ್ದು ನೆನಪಾಯ್ತು. ಸುಮಾರು

ವರ್ಷವಾದರೂ ಇನ್ನೂ ಮದುವೆಯಾಗಿಲ್ಲ. ಅವನಿಗೊಂದು ಸರಿಯಾದ ಕೆಲಸವಿಲ್ಲ. ಸ್ವಲ್ಪ ದಿನ ಯಕ್ಷಗಾನದ ಹುಚ್ಚು ಹತ್ತಿ ಯಾವ್ಯಾವುದೋ ಮೇಳದ ಬೆನ್ನು ಹತ್ತಿ ತಿರುಗಿದ. ಮತ್ತೆ ಸ್ವಲ್ಪ ದಿನ ಮಂತ್ರ. ಹುಬ್ಬಳ್ಳಿಯಲ್ಲಿ ಯಾವುದೋ ಹೋಟೆಲ್‌ನಲ್ಲಿ ಕೆಲಸ. ಈಗ ಸದ್ಯ ಮನೆಯಲ್ಲೇ... ಹೀಗೆ ಯಾವುದೂ ಬರೂದಿಲ್ಲ ಅನ್ನೋ ಹಾಗಿಲ್ಲ. ಆದರೆ ಯಾವುದನ್ನೂ ಸರಿಯಾಗಿ ಹಿಡಿದುಕೊಂಡು ಮಾಡುವುದು ಗೊತ್ತಿಲ್ಲ. ಮದ್ವೆ ಆದ್ರೆ ಜವಾಬ್ದಾರಿ ಬಿದ್ದು ಸರಿ ಆಗ್ತಿದ್ದ. ಆದ್ರೆ ಈಗೆಲ್ಲಾ ಕಣ್ಣುಮುಚ್ಚಿ ಹುಡುಗಿ ಕೊಡುವ ಕಾಲ ಮುಗೀತು... ಹೀಗೆ ಏನೇನೋ ಮಾತಾಡುತ್ತಿದ್ದರು. ವಿಶ್ವಣ್ಣ ಕೆಲಸ ಮಾಡುವುದಕ್ಕೂ, ಮದುವೆ ಆಗುವುದಕ್ಕೂ ಏನು ಸಂಬಂಧ ಎಂದು ನನಗಂತೂ ಬಗೆಹರಿದಿರಲಿಲ್ಲ. ಆದರೆ ಅದನ್ನೆಲ್ಲಾ ಕೇಳಿದರೆ "ಸಿಂಗೆಂತಕ್ಕೆ ದೊಡ್ಡವರ ಪಂಚಾಯತಿ? ಧೀಡ ಶಾಣ್ಯಾ..." ಎನ್ನುತ್ತಾರೆಂದು ಸುಮ್ಮನಿದ್ದೆ. ಈಗದು ನೆನಪಾಗಿ ವಿಶ್ವಣ್ಣನ ಬಳಿ "ನೀ ಯಾಕೆ ಇನ್ನೂ ಮದುವೆ ಆಯ್ದಿಲ್ಲ...?" ಕೇಳಿದೆ. ಇನ್ನೂ ಆ ಹುಡುಗಿಯನ್ನೇ ನೋಡುತ್ತಿದ್ದ ವಿಶ್ವಣ್ಣ ಸಟಕ್ಕನೆ ನನ್ನತ್ತ ತಿರುಗಿ ಏನೋ ಹೇಳಲು ಬಾಯಿ ತೆರೆದವ ಮತ್ತೆ ಸುಮ್ಮನೇ ಕೂತ. ಸ್ವಲ್ಪ ಹೊತ್ತಿನ ನಂತರ ಮತ್ತೆ ನನ್ನತ್ತ ತಿರುಗಿ ಶುರುಮಾಡಿದ "ಮದುವೆ... ಹೆಂಡತಿ... ಸಂಸಾರ... ಎಲ್ಲಾ ಶುದ್ಧ ಜಂಜಾಟ... ನೀರ ಮೇಲಿನ ನೊರೆಗುಳ್ಳೆ. ಅದರ ನಂಬಿ ಕೂತ್ರೆ ಜೀವನ ಮುಳುಗಿ ಹೋಗ್ತು. ಮನುಷ್ಯ ಆಗಿ ಹುಟ್ಟಿದ ಮೇಲೆ ಏನಾದ್ರು ಸಾಧನೆ... ಸಾಧನೆ ಮಾಡಿ ಸಾಯ. ಬರೀ ಮದುವೆ ಆಗಿ ಮಕ್ಕಳ ಮಾಡೂದೇ ಗುರಿ ಆದ್ರೆ ಮನುಷ್ಯನಿಗಿಂತಾ ಹಂದಿ ನಾಯಿನೇ ಶ್ರೇಷ್ಠ ಅಗ್ತಿದ್ದ. ಒಂದೊಂದು ಸಲಕ್ಕೆ ಆರೆಂಟು ಮರಿ ಹಾಕ್ತನೋಡು. (ಒಮ್ಮೆ ನಕ್ಕು ಮತ್ತೆ ಮೊದಲಿನಂತೇ ಗಂಭೀರನಾಗಿ) ಶಂಕರಾಚಾರ್ಯ, ವಿವೇಕಾನಂದ, ಪರಮಹಂಸ ಇವೆಲ್ಲಾ ಮದುವೆ ಆಗಿ ಹೆಂಡ್ತಿ ಮುಕಳಿ ಅಡಿಗೆ ಹೊಕ್ಕಿ ಕುಂತಿದ್ರೆ ನಮ್ಮ ಧರ್ಮ ಸಂಸ್ಕೃತಿ ಇಷ್ಟು ಬೆಳಿತಿದ್ಲೆ. ಏನಾದ್ರು ಸಾಧಿಸ ಹೇಳಾದ್ರೆ ಎಲ್ಲಾ ಬಂಧನಾನೂ ಮೀರ... ಆವಾಗ ಈ ಸಂಸಾರ ಕ್ಷುಲ್ಲಕ ಆಗಿ ಕಾಣ್ತು... ಮೊನ್ನೆಯಷ್ಟೆ ಯಾವ್ದೋ ಜಾತಕ ಬಂದಿತ್ತು. ಹುಡುಗಿ ಚಂದ ಇದ್ದಿತ್ತು. ನಾ ಒಂದೇ ಮಾತಿಂಗೆ ಮುಖಕ್ಕೆ ಹೊಡೆದಂಗೆ ಬ್ಯಾಡ ಹೇಳೇ ಬಿಟ್ಟೆ. ಪಾಪ ಬೇಜಾರಾಗಿ ಹೋದ. ಅವ್ರಿಗೆ ಬೇಜಾರಾಗ್ತು ಹೇಳಿ ನಾವು ಬಲಿ ಬಿದ್ರೆ ನಮ್ಮ ಜೀವನಕ್ಕೆ ಏನರ್ಥ?" ಹೀಗೇ ಸುಮಾರು ಹೊತ್ತು ಏನೇನೋ ಹೇಳಿದ. ನಂಗೇನೂ ಅರ್ಥ ಆಗದಿದ್ದರೂ ದೊಡ್ಡಾದ ಮೇಲೆ ಮದುವೆ ಆಗಬಾರದು ಅಂದುಕೊಂಡೆ. ಆದರೆ ಅಗಲೇ ಪರಮಹಂಸರ ಹೆಂಡತಿ ಶಾರದಾದೇವಿ ಎಂಬುದು ನೆನಪಾಯಿತು. ಅದರೊಟ್ಟಿಗೇ ಅವನು ಹೇಳುತ್ತಿರುವುದೆಲ್ಲಾ ಸುಳ್ಳೆ ಇರಬಹುದೇನೋ ಅಂತಲೂ ಅನ್ನಿಸಿ "ಹಾ... ಎಲ್ಲಾ ಪೊಕ್ಕೆ, ಬೊಂಬಡೆ..." ಎನ್ನಬೇಕು ಅನ್ನಿಸಿತು. ಆದರೆ ಅವನ ಮಾತಿನಲ್ಲಿನ ಆವೇಶ ನೋಡಿ ಏನೂ ಹೇಳಲಾಗದೇ ಸುಮ್ಮನಾದೆ.

ಅಷ್ಟರಲ್ಲಿ ಯಲ್ಲಾಪುರ ಬಸ್‌ಸ್ಟ್ಯಾಂಡ್‌ನಲ್ಲಿ ಬಸ್ಸು ನಿಂತಿತು. ವಿಶ್ವಣ್ಣ "ಮಧು ಇಲ್ಲೇ ಇರು ಈಗ ಬಂದೆ" ಎಂದು ಕೆಳಗಿಳಿದು ಹೋದ. ನಾನು ಛದ್ಮವೇಷದಲ್ಲಿ ಹೇಳಬೇಕಾದ ಡೈಲಾಗನ್ನು ನೆನಪಿಸಿಕೊಳ್ಳುತ್ತಾ ಕೂತೆ. ಸುಮಾರು ಹೊತ್ತು ಕಳೆದು ಚಾ ಕುಡಿಯಲೆಂದು ಕೆಳಗಿಳಿದು ಹೋದವರೆಲ್ಲ ಮತ್ತೆ ಬಂದು ಕೂತರು. ಕಂಡಕ್ಟರ್ ಡ್ರೈವರ್

ಬಂದು ಬಸ್ಸು ಚಾಲೂ ಆದರೂ ವಿಶ್ವಣ್ಣ ಬರದಿದ್ದಾಗ ನನಗೆ ಗಾಬರಿಯಾಯ್ತು. ಕಿಟಕಿಯಲ್ಲಿ ಹಣಕಿ ನೋಡಿದರೂ ಎಲ್ಲೂ ಕಾಣದಿದ್ದಾಗ ಮತ್ತೂ ಹೆದರಿಕೆಯಾಯ್ತು. ಬಸ್ ಹೊರಡಲು ಶುರುವಾದಾಗಲಂತೂ ಅಳುವೇ ಬರುವಂತಾಯ್ತು. ಇಷ್ಟಾದರೂ ಬಸ್ ನಿಲ್ಲಿಸಿ ಎಂದು ಹೇಳಲು ಧೈರ್ಯ ಸಾಕಾಗದೇ ಸುಮ್ಮನೆ ಕುಳಿತೇ ಇದ್ದೆ. ಬಸ್ ನಿಧಾನವಾಗಿ ಸ್ಟಾಂಡ್ ಬಿಟ್ಟು ಮುಖ್ಯರಸ್ತೆಗೆ ಇಳಿಯುವಾಗ ಎಲ್ಲಿಂದಲೋ ಓಡಿಬಂದ ವಿಶ್ವಣ್ಣ ಬಾಗಿಲಿಗೆ ಹಾರಿ ಬಸ್ ಹತ್ತಿದ. ಅವನು ಏದುಸಿರು ಬಿಡುತ್ತಾ ಪಕ್ಕ ಬಂದು ಕೂತಾಗ ನನ್ನ ಕಾಲುಗಳಿನ್ನೂ ಹೆದರಿಕೆಯಲ್ಲಿ ನಡುಗುತ್ತಿದ್ದವು. "ಎಲ್ಲಿ ಹೋಗಿದ್ದೆ? ಬಸ್ಸ್ ತಪ್ಪಿ ಹೋದ್ರೆ ಎಂತಾ ಮಾಡ್ತಿದ್ದೆ? ನಂಗೆಷ್ಟ್ ಹೆದ್ರಿಕೆ..." ಮತ್ತೆ ಮಾತಾಡಿದರೆ ಅತ್ತೇ ಬಿಡುತ್ತೇನೆ ಅನ್ನಿಸಿ ಸುಮ್ಮನಾದೆ. ವಿಶ್ವಣ್ಣ ತಲೆ ಸವರಿಕೊಂಡು, ಕಿಸೆಯಿಂದ ಕರ್ಚೀಫು ತೆಗೆದು ಹಣೆಮೇಲಿನ ಬೆವರನ್ನು ಒರೆಸಿಕೊಂಡ. "ಎಂತಾ ಹೆದ್ರಿಕೆ ಆತನೋ... ಹಾಗೆಲ್ಲಾ ನಿನ್ನ ಬಿಟ್ಟು ಹೋಗ್ತ್ನಾ...?" ಎಂದು ನಕ್ಕಂತೆ ಮಾಡಿದರೂ ಅವನ ಮುಖದಲ್ಲೂ ಗಾಬರಿಯಿತ್ತು. ನಾನು ಮತ್ತೇನೂ ಮಾತಾಡದೇ ಕಿಟಕಿಯಿಂದ ಸರಿದುಹೋಗುವ ಮರಗಳನ್ನು ನೋಡುತ್ತಾ ಕುಳಿತೆ.

ಎಷ್ಟೋ ಹೊತ್ತಿನ ಮೇಲೆ ತಿರುಗಿದಾಗ ವಿಶ್ವಣ್ಣ ಅಂಗಿಯನ್ನು ಎತ್ತಿ ಮುಖಕ್ಕೆ ಗಾಳಿ ಬೀಸಿಕೊಳ್ಳುತ್ತಿದ್ದ. ಎತ್ತಿದ ಅಂಗಿಯಡಿಯಲ್ಲಿ ಬೆಲ್ಟಿಗೆ ಸಿಕ್ಕಿಸಿದ್ದ ಒಂದು ಪುಸ್ತಕ ಕಾಣಿಸಿತು. "ವಿಶ್ವಣ್ಣಾ ಎಂತಾ ಕತೆ ಪುಸ್ತಕನಾ ಅದು? ಅಲ್ಲಿ ಯಾಕೆ ಸಿಕ್ಕಿಸಿ ಇಟ್ಕಂಡಿದ್ದೆ?" ಎನ್ನುತ್ತಾ ತೆಗೆಯಲು ಹೋದೆ. ತಕ್ಷಣ ಅಂಗಿ ಮುಚ್ಚಿಕೊಂಡವನೇ "ಹೆ ಹ್ಞೆ... ಏನು ಇಲ್ಲೆ ಬಿಡು ಬಿಡು... ಅದು ಕತೆಪುಸ್ತಕ ಅಲ್ಲಾ, ಬೇರೆ ಬೇರೆ..." ಅನ್ನುತ್ತಾ ನನ್ನ ಕೈಯನ್ನು ಹಿಂದೂಡಿದ. ಯಾವ ಪುಸ್ತಕವಾದರೆ ನನಗೆ ಕೊಡಲು ಇವನಿಗೇನು ಧಾಡಿ ಅನ್ನಿಸಿ ಸಿಟ್ಟು ಬಂದು ಮತ್ತೆ ತಿರುಗಿ ಕೂತು ಕಿಟಕಿ ಗಾಜು ಸರಿಸಿದೆ. ತೆರೆದ ಗಾಜಿನಿಂದ ಜೋರಾಗಿ ಬೀಸುವ ಗಾಳಿಯ ರಭಸಕ್ಕೆ ಮೂಗು ಉರಿಯುತ್ತಿತ್ತು. ಕಣ್ಣಿಂದ ನೀರು ತುಂಬಿ ಪಟ್‌ನೆ ಹಿಂದಕ್ಕೆ ಹಾರುತ್ತಿತ್ತು. ತಲೆಕೂದಲೆಲ್ಲಾ ಚೆಲ್ಲಾಪಿಲ್ಲಿಯಾಯಿತು. ಕಿಸೆಯಲ್ಲಿದ್ದ ಗೋಲ ಬಾಚಣಿಕೆ ನೆನಪಾಗಿ ಹುಬ್ಬಳ್ಳಿಗೆ ಹೋದ ಮೇಲೆ ಚಂದವಾಗಿ ಭಾಗತಲೆ ತೆಗೆದು ಬಾಚಿಕೊಳ್ಳಬೇಕು. ಆಗ ವಿಶ್ವಣ್ಣ ಎಷ್ಟು ಕೇಳಿದರೂ ಬಾಚಣಿಕೆ ಕೊಡಬಾರದು ಅಂತ ನಿರ್ಧರಿಸಿದೆ.

ಸ್ವಲ್ಪ ಹೊತ್ತಾದ ಮೇಲೆ ವಿಶ್ವಣ್ಣ ಮೆಲ್ಲಗೆ ಹೆಗಲ ಮೇಲೆ ಕೈ ಹಾಕಿ ಸಣ್ಣಗೆ "ಆ ಪುಸ್ತಕ ಎಂಥರದ್ದು ಗೊತ್ತಿದ್ದಾ...?" ಅಂದ. ನನಗೆ ಸಿಟ್ಟು ಸಟ್ಟನೆ ಮರೆತೇ ಹೋಗಿ ಕುತೂಹಲ ಹೆಚ್ಚಿ ಅವನತ್ತ ತಿರುಗಿದೆ. ಅವನು ಒಂದು ನಮೂನಿ ನಕ್ಕು ಮತ್ತೆ ಸಣ್ಣಗೆ "ಮಕ್ಕಳು ಹೆಂಗೆ ಹುಟ್ಟುತ್ತಾರೆ ಗೊತ್ತಿದ್ದ ನಿಂಗೆ?" ಕೇಳಿದ. ಈಗ ನಾನು ಗೊಂದಲಕ್ಕೆ ಬಿದ್ದೆ. ಖರೆಯಾಗೂ ನನಗೆ ಆ ವಿಷಯ ಸರಿಯಾಗಿ ಗೊತ್ತಿರಲಿಲ್ಲ. ಹಾಗಂತ ಪೂರ್ತಿ ಏನೂ ಗೊತ್ತಿಲ್ಲ ಅಂತಲೂ ಅಲ್ಲ. ನಾನು ನೋಡಿದ ಸಿನಿಮಾಗಳಲ್ಲಿ ಹೂವಿನಿಂದ ಅಲಂಕರಿಸಿದ ಕೋಣೆಯಲ್ಲಿ ಮೊದಲಿಗೆ ನಾಯಕ ನಾಯಕಿ ಹಾಡು ಹೇಳುತ್ತಿದ್ದರು. ಆ ಹಾಡು ಮುಗಿದಾಗ ನಾಯಕ ನಾಯಕಿಯ ಎರಡೂ ಭುಜ ಹಿಡಿದು ಮಂಚದ ಮೇಲೆ ಕುಳ್ಳಿಸುತ್ತಿದ್ದ. ನಂತರ ಕೈಯಲ್ಲಿನ ಲೋಟದಲ್ಲಿನ ಹಾಲನ್ನು ಅರ್ಧವಷ್ಟೇ ಕುಡಿದು

ಇನ್ನರ್ಥ ಅವಳಿಗೆ ಕುಡಿಸುತ್ತಿದ್ದ. ನಂತರ ಇಬ್ಬರೂ ಒಬ್ಬರನ್ನೊಬ್ಬರು ನೋಡುತ್ತಾ ಮಲಗುವಷ್ಟರಲ್ಲಿ ದೀಪ ಆರಿ ಕತ್ತಲಾಗುತ್ತಿತ್ತು. ಅದಾದ ಮೇಲೆ ಇಬ್ಬರ ನಗು, ಏಯ್... ಕೊಯ್... ಕುರ್... ಗಳಂತ ಒಂದಿಷ್ಟು ಮಳ್ಳು ಮಳ್ಳು ಸದ್ದುಗಳಷ್ಟೇ ಕೇಳಿಸುತ್ತಿದ್ದವು. ಮರುದಿನ ಆ ನಾಯಕಿ ವಾಂತಿ ಮಾಡಿಕೊಂಡು ಮುಂದೆ ಮಕ್ಕಳಾಗುತ್ತಿದ್ದವು. ಆದ್ದರಿಂದ ಹಾಲು ಕುಡಿಯುವುದು ಮತ್ತು ವಾಂತಿ ಮಾಡುವುದು ಮಕ್ಕಳಾಗುವ ಪ್ರಮುಖ ಕಾರಣಗಳು ಅಂದುಕೊಂಡಿದ್ದೆ. ಆದರೆ ಅದು ಸುಳ್ಳು ಎನ್ನುವದೂ ಕೂಡ ನನಗೆ ಗೊತ್ತಾಗಿಬಿಟ್ಟಿತ್ತು. ಏಕೆಂದರೆ ನಾನು ದಿನವೂ ರಾತ್ರಿ ಹಾಲು ಕುಡಿದೇ ಮಲಗುವದು. ಒಂದೆರಡು ಸಲ ಜ್ವರ ಬಂದಾಗ ವಾಂತಿಯನ್ನೂ ಮಾಡಿಕೊಂಡಿದ್ದೆ. ಆದರೆ ನನಗೇನೂ ಮಕ್ಕಳಾಗಿರಲಿಲ್ಲ.

ಹಾಗೆಯೆ ಮತ್ತೊಂದು ಸಲ ಸಿನಿಮಾ ನೋಡುತ್ತಿದ್ದಾಗ ವಜ್ರಮುನಿ ಒಂದು ಹುಡುಗಿಗೆ ರೇಪ್ ಮಾಡುತ್ತಿದ್ದಾಗ ನನ್ನ ಬುದ್ಧಿವಂತ ಗೆಳೆಯನೊಬ್ಬ "ಮಧು ಮಕ್ಕಳಾಗೂದು ಹಿಂಗೇಯ ಮಾರಾಯ" ಅಂದಿದ್ದ. ನಾನೂ ಕುತೂಹಲದಿಂದ ನೋಡಿದ್ದೆ. ಅಲ್ಲಿ ವಜ್ರಮುನಿ ತನ್ನ ಅಂಗಿಯ ಬಟನ್ ತೆಗೆದು ವಿಚಿತ್ರವಾಗಿ ನಗುತ್ತಾ, 'ಬೇಡ... ಬೇಡ' ಎಂದು ಹಿಂದೆ ಹಿಂದೆ ಹೋಗುತ್ತಿದ್ದ ಹುಡುಗಿಯ ಸೀರೆ ಹಿಡಿದೆಳೆದು, ಸೆರಗು ಬಿಚ್ಚಿ, ಅವಳ ರವಿಕೆಯ ಬಲಭುಜದ ಮೇಲೆ ಇಷ್ಟೇ ಹರಿದು ಅವಳನ್ನು ದೂಡಿ ಬೀಳಿಸಿ ಕುತ್ತಿಗೆಗೆ ಮುತ್ತು ಕೊಟ್ಟಿದ್ದ. ಮುಂದಿನ ದೃಶ್ಯದಲ್ಲಿ ಹಣೆಯ ಕುಂಕುಮ ಕಾಪಾಗಿ, ತುಟಿ ಒಡೆದ ಅವಳು ಹರಕು ಸೀರೆಯನ್ನು ಎದೆಗೆ ಒತ್ತಿಕೊಂಡು ಅಳುತ್ತಿದ್ದಳು. ಗೆಳೆಯ ಹೇಳಿದಂತೆ ಮುಂದಿನ ಕೆಲವೇ ದೃಶ್ಯಗಳಲ್ಲಿ ಅವಳಿಗೆ ಮಗುವಾಗಿತ್ತು. ಆದರೆ ಇದರ ಬಗೆಗೂ ನನ್ನಲ್ಲಿ ಅನೇಕ ಸಂದೇಹಗಳಿದ್ದವು. ಹಾಗಂತ ಈಗ ವಿಶ್ವಣ್ಣನ ಎದುರಿಗೆ ಗೊತ್ತಿಲ್ಲ ಎಂದು ಹೇಳಿ ದಡ್ಡನಾಗಲೂ ಮನಸ್ಸಿರಲಿಲ್ಲ. ಅದಕ್ಕೆ "ಓಹೋ... ನಂಗೆಂತಾ ಅಷ್ಟೂ ಗೊತ್ತಿಲ್ಲ ಅಂದುಕೊಂಡಿದ್ಯಾ? ರೇಪು... ರೇಪ್ ಮಾಡಿರೆ ಮಕ್ಕಳು ಆಗ್ತ..." ಅಂದೆ. ವಿಶ್ವಣ್ಣ ಕಿಸಿಕಿಸಿನೇ ನಕ್ಕ. ನಾನೇನೋ ತಪ್ಪು ಹೇಳಿದ್ದೇನೆಂದು ಗೊತ್ತಾಗಿ ಅಪಮಾನವಾಗಿ ಸುಮ್ಮನೆ ಕೂತೆ. ವಿಶ್ವಣ್ಣ ಮತ್ತೆ ಮೆತ್ತಗೆ "ಸರಿ ರೇಪ್ ಮಾಡಿ ಮಕ್ಕಳ ಮಾಡೂದು ಹೆಂಗೆ ಗೊತ್ತಿದ್ದಾ...?" ಈ ಸಲ ಮತ್ತೆ ಉದ್ರಾಟು ಉತ್ತರ ಕೊಟ್ಟು ಅವಮಾನವಾಗುವದಕ್ಕಿಂತ ಸೋಲುವುದೇ ಒಳ್ಳೆಯದು ಅನ್ನಿಸಿ ಗೊತ್ತಿಲ್ಲ ಎಂಬಂತೆ ತಲೆಯಾಡಿಸಿದೆ. "ಅದೇ ಮಕ್ಕಳ ಮಾಡೂದು ಹೆಂಗೆ ಹೇಳಿ ಕಲಿಸೋ ಪುಸ್ತಕ ಇದು" ಎಂದ. ನನಗೆ ನಿಜಕ್ಕೂ ಆಶ್ಚರ್ಯವಾಯ್ತು. ಮಕ್ಕಳ ಮಾಡುವುದ ಕಲಿಯಲು ಪುಸ್ತಕ ಇರ್ತದಾ... ಎಲ್ರೂ ಈ ಪುಸ್ತಕ ಓದಿಯೇ ಮಕ್ಕಳ ಮಾಡೂದಾ? ಆ ಹೆಗಡೆರ ಮನೆ ಆಳು ಕರಿಯಾ ಸಿದ್ದಿಗೆ ಓದುವುದೇ ಗೊತ್ತಿಲ್ಲ. ಆದರೆ ಅವನಿಗೆ ಏಳು ಮಕ್ಕಳು...!" ಅಂತೆಲ್ಲಾ ಅನ್ನಿಸಿದರೂ ಕೇಳಿದರೆ 'ದಡ್ಡ ಕುಮಾಂಡು' ಅಂದಾನೆಂದು ಅನ್ನಿಸಿ "ನಂಗೂ ಆ ಪುಸ್ತಕ ತೋರಿಸೋ..." ಅಂದೆ. ವಿಶ್ವಣ್ಣ ಸುಮ್ಮನೇ ನನ್ನ ಕೆನ್ನೆ ತಿವಿದು "ಹಚಿ ಕಳ್ಳಾ ನಿಂಗೂ ತೋರಿಸವಾ...? ತೋರಿಸ್ತೆ ಆದ್ರೆ ಯಾರಿಗೂ ಹೇಳಲಾಗ" ಎಂದು ಮಜಾ ನಮೂನಿ ನಕ್ಕು ಅತ್ತಿತ್ತ ನೋಡುತ್ತಾ ಹೊಟ್ಟೆಯಡಿಯಿಂದ ಆ ಪುಸ್ತಕ ತೆಗೆದು ನನ್ನ ಮುಂದೆ ಹಿಡಿದ.

ಅದರ ಮೇಲೆ ದಪ್ಪಕ್ಷರದಲ್ಲಿ 'ಮೋಜಿನ ರಾಣಿ' ಎಂತಲೂ ಅದರ ಕೆಳಗೆ ಸಣ್ಣ ಅಕ್ಷರದಲ್ಲಿ 'ವಯಸ್ಕರಿಗೆ ಮಾತ್ರ' ಎಂದೂ ಬರೆದಿತ್ತು. ಅದರ ಕೆಳಗೆ ನೋಡಿದಾಗ ಮಾತ್ರ ನನ್ನ ಮೈಮೇಲೆ ಬಿಸಿನೀರು ಹೊಯ್ದಂತಾಗಿ ಮುಖ ಕಿವುಚಿದೆ. ಅಲ್ಲಿ... ಸಣ್ಣ ಹುಡುಗರಲ್ಲ. ದೊಡ್ಡವರೇ... ಅದೂ ಒಂಚೂರೂ ಏನೂ ಇಲ್ಲದೇ... ಶ್ಯೀ... ಅನ್ನಿಸಿ, ಹೇವರಿಕೆ, ಅಸಹ್ಯ, ನಾಚಿಕೆ ಎಲ್ಲ ಒಟ್ಟೊಟ್ಟಿಗೇ ನುಗ್ಗಿ ಬಂತು. ವಿಶ್ವಣ್ಣ ಕಿವಿಯ ಬಳಿ "ಹಿಂಗೇ ನೋಡು ಮಕ್ಕಳ ಮಾಡೂದು" ಪಿಸುಗುಟ್ಟಿದ. ಅಷ್ಟೊತ್ತಿಗೆ ಬಸ್ಸು ಜಂಪಾಗಿ ಪುಸ್ತಕ ಸರೀ ನನ್ನ ಮುಖಕ್ಕೇ ಬಡಿಯಿತು. ಈಗಂತೂ ನನಗೆ ವಾಕರಿಕೆಯೇ ಬಂದಂತಾಗಿ 'ವ್ಯಾ...ಕ್' ಎಂದು ಪುಸ್ತಕ ಹಿಡಿದಿದ್ದ ವಿಶ್ವಣ್ಣನ ಕೈಯನ್ನು ಅತ್ತ ನೂಕಿ ತಿರುಗಿ ಕೂತೆ. ನಾನು ನೋಡಿದ ಸಿನೆಮಾಗಳಲ್ಲಿ ರೇಪ್ ಮಾಡುವಾಗ ಲಂಗ ರವಿಕೆ ಹಾಕಿಕೊಂಡೇ ಇರುತ್ತಿದ್ದರು. ವಜ್ರಮುನಿಯೂ ಬರೀ ಅಂಗಿ ಬಟನ್ ಅಷ್ಟೇ ಬಿಚ್ಚುತ್ತಿದ್ದ. ಆದರೆ ಇದರಲ್ಲಿ... ಥೂ... ಅನ್ನಿಸಿ ಪುಸ್ತಕದೊಟ್ಟಿಗೆ ವಿಶ್ವಣ್ಣನ ಮೇಲೂ ಅಸಹ್ಯ ಹುಟ್ಟಲಾರಂಭಿಸಿತ್ತು. ವಿಶ್ವಣ್ಣ ಪುಸ್ತಕವನ್ನು ಮತ್ತೆ ಅಂಗಿಯಡಿಗೆ ಸಿಕ್ಕಿಸಿಕೊಂಡು ಮುಖ ಹತ್ತಿರಕ್ಕೆ ತಂದು "ಎಂತಕ್ಕೋ ಮರ್ಯಾದಿ ಆತಾ? ಎಂತಾ ಮರ್ಯಾದಿಯೂ ಇಲ್ಲ. ಎಲ್ಲವೂ ಮಾಡೂದೇಯ ಅದು. ನಿನ್ನ ಅಪ್ಪ ಅಮ್ಮನೂ ಹಂಗೇಯ ನಿನ್ನ ಹುಟ್ಟಿಸಿದ್ದು. ನೀನು ಮದುವೆ ಆದ ಮೇಲೆ ನೀನೂ ಹಂಗೇ ಮಕ್ಕಳ ಮಾಡೂದು" ಅಂದ. ನನಗೆ ಮತ್ತಷ್ಟು ಅಸಹ್ಯವಾಗಿ ಅವನ ಮುಖ ಅತ್ತ ದೂಡಿ ತೊಡೆ ಮೇಲೆ ನಾಲ್ಕು ಗುದ್ದು ಹಾಕಿ ಮತ್ತೆ ತಿರುಗಿ ಕೂತೆ. ವಿಶ್ವಣ್ಣ ಅದಕ್ಕೂ ನಕ್ಕ. ಆದರೆ ಈ ನಗು ಮಾತ್ರ ಹಿಂದಿನಂತಿರಲಿಲ್ಲ. ನಾನು ತೆರೆದ ಕಿಟಕಿಗೆ ಮುಖ ಕೊಟ್ಟು ಗಟ್ಟಿ ಕಣ್ಮುಚ್ಚಿದೆ. ಆದರೆ ಮುಚ್ಚಿದ ಕಣ್ಣಿಗೆ ಸಿಡುಕು ಮುಖದ ಅಪ್ಪ ಮತ್ತು ಸದಾ ಅವನಿಂದ ಬೈಯ್ಸಿಕೊಳ್ಳುತ್ತಾ ಸಪ್ಪೆಯಾಗೇ ಇರುವ ಅಮ್ಮ ಆ ಚಿತ್ರದಂತೇ ಕಂಡು ಧಡಕ್ಕನೆ ಕಣ್ತೆರೆದೆ. ಆಗಲೇ ಮಾಡಿಕೊಂಡಿದ್ದ ಮದುವೆಯಾಗದಿರುವ ನಿರ್ಧಾರ ಮತ್ತಷ್ಟು ಗಟ್ಟಿಯಾಯಿತು.

ವಿಶ್ವಣ್ಣ ನಿಧಾನಕ್ಕೆ ನನ್ನ ಭುಜ ಒತ್ತಿ "ಏನಾತೋ ಮಧು...?" ಎಂದ. ಅವನ ಧ್ವನಿ ಮೆತ್ತಗಾಗಿತ್ತು. ನಾನು ಸಟಕ್ಕನೆ ತಿರುಗಿ ಕೋಪದಿಂದಲೇ "ಮದುವೆಯೇ ಆಗದ ನಿಂಗೆ ಎಂತಕ್ಕೆ ಮಕ್ಕಳ ಮಾಡುವ ಪುಸ್ತಕ...?" ಕೇಳಿದೆ. ಸುಮ್ಮನೇ ನನ್ನ ಮುಖ ನೋಡಿದ. ಅವನ ಆ ದೀನ ಮುಖ ನೋಡಿ ಆ ಸಿಟ್ಟಿನಲ್ಲೂ ನಾನು ಹಾಗೆ ಕೇಳಬಾರದಿತ್ತೇನೋ ಅನ್ನಿಸಿತು. ಸ್ವಲ್ಪ ಹೊತ್ತು ಬಿಟ್ಟು ನನ್ನತ್ತ ತಿರುಗದೆ "ಎಲ್ಲಾ ನಾವು ಧ್ಯಾನಿಸಿದ ಬದುಕೇ ಸಿಕ್ಕಿದ್ರೆ ಜಗತ್ತು ಹಿಂಗೇ ಇರ್ತಿತ್ತೆ. ತಮಾ ನೀನು ವೇದಿಕೇಲಿ ಹತ್ತು ನಿಮಿಷ ಛದ್ಮವೇಷ ಮಾಡ್ತೆ. ನನ್ನಂತವ್ರ ಬದುಕೇ ಛದ್ಮವೇಷ" ಎಂದು ಹಿಂದೆ ಸೀಟಿಗೆ ತಲೆ ಚಾಚಿ ಕಣ್ಮುಚ್ಚಿದ. ನನಗೆ ಮೊದಲ ಬಾರಿಗೆ ವಿಶ್ವಣ್ಣ ನನಗಿಂತಾ ತುಂಬಾ ದೊಡ್ಡವನಂತೆ ಕಂಡ. ಜೊತೆಗೇ ಅಮ್ಮನ ನೆನಪಾಗಿ ಅಚ್ಚರಿಯಾಯ್ತು. ಅಮ್ಮನೂ ಒಮ್ಮೆ ಹೀಗೆ ಹೇಳಿದ್ದಳು. ಅಮ್ಮ ಹೇಳಿದ್ದು ಇವನಿಗೆ ಗೊತ್ತಾದ್ದದ್ದು ಹೇಗೆ?

ಖರೆ ಹೇಳಬೇಕೆಂದರೆ ನಾನು ಪ್ರತಿಭಾ ಕಾರಂಜಿಯಲ್ಲಿ ಭಾಗವಹಿಸೂದು ಅಪ್ಪನಿಗೆ ಇಷ್ಟವಿರಲಿಲ್ಲ. ಅದರಲ್ಲೂ ಛದ್ಮವೇಷದಲ್ಲಿ ಯಕ್ಷಗಾನದ ಪಾರ್ಟು ಮಾಡುವದಂತೂ ಮೊದಲೇ ಇಷ್ಟವಿರಲಿಲ್ಲ. ಅಪ್ಪನಿಗೆ ಈ ಯಕ್ಷಗಾನ ಅಂದ್ರೆ ಯಾಕಷ್ಟು ಸಿಟ್ಟು ಎಂದು

ನನಗಂತೂ ಗೊತ್ತಿಲ್ಲ. ಪುಣ್ಯ ಅಮ್ಮ ಇದ್ದಿದ್ದಕ್ಕೆ ಹಠ ಮಾಡಿ ಕಳಿಸಿದಳು. ಅಮ್ಮನಿಗೆ ಯಕ್ಷಗಾನ ಅಂದ್ರೆ ಜೀವ. ಆಗೀಗ ಚಂದನದಲ್ಲಿ ಬರುತ್ತಿದ್ದ ಯಕ್ಷಗಾನಗಳನ್ನು ತಪ್ಪದೇ ನೋಡುತ್ತಿದ್ದಳು. ಆಗ ಅಲ್ಲಿ ಅಪ್ಪ ಇದ್ದರೆ ಮಾತ್ರ "ವಾರ್ತೆ ವಾರ್ತೆ ನೋಡ, ಅದೆಂತಾ ಸುಡುಗಾಡು ಯಕ್ಷಗಾನ ನೋಡ್ತಾ ಕೂತ್ಕಳ್ಳೂದು ಮೂರು ಹೊತ್ತೂವ?" ಎನ್ನುತ್ತಾ ತಕ್ಷಣ ಚಾನಲ್ ಬದಲಾಯಿಸುತ್ತಿದ್ದ. ಅಮ್ಮ ಏನೂ ಹೇಳದೆ ನಿಟ್ಟುಸಿರು ಬಿಟ್ಟು ಸುಮ್ಮನೆ ಎದ್ದು ಒಳನಡೆಯುತ್ತಿದ್ದಳು. ಆದರೆ ಅವಕಾಶ ಸಿಕ್ಕಾಗೆಲ್ಲ ಅಮ್ಮ ಯಕ್ಷಗಾನ ನೋಡುವುದನ್ನು ತಪ್ಪಿಸಿಕೊಳ್ಳುತ್ತಿರಲಿಲ್ಲ.

ಒಂದು ಸಲವಂತೂ ನಾನು ಸಂಜೆ ಶಾಲೆಯಿಂದ ಬಂದಾಗ ತೆರೆದೇ ಇದ್ದ ಬಾಗಿಲಿನಿಂದ ಒಳಹೊಕ್ಕು ನೋಡುತ್ತೇನೆ. ಟಿ.ವಿ.ಯಲ್ಲಿ ಯಕ್ಷಗಾನ ಬರುತ್ತಿದೆ. ಧ್ವನಿಯೂ ಸಾಧ್ಯವಿದ್ದಷ್ಟೂ ದೊಡ್ಡದಾಗಿದೆ. ಟಿ.ವಿ.ಯೆದುರಿಗೆ ತಲೆಗೊಂದು ಟವೆಲ್ ಸುತ್ತಿ, ಸೀರೆಯನ್ನು ಕಚ್ಚೆಯಂತೇ ಮಡಚಿ ಕಟ್ಟಿಕೊಂಡ ಅಮ್ಮ ಯಕ್ಷಗಾನ ಹಾಡಿಗೆ ಕುಣಿಯುತ್ತಿದ್ದಾಳೆ!! ನನಗೆ ಆಶ್ಚರ್ಯವಾಗಿ ನೋಡುತ್ತಾ ನಿಂತೇ ಇದ್ದೆ. ಸ್ವಲ್ಪ ಹೊತ್ತಿನ ನಂತರ ನನ್ನ ನೋಡಿದ ಅಮ್ಮ ಥಟ್‌ನೆ ಕುಣಿತ ನಿಲ್ಲಿಸಿ, ಹಾಗೇ ಕುಸಿದಂತೆ ನೆಲಕ್ಕೆ ಕುಳಿತಿದ್ದಳು. ನಾನು ಸಮೀಪಕ್ಕೆ ಹೋಗಿ ಅಮ್ಮನ ಕೈ ಹಿಡಿದು ಖುಷಿಯಿಂದ "ಅಮ್ಮಾ ನಿಂಗೆ ಯಕ್ಷಗಾನ ಕುಣಿತಾನೂ ಬರ್ತನೇ...?" ಕೇಳಿದ್ದೆ. ಇನ್ನೂ ಸಣ್ಣಗೇ ಏದುಸಿರು ಬಿಡುತ್ತಿದ್ದ ಅಮ್ಮ ನನ್ನತ್ತ ಒಮ್ಮೆ ನೋಡಿ ಸುಮ್ಮನೇ ನಕ್ಕಳು. ಮೂಗಿನ ಕೆಳಗೆ, ಹಣೆಯಲ್ಲಿ ಸಣ್ಣಗೆ ಬೆವರ ಸಾಲುಗಳು ಮೂಡಿದ್ದವು. ತಲೆಗೆ ಕಟ್ಟಿದ್ದ ಟವೆಲ್ ಅಡಿಯಿಂದ ಹೊರಬಿದ್ದ ಕೂದಲ ಎಳೆಗಳು ಡೊಂಕುಡೊಂಕಾಗಿ ಬೆವರಿಗೆ ಅಂಟಿದ್ದವು. ಬಿಳಿ ಕೆನ್ನೆ ಗದ್ದ ಕೆಂಪು ಕೆಂಪಾಗಿದ್ದವು. ಕಿವಿಯ ಬುಡದಿಂದ ಬೆವರ ಹನಿಯೊಂದು ಕುತ್ತಿಗೆಗೆ ಜಾರುತ್ತಿತ್ತು. ನಾ ಹಿಡಿದುಕೊಂಡ ಅವಳ ಕೈ ಇನ್ನೂ ನಡುಗುತ್ತಿತ್ತು. ಈ ಹೊಸ ಅವತಾರದಲ್ಲಿ ಅಮ್ಮ ನಂಗ್ಯಾಕೋ ಚಂದ ಕಂಡಿದ್ದಳು. ಅಚ್ಚರಿಯಿಂದ ಅವಳನ್ನು ನೋಡುತ್ತಿದ್ದಾಗಲೇ ನನ್ನ ಕೈ ಬಿಡಿಸಿಕೊಂಡ ಅಮ್ಮ ಬಲಭುಜದಲ್ಲಿ ಮೂಗಿನಡಿಯ ಬೆವರೊರೆಸಿಕೊಂಡು, ತಲೆಗೆ ಕಟ್ಟಿದ್ದ ಟವಲ್ ಬಿಚ್ಚಿ ಮುಖ ಕತ್ತು ಒರೆಸಿಕೊಂಡು ಸೀರೆ ಸರಿಪಡಿಸಿಕೊಳ್ಳುತ್ತಾ "ಅಪ್ಪನಿಗೆ ಹೇಳಡಾ..." ಎಂದಷ್ಟೇ ಹೇಳಿ ಎದ್ದು ಹೋಗಿದ್ದಳು. ನಾನೂ ಹೇಳಿರಲಿಲ್ಲ.

ಯಕ್ಷಗಾನವೆಂದರೆ ಇಷ್ಟೆಲ್ಲಾ ಪ್ರೀತಿ ಇರುವ ಅಮ್ಮನಿಗೆ ನಾನು ಛದ್ಮವೇಷದಲ್ಲಿ ಯಕ್ಷಗಾನದ್ದೇ ಪಾರ್ಟು ಮಾಡುತ್ತೇನೆಂದು ತಿಳಿದರೆ ಖುಷಿಯಾಗದೇ ಇರುತ್ತದಾ? ನಾನು ಪ್ರತಿಭಾ ಕಾರಂಜಿಗೆ ರಾಜ್ಯಮಟ್ಟಕ್ಕೆ ಆಯ್ಕೆ ಆದಾಗ ನಮ್ಮ ಸರ್ "ನೀನು ಯಾವುದಾದರೂ ಯಕ್ಷಗಾನದ ವೇಷ ಹಾಕು. ನಮ್ಮ ಉತ್ತರಕನ್ನಡದ ಸಂಸ್ಕೃತಿಯನ್ನು ಬಿಂಬಿಸಿದ ಹಾಗೂ ಆಗ್ತದೆ..." ಎಂದಿದ್ದರು. ನಾನದನ್ನು ಮನೆಗೆ ಬಂದು ಹೇಳಿದಾಗ ಅಮ್ಮ ಥಟ್ಟನೆ "ನೀನು ಭೀಮನ ವೇಷ ಹಾಕು..." ಎಂದಿದ್ದಳು. ಆದರೆ ಅಲ್ಲೆ ಕುಳಿತು ಏನನ್ನೋ ಓದುತ್ತಿದ್ದ ಅಪ್ಪನೂ ಅಷ್ಟೇ ಸಟಕ್ಕನೆ ತಲೆಯೆತ್ತಿ "ಎಂತಾ ಯಕ್ಷಗಾನ ಸುಡುಗಾಡು ಶುಂಠಿ ಹೇಳ್ತಾನೇ ಕಾಲ ಕಳಿಯವ್ನಾ ನೀನು? ಏನೂ ಬೇಡ. ಪರೀಕ್ಷೆ ಹತ್ರ ಬಂತು. ಸರೀ ಕೂತ್ಕಂಡು ಓದು. ಫಸ್ಟ್ ಬಾ ಪರೀಕ್ಷೆಲಿ. ಮುಂದೆ ಏನಾದ್ರೂ ಮಾಡ್ಲಾಗ್ತು.

ತಗ್ಗಿನಮನೆ ರಾಮಣ್ಣನ ಮಗಳು ಅಷ್ಟು ಹುಶಾರಿ ಆದ್ರೂ ಅದ್ಕೆ ಎಂಜಿನಿಯರಿಂಗ್ ಸೀಟ್ ಸಿಕ್ಕಿದ್ಲೆ. ನೀ ಎಂತಾ 6ನೆತ್ತೆಲೇ ಡುಮ್ಕಿ ಹೊಡಿಯ ಮಾಡಿದ್ಯಾ? ಇದು ಕಾಂಪಿಟೇಟಿವ್ ಜಗತ್ತು. ಜಸ್ಟ್ ಪಾಸ್ ಅದ್ರೆಲ್ಲಾ ಯಾವ ಕುನ್ನಿನೂ ಒಳಗೆ ತಕತ್ಲೆ... ತಿಳ್ಕಾ ದನ ಕಾಯವ್ನೆ... ಛದ್ಮವೇಷ ಹಾಕ್ತನಡ ಛದ್ಮವೇಷ..." ಎಂದು ಧುಮುಗುಟ್ಟಿ ಎದ್ದು ಹೊರಗೆ ಹೋಗಿದ್ದ.

ಅಮ್ಮ ಸುಮ್ಮನೆ ಕೂತಿದ್ದಳು. ನನಗೆ ಛದ್ಮವೇಷದ ಅವಕಾಶ ತಪ್ಪಿ ಹೋಗಿದ್ದು ಖಾತ್ರಿಯಾಗಿ ಅಳುವೇ ಬಂದಿತ್ತು. ಅಮ್ಮನ ಬಳಿ ಹೋಗಿ ಕೈಗೆ ಅವಳ ಸೆರಗು ಸುತ್ತುತ್ತಾ "ಅಮಾ... ನಾ ಛದ್ಮವೇಷ ಮಾಡ್ತೆ..." ಎಂದು ಅಳುದನಿಯಲ್ಲಿ ರಾಗ ಎಳೆದಿದ್ದೆ. ಅಮ್ಮ ಸ್ವಲ್ಪಹೊತ್ತು ಸುಮ್ಮನಿದ್ದು ನಂತರ "ಹೌದು, ನೀ ಛದ್ಮವೇಷ ಮಾಡು. ಭೀಮನ ವೇಷಾನೇ ಹಾಕು" ಎಂದವಳೇ ನನ್ನ ಕೈ ಹಿಡಿದು ಒಳಗೊಯ್ದಳು. ಅಟ್ಟದ ಮೇಲಿನ ಯಾವ್ಯಾವುದೋ ಗಂಟುಗಳನ್ನು ಕೆಳಗಿಳಿಸಿ ಬಿಚ್ಚತೊಡಗಿದಳು. ನೋಡುತ್ತಾ ನಿಂತ ನನಗೆ ಅಚ್ಚರಿಯಾಯ್ತು. ಆ ಗಂಟುಗಳೊಳಗೆ ಮಿರುಗುವ ಕಿರೀಟ, ಭುಜಕೀರ್ತಿ, ಎದೆ ಕವಚ, ಜರಿವೇಷ, ಸಣ್ಣ ಗದೆ ಎಲ್ಲ ಇದ್ದವು! ಅದರೊಟ್ಟಿಗೇ ಕಟ್ಟುಹಾಕಿಸಿದ್ದ ಸಣ್ಣ ಫೋಟೋದಲ್ಲಿ ಗದೆ ಹಿಡಿದು ನಿಂತಿದ್ದ ಭೀಮನ ವೇಷದ ಚಿತ್ರವಿತ್ತು. ಆ ಚಿತ್ರವನ್ನು ಹತ್ತಿರದಿಂದ ನೋಡಿದ ನನಗೆ ಮತ್ತೂ ಆಶ್ಚರ್ಯವಾಗಿ "ಅಮ್ಮಾ... ಇದು ನೀನೇ ಅಲ್ದಾ? ನೀ ಯಾವಾಗ ಯಕ್ಷಗಾನ ಪಾರ್ಟು ಮಾಡಿದ್ಯೇ?" ಎಂದು ಹೆಚ್ಚು ಕಡಿಮೆ ಚೀರಿಯೇ ಬಿಟ್ಟಿದ್ದೆ. ಅಮ್ಮ ನಕ್ಕು ಹೌದು ಎಂಬಂತೆ ತಲೆಯಾಡಿಸಿ "ಅದು ಸಣ್ಣಿದ್ದಾಗ ಶಾಲಾ ಮಕ್ಕಳ ಯಕ್ಷಗಾನದಲ್ಲಿ ಭೀಮನ ಪಾರ್ಟು ಮಾಡಿದ್ದು. ಆಗೆಲ್ಲಾ ಸುಮಾರು ಮಕ್ಕಳ ಯಕ್ಷಗಾನದಲ್ಲಿ ಭೀಮ, ಅಭಿಮನ್ಯು, ಅರ್ಜುನನ ಪಾರ್ಟೆಲ್ಲಾ ಮಾಡ್ತಿದ್ದೆ" ಅಂದಳು. ನಾನು "ಕಡೆಗೆ?" "ಕಡೆಗೆಂತದು ಮದುವೆ ಆತು..." "ಕಡೆಗೆ...?" " ಕಡೆಗೆಂತಾ ಕಡಲೆಕಾಯಿನೋ ಮಳ್ಳು ಪೋರಾ... ಮದುವೆ ಆತು ಅಂದ್ರೆ ಎಲ್ಲಾ ಮುಗತ್ತು ಹೇಳೇ ಅರ್ಥ... ಯಕ್ಷಗಾನದ ವೇಷ ಮುಗತ್ತು... ಮತ್ತೊಂದು ವೇಷ ಶುರು ಆತು. ಈ ವೇಷ ಯಾವತ್ತೂ ಕಳಚೂದಿಲ್ಲೆ" ಎನ್ನುತ್ತಾ ನಕ್ಕರೂ ಅಮ್ಮನ ಕಣ್ಣಂಚು ಹೌದೊ ಅಲ್ಲವೋ ಗೊತ್ತಾಗದಷ್ಟು ತೆಳುವಾಗಿ ಒದ್ದೆಯಾಗಿತ್ತು. ಅಮ್ಮ ಹೇಳಿದ್ದು ನನಗೆ ಪೂರ್ತಿಯಾಗಿ ಅರ್ಥ ಆಗಿರಲಿಲ್ಲ. ಆದರೂ ಸದಾ ಏನೋ ಬೇಜಾರಿನಲ್ಲೇ ಇರುವಂತೆ ತೋರುವ, ಕೆದರಿದ ಕೂದಲಿನ, ಒಡಕು ಹಿಮ್ಮಡಿಯ, ಉಗುರಕಣ್ಣಾಗಿ ವಿಕಾರವಾದ ಹೆಬ್ಬೆರಳಿನ, ಒದ್ದೆ ತುದಿಯ ಲಂಗ ಎತ್ತಿಕಟ್ಟಿಕೊಂಡು ಕೊಟ್ಟಿಗೆಯಲ್ಲಿ ಸಗಣಿ ತೆಗೆಯುವ, ಚೊಯ್ ಚೊಯ್ ಎಂದು ದೋಸೆ ಎರೆದು ಹಾಕುವ ಈ ಅಮ್ಮನನ್ನು ಯಕ್ಷಗಾನದ ವೇಷದಲ್ಲಿ ಕಲ್ಪಿಸಿಕೊಳ್ಳಲಾಗದೇ ನಗು ಬಂದು ನಕ್ಕುಬಿಟ್ಟಿದ್ದೆ.

"ಹುಬ್ಬಳ್ಳಿ ಬಂತು ಏಳೋ..." ಎಂದು ವಿಶ್ವಣ್ಣ ಭುಜ ಹಿಡಿದು ಅಲುಗಾಡಿಸಿದಾಗಲೇ ಅರೆ! ನನಗೆ ನಿದ್ದೆ ಬಂದಿತ್ತು ಎಂದು ಗೊತ್ತಾದದ್ದು. ವೇಷದ ಪೆಟ್ಟಿಗೆಯೊಟ್ಟಿಗೆ ಬಸ್ಸಿನಿಂದ ಕೆಳಗಿಳಿದರೆ ಎಲ್ಲೆಲ್ಲೆಲ್ಲೂ ಜನ... ಬಸ್ಸುಗಳು... ರಿಕ್ಷಾಗಳು... ಒಮ್ಮೆ ಸುತ್ತಲೂ ತಿರುಗಿ ರಸ್ತೆಯಾಚೆಗಿನ 'ಅಯೋಧ್ಯಾ ಹೋಟೆಲ್' ಬೋರ್ಡ್‌ನ ಇಂಗ್ಲಿಷ್ ಅವತರಣಿಕೆಯನ್ನು ಸರಿಯಾಗಿ ಓದಿ ಖುಷಿಪಟ್ಟೆ. ಅಷ್ಟೊತ್ತಿಗೆ ವಿಶ್ವಣ್ಣ ಒಂದು ಕೈಯಲ್ಲಿ ಪೆಟ್ಟಿಗೆಯನ್ನೂ

ಇನ್ನೊಂದು ಕೈಯಲ್ಲಿ ನನ್ನ ಕೈಯನ್ನೂ ಹಿಡಿದುಕೊಂಡು ಒಂದು ಹೋಟೆಲ್‌ಗೆ ಕರೆದುಕೊಂಡು ಹೋದ. ನನಗೆ ಹಸಿವಾಗದಿದ್ದರಿಂದ ನಾನು ಲಿಂಬುಸೋಡಾ ಬೇಕು ಅಂದೆ. ವಿಶ್ವಣ್ಣ "ನೋಡು ಅಲ್ಲಿ ಊಟಕ್ಕೆ ಎಷ್ಟು ಹೊತ್ತು ಅಗ್ತ ಏನೆನಾ... ಸ್ಪರ್ಧೆ ಮುಗಿವಲ್ಲಿವರೆಗೂ ಏನೂ ತಿನ್ನೂದಿಲ್ಲೆ... ಈಗ್ಲೇ ಬೇಕಾದ್ರೆ ಏನಾದ್ರೂ ತಿನ್ನು" ಅನ್ನುತ್ತಾ ತಾನು ಇಡ್ಲಿ ತಿಂದ. ನಾನು ಏನೂ ತಿನ್ನದೆ ಬುರುಬುರು ನೊರೆಯ ಸೋಡಾವನ್ನು ಹನಿಹನಿಯಾಗಿ ಕುಡಿದು... ಡರ್ರ್... ನೇ ತೇಗಿದೆ. ಮೂಗಿನಲ್ಲೂ ಬಿಸಿಬಿಸಿ ಗಾಳಿ ಬಂದಂತಾಗಿ ಮಜವಾಗಿ ಖುಷಿಪಟ್ಟೆ. ಮತ್ತೆ ಅಲ್ಲಿಂದ ಬಸ್‌ಸ್ಟ್ಯಾಂಡ್‌ಗೆ ಬಂದು ವಿಶ್ವಣ್ಣ ಒಬ್ಬ ಕಂಡಕ್ಟರ್ ಬಳಿ "ಇಲ್ಲಿ ರಾಜ್ಯಮಟ್ಟದ ಪ್ರತಿಭಾ ಕಾರಂಜಿ ನಡಿತಾ ಇರೊ ಸ್ಕೂಲು ಯಾವ ಕಡೆಗಾಗತ್ತೈತಿ?" ಕೇಳಿದ. ಅವನು ಬಾಯಲ್ಲಿದ್ದ ಕವಳವನ್ನು ಕ್ಯಾಕರಿಸಿ ಅಲ್ಲೇ ಉಗಿದು "ಯಾ ಸ್ಕೂಲು ಹೆಸರು ಹೇಳ್ರೀ ಸರ ಗೊತ್ತಾಗತ್ತೈತಿ" ಅಂದ. ನಾನು ತಟ್ಟನೇ "ವಾಷಿಂಗ್ಟನ್ ಸ್ಕೂಲ್" ಅಂದೆ. ವಿಶ್ವಣ್ಣ ಟಪ್‌ನೆ ನನ್ನ ತಲೆಗೆ ಹೊಡೆದು "ಲ್ಯಾಮಿಂಗ್ಟನ್ ಸ್ಕೂಲ್" ಅಂದ. ನನಗೆ ನನ್ನ ತಪ್ಪು ಗೊತ್ತಾಗಿ ಮುಖ ತಿರುಗಿಸಿ ಬಸ್ಸುಗಳ ಬೋರ್ಡು ಓದತೊಡಗಿದೆ. ಕಂಡಕ್ಟರ್ "ಲ್ಯಾಮಿಂಗ್ಟನ್ ಏನ್ರೀ... ಸಿಬಿಟಿ ಬಸ್ ಹತ್ತಿ ಕಾರ್ಪೋರೇಷನ್ ಸ್ಟಾಪ್ದಾಗ ಇಳಿರಿ. ಪಕ್ಕದಾಗ ಕಾಣತ್ತೈತಿ..." ಎಂದು ನನ್ನತ್ತ ತಿರುಗಿ "ವಾಷಿಂಗ್ಟನ್‌ಗೆ ಹೋಗಾಕ ಹೀ...ಂಗ ಹೋಗ್ಬೇಕು ನೋಡ್ ತಮ್ಮಾ..." ಎಂದು ಆಕಾಶದಲ್ಲಿ ಒಮ್ಮೆ ಉದ್ದಕ್ಕೆ ಕೈ ಎಳೆದು ನಗುತ್ತಾ ಹೋದ. ನಾನು ಗೊತ್ತೇ ಆಗದವನಂತೆ ಮುಖ ತಿರುಗಿಸಿದೆ.

ಅಲ್ಲಿಂದ ಮತ್ತೆ ಬಸ್ಸು ಹತ್ತಿ ಲ್ಯಾಮಿಂಗ್ಟನ್ ಸ್ಕೂಲಿಗೆ ತಲುಪುವಷ್ಟರಲ್ಲಿ ಮಧ್ಯಾಹ್ನ 12 ಗಂಟೆಯಾಗಿತ್ತು. ಆ ಶಾಲೆಯ ಆವಾರದಲ್ಲಿನ ಸಾವಿರಾರು ಮಕ್ಕಳನ್ನು ನೋಡಿ ನನಗಾಗಲೇ ಪುಕು ಪುಕು ಶುರುವಾಗಿತ್ತು. ಆದರೆ ಕೊಂಚವೂ ಹೆದರದೇ ಒಳಹೋಗಿ ನನ್ನ ಹೆಸರನ್ನು ನೋಂದಾಯಿಸಿ ನಂಬರ್ ಪಡೆದು ಬಂದ ವಿಶ್ವಣ್ಣ ನನ್ನ ಕಣ್ಣಿಗಂತೂ ಹೀರೋ ಅಗಿ ಕಂಡಿದ್ದ.

ಅಷ್ಟು ದೊಡ್ಡ ಶಾಲೆಯನ್ನು ನಾನಂತೂ ನೋಡಿರಲೇ ಇಲ್ಲ. ಲೆಕ್ಕವಿಡಲಾರದಷ್ಟು ಕೋಣೆಗಳ ಈ ಶಾಲೆಯ ಆವಾರದಲ್ಲಿ ನಿಂತ ನನಗೆ ನನ್ನ ಶೇವ್ಕಾರಿನ 2 ಕೋಣೆಯ ಒಂದೇ ಸರ್ ಇರುವ ಶಾಲೆ ನೆನಪಾಗಿ ಬೆರಗನ್ನೂ, ಭಯವನ್ನೂ ಮತ್ತಷ್ಟು ಹೆಚ್ಚಿಸಿತ್ತು. ಒಂದು ಬದಿಯಲ್ಲಿನ ಕೆಲವು ಕೋಣೆಗಳನ್ನು ಸ್ಪರ್ಧಿಗಳ ತಯಾರಿಗಾಗಿ ಕೊಟ್ಟಿದ್ದರು. ನಾವು ಅಲ್ಲಿಗೆ ಹೋಗುವಾಗ ಆಗಲೇ ಸುಮಾರು ಜನ ತಯಾರಿಯಲ್ಲಿ ತೊಡಗಿದ್ದರು. ಎಲ್ಲ ಮಕ್ಕಳ ಜೊತೆ ಅವರ ಅಪ್ಪನೋ ಅಮ್ಮನೋ ಯಾರಾದರೊಬ್ಬರು ಬಂದಿರುತ್ತಿದ್ದರು. ತಯಾರಿಗೆ ಮತ್ಯಾರೋ ಬಂದಿರುತ್ತಿದ್ದರು. ಅಮ್ಮಂದಿರು ಕೈಯಲ್ಲಿ ಸಣ್ಣ ಕನ್ನಡಿ ಹಿಡಿದು ಆಗಾಗ ಅದನ್ನು ತಮ್ಮ ಮಗುವಿನ ಮುಖಕ್ಕೆ ಹಿಡಿದು ಏನೇನೋ ಇಂಗ್ಲಿಷ್‌ನಲ್ಲಿ ಪಿಸಗುಡುತ್ತಿದ್ದರು. ಅಗಾಗ ಬಾಗಿ ಮಕ್ಕಳ ಕೆನ್ನೆಗೆ ಮುತ್ತು ಕೊಡುತ್ತಿದ್ದರು. ಮತ್ತೆ ಕೆನ್ನೆಮೇಲೆ ಮೂಡಿದ ತುಟಿ ಗುರುತನ್ನು ಕರ್ಚೀಫ್‌ನಲ್ಲಿ ನಯವಾಗಿ ಒರೆಸುತ್ತಿದ್ದರು. ಆದರೆ ತಮ್ಮದಲ್ಲದ ಬೇರೆ ಮಕ್ಕಳನ್ನು ನೋಡುವಾಗ ಅವರ ದೃಷ್ಟಿ ಬೇರೆ ರೀತಿಯೇ ಆಗಿರುತ್ತಿತ್ತು. ಅದನ್ನೆಲ್ಲ ನೋಡುತ್ತಾ ಹೊಸದೊಂದು

ಜಗತ್ತಿಗೆ ಬಂದಂತಾಗಿ ನಾನು ಬೆರಗಿನಿಂದ ನಿಂತೇ ಇದ್ದೆ ಎಷ್ಟೋ ಹೊತ್ತು.

ವಿಶ್ವಣ್ಣ ಒಂದು ಬದಿಗೆ ಹೋಗಿ ಕುಳಿತು ಪೆಟ್ಟಿಗೆಯಲ್ಲಿನ ವೇಷ ಬಣ್ಣಗಳನ್ನೆಲ್ಲ ತೆಗೆದು ಬಣ್ಣಕ್ಕೆ ಕೊಂಚ ನೀರನ್ನು ಹಾಕಿ ಅಂಗೈಯಲ್ಲಿ ಹಿಡಿದು ನನ್ನ ಕರೆದ. "ಏ ಮಧು ಬಾ... ಬಾ... ಲೇಟಾಗ್ತದೆ. ಮೊದಲೇ ರೆಡಿ ಆಗ್ಬೇಕು..." ಈ ಶಾಲೆ ಹೊಕ್ಕಾಗಿಂದ ವಿಶ್ವಣ್ಣ ನನ್ನ ಹತ್ತಿರವೂ ಪೇಟೆ ಭಾಷೆಯಲ್ಲೇ ಮಾತಾಡಲು ಶುರು ಮಾಡಿದ್ದನ್ನು ನೋಡಿ ಮಜಾ ಅನ್ನಿಸುತ್ತಲೇ ಅವನೆದುರಿಗೆ ಹೋಗಿ ನಿಂತೆ. ನಾಚುತ್ತಿದ್ದ ನನ್ನ ಸಮಾಧಾನಗೊಳಿಸಿ ಅಂಗಿ ತೆಗೆದ. ಒಳಗಿನ ಬನಿಯನ್ನು ಕೆಸರಾಗಿದ್ದೂ ಅಲ್ಲದೇ ಎರಡು ಕಡೆ ಸಣ್ಣಗೆ ಕನ್ನು ಬಿದ್ದಿತ್ತು. ಪ್ಯಾಂಟು ಬಿಚ್ಚಿಸಿ ಒಳಗಡೆಯ ಶಾಲೆಯ ಸಮವಸ್ತ್ರದ ನೀಲಿಚಡ್ಡಿಯ ಮೇಲೆ ವೇಷದ ಜರಿ ಪಾಯಿಜಾಮ ಹಾಕಿಸಿದ. ಹಾಗೆಯೇ ಅಂಗೈಗೆ ಬಣ್ಣ ಹಚ್ಚಿಕೊಂಡು ಮೆಲುವಾಗಿ ಮುಖಕ್ಕೆ ಪಟಪಟನೆ ಬಣ್ಣ ಹಚ್ಚಲಾರಂಭಿಸಿದ. ಕಣ್ಣು ಹುಬ್ಬಿಗೆ ದಪ್ಪ ಕಾಡಿಗೆ, ತುಟಿಗೆ ಕೆಂಪು ಹಚ್ಚಿ ಇನ್ನೂ ಏನೇನೋ ತಿದ್ದಿ ತೀಡಿ ಗೆಜ್ಜೆ ಭುಜಕೀರ್ತಿ ಎದೆಕವಚ ಕಿರೀಟ ಎಲ್ಲ ಆಭರಣಗಳನ್ನೂ ತೊಡಿಸಿ ಒಮ್ಮೆ ನನ್ನ ಮೇಲಿಂದ ಕೆಳಗಿನವರೆಗೆ ದಿಟ್ಟಿಸಿ ನೋಡಿ "ತಯಾರಾದ ನೋಡಿ ಭೀಮ..." ಎಂದು ಆಗಿಂದ ನಮ್ಮನ್ನೇ ನೋಡುತ್ತಿದ್ದ ಒಂದಿಬ್ಬರ ಕಡೆ ತಿರುಗಿ ನಕ್ಕ. ಅವರು "ಗ್ರೇಟ್ ಗ್ರೇಟ್... ಪ್ರೈಝ್ ಗ್ಯಾರಂಟಿ..." ಎಂದು ಹುಬ್ಬು ಹಾರಿಸಿದರು. ನನಗೂ ಖುಷಿಯಾಯ್ತು. ವಿಶ್ವಣ್ಣ ಯಾರದ್ದೊ ಕನ್ನಡಿಯನ್ನು ಕೇಳಿ ತಂದು ನನ್ನ ಮುಖಕ್ಕೆ ಹಿಡಿದ. ನನಗೇ ಗುರುತು ಸಿಗಲಾರದಂತೆ ಆಗಿದ್ದ ನನ್ನ ವೇಷ ನೋಡಿ ಖುಷಿಯಿಂದ ನಕ್ಕೆ. ಅಮ್ಮ ನೆನಪಾದಳು. ಈಗ ನನ್ನ ಭಯ ಸ್ವಲ್ಪ ಕಡಿಮೆಯಾಗಿ ಆ ವಾತಾವರಣಕ್ಕೆ ಹೊಂದಿಕೊಂಡಿದ್ದೆ. ಒಂದಿಬ್ಬರು ಹೆಂಗಸರು ಗದ್ದ ಮುಟ್ಟಿ "ಕ್ಯೂಟ್... ಕ್ಯೂಟ್..." ಎಂದು ಹೋದಾಗಂತೂ ಧೈರ್ಯ ಸ್ವಲ್ಪ ಹೆಚ್ಚೇ ಆಗಿತ್ತು. ವಿಶ್ವಣ್ಣ "ಥ್ಯಾಂಕ್ಸ್ ಹೇಳೋ..." ಎಂದು ಪಿಸುಗುಟ್ಟಿದ್ದ.

ಆದರೆ ನಾನು ವೇಷ ಕಟ್ಟಿಕೊಂಡು ಒಂದೆರಡು ತಾಸು ಕಳೆದರೂ ಛದ್ಮವೇಷ ಶುರುವೇ ಆಗದಿದ್ದಾಗ ಬೇಸರ ಬರಲು ಶುರುವಾಗಿತ್ತು. ವೇದಿಕೆ ಮೇಲೆ ಬೇರೆ ಯಾವುದೋ ಸ್ಪರ್ಧೆ ನಡೆಯುತ್ತಿತ್ತು. ವೇಷ ಕಟ್ಟಿಕೊಂಡಿದ್ದರಿಂದ ಅದನ್ನು ನೋಡಲೂ ಹೋಗುವಂತಿರಲಿಲ್ಲ. ನನ್ನ ಹೊಟ್ಟೆ ಆಗಲೇ ಚುರುಗುಡಲು ಶುರುವಾಗಿತ್ತು. ಹೇಳಿದರೆ ವಿಶ್ವಣ್ಣ "ನಾ ಬೆಳಿಗ್ಗೆನೇ ಹೇಳಿದ್ದೆ ಏನಾದರೂ ತಿನ್ನು ಹೇಳಿ. ಆದ್ರೆ ನೀ ಕೇಳಿದ್ಲೆ..." ಎಂದು ಬೈಯುತ್ತಾನೆಂದು ಸುಮ್ಮನಿದ್ದೆ. ಆದರೆ ಹೊಟ್ಟೆಯಲ್ಲಿ ಕೊರ ಪರ ಶಬ್ದಗಳೆಲ್ಲಾ ಶುರುವಾದಾಗ ತಡೆಯಲಾರದೇ "ವಿಶ್ವಣ್ಣಾ ಹಸಿವೆ ಆತು..." ಎಂದೆ. ವಿಶ್ವಣ್ಣ "ಇವ್ರು ಬೇಗ ಸುರು ಮಾಡುವ ಹಾಗೆ ಕಾಣೂದಿಲ್ಲ. ನಾ ಹೋಗಿ ಊಟ ಮಾಡಿ ನಿಂಗೂ ಊಟ ತರ್ತೇನೆ. ನೀ ಇಲ್ಲೆ ಇರು..." ಎಂದು ಹೊರಟ. ನನಗೆ ಆಗಲೇ ಮಸ್ತು ಧೈರ್ಯ ಬಂದಿದ್ದರಿಂದ ಮತ್ತು ಹಸಿವೆಯೂ ಆಗಿದ್ದರಿಂದ "ಆಯ್ತು ಆಯ್ತು..." ಅಂದು ಅಲ್ಲೆ ಕೂತೆ. ವೇಷದ ಭಿಕ್ಷುಕ, ಮುದುಕ, ಕುಡುಕ, ಅಕ್ಕಮಹಾದೇವಿ, ಬಸವಣ್ಣ ಇನ್ನೂ ಯಾರ್ಯಾರೋ ಅಲ್ಲಲ್ಲೇ ಕುಳಿತು ತೂಕಡಿಸುತ್ತಿದ್ದನ್ನು ನೋಡಿ ಮಜಾ ಅನ್ನಿಸಿತು. ಪಗಡಿ ಕಿರೀಟದ ವಜ್ಜೆಯಿಂದ ತಲೆ ನೋಯಲು ಶುರುವಾಗಿತ್ತು. ಹಾಗೇ ನಾನು ಹೇಳಬೇಕಿದ್ದ ಡೈಲಾಗನ್ನು ಮತ್ತೊಮ್ಮೆ ನೆನಪಿಸಿಕೊಳ್ಳುತ್ತಾ ನಿಂತೆ.

ವೈಶಂಪಾಯನ ಸರೋವರದಲ್ಲಿ ಅಡಗಿ ಕುಳಿತ ದುರ್ಯೋಧನನನ್ನು ಭೀಮ ಛೇಡಿಸುವ ಸಂದರ್ಭ ಅದು. ಮೊದಲು ಬಲಗಾಲನ್ನು ಎತ್ತಿ ರಭಸದಿಂದ ಒಂದು ಹೆಜ್ಜೆ ಮುಂದಿಟ್ಟು, ಕೈಯಲ್ಲಿದ್ದ ಗದೆಯನ್ನೊಮ್ಮೆ ಗಿರಗಿರ ತಿರುಗಿಸಿ ಭುಜದ ಮೇಲಿಟ್ಟುಕೊಂಡು ದೊಡ್ಡದಾಗಿ ನಾಟಕದ ಖಳನಾಯಕನಂತೇ ನಗಬೇಕು. ನಂತರ ರೋಷದ ಮುಖ ಮಾಡಿ "ಎಲೆಲವೋ ಹೇಡಿ... ಜೀವಕ್ಕೆ ಹೆದರಿ ಜಲದಲ್ಲಿ ಅಡಗಿ ಕುಳಿತಿರುವಿಯೇನೋ... ಎಲ್ಲಿ ಹೋಯಿತೋ ದ್ರೌಪದಿಯ ಸೀರೆ ಸೆಳೆಯುವಾಗಿನ ನಿನ್ನ ಪೌರುಷ...? ಮೋಸದಾಟವಾಡಿ ನಮ್ಮನ್ನು ಕಾಡಿಗೆ ಅಟ್ಟುವಾಗಿದ್ದ ಪರಾಕ್ರಮ... ಅರಗಿನರಮನೆಗೆ ಕಿಚ್ಚು ಹಚ್ಚುವ ನಿನ್ನ ಸೊಕ್ಕು ಎಲ್ಲಿ ಹೋಯಿತೋ...? ಕೇಳಿಲ್ಲಿ... ನಿನ್ನ ತೊಡೆ ಒಡೆದು ರಕ್ತ ಕುಡಿಯದೇ ಬಿಡುವನಲ್ಲವೋ ಈ ಬಲಭೀಮ... ಹೊರಗೆ ಬಾರಲೋ ನರರಿಪು ಕುರುಕುಲ ಕುನ್ನಿ..." ಎಂದು ಕುನ್ನಿ ಎನ್ನುವಾಗ ಮತ್ತೊಮ್ಮೆ ಕಾಲನ್ನೆತ್ತಿ ನೆಲಕ್ಕೆ ಕುಕ್ಕಬೇಕಿತ್ತು. ಇದನ್ನೆಲ್ಲ ಅಮ್ಮನೇ ಬರೆದು ಕೊಟ್ಟು ರೂಢಿ ಮಾಡಿಸಿದ್ದಳು. ಸಾಮಾನ್ಯವಾಗಿ ಅಪ್ಪ ಆಫೀಸಿಗೆ ಹೋದ ಸಮಯದಲ್ಲೇ ನಮ್ಮ ತಾಲೀಮು ನಡೆಯುತ್ತಿದ್ದರಿಂದ ಅಪ್ಪನಿಗೆ ಗೊತ್ತೇ ಆಗುತ್ತಿರಲಿಲ್ಲ.

ನಾನು ಇಲ್ಲಿಗೆ ಬರುವ ಮೊದಲಿನ ದಿನ ರಾತ್ರಿಯವರೆಗೆ, ಅಂದರೆ ನಿನ್ನೆ ರಾತ್ರಿಯವರೆಗೂ ಅಪ್ಪನಿಗೆ ನಾನು ಛದ್ಮವೇಷದಲ್ಲಿ ಭಾಗವಹಿಸುವ ವಿಷಯ ಗೊತ್ತೇ ಇರಲಿಲ್ಲವೇನೋ. ಆ ದಿನ ಅವನು ಛದ್ಮವೇಷದಲ್ಲಿ ಭಾಗವಹಿಸುವದು ಬೇಡ ಎಂದು ಹೇಳಿದ್ದರಿಂದ ಇವನು ಭಾಗವಹಿಸಲಾರ ಅನ್ನಿಸಿ ಆ ವಿಷಯ ಮರೆತಿರಬೇಕು. ಅಲ್ಲದೆ ಅಪ್ಪ ಒಂದು ಸಲ ಹೇಳಿದರೆ ಮುಗಿಯಿತು. ನಾನಾಗಲಿ ಅಮ್ಮನಾಗಲಿ ಅದನ್ನು ಮೀರುವಂತಿರಲಿಲ್ಲ. ಅಂಥದ್ದರಲ್ಲಿ ಅವನ ಮಾತು ಮೀರಿ ನಾನು ಮತ್ತೂ ಛದ್ಮವೇಷದ ತಯಾರಿ ನಡೆಸಿದ್ದೇನೆಂದು ಗೊತ್ತಾದರೆ ಸುಮ್ಮನಿರುತ್ತಾನೆಯೇ? ನಿನ್ನೆ ರಾತ್ರಿಯ ಅಪ್ಪನ ಅವತಾರ ನೋಡಿ ನಾನು ಸ್ಪರ್ಧೆಗೆ ಬರಲಾಗುವುದಿಲ್ಲ ಅಂತಲೇ ಭಾವಿಸಿದ್ದೆ. ಅಮ್ಮ ಇದ್ದದ್ದಕ್ಕೆ ಆಯಿತು.

ರಾತ್ರಿ ಊಟ ಮುಗಿಸಿ ಅಪ್ಪ ಜಗುಲಿಯಲ್ಲಿ ಕುಳಿತು ಟಿ.ವಿ.ಯಲ್ಲಿ ವಾರ್ತೆ ನೋಡುತ್ತಿದ್ದ. ಒಳಗೆ ಸಣ್ಣಗೆ ಡೈಲಾಗನ್ನು ಉರು ಹೊಡೆಯುತ್ತಿದ್ದ ನನ್ನನ್ನು ಅಡುಗೆಮನೆಗೆ ಕರೆದ ಅಮ್ಮ "ಹೋಗು ಅಪ್ಪನತ್ರ ನಾಳೆ ಹುಬ್ಬಳ್ಳಿಗೆ ಹೊಗ್ತೆ ಹೇಳಿ ಬಸ್ ಚಾರ್ಜಿಗೆ ದುಡ್ಡು ಬೇಕು ಹೇಳಿ ತಕಾ..." ಅಂದಿದ್ದಳು. ನನಗೆ ಭಯವಾಗಿ "ಅಮ್ಮಾ ನೀನೇ ಕೇಳೆ ನಂಗೆ ಹೆದ್ರಿಕೆ ಆಗ್ತೆ..." ಅಂದೆ. "ಏನಿಲ್ಲೆ ನಿಂಗೆ ಹೋಗ ಹೇಳಿದ್ರೆ ಕೇಳು. ಇಲ್ಲದ್ರೆ ಹೆದ್ರಿಕೆ ಹೇಳ್ತಾ ಕೂತ್ಕಾ ಮನೆಲೇಯ" ಎಂದು ಹೇಳಿ ಅಬ್ಬಿಗೆ ಹೋಗಿ ಪಾತ್ರೆ ತೊಳೆಯಲು ಶುರು ಮಾಡಿದಳು.

ಮೆಲ್ಲಗೇ ಹೋಗಿ ಅಪ್ಪನೆದುರು ನಿಂತಾಗ ಹೆದರಿಕೆಯಿಂದ ಧಗ್ ಧಗ್ ಎಂದು ನನ್ನ ಎದೆ ಬಡಿತ ನನಗೇ ಕೇಳುತ್ತಿತ್ತು. ಒಮ್ಮೆ ಎದೆ ಮೇಲೆ ಕೈಯಿಟ್ಟುಕೊಂಡು ಧೈರ್ಯ ತಂದುಕೊಂಡು "ಅಪ್ಪಾ..." ಅಂದೆ. ಅಪ್ಪ ಟೀವಿಯಿಂದ ಮುಖ ಕೀಲಿಸಿ ನನ್ನೊಮ್ಮೆ ದುರುಗುಟ್ಟಿ ನೋಡಿ "ಎಂತದ ನಿಂದು? ಶಾಲೆ ಅಭ್ಯಾಸ ಎಲ್ಲಾ ಮುಗತ್ತನ?" ಎಂದು ಗಡಸು ದನಿಯಲ್ಲೇ ಕೇಳಿದ. "ನಾಳೆ... ನಾಳೆ ಛದ್ಮವೇಷ ಸ್ಪರ್ಧೆ ಹುಬ್ಬಳ್ಳಿಲಿ...

ಬಸ್‌ಚಾರ್ಜು..." "ಎಂಥದೂ...?" ನನ್ನ ಮಾತನ್ನು ಅರ್ಧಕ್ಕೆ ತುಂಡರಿಸಿದ ಅಪ್ಪ "ನಿಂಗೆ ಕನ್ನಡ ಬತ್ತಾ ಇಲ್ಯಾ...? ಆ ದಿನಾನೇ ಹೇಳಿದ್ದೆ ಆ ಸುಡುಗಾಡು ಛದ್ಮವೇಷ... ಮತ್ತೊಂದು ಮಗದೊಂದು ಹೇಳ್ಕತ್ತಾ ಕುಣಿಯಡಾ... ಸುಮ್ಮಂಗೆ ಕೂತ್ಕಂಡು ಓದು ಹೇಳಿ... ನಿಂಗೆ ತಲೆ ಮೇಲೆ ಏರ್ಸ್ಕಂಡು ಮೆರವಣಿಗೆ ಮಾಡಿದ್ದು ಹೆಚ್ಚಾತು..." ಎನ್ನುತ್ತಾ ಅಡುಗೆಮನೆ ಬಾಗಿಲ ಕಡೆ ನೋಡುತ್ತಾ ಕೂಗತೊಡಗಿದ. ಇನ್ನು ನಾನು ಸ್ಪರ್ಧೆಗೆ ಹೋಗುವದು ಕನಸೇ ಅನ್ನಿಸಿತ್ತು. ಆದರೂ ಕೊನೆಯ ಪ್ರಯತ್ನವೆಂಬಂತೆ "ಇಲ್ಲೆ ಅಪ್ಪಾ ಎಲ್ಲಾ ತಯಾರಿನೂ ಮಾಡ್ಕಂಡು ಆಯ್ದು... ಅದ್ಕೆಯ ಇದೊಂದ್ ಸಲ..." ಅಂದೆ. ಅಪ್ಪ ಕುರ್ಚಿಯಿಂದ ಎದ್ದು ಕೈಲಿದ್ದ ಟಿ.ವಿ. ರಿಮೋಟನ್ನು ಎತ್ತೆತ್ತಿ ಆಡಿಸುತ್ತಾ ಮತ್ತಷ್ಟು ದೊಡ್ಡಕ್ಕೆ ಅಬ್ಬರಿಸತೊಡಗಿದ. "ಏನೋ ಅಜಿಬಾತ್ ತಲೆ ಕೆಟ್ಟು ಹೋಯ್ದಾ ನಿಂಗೆ? ಯಾರ ಕೇಳ್ಕಂಡು ತಯಾರಿ ಮಾಡ್ಕಂಡೆ? ಗೊತ್ತಾತು ಗೊತ್ತಾತು... ಅದು... ಅದು... ತಾ ಒಬ್ಬಳು ವೇಷ ಕಟ್ಕಂಡು ಕುಣಿದು ದೇಶೋದ್ಧಾರ ಮಾಡಿದ್ ಸಾಕಾಯ್ದ್ಲೋ ಹೇಳಿ ಈಗ ನಿಂಗೂ ಹುಚ್ಚು ಹತ್ಸಿ... ಮನೆ ಹಳ್ಳ ಹಿಡಿಸ ಹೇಳಿ ಮಾಡಿದ್ದು... ಎಷ್ಟ್ ದುಡ್ಡು ಗಂಟಾಕಿದ್ದೆ ಆ ಕುಣಿತದಲ್ಲಿ ಕೇಳು ಅವಳ... ಭಿಕ್ಷೆ, ಭಿಕ್ಷೆ ಬೇಡಕಾಗ್ತು..." ಅಪ್ಪ ನನ್ನೇ ಬೈಯುತ್ತಿದ್ದರೂ ಅವನ ಮುಖ ಮಾತ್ರ ಅಡಿಗೆ ಮನೆ ಬಾಗಿಲ ಕಡೆಗೇ ಇತ್ತು. ಇನ್ನೂ ಏನೇನು ಹೇಳುತ್ತಿದ್ದನೋ ಏನೋ. ಅಷ್ಟರಲ್ಲೇ ಅಮ್ಮ ಅಡುಗೆಮನೆಯಿಂದ ತೊಳೆಯುತ್ತಿದ್ದ ಸೌಟನ್ನು ಕೈಯಲ್ಲಿ ಹಿಡಿದುಕೊಂಡೇ ಬಿರಬಿರ ಬಂದು ಅಪ್ಪನ ಸಮಾ ಎದುರಿಗೇ ನಿಂತುಬಿಟ್ಟಳು. ಅಪ್ಪ ಒಮ್ಮೆಲೇ ಗಪ್ಪಾಗಿಬಿಟ್ಟ. ಹೀಗೆಲ್ಲ ಧೈರ್ಯಮಾಡಿ ಅಮ್ಮ ಅಪ್ಪನೆದುರು ನಿಂತಿದ್ದನ್ನು ನೋಡೇ ಇರದಿದ್ದ ನಾನು ತುಂಬಿ ಹರಿಯುತ್ತಿದ್ದ ಕಣ್ಣೀರನ್ನು ಒರೆಸಿಕೊಳ್ಳುವದನ್ನೂ ಮರೆತು ಬೆಪ್ಪಾಗಿ ನಿಂತೇ ಇದ್ದೆ. ಅಮ್ಮ ಅಪ್ಪನನ್ನೇ ನೋಡುತ್ತಾ "ಭಿಕ್ಷೆ ಬೇಡಿದರೂ ಈಗಿದ್ದಕ್ಕಿಂತಾ ಖುಷಿಯಲ್ಲೇ ಇರ್ತ..." ಅಂದಳು. ಅಪ್ಪ ಕೊಂಚ ತಡಬಡಾಯಿಸಿದಂತೆ ಕಂಡ. ಆದರೂ ಅದೇ ಜೋರಿನಲ್ಲಿ ಮುಂದೆ ಮುಂದೆ ಬರುತ್ತಾ "ಏ... ಎಂತಾ ಹೇಳ್ತೆ ನೀನು? ಅವಂಗೂ ಯಕ್ಷಗಾನದ ಹುಚ್ಚು ಹತ್ತಿಸಿ ಸಾಪ ಬರ್ಬಾದ್ ಮಾಡ ಮಾಡಿದ್ಯಾ ಏನು? ನಾಳೆ ಮನೆ ತೊಳದು ಸಂಸಾರನ ಬೀದಿಗೆ ಬೀಳಿಸ್ತ ಅವ..." ಎಂದು ಚೀರಾಡಿದ. ಅವನ ಆವೇಶವನ್ನು ನೋಡಿ ಎಲ್ಲಿ ಅಮ್ಮನಿಗೆ ಹೊಡೆದೇ ಬಿಡುತ್ತಾನೇನೋ ಅನ್ನಿಸಿತ್ತು. ಆದರೆ ಅಮ್ಮ ಮಾತ್ರ ಒಂದೇ ಹೆಜ್ಜೆಯನ್ನೂ ಹಿಂದಕ್ಕಿಡದೆ, ಒಂಚೂರೂ ಅಳುಕದೆ ಅಪ್ಪನನ್ನೇ ದುರುಗುಟ್ಟಿ ನೋಡುತ್ತಾ "ಬೀದಿಗೇ ಬೀಳ್ಸಿರೂ ಒಂದೇ ಹೆಂಡತಿಗೆ ನಿಷ್ಠ ಆಗಿದ್ದು ಹೆಂಡತಿ ಮಕ್ಕಳ ಪ್ರೀತಿಂದ ನೊಡ್ಕಂಡ್ರೆ ಸಾಕು... ರಾಶಿ ದುಡ್ಡು ಗಂಟು ಹಾಕಿ, ಕಂಡವರ ಮನೆ ಹಾಲು ಕದ್ದು ಕುಡಿಯೂ ಕಳ್ಳಬೆಕ್ಕಿನ ಗುಣದವ ಆಗೂಕ್ಕಿಂತ ಇದೇ ಎಷ್ಟೊ ಪಾಲು ಚೊಲೊ..." ಅಂದಳು. ತಡಕೊಳ್ಳಲಾಗದಷ್ಟು ರೋಷಾವೇಶದಲ್ಲಿದ್ದ ಅಪ್ಪ ಈಗ್ಯಾಕೋ ಒಮ್ಮಿಂದೊಮ್ಮೆಲೇ ಸಾಪು ಥಂಡಾಗಿಬಿಟ್ಟ. ಎತ್ತಿದ್ದ ಕೈ ತಾನಾಗೇ ಕೆಳಗಿಳಿದಿತ್ತು. ಅಮ್ಮನ ಮುಖ ನೋಡದೇ ಅತ್ತಿತ್ತ ನೋಡುತ್ತಾ "ಏನ್ಬೇಕಾದ್ರೂ ಮಾಡ್ಕಂಡ್ ಸಾಯ್ರಿ... ನನ್ನ ಸುದ್ದಿಗೆ ಬರಡಿ ಅಷ್ಟೇ" ಅಂದವನೇ ಒಳಗೆ ಹೋಗಿ ಮಲಗಿಬಿಟ್ಟಿದ್ದ. ಅಮ್ಮ ನನ್ನ ಕೈ ಹಿಡಿದು ಒಳಕರೆದು ಸಾಂಬಾರು ಡಬ್ಬಿ ತೆಗೆದು ಅದರಲ್ಲಿನ ನೂರು ರೂಪಾಯಿಯ ಎರಡು ನೋಟು ತೆಗೆದು

ನನ್ನ ಕೈಯಲ್ಲಿಟ್ಟು "ಹೋಗಿ ಚೋಲೋ ಮಾಡಿ, ಬಹುಮಾನ ತಕಂಡೇ ಬಾ..." ಎಂದು ತಲೆ ಸವರಿದ್ದಳು. ಈಗ ಅಮ್ಮನ ಕಣ್ಣಲ್ಲೂ ನೀರಿತ್ತು. ನಾನಿನ್ನೂ ಆಘಾತದಿಂದ ಚೇತರಿಸಿಕೊಂಡಿರದಿದ್ದರೂ ಸ್ಪರ್ಧೆಗೆ ಹೋಗಬಹುದಲ್ಲ ಎಂದು ಖುಷಿಯಾಗಿತ್ತು. ಅದಕ್ಕೇ ಹೇಳಿದ್ದು ಅಮ್ಮ ಇದ್ದಿದ್ದಕ್ಕೆ ಆಯಿತು ಇಲ್ಲದಿದ್ದರೆ...

ಹೀಗೆ ಏನೇನೋ ಯೋಚಿಸುತ್ತಾ ನಿಂತವನಿಗೆ ತಲೆ ಹಿಂದೆ ಯಾರೋ ಜಗ್ಗಿದಂತಾಗಿ ಎಚ್ಚರಾಯಿತು. ಅದರೊಟ್ಟಿಗೇ ಕಳಚಿ ಬೀಳುತ್ತಿದ್ದ ಪಗಡಿ ಕಿರೀಟವನ್ನು ಕೈಯಲ್ಲಿ ಹಿಡಿದುಕೊಂಡು ತಿರುಗಿ ನೋಡಿದೆ. ಮೈಯೆಲ್ಲಾ ನೀಲಿ ಬಳಿದುಕೊಂಡ ಯಾವುದೋ ಕೃಷ್ಣನ ವೇಷದ ಹುಡುಗ ನನ್ನ ಕಿರೀಟದ ಹಗ್ಗವನ್ನು ಜಗ್ಗಿ ಬಿಚ್ಚಿದ್ದ. ಮೊದಲೇ ಹಸಿವಾಗಿದ್ದ ನನಗೆ ಕೆಟ್ಟ ಸಿಟ್ಟು ಬಂದು "ಯಾಕೆ ಬಿಚ್ಚಿದೇ...?" ಎಂದು ಜೋರು ಮಾಡಿದೆ. ಅವನು ಹಲ್ಲು ಕಿರಿಯುತ್ತಾ "ಮಜಾಕ್ಕೆ..." ಎಂದ. ನಾನು ಅದೇ ಸಿಟ್ಟಿನಲ್ಲಿ "ಝಾಡ್ಸಿ ಒದಿತೀನಿ" ಎಂದು ಕಾಲೆತ್ತಿ ತೋರಿಸಿದೆ. ಆದರೆ ಖರೆಯಾಗೂ ನಾನು ಒದೆಯುತ್ತಿರಲಿಲ್ಲ. ಅವನು "ಏನೋ ನಿಮ್ಮವ್ವನ್ ಇದು ನಮ್ಮ ಸ್ಕೂಲ್. ಏನೋ ಮಾಡ್ತಿ...? ಒದಿಲೇ ನೋಡೋಣಾ..." ಅನ್ನುತ್ತಾ ಕೈಯಲ್ಲಿ ಹಿಡಿದಿದ್ದ ಕಿರೀಟವನ್ನು ಜಗ್ಗತೊಡಗಿದ. ನಾನೊಮ್ಮೆ ಬಲವಾಗಿ ದೂಡಿದಾಗ ಎಗರಿ ಬಿದ್ದವನ ಹೆಬ್ಬೆರಳು ಒಡೆದು ರಕ್ತ ಬರತೊಡಗಿತ್ತು. ಎದ್ದು ಅಳುತ್ತಾ "ನೋಡ್ಕೋತೀನಲೇ... ಸೂಳೆಮಗ್ನ... ನಿಮ್ಮವ್ವನ್..." ಎನ್ನುತ್ತಾ ಎದ್ದು ಹೊರಗೆ ಹೋದ. ನನ್ನ ಕೋಪ ಇನ್ನೂ ಹೋಗಿರಲಿಲ್ಲ. ಅಷ್ಟೊತ್ತಿಗೇ ಮೈಕಿನಲ್ಲಿ ಇನ್ನು ಕೆಲವೇ ನಿಮಿಷಗಳಲ್ಲಿ ಛದ್ಮವೇಷ ಶುರುವಾಗಲಿದೆ ಎಂದು ಕೂಗಿದರು. ಇನ್ನೂ ಬರದ ವಿಶ್ವಣ್ಣನನ್ನು ಮನಸಲ್ಲೆ ಬೈಯುತ್ತಾ ಹೇಗೋ ನಾನೇ ಕಿರೀಟವನ್ನು ಕಟ್ಟಿಕೊಂಡು ಕುಳಿತೆ.

ಸ್ವಲ್ಪ ಹೊತ್ತಿಗೇ, ಆಗ ಅಳುತ್ತಾ ಹೋದ ಹುಡುಗ ಮತ್ತೆ ಬರುತ್ತಿರುವದು ಕಾಣಿಸಿತು. ಆದರೆ ಅವನೊಟ್ಟಿಗೆ ಮತ್ತೂ ನಾಲ್ಕಾರು ಹುಡುಗರಿದ್ದರು. ನನ್ನತ್ತ ಕೈ ತೋರಿಸಿ ಅವರಿಗೆ ಏನೋ ಹೇಳುತ್ತಿದ್ದ. ನನಗೆ ಎದೆ ಝುಗ್ ಅಂತು. ವಿಶ್ವಣ್ಣ ಎಲ್ಲಾದರೂ ಕಾಣುತ್ತಾನೆಯೆ ಎಂದು ನೋಡುತ್ತಾ ಮೆಲ್ಲನೆ ಎದ್ದು ಹೋಗಬೇಕೆನ್ನುವಷ್ಟರಲ್ಲಿ ಅವರು ನನ್ನ ಸಮೀಪಕ್ಕೆ ಬಂದಾಗಿತ್ತು. ಎಲ್ಲರೂ ಸಮವಸ್ತ್ರ ಹಾಕಿದ್ದರು. ಬಹುಶಃ ಇದೇ ಶಾಲೆಯವರಿರಬೇಕು. ಒಬ್ಬ "ಏನಲೇ ನಿನ್ನ ಹೆಸರು...? ಯಾವೂರವ?" ಕೇಳಿದ. ನಾನು ಹೆದರಿಕೆ ತೋರಿಸಿಕೊಳ್ಳ ಬಾರದೆಂದು "ನನ್ನೆಸರು ಮಧು... ಉತ್ತರ ಕನ್ನಡದಿಂದ..." ಎಂದೆ ಸ್ವಲ್ಪ ಗಟ್ಟಿಯಾಗಿ. ಮತ್ತೊಬ್ಬ "ಆವಾಜ್ ನೋಡಲೆ ಮಗಂದು... ಭಾಳ ತಿಂಡಿ ಇದ್ದಂಗ ಕಾಣಿಸತೆತಿ" ಎಂದ. ನಾನು ತಟ್ಟನೇ "ಇಲ್ಲ ಇಲ್ಲ... ತಿಂಡಿ ಇಲ್ಲ... ತರೋದಿಕ್ಕೆ ವಿಶ್ವಣ್ಣ ಹೋಗಿದಾನೆ." ಅಂದೆ. ಎಲ್ಲರೂ ನಕ್ಕರು. "ತಿಂಡಿ ಅಂದ್ರ ಸೊಕ್ಕಲೇ ಮಗ್ನ... ಅದನ್ನ ಇಳಿಸಾಕೆ ನಾವು ಬಂದಿರೋದು..." ಅನ್ನುತ್ತಾ ಎರಡು ಕೈ ಹಿಡಿದು ಹೆಚ್ಚು ಕಡಿಮೆ ಎಳೆದುಕೊಂಡೇ ನಡೆಯ ತೊಡಗಿದರು. ಆ ರೂಮಿನಲ್ಲಿ ಇನ್ನೂ ಸುಮಾರು ಜನರಿದ್ದರೂ ಯಾರಿಗೂ ನನ್ನತ್ತ ಲಕ್ಷ್ಯ ಇದ್ದಂತಿರಲಿಲ್ಲ. ಕೆಲವೊಬ್ಬರು ನೋಡಿದರೂ ಸುಮ್ಮನೇ ನೋಡುತ್ತಿದ್ದರು ಅಷ್ಟೆ. ನನಗೆ ಕೂಗಲೂ ಭಯವಾಗಿ ಸುಮ್ಮನೆ ಅವರೊಟ್ಟಿಗೆ ನಡೆದೆ. ಆಚೆ ಬದಿಯ ಮತ್ತೊಂದು ಕೋಣೆಗೆ ಕರೆದೊಯ್ದು

ಬಾಗಿಲು ಹಾಕಿಕೊಂಡಾಗ ನನಗೆ ನಡುಕ ಹೊಟ್ಟೆಯೊಳಗಿಂದ ಎದ್ದು ಬಂದು ಅಳುವೂ ಬರಲಾರದಂತಾಗಿತ್ತು.

"ಇದ್ಯಾವ ವೇಷಾಲೇ ನಿಂದು...?" "ಯಕ್ಷಗಾನದ ಭೀಮನ ವೇಷ..." ಡಪ್‌ನೆ ಹಿಂದಿನಿಂದ ಯಾರೋ ಹೊಡೆದ ರಭಸಕ್ಕೆ ಕಿರೀಟ ಕಳಚಿ ಕತ್ತಿಗೆ ಜೋತು ಬಿತ್ತು. ಗಂಟಲು ಕಟ್ಟಿದಂತಾಗಿ ತುಟಿಕಚ್ಚಿ ಸುಮ್ಮನೆ ನಿಂತೆ. ಯಾರೋ ಕೈಯಲ್ಲಿದ್ದ ಗದೆ ಕಸಿದು ಕೊಂಡರು... ಇನ್ಯಾರೋ ಭುಜಕೀರ್ತಿ ಬಿಚ್ಚಿದರು... ಕತ್ತಿನ ಸರ... ಎದೆ ಕವಚ... ಕೊಸರಿದರೆ ಟಪ್‌ನೆ ತಲೆಗೆ ಹೊಡೆದರು. ಅಳು ಬರದಿದ್ದರೂ ತುಂಬಿ ಬಂದ ಕಣ್ಣೀರನ್ನು ಒರೆಸಿಕೊಂಡೆ. ಕಣ್ಣಿನ ಕಾಡಿಗೆಯ ಕಪ್ಪು ಮುಖಕ್ಕೂ ಕೈಗೂ ಬಳಿಯಿತು. ಕಿಟಕಿಯಿಂದ ಹೊರ ನೋಡಿದೆ. ಯಾರೂ ಕಾಣಲಿಲ್ಲ. ಮೈಕಿನಲ್ಲಿ ಛದ್ಮವೇಷ ಶುರುವಾದ ಘೋಷಣೆ ಕೇಳಿತು. ಕೊನೆಯ ಪ್ರಯತ್ನವೆಂಬಂತೆ ಕಷ್ಟಪಟ್ಟು ಆದಷ್ಟೂ ಸ್ಪಷ್ಟವಾಗಿ "ತಪ್ಪಾಯ್ತು. ನಾನು ಛದ್ಮವೇಷದಲ್ಲಿ ಭಾಗವಹಿಸಬೇಕು... ದಯವಿಟ್ಟು ಬಿಟ್ಟುಬಿಡಿ..." ಎಂದೆ. ಎಲ್ಲರೂ ಮತ್ತೆ ದೊಡ್ಡಕ್ಕೆ ನಕ್ಕರು. "ಓಹೋ... ಛದ್ಮವೇಷದಲ್ಲಿ ಭಾಗವಹಿಸಬೇಕಾ...?" ನಾನು ಆಸೆಯಿಂದ 'ಹೌದು' ಎಂಬಂತೆ ತಲೆಯಾಡಿಸಿದೆ. ಒಬ್ಬ ನಾಟಕೀಯವಾಗಿ ಬಾಗಿ "ಭಾಗವಹಿಸುವಿರಂತೆ ಈ ವೇಷಭೂಷಣಗಳನ್ನು ಕಳಚಿರಿ ಭೀಮಸೇನ ಮಹಾರಾಜರೇ..." ಎಂದ. ನಾನು ಮಾತಾಡಲೂ ಸಾಧ್ಯವಾಗದೆ ದೀನವಾಗಿ ಅವನನ್ನೇ ನೋಡಿದೆ. "ಕಳಚಲೇ ಕಳ್ಳ ಸೂಳೆ ಮಗನ..." ಜಬರಿಸಿದ. ಒಂದೊಂದೇ ಕಳಚಿ ಅವನೆದುರಿಗಿಟ್ಟೆ. ಈಗ ನನ್ನ ಮೈಮೇಲೆ ಬರೀ ನೀಲಿ ಚಡ್ಡಿ ಮತ್ತು ಕೆಸರು ಬನಿಯನ್ನು ಮಾತ್ರ ಇತ್ತು. ಚಡ್ಡಿಯ ಬಟನ್ ಹರಿದಿದ್ದರಿಂದ ಸೊಂಟದ ಉಡದಾರಕ್ಕೆ ಸಿಕ್ಕಿಸಿಕೊಂಡಿದ್ದೆ. ಅವರು ನನ್ನ ಬನಿಯನ್ನಿನ ಸಣ್ಣ ಕನ್ನುಗಳಲ್ಲಿ ಬೆರಳ ತೂರಿಸಿ ದೊಡ್ಡ ಮಾಡಿದರು. ಹಾಗೇ ನನ್ನ ಅಭ್ಯರ್ಥಿ ಸಂಖ್ಯಾ ಚೀಟಿಯನ್ನು ಬನಿಯನ್ನಿಗೆ ಅಂಟಿಸಿದರು. ಒಬ್ಬ ನನ್ನ ಕೂದಲೆಲ್ಲ ಬರಬರನೇ ಕೆದರಿ "ಈಗ ಹೆಂಗೈತಲೇ...?" ಅಂದ. ಉಳಿದವರು "ಸೂಪರ್ರು..." ಎಂದು ನಕ್ಕರು. ಅವನು "ಈಗ ಹೋಗು ಮಗಾ ಭಾಗವಹಿಸೋಕೆ..." ಎಂದ. ನಾನು ಬೇಡ ಬೇಡ ಅನ್ನುತ್ತಿದ್ದರೂ ಕೇಳದೆ ಎಳೆದುಕೊಂಡೇ ವೇದಿಕೆ ಬಳಿಗೆ ಕರೆದೊಯ್ದರು. ಅಲ್ಲಿ ಸುತ್ತ ಕಣ್ಣಾಡಿಸಿದರೂ ಎಲ್ಲೂ ವಿಶ್ವಣ್ಣ ಕಾಣಲಿಲ್ಲ. ಛದ್ಮವೇಷ ಸ್ಪರ್ಧೆ ಆಗಲೇ ಶುರುವಾಗಿತ್ತು. ನನ್ನ ಕಣ್ಣುಗಳು ಅವಿರತವಾಗಿ ವಿಶ್ವಣ್ಣನನ್ನು ಹುಡುಕುತ್ತಿದ್ದವು. ಆ ಕ್ಷಣದಲ್ಲೇನಾದರೂ ವಿಶ್ವಣ್ಣ ಕಣ್ಣಿಗೆ ಬಿದ್ದಿದ್ದರೆ ಎಲ್ಲರನ್ನೂ ಕಿತ್ತೊಗೆದು ಅವನ ಬಳಿಗೆ ಓಡುತ್ತಿದ್ದೆ.

ಸ್ವಲ್ಪ ಹೊತ್ತಿಗೆ ನನ್ನದೇ ನಂಬರ್ ಕರೆದದ್ದು ಕೇಳಿಸಿ ಒಮ್ಮೆಲೇ ಚಳಿ ಬಂದಂತಾಯ್ತು. ಕಿವಿಯೆಲ್ಲಾ ಬಿಸಿಯಾಗಿ ಎದೆ ಗಸಕ್ ಅಂತು. ತಪ್ಪಿಸಿಕೊಳ್ಳಲು ದಾರಿ ಹುಡುಕುತ್ತಿದ್ದ ನನ್ನನ್ನು ಹಿಂದಿನಿಂದ ಯಾರೋ ವೇದಿಕೆಗೆ ದೂಡಿದರು. ಏನು ಮಾಡಬೇಕೆಂದೇ ತಿಳಿಯದೆ ಸುಮ್ಮನೆ ನಿಂತೆ. ಸಮಯ ಶುರುವಾದ ಬೆಲ್ಲಾಯಿತು. ಅಲ್ಲೇ ಯಾರೋ ಮೊದಲಿನ ಸ್ಪರ್ಧಿ ಬಿಟ್ಟುಹೋಗಿದ್ದ ಒಂದು ಕೋಲು ಕಾಣಿಸಿತು. ಅದನ್ನು ಎತ್ತಿಕೊಂಡು ಗದೆಯಂತೆ ಹೆಗಲಿಗೇರಿಸಿ ಬಲಕಾಲನ್ನು ಎತ್ತಿ ಕುಕ್ಕಿ ನಗಲು ಶುರುಮಾಡಿದೆ. "ಹ್ಹ ಹ್ಹಾ ಹ್ಹಾ...". ಮುಂದಿನ ಮಾತು ಏನೇ ಮಾಡಿದರೂ ನೆನಪಾಗಲಿಲ್ಲ. ಸುತ್ತ ನೋಡಿದೆ.

ತುಂಬಾ ಜನ ಸೇರಿದ್ದರು. ಎಲ್ಲ ನನ್ನೇ ನೋಡುತ್ತಿದ್ದರು. ಗೊತ್ತಿಲ್ಲದ ತಳಮಳವೊಂದು ಹೊಟ್ಟೆಯೊಳಗಿಂದ ಒದ್ದುಕೊಂಡು ಬಂದು ಬೆನ್ನು ಬೆವರಿದ್ದು ನನಗೇ ಗೊತ್ತಾಯಿತು. ಮತ್ತೊಮ್ಮೆ ನೆನಪಿಸಿಕೊಂಡು ಹೇಳಲು ಬಲಗಾಲನ್ನು ಎತ್ತಿ ಕುಕ್ಕಿದಾಗ ಉಡಿದಾರಕ್ಕೆ ಸಿಕ್ಕಿಸಿದ್ದ ಚಡ್ಡಿ ಸರಕ್ಕನೇ ಜಾರಿಹೋಯ್ತು. ಪೂರ್ತಿ ಕೆಳಬೀಳುವುದಕ್ಕೂ ಮೊದಲೇ ಎಡಗೈಯಲ್ಲಿ ಮತ್ತೆ ಜಗ್ಗಿ ಸಿಕ್ಕಿಸಿಕೊಂಡರೂ ಜನರೆಲ್ಲ ನಕ್ಕರು. ಕೋಲು ಕೆಳಗೊಗೆದೆ. ಮೈಯೆಲ್ಲಾ ಬಿಸಿಯಾಗಿ ಗುಳ್ಳೆಗಳೆದ್ದವು. ತುಂಬಾ ತುರಿಕೆ ಆದಂತಾಗಿ ಮೈ ತಲೆಯನ್ನೆಲ್ಲ ಪರ ಪರನೆ ಕೆರೆದುಕೊಂಡೆ. ಜನ ಇನ್ನೂ ನಕ್ಕರು. ತಿರುಗಿ ಓಡೋಣವೆಂದು ಎರಡು ಹೆಜ್ಜೆ ಹಾಕುವಷ್ಟರಲ್ಲಿ ನಾನೇ ಒಗೆದ ಕೋಲು ಎಡವಿ, ಮುಗ್ಗರಿಸಿ ಬೀಳುವಂತಾದವನು ಮತ್ತೆ ಸಾವರಿಸಿಕೊಂಡು ನಿಂತೆ. ಚಡ್ಡಿಯನ್ನು ಮತ್ತೊಮ್ಮೆ ಸರಿಯಾಗಿ ಸಿಕ್ಕಿಸಿಕೊಂಡೆ. ದೊಡ್ಡದಾಗಿ ತೇಗು ಬಂದು 'ಡರ್ರ್...ನೆ ತೇಗಿದೆ. ಬೆಳಿಗ್ಗೆ ಕುಡಿದಿದ್ದ ಸೋಡಾದ ವಾಸನೆ ಬಂದು ಮುಖ ಕಿವುಚಿದೆ... ಸಭೆ ಮತ್ತೊಮ್ಮೆ ಗೊಳ್‌ನೇ ನಕ್ಕಿತು. ಇನ್ನು ತಡೆದುಕೊಳ್ಳಲಾರದೆ ಅಷ್ಟೊತ್ತಿನಿಂದ ತಡೆದುಕೊಂಡಿದ್ದ ಅಳುವೆಲ್ಲಾ ಕಟ್ಟೆಯೊಡೆದಂತಾಗಿ ದೊಡ್ಡಕ್ಕೆ ಬಾಯಿ ತೆರೆದು ಅಳತೊಡಗಿದೆ. "ಅಮ್ಮಾ..." ಗಟ್ಟಿಯಾಗಿ ಚೀರಿದೆ. ಅರೆ! ಜನ ಇದಕ್ಕೂ ನಕ್ಕರು! ಹೌದು ನಗುತ್ತಿದ್ದಾರೆ!! ನನ್ನ ಎಂಜಲೆಲ್ಲಾ ಜುಗುಳಿಯಾಗಿ ಬಾಯಿಂದ ಎದೆಗಿಳಿಯುತ್ತಿತ್ತು. "ಸುಳ್ಳು ಸುಳ್ಳು..." ಇನ್ನೂ ದೊಡ್ಡಕ್ಕೆ ಅರಚಿದೆ. ಆಗಲೇ ಹೊಟ್ಟೆಯೊಳಗಿಂದೇನೋ ನುಗ್ಗಿ ಬಂದು ಎದೆ ಕುತ್ತಿಗೆಯಿಂದ ಏರಿ ಬಾಯಿಗೆ ಬಂತು... ಅಸಾಧ್ಯ ಉರಿ... ಬೆಂಕಿಕೊಳ್ಳಿ ಹಾಕಿ ಎಳೆದಂತೆ ಉರಿ. ಮೊದಲೊಮ್ಮೆ ಹೀಗೆ ಆದಾಗ ಅಮ್ಮ ಪಿತ್ತ ಎಂದು ಹೇಳಿ ಮುರುಗಲ ಪಾನಕ ಕುಡಿಸಿದ್ದಳು. ಅಮ್ಮ ನೆನಪಾದಳು... ಅಮ್ಮನ ಯಕ್ಷಗಾನದ ಫೋಟೊ ನೆನಪಾಯ್ತು... ಅಪ್ಪನ ಸಿಟ್ಟು ನೆನಪಾಯ್ತು. ವಿಶ್ವಣ್ಣನ ಪುಸ್ತಕದ ಚಿತ್ರ ನೆನಪಾಯ್ತು. ಹೊಟ್ಟೆ ಮತ್ತಷ್ಟು ಉರಿ ಎದ್ದಿತು. ಗಟ್ಟಿಯಾಗಿ ಕಣ್ಮುಚ್ಚಿದೆ. ಯಾರೋ "ಹುಚ್ಚ, ಹುಚ್ಚನ ವೇಷ" ಎಂದದ್ದು ಕೇಳಿಸಿತು. ಬವಳಿ ಬಂದಂತಾಗಿ ದಪ್‌ನೆ ನಾನು ಬಿದ್ದ ಸದ್ದು ನನಗೇ ಕೇಳಿಸಿತು... "ಅಲ್ಲಾ ನಂದು ಬೇರೆ ವೇಷ ಇದೆ..." ಕೂಗಬೇಕೆನಿಸಿತು. ಆದರೆ ಧ್ವನಿ ಹೊರಬರಲಿಲ್ಲ. ಸಮಯ ಮುಗಿದ ಬೆಲ್ಲು ಕೇಳಿಸಿತು... ಹಿಂದೆಯೇ ಜನರ ಜೋರು ಚಪ್ಪಾಳೆ... ನಿಧಾನ... ಎಲ್ಲ... ನಿಶಬ್ದವಾಯ್ತು. ಜನ ನನ್ನದು ಹುಚ್ಚನ ವೇಷ ಎಂದೇ ನಂಬಿದಂತಿತ್ತು.

ಈ ನಡುವೆ...

ಮಾತಾಡಲು ಏನೂ ಉಳಿದಿರಲಿಲ್ಲ. ಎಲ್ಲವೂ ಈಗ ಇದ್ದಂತೆಯೇ ಹೀಗೇ ಇರಬೇಕೆಂದರೆ ಮಾತಾಡಿ ಪ್ರಯೋಜನವಿರಲಿಲ್ಲ. ನಡುಗುತ್ತಿರುವ ಕೆಳದುಟಿ ಕಚ್ಚಿ ಎತ್ತಲೋ ನೋಡುತ್ತ ನಿಂತ ನಿನ್ನ ಎಡಹುಬ್ಬಿನ ಮೇಲಿನ ಹಳೆಯ ಗಾಯದ ಕಲೆಯನ್ನು ದಿಟ್ಟಿಸುತ್ತಲೇ ನಿರ್ಧಾರ ಗಟ್ಟಿಯಾಯ್ತು.

ಹಿಂದುಮುಂದು ನೋಡದೇ ಹೊರಟೇಬಿಟ್ಟೆ. ಎದೆಯ ಮೇಲೆ ನವಿಲುಗಳುಳ್ಳ ಉದ್ದ ತೋಳಿನ ಚೂಡಿದಾರದಲ್ಲಿ ಏನೆಲ್ಲವ ಎಷ್ಟೆಲ್ಲವನ್ನೂ ಬಂಧಿಸಿಟ್ಟುಕೊಂಡ ನೀನೆಂಬ ನನ್ನೊಳಗಿನ ಇಡೀ ಕಾಡನ್ನು ಇದ್ದಂತೆಯೇ ಬಿಟ್ಟು, ನಿಂತ ಮೆಟ್ಟಿನಲ್ಲಿ ಹೊರಟು ನಿಂತೆ ಕಾಡಿಗೆ. ನೀನು ನನಗಾಗಿ ಕಾಯುತ್ತಾ ಹೀಗೇ ಇರುವೆಯೆಂಬ ತುಂಬು ನಂಬುಗೆ ಬೆನ್ನ ಹಿಂದಿತ್ತು.

ಸಂಜೆ ಕೆಂಪಿನ ಸೂರ್ಯನಿಗೆ ಮೈಕೊಟ್ಟ ನದಿ ಝುಳಝುಳ ಹೊಳೆಯುತ್ತಿತ್ತು. ತುಂಬಿ ಹರಿಯುತ್ತಿರಲಿಲ್ಲ. ಆದರೆ ಸೆಳವಿತ್ತು. ನನಗೆ ಈಜು ಬರುವುದಿಲ್ಲ. ಒಂದೊಂದು ಹೆಜ್ಜೆ ಎತ್ತಿ ಇಟ್ಟಾಗಲೂ ನೀರು ಸೀಳಿ ಬುಸುಗುಟ್ಟುತ್ತಿತ್ತು. ಮತ್ತೆ ಹೆಜ್ಜೆ ಎತ್ತಿದಾಗ ಮೊದಲಿನ ಜಾಗ ಸಾಪು ಸಪಾಟು. ಹೀಗೆ ಮುಟ್ಟಿದಲ್ಲಷ್ಟೇ ಮಿಡಿಯುವ ಬೊಗಸೆಯಿರುವಷ್ಟೇ ಒದಗುವ ಈ ನದಿಗೆ ಇಷ್ಟೊಂದು ದೂರದಲ್ಲಿ ಇನ್ನೊಂದು ದಡವಿದೆಯೆಂದು ನನಗೆ ಗೊತ್ತೇ ಇರಲಿಲ್ಲ.

ಸೊಂಟಮಟ್ಟ ನೀರು ಬಂದಾಗ ಹೆಜ್ಜೆ ಎತ್ತಿಡುವುದೂ ಕಷ್ಟವಾಗತೊಡಗಿತು. ಕಾಲೆತ್ತಿದರೆ ಜೀವವೇ ವಾಲಿಬಿಡುತ್ತಿತ್ತು. ಕಾಲು ಜಾರಿದರೆ ಉಳಿಗಾಲವಿಲ್ಲ. ಕೆಳಗೆ ಆಳವಾದ ಗುಂಡಿಯಿದೆ. ನನ್ನೊಳಗಿನ ನಿನ್ನ ಸೆಳೆತಕ್ಕಿಂತ ದೊಡ್ಡ ಸುಳಿಯೇ ಇದು? ಕಷ್ಟಪಟ್ಟು ಮುಂದೆ ಸಾಗಿದೆ. ನದಿ ಮಧ್ಯ ಬಂದಾಗ ನೀರು ಎದೆಮಟ್ಟ ಬಂತು. ಇದೆಲ್ಲ ನಿನಗಾಗಿ ಅಲ್ಲವೇ? ಒಮ್ಮೆ ತಿರುಗಿ ನಿನ್ನ ನೋಡಿಬಿಡುವ ಮನಸ್ಸಾಯಿತು. ಸ್ವಲ್ಪ ತಿರುಗಿದೆನಷ್ಟೇ, ಜೀವ ಜೋಲಿತಪ್ಪಿ ಜಾರಿ ಬಿದ್ದುಬಿಟ್ಟೆ. ಒಮ್ಮೆಲೆ ಎಲ್ಲ ಕತ್ತಲಾಯಿತು. ಮೂಗಿನಲ್ಲಿ ನೀರು ಹೋಯಿತು. ಇದ್ದಷ್ಟೂ ಶಕ್ತಿ ಹಾಕಿ ಒದ್ದು ಮೇಲೆ ಜಿಗಿದೆ.

ತಲೆಯಷ್ಟೇ ನೀರಿಂದ ಮೇಲೆ ಬಂತು. ಉಸಿರೆಳೆದುಕೊಳ್ಳಲು ಯತ್ನಿಸಿದಾಗ ಕೆಮ್ಮು ಬಂತು. ಮತ್ತೆ ಮುಳುಗಿದೆ. ಕಿವಿಯಲ್ಲಿ ಭೋರ್ಗರೆತದ ಸದ್ದು. ಕೈಕಾಲುಗಳನ್ನು ಶಕ್ತಿಮೀರಿ ಬಡಿದುಕೊಳ್ಳುತ್ತಿದ್ದರೂ ನೀರಲ್ಲಿ ಸೆಳೆದುಕೊಂಡು ಹೋಗುತ್ತಿದ್ದದ್ದು ಗೊತ್ತಾಗುತ್ತಿತ್ತು. ಕೂಗಲು ತೆಗೆದ ಬಾಯೊಳಗೆ ನೀರು ಹೋಯಿತು. ಕೈಕಾಲುಗಳು ಸೋಲತೊಡಗಿದವು. ಕೊನೆಯ ಪ್ರಯತ್ನವಾಗಿ ನೀರೊದ್ದು ಮೇಲೆ ಜಿಗಿದೆ. ತಲೆ ನೀರಿಂದ ಹೊರಗೆ ಬಂತು. ದಡದಲ್ಲಿ ನೀನು ಕೂಗುತ್ತಾ ಇತ್ತಲೇ ಓಡಿಬರುತ್ತಿರುವುದು ಕಾಣಿಸಿತು. ಸಂಜೆಬಿಸಿಲಲ್ಲಿ ನಿನ್ನ ಕೈಬಳೆ ಚಳಕ್‌ನೆ ಹೊಳೆದದ್ದು ಕಂಡಂತೆಯೇ ಮತ್ತೆ ನೀರಲ್ಲಿ ಮುಳುಗಿದೆ. ದೇಹ ಗಾಳಿಪಂಕಕ್ಕೆ ಸಿಕ್ಕಂತೆ ಗಿರಗಿರನೇ ತಿರುಗುತ್ತಾ ಆಳಕ್ಕೆ ಹೋಗಲಾರಂಭಿಸಿತು. ನಿನ್ನ ಕೂಗು, ನೀರಿನ ಶಬ್ದ ಎಲ್ಲ ಒಮ್ಮೆಲೆ ಸ್ತಬ್ದವಾಗಿ ಜೊಯ್ ಎಂಬ ಸದ್ದು ಕಿವಿಯಲ್ಲಿ ತುಂಬಿತು. ತೇಕಿಕೊಂಡಷ್ಟೂ ನೀರೇ ಒಳಹೋಗಿ ತಲೆ ಮಬ್ಬಾಗತೊಡಗಿತು. ನೆತ್ತಿಯ ನರಗಳೆಲ್ಲ ಉಬ್ಬಿ ಸಿಡಿದಂತಾಗಿ ಗಟ್ಟಿ ಕಣ್ಮುಚ್ಚಿದೆ.

⌛

ಶತಮಾನಗಳ ಗುಂಗು ಇಳಿದಂತೆ ಮೆಲ್ಲ ಮೆಲ್ಲನೇ ಎಚ್ಚರಾಯಿತು. ಎಲ್ಲೋ ಮಲಗಿದ್ದೇನೆ. ಸಣ್ಣಗೆ ಬೀಸುವ ಗಾಳಿಗೆ ಚಳಿಚಳಿ. ದೂರದಲ್ಲಿ ಯಾರೋ ಮಾತನಾಡಿದಂತೆ... ದನವೊಂದು ಅಂಬಾ... ಎಂದು ಕೂಗಿದಂತೆ, ನಾಯಿ ಬೊಗಳಿದಂತೆ... ಅರೆ! ತಿರುಗಿ ಊರಿಗೆ ಬಂದು ಬಿದ್ದಿದ್ದೇನೆಯೆ? ಹೇಗೆ ಬಂದೆ? ಯಾರು ಕರೆತಂದರು? ಹತ್ತಿರದಲ್ಲಿ ಯಾರೋ ಕೂತಿರುವಂತೆ ಭಾಸ. ನಾನಿನ್ನೂ ಕಣ್ಣು ತೆರೆದಿಲ್ಲ ಎಂಬುದು ಹೊಳೆದು ಕಷ್ಟಪಟ್ಟು ಕಣ್ಣು ತೆರೆದೆ. ಯಾವುದೋ ಬಹು ದೊಡ್ಡ ಮರದ ನೆರಳು. ಮೇಲೆ ನೀಲಿ ನೀಲಿ ಆಕಾಶ. ಕಣ್ಣು ತೆರೆದದ್ದೇ ಪಕ್ಕದಲ್ಲಿ ಕೂತಿದ್ದ ಮನುಷ್ಯ ಏನೇನೋ ವಿಚಿತ್ರವಾಗಿ ಕೂಗುತ್ತಾ ಎದ್ದು ಓಡಿಹೋದ. ಹೆಣ್ಣು ಧ್ವನಿ. ತಿರುಗಿ ನೋಡಿದೆ. ಕಟ್ಟಿದ ಮುಡಿ, ಬೆತ್ತಲೆ ಬೆನ್ನು, ಮೊಣಕಾಲವರೆಗೆ ಮಾತ್ರ ಸುತ್ತಿದ ಬಟ್ಟೆಗೆ ಅಂಟಿಕೊಂಡಿದ್ದ ಒಣ ತರಗೆಲೆಗಳು ಕುಲುಕಾಟಕ್ಕೆ ಉದುರಿ ಹೋಗಿದ್ದಷ್ಟೆ ಕಾಣಿಸಿತು.

ಎದ್ದು ಕೂತು ಸುತ್ತ ನೋಡಿದೆ. ಸಾರಿಸಿ ಚೊಕ್ಕಗೊಳಿಸಿದ ಸಪಾಟು ತಂಪು ನೆಲ. ನಾನು ಮಲಗಿದ್ದಲ್ಲಿಂದ ಅಷ್ಟು ದೂರದಲ್ಲಿ ತಾಳೆ ಹೆಡೆಗಳ ಹಾಸಿನ ಒಂದು ಗುಡಿಸಲು. ಅದರೆದುರು ಒಂದು ಮಂಚ. ಇದು ಊರಂತೂ ಅಲ್ಲ. ಸುತ್ತ ಮುತ್ತ ಬರೀ ಬೆಟ್ಟವೇ ಇದೆ. ಅಲ್ಲೆಲ್ಲೋ ನೀರು ಬೀಳುತ್ತಿರುವ ಸದ್ದು ಕೇಳುತ್ತಿದೆ. ಹೇಗೆ ಬಂದೆ ಇಲ್ಲಿಗೆ? ಗಡ್ಡಕ್ಕೆ ಕೈ ಹಚ್ಚಿದಾಗ ಉದ್ದ ಗಡ್ಡ ಬಂದಿರುವುದು ತಿಳಿಯಿತು. ಹಾಗಾದರೆ ಇಲ್ಲಿಗೆ ಬಂದು ಎಷ್ಟು ಕಾಲವಾಯ್ತು? ಏನಾಗಿತ್ತು ನನಗೆ? ಯೋಚಿಸತೊಡಗಿದೆ. ಊರಿಂದ ಹೊರಟದ್ದು, ನದಿ ದಾಟಲು ನೀರಿಗೆ ಇಳಿದದ್ದು ಎಲ್ಲ ಈಗಷ್ಟೇ ಎಂಬಂತೆ ನೆನಪಾಗುತ್ತಿದೆ. ಆಮೇಲೆ ಏನಾಯ್ತು? ಎಷ್ಟೇ ಯೋಚಿಸಿದರೂ ಮುಂದೇನಾಯಿತು ಎಂಬುದು ನೆನಪಾಗಲಿಲ್ಲ. ಇವರು ಕಾಡುಮನುಷ್ಯರಿರಬಹುದೇ? ಬಲಿ ಕೊಡಲು ನನ್ನನ್ನು ಇಲ್ಲಿಗೆ ಕರೆತಂದಿರ ಬಹುದೇ? ಹಾಗಾದರೆ ಇಲ್ಲಿಯವರೆಗೆ ಏಕೆ ಸುಮ್ಮನೆ ಬಿಟ್ಟರು? ತಲೆಯಲ್ಲಿ ಜೇನುಗೂಡಿಗೆ ಕಲ್ಲೆಸೆದಂತಾಗಿ ಕೊಡವಿಕೊಂಡೆ.

ಗುಡಿಸಲ ಹಿಂದಿನಿಂದ ಯಾರೋ ಮೂವರು ಇತ್ತಲೇ ಬರುತ್ತಿರುವುದು ಕಾಣಿಸಿತು. ಒಬ್ಬ ಗಂಡಸು ಇಬ್ಬರು ಹೆಂಗಸರು. ವಿಚಿತ್ರ ಭಾಷೆಯಲ್ಲಿ ಮಾತಾಡಿಕೊಳ್ಳುತ್ತಿದ್ದರು. ಆದರೆ ಕಾಡು ಮನುಷ್ಯರೆಂದು ಹೇಳಲು ಅವರ ತಲೆಗೆ ಮುಳ್ಳಿನ ಕಿರೀಟವಿರಲಿಲ್ಲ. ಕತ್ತಿನಲ್ಲಿ ಮೂಳೆಯ ಸರವಿರಲಿಲ್ಲ. ಮುಖದ ಮೇಲೆ ಹುಬ್ಬಿನ ಮೇಲೆಲ್ಲಾ ಚಿತ್ರಗಳನ್ನು ಬರೆದುಕೊಂಡಿರಲಿಲ್ಲ. ಕೈಯಲ್ಲಿ ಬಿಲ್ಲು ಬಾಣಗಳಾಗಲಿ ಭರ್ಜಿಗಳಾಗಲಿ ಇರಲಿಲ್ಲ. ಆ ಗಂಡಸೂ ಕಾಡು ಮನುಷ್ಯರಿಗಿರುವಂತಹ ಅದ್ಭುತ ಮೈಕಟ್ಟೇನೂ ಇಲ್ಲದ ಸಾಧಾರಣ ಪೀಚಲು ಮನುಷ್ಯನೇ ಆಗಿದ್ದ. ಸೊಂಟಕ್ಕೊಂದು ಬಟ್ಟೆ ಸುತ್ತಿಕೊಂಡಿದ್ದು ಬಿಟ್ಟರೆ ಬರಿಮೈಯಲ್ಲಿದ್ದ. ಆ ಹೆಂಗಸರೂ ಎದೆಯಿಂದ ಮೊಣಕಾಲಿನವರೆಗೆ ಮಾತ್ರ ವಿಚಿತ್ರವಾಗಿ ಬಟ್ಟೆ ಸುತ್ತಿಕೊಂಡಿದ್ದರು. ನನ್ನನ್ನು ಗಮನಿಸಿಕೊಂಡೆ. ಗೋಣಚೀಲವೋ ಯಾವ ಪ್ರಾಣಿಯ ಚರ್ಮವೋ ತಿಳಿಯದಂತಹದ್ದೊಂದು ಸೊಂಟಕ್ಕೆ ಸುತ್ತಿದ್ದು ಬಿಟ್ಟರೆ ನಾನೂ ಬರಿಮೈಯಲ್ಲಿದ್ದುದು ಗೊತ್ತಾಗಿ ನಾಚಿಕೆಯಾಯ್ತು. ತೊಡೆಗಳ ನಡುವೆ ಕೈಹಾಕಿ ಮುದುರಿ ಕುಳಿತೆ. ಅವರ ಹಿಂದೆಯೇ ಓಡಿ ಬಂದ ನಾಯಿ ಬುಸುಬುಸುನೆ ನನ್ನ ಮೈ ಮೂಸ ತೊಡಗಿತು. ನಾನು ಗದರಲೂ ಭಯವಾಗಿ ಹಾಗೇ ಕಲ್ಲಿನಂತೆ ಕೂತೆ ಇದ್ದೆ.

ಅವರು ಬಂದು ಸುತ್ತ ನಿಂತು ಏನೇನೋ ಮಾತನಾಡತೊಡಗಿದರು. ನನಗೆ ಮಾತ್ರ ಏನೂ ತಿಳಿಯುತ್ತಿರಲಿಲ್ಲ. ಯಾವುದೋ ಲೋಕದಲ್ಲಿದ್ದೇನೇನೊ ಎಂಬ ಭ್ರಾಂತಿಯಲ್ಲಿ ಅವರನ್ನೇ ದಿಟ್ಟಿಸುತ್ತಾ ಕುಳಿತುಬಿಟ್ಟೆ. ಸ್ವಲ್ಪ ಹೊತ್ತು ಕೈ ಅಭಿನಯ, ಮಾತುಗಳ ಮೂಲಕ ನನಗೇನೋ ಹೇಳಲು ಯತ್ನಿಸಿ ಕೊನೆಗೆ ನನಗೇನೂ ತಿಳಿಯುತ್ತಿಲ್ಲ ಎಂಬುದು ಗೊತ್ತಾಯಿತೇನೋ ಸುಮ್ಮನಾದರು. ಹಿಂದೆ ನಿಂತಿದ್ದ ಹೆಂಗಸರಿಬ್ಬರೂ ಹೆಚ್ಚು ಕಮ್ಮಿ ಒಂದೇ ರೀತಿ ಕಾಣುತ್ತಿದ್ದರು. ಚಪ್ಪಟೆ ಮೂಗು, ತುಂಬುಕೆನ್ನೆ, ಕತ್ತಿನಲ್ಲಿ ಕಪ್ಪು ಬಿಳಿ ಮಣಿಗಳ ಬಿಗಿ ಸರ. ಸೂಕ್ಷ್ಮವಾಗಿ ನೋಡಿದರೆ ಅವರಲ್ಲೊಬ್ಬಳ ಮುಖದ ಮೇಲಿನ ಸುಕ್ಕುಗಳಿಂದ ಅವಳು ಹಿರಿಯವಳು ಎಂದು ಗುರ್ತಿಸಬಹುದಿತ್ತು. ಬಹುಶಃ ಅಮ್ಮ ಮಗಳಿರಬೇಕು. ಈ ಗಂಡಸು ಯಜಮಾನನಿರಬೇಕು. ಆಶ್ಚರ್ಯವೆಂದರೆ ಸುತ್ತಮುತ್ತಲು ಇದೊಂದು ಬಿಟ್ಟರೆ ಬೇರೆ ಯಾವುದೇ ಗುಡಿಸಲುಗಳು ಕಾಣಲಿಲ್ಲ. ಈ ದಟ್ಟ ಕಾಡಿನಲ್ಲಿ ಇವರಷ್ಟೆ ಇರುತ್ತಾರೆಯೇ ಹಾಗಾದರೆ? ಯಾಕೋ ಇವರು ನನಗೇನೂ ಅಪಾಯ ಮಾಡಲಾರರು ಎಂದು ಬಲವಾಗಿ ಅನಿಸಿತು. ಅದೇ ಭಾವದಲ್ಲಿ ಅವರನ್ನು ನಿಟ್ಟಿಸುತ್ತಾ ಕೂತೆ.

ಆ ಗಂಡಸು ಹುಡುಗಿಯ ಬಳಿ ತಿರುಗಿ ಏನೋ ಹೇಳಿದ. ತಕ್ಷಣ ಅವಳು ಗುಡಿಸಲ ಒಳಗೆ ಹೋಗಿ ಮಣ್ಣಿನ ಪಾತ್ರೆಯಲ್ಲಿ ಒಂದಿಷ್ಟು ಹಣ್ಣು, ಹಾಲು, ಮತ್ತೊಂದರಲ್ಲಿ ಯಾವುದೋ ಕೆಂಪನೆಯ ಮುದ್ದೆ ತಂದು ಎದುರಿಗಿಟ್ಟಳು. ಹಾಗೆ ಇಡುವಾಗ ನನ್ನ ಸಮಕ್ಕೆ ಬಾಗಿದ ಅವಳನ್ನು ದಿಟ್ಟಿಸಿದೆ. ಕಂದು ಬಣ್ಣದ ಮೈ, ಬಿಗಿದು ಕಟ್ಟಿದ್ದ ಮುಡಿಯಿಂದ ತಪ್ಪಿಸಿಕೊಂಡು ಕಣ್ಣು ಮುಚ್ಚುತ್ತಿದ್ದ ಮುಂಗುರುಳು, ಬೆತ್ತಲೆ ನೀಳ ತೋಳಿನ ಮೇಲೆ ಸಣ್ಣದೊಂದು ಹಚ್ಚೆ, ಅಚ್ಚ ಕಪ್ಪು ಹೊಳಪಿನ ಕಣ್ಣುಗಳು, ದುಂಡುಗೆನ್ನೆಯ ಮೇಲೆ ಕೊಂಚ ತುಟಿ ಬಿರಿದರೂ ಆಳಕ್ಕೆ ಮೂಡುವ ಗುಳಿ, ತುಂಬುಗಲ್ಲದ ಮಧ್ಯದ ಅಚ್ಚ ಹಸಿರ ಗುರುತು ಹಚ್ಚೆಯೋ ಮಚ್ಚೆಯೋ ತಿಳಿಯಲಿಲ್ಲ.

ಬರೀ ಬೆಳ್ಳಗಿರುವುದು ತೆಳ್ಳಗಿರುವುದು ಕಡೆದಿಟ್ಟ ಆಕೃತಿಯಲ್ಲಿದ್ದದ್ದಷ್ಟೇ ಸುಂದರವಾದದ್ದು ಎಂದು ತಿಳಿದಿದ್ದ ನನಗೆ ಇಂಥದ್ದೊಂದು ಸೌಂದರ್ಯದ ಅರಿವೇ ಇದುವರೆಗಿರಲಿಲ್ಲ.

ಮೆಲ್ಲನೆ ಹಣ್ಣು ಕತ್ತರಿಸಿ ತಿನ್ನಿಸಲು ಬಂದಳು. ನಾನೇ ಕೈಯಿಂದ ಪಡೆದುಕೊಂಡು ತಿಂದೆ. ಕಾಲೂರಿ ಕೂತಿದ್ದ ಅವಳ ಸೊಂಟದ ಸಣ್ಣ ಮಡಿಕೆ, ತುಂಬಿದ ಮೊಣಕಾಲ ಗಂಟುಗಳನ್ನು ನೋಡುತ್ತಾ ಹಾಲು ಕುಡಿದೆ. ಮತ್ತೊಂದು ಪಾತ್ರೆಯಲ್ಲಿದ್ದ ಕಂದು ಬಣ್ಣದ ಮುದ್ದೆಯನ್ನು ಎದುರಿಗೆ ಹಿಡಿದಳು. ಮಾಂಸದಂತೆ ಕಂಡಿತು. ಅಯ್ಯೋ, ನಾನು ಬ್ರಾಹ್ಮಣ ಮಾಂಸವನ್ನೆಲ್ಲಾ ತಿನ್ನುವುದಿರಲಿ ಕಣ್ಣೆತ್ತಿಯೂ ನೋಡುವುದಿಲ್ಲ. ಆದರೆ ಹೇಗೆ ಹೇಳಲಿ? ಇವರ ಭಾಷೆ ನನಗರ್ಥವಾಗದ ಮೇಲೆ ನನ್ನ ಭಾಷೆ ಇವರಿಗೆ ಹೇಗೆ ಅರ್ಥವಾದೀತು? ಮೈಮೇಲಿನ ಜನಿವಾರಕ್ಕಾಗಿ ತಡಕಾಡಿದೆ. ಯಾವಾಗ ಕಿತ್ತೆಸೆದರೋ ಒಂದು ನೂಲೂ ಇರಲಿಲ್ಲ. ಬೇಡ ಎಂಬಂತೆ ಕೈಯಾಡಿಸಿದೆ. ಅವಳಿಗದು ಗೊತ್ತಾಗಲಿಲ್ಲವೇನೊ ಮುದ್ದೆ ಮುರಿದು ತುಟಿಗಿಡಲು ಬಂದಳು. ಗಬ್‌ನೆ ವಾಸನೆ ಮೂಗಿಗೆ ಹತ್ತಿತು. ಖಂಡಿತಾ ಇದು ಮಾಂಸ. ಆಗ ಅಂಬಾ ಅಂದಿತ್ತಲ್ಲ. ದನದ ಮಾಂಸವೇ ಇದ್ದೀತೋ ಏನೊ. ಕುಂತಲ್ಲೇ ಚಡಪಡಿಸಿದೆ. ತಲೆ ಅಲ್ಲಾಡಿಸುತ್ತಾ ಅವಳ ಕೈ ತಪ್ಪಿಸಲು ಯತ್ನಿಸಿದೆ. ಅವಳು ಮತ್ತೆ ಮತ್ತೆ ತುತ್ತನ್ನು ಬಾಯಿಗಿಡಲು ಕೈ ಮುಂದೆ ತಂದಳು. ಕೊನೆಗೊಮ್ಮೆ "ನಾ ಮಾಂಸ ತಿನ್ನೂದಿಲ್ಲಾ... ಬಿಡಿ... ಛೀ! ಅನಾಗರಿಕರು" ಎಂದು ಗಟ್ಟಿಯಾಗಿ ಕಿರುಚಿ ಆಕೆಯ ಕೈ ಮತ್ತು ಬಟ್ಟಲನ್ನು ಬಲವಾಗಿ ನೂಕಿದೆ. ಬಟ್ಟಲು ಅಷ್ಟು ದೂರ ಹಾರಿ ಒಡೆದುಬಿತ್ತು. ಅವರು ಮೂವರೂ ಮುಖ ಮುಖ ನೋಡಿಕೊಂಡರು. ಅವರಿಗೆಲ್ಲಿ ಸಿಟ್ಟು ಬರುತ್ತೊ ಎಂದು ಉಸಿರುಗಟ್ಟಿ ಕೂತೆ. ಆದರೆ ಹಾಗೇನೂ ಆಗಲಿಲ್ಲ. ಆ ಹುಡುಗಿ ಪಾತ್ರೆಯ ಚೂರುಗಳನ್ನು ಎತ್ತಿಕೊಂಡು ಗುಡಿಸಲ ಒಳಗೆ ಹೋದಳು. ಹಿರಿಯ ಹೆಂಗಸು ನನ್ನಲ್ಲಿಗೆ ಬಂದು ತಲೆ ನೇವರಿಸಿ, ಭುಜ ಒತ್ತಿ ಮಲಗಿಸಿದಳು. ನಾನೂ ಸುಮ್ಮನೆ ಕಣ್ಮುಚ್ಚಿ ಮಲಗಿದೆ. ಅವರು ಎಷ್ಟೊತ್ತಿಗೆ ಅಲ್ಲಿಂದ ಹೋದರೋ ತಿಳಿಯಲಿಲ್ಲ.

ಹಾಗೆ ಮಲಗಿದಲ್ಲೇ ಸಣ್ಣಗೆ ನಿದ್ದೆ ಹತ್ತಿ ಎಚ್ಚರಾದಾಗ ಸುತ್ತಲೂ ಯಾರೂ ಇರಲಿಲ್ಲ. ಮೆಲ್ಲಗೆ ಎದ್ದು ಅತ್ತಿತ್ತ ಅಡ್ಡಾಡಿದೆ. ಸೂರ್ಯ ನಡುನೆತ್ತಿಯಲ್ಲಿದ್ದ. ನಾನು ಹೇಗೆ ಇಲ್ಲಿಗೆ ಬಂದೆ. ಮತ್ತೆ ನೆನಪಿಸಿಕೊಳ್ಳಲು ಯತ್ನಿಸಿದೆ. ಶತಪ್ರಯತ್ನ ಮಾಡಿದರೂ ಊರಿಂದ ಹೊರಟು ನದಿ ದಾಟಲು ನೀರಿಗೆ ಇಳಿದ ನಂತರ ಏನಾಯಿತು ಎಂದು ನೆನಪಾಗಲೇ ಇಲ್ಲ. ಈಗ ಇಲ್ಲಿಂದ ಹೇಗೆ ತಪ್ಪಿಸಿಕೊಳ್ಳಲಿ? ತಪ್ಪಿಸಿಕೊಳ್ಳುವುದು ಕಷ್ಟವೇನೂ ಆಗಿರಲಿಲ್ಲ. ಆದರೆ ತಪ್ಪಿಸಿಕೊಂಡು ಎಲ್ಲಿಗೆ ಹೋಗುವುದು. ಯಾವುದೊಂದೂ ಬಗೆಹರಿಯಲಿಲ್ಲ. ಅಷ್ಟರಲ್ಲಿ ನಾಯಿ ಬಂದು ಕಾಲು ನೆಕ್ಕತೊಡಗಿತು. ಹಚ್ ಎಂದು ಅಟ್ಟಿದೆ. ಕಿವಿ ಬಾಗಿಸಿಕೊಂಡು ಬಾಲ ಅಲ್ಲಾಡಿಸುತ್ತಾ ಹಿಂದೆ ಮುಂದೆ ಅಡ್ಡಾಡತೊಡಗಿತು. ಮುಖಕ್ಕಿಷ್ಟು ನೀರ ಹನಿಸಿಕೊಂಡರೆ ಕೊಂಚ ಹಗುರಾದೀತೆನಿಸಿ ನೀರಿನ ದನಿ ಕೇಳುವ ಕಡೆ ಹೆಜ್ಜೆ ಹಾಕಿದೆ.

ಕೊಂಚ ದೂರ ತಗ್ಗಿನಲ್ಲಿ ಇಳಿದರೆ ಒಂದು ಸಣ್ಣ ದಿಣ್ಣೆ ಎದುರಾಯಿತು. ಅದರಾಚೆಯೇ ನೀರು ಹರಿಯುವ ಶಬ್ದ ಕೇಳುತ್ತಿತ್ತು. ದಿಣ್ಣೆ ಹತ್ತಿ ನಿಂತೆ. ಆ ದಿಣ್ಣೆಗೆ

ತಾಕಿಕೊಂಡೇ ಒಂದು ಹಳ್ಳ ಹರಿಯುತ್ತಿತ್ತು. ಎರಡು ಬಂಡೆಗಳ ನಡುವೆ ಸಣ್ಣ ಕೆರೆಯಂತಹ ಜಾಗ ನಿರ್ಮಾಣಗೊಂಡಿತ್ತು. ಒಂದು ಬದಿಯಲ್ಲಿ ಎರಡು ಮೂರು ಕಲ್ಲು ಚಪ್ಪಡಿ ಹಾಕಿ, ತಾಳೆ ಮರದ ತಿರುಳು ಕೊರೆದು ಹರಣಿ ಮಾಡಿದ್ದರು. ದಿಣ್ಣೆ ಹಾರಿ ಎರಡು ಹೆಜ್ಜೆ ಮುಂದೆ ಹೋದವ ಥಟ್ಟನೆ ನಿಂತುಬಿಟ್ಟೆ. ನಾನು ಹೆಜ್ಜೆ ಎತ್ತಿಡುವುದಕ್ಕೂ ನನಗೆ ಬೆನ್ನಾಗಿ ಸ್ನಾನ ಮಾಡುತ್ತಿದ್ದ ಆ ಹುಡುಗಿ ತಿರುಗಿ ನೋಡುವುದಕ್ಕೂ ಸರಿ ಸರಿಯಾಯ್ತು. ಸೊಂಟಮಟ್ಟದ ನೀರಲ್ಲಿ ಬೆತ್ತಲೆ ಎದೆಬಿಟ್ಟುಕೊಂಡು ನಿಂತಿದ್ದಳು. ಅವಳ ಆಳ ಹೊಕ್ಕುಳಲ್ಲಿ ಹಳ್ಳದ ನೀರು ತುಳುಕಾಡುವುದ ನೋಡುತ್ತಾ ದಂಗಾಗಿ ನಿಂತುಬಿಟ್ಟೆ. ಕಿವಿ ಬಿಸಿಯಾಗಿ ಎದೆ ಮೊಣಕಾಲು ಬೆವರಿಂದ ಒದ್ದೆಯಾಯಿತು. ಅರೆಕ್ಷಣ ನನ್ನನ್ನು ನೋಡಿದ ಅವಳು ಸರ್ರನೆ ಜಾರಿ ಎದೆಮಟ್ಟದ ನೀರಿಗೆ ಹೋಗಿ ಮತ್ತೆ ನನ್ನನ್ನೇ ನೋಡುತ್ತಾ ನಿಂತಳು. ಎದೆಗವುಚಿಕೊಂಡಿದ್ದ ಅವಳ ನೀಳ ತೋಳುಗಳ ಮೇಲೆ ನೀರ ಹನಿಗಳು ಫಳಫಳನೆ ಹೊಳೆಯುತ್ತಾ ಜಾರುತ್ತಿದ್ದವು. ಆ ಮುಖದಲ್ಲಿ ನಾಚಿಕೆಯಾಗಲಿ ಕೋಪವಾಗಲಿ ಇದ್ದಂತೆ ಕಾಣಲಿಲ್ಲ. ನಾನು ತಲೆ ತಗ್ಗಿಸಿ ತಿರುಗಿ ಮತ್ತೆ ನನ್ನ ಮಲಗಿಸಿದ್ದ ಜಾಗಕ್ಕೆ ಬಂದು ಮೊಣಕಾಲ ಅವುಚಿ ಕೂತುಬಿಟ್ಟೆ. ಹೆಣ್ಣೊಬ್ಬಳನ್ನು ಇಷ್ಟು ಬೆತ್ತಲಾಗಿ ಇದೇ ಮೊದಲು ನೋಡಿದ್ದ ನನ್ನ ಮೈಯಿಡೀ ಸಣ್ಣಗೆ ನಡುಗುತ್ತಿತ್ತು. ಮನಸ್ಸಲ್ಲಿ ಭಯವೋ, ಉದ್ರೇಕವೋ, ನಾಚಿಕೆಯೋ, ಅಸಹ್ಯವೋ ತಿಳಿಯದ ವಿಚಿತ್ರ ಗಮಲು ತುಂಬಿ ಎಲ್ಲ ಮಬ್ಬಾಗಿತ್ತು.

ನಾನು ಬೆತ್ತಲೆ ನೋಡಿದ್ದನ್ನು ಅವಳು ಅಪ್ಪನ ಬಳಿ ಹೇಳಿದರೆ? ಅವನು ಕೋಪಗೊಂಡು ನನಗೇನಾದರೂ ಮಾಡಿದರೆ? ನಾನು ಬೇಕಂತಲೇ ನೋಡಿದ್ದಲ್ಲ ಆಕಸ್ಮಿಕವಾಗಿ ಕಂಡಿದ್ದು ಎಂದೆಲ್ಲ ಅಂಗಲಾಚಿಕೊಳ್ಳಲು ಸುಡುಗಾಡು ಅವರ ಭಾಷೆಯೂ ಬರುವುದಿಲ್ಲ ನನಗೆ. ಇದೆಂಥ ಗೋಜಲಲ್ಲಿ ಸಿಲುಕಿಹಾಕಿಕೊಂಡೆ ನಾನು? ಈಗಲೇ ಇಲ್ಲಿಂದ ಓಡಿಹೋದರೆ? ಆ ಯಜಮಾನ ಯಾವುದಾದರೂ ಮರದ ಮರೆಯಿಂದ ನನ್ನೇ ನೋಡುತ್ತಿದ್ದು ಚಕ್ಕನೆ ಬಂದು ಹಿಡಿದುಕೊಂಡರೆ ಎಂದು ಭಯವಾಯ್ತು. ರಾತ್ರಿ ಎಲ್ಲರೂ ಮಲಗಿದಾಗ ಎದ್ದು ಓಡಿಬಿಡಬೇಕು ಎಂದುಕೊಂಡೆ. ಅಲ್ಲಿಯವರೆಗೆ ಏನೂ ಆಗದೆ ಇದ್ದರೆ ಸಾಕಪ್ಪಾ ಎಂದು ದೇವರಲ್ಲಿ ಪ್ರಾರ್ಥಿಸಿದೆ. ಬೇಡ ಬೇಡವೆಂದರೂ ಅವಳ ಬೆತ್ತಲೆ ಎದೆ, ನೀರು ತುಳುಕುವ ಹೊಕ್ಕುಳ ಚಿತ್ರ ಮನಸ್ಸಲ್ಲಿ ಮೂಡಿ ನಿಲ್ಲುತ್ತಿತ್ತು.

ಆದರೆ ನಾನಂದುಕೊಂಡ ಹಾಗೆ ಏನೂ ಆಗಲಿಲ್ಲ. ಅವಳು ಸಹಜವಾಗಿಯೇ ಇದ್ದಳು. ಮಧ್ಯಾಹ್ನಕ್ಕೆ ಊಟವನ್ನೂ ಅವಳೇ ತಂದುಕೊಟ್ಟಳು. ಯಥಾ ಪ್ರಕಾರ ಮಾಂಸ, ಹಣ್ಣುಗಳು, ಹಾಲು. ಹಣ್ಣು ತಿಂದು ಹಾಲು ಕುಡಿದು ಮಾಂಸದ ತಟ್ಟೆ ಸರಿಸಿಟ್ಟೆ. ಈ ಸಲ ಅವಳು ಮಾಂಸ ತಿನ್ನಲು ಒತ್ತಾಯಿಸಲಿಲ್ಲ. ನನಗೆ ಅವಳ ಮುಖ ನೋಡಲು ಧೈರ್ಯವಾಗಲಿಲ್ಲ. ಯಾವಾಗ ರಾತ್ರಿಯಾಗುತ್ತದೋ, ಯಾವಾಗ ಎಲ್ಲ ಮಲಗುತ್ತಾರೋ, ಯಾವಾಗ ತಪ್ಪಿಸಿಕೊಂಡು ಹೋದೇನೋ ಎಂದು ಕಾಯುತ್ತಾ ಕೂತೆ. ಈ ನಡುವೆ ಅವರ ಮಾತಿನಲ್ಲಿ ಆ ಹುಡುಗಿ ಹೆಸರು ಸಂಗಿ ಎಂದು ಅಂದಾಜು ಮಾಡಿದೆ. ಅಪ್ಪ ಅಮ್ಮನ ಹೆಸರು ತಿಳಿಯಲಿಲ್ಲ. ಅವರು ಹೆಸರು ಹಿಡಿದು ಕೂಗುತ್ತಲೇ

ಇರಲಿಲ್ಲ. ಅಥವಾ ಕೂಗಿದ್ದರೂ ನನಗೇ ತಿಳಿಯಲಿಲ್ಲವೋ ಏನೋ. ಅವರು ಹೆಚ್ಚು ನನ್ನ ಬಳಿ ಬರುತ್ತಿರಲಿಲ್ಲ.

ಸಂಜೆಯಾಗುತ್ತಲೇ ಗುಡಿಸಲೊಳಗಿಂದ ಸಣ್ಣಗೆ ಹಾಡೂ ಅದಕ್ಕೆ ತಕ್ಕ ಹಾಗೆ ಯಾವುದೋ ವಾದ್ಯದ ಡಪ್ ಡಪ್ ಸದ್ದೂ ಕೇಳತೊಡಗಿತು. ಹಾಡಿನ ಪದಗಳು ಅರ್ಥವಾಗದಿದ್ದರೂ ಸ್ವರ ಗುಂಗು ಹಿಡಿಸುವಂತಿತ್ತು. ವಾದ್ಯದ ಸದ್ದಿಗೆ ನನಗೆ ಅರಿವಿಲ್ಲದೆ ಕಾಲು ಆಡಿಸತೊಡಗಿದೆ. ಹಾಡಿದವಳು ಸಂಗಿಯೇ ಇರಬೇಕು. ಹಾಡಿದಷ್ಟೂ ಹೊತ್ತು ಈ ಜಗತ್ತೇ ಮರೆತುಹೋಗಿತ್ತಲ್ಲ. ಹಾಡಿಗೆಲ್ಲ ಇಷ್ಟು ಶಕ್ತಿಯಿರುತ್ತದೆಂದು ಗೊತ್ತೇ ಇರಲಿಲ್ಲ ಇದುವರೆಗೂ.

ಸ್ವಲ್ಪ ಹೊತ್ತಿಗೆ ರಾತ್ರಿಯ ಊಟ ಬಂತು. ಈ ಸಲ ಊಟ ತಂದಿದ್ದು ಸಂಗಿಯ ತಾಯಿ. ಸಂಗಿ ಮುಸ್ಸಂಜೆಯ ನಂತರ ಕಣ್ಣಿಗೆ ಬಿದ್ದಿರಲಿಲ್ಲ. ಅವಳಿಗಾಗಿ ಕದ್ದು ಗುಡಿಸಲತ್ತ ಕಣ್ಣಾಡಿಸಿದೆ. ಕಾಣಲಿಲ್ಲ. ವಿಚಿತ್ರ ಅಂದರೆ ಅವರು ನನಗೆ ಹೊರಗೇ ಊಟ ತಂದುಕೊಟ್ಟು ನಾನು ಊಟ ಮಾಡಿದ ನಂತರ ಒಳಗೆ ಹೋಗಿ ತಾವು ಉಣ್ಣುತ್ತಿದ್ದರು. ಇದುವರೆಗೆ ನನ್ನನ್ನು ಗುಡಿಸಲ ಒಳಗೆ ಕರೆದಿರಲಿಲ್ಲ. ಈ ಸಲ ಹಣ್ಣು ಹಾಲು ಮಾತ್ರ ಇತ್ತು. ಹಣ್ಣು ತಿಂದು ಹಾಲು ಕುಡಿದು ಪಾತ್ರೆ ಕೊಟ್ಟೆ. ಸಂಗಿಯ ತಾಯಿ ಗುಡಿಸಲ ಒಳಗೆ ಹೋಗಿದ್ದೇ ನಾನು ತಲೆಗೆ ಕೈಕೊಟ್ಟು ಮಲಗಿ ಆಕಾಶ ದಿಟ್ಟಿಸುತ್ತಾ ಗುಡಿಸಲಿನೊಳಗೆ ದೀಪ ಆರುವುದನ್ನೇ ಎದುರು ನೋಡತೊಡಗಿದೆ.

ಎಷ್ಟೋ ಹೊತ್ತಾದ ಮೇಲೆ ಗುಡಿಸಲಿನಲ್ಲಿ ಬೆಳಕು ಕಿರಿದಾಯಿತು. ಎದ್ದು ಕೂತೆ. ಒಳಗಿನಿಂದ ಯಾರೋ ನನ್ನತ್ತಲೇ ನಡೆದು ಬರುತ್ತಿರುವುದು ಕಾಣಿಸಿತು. ನಾನು ತಪ್ಪಿಸಿಕೊಂಡು ಹೋಗಲು ಉಪಾಯಿಸುತ್ತಿರುವ ಬಗ್ಗೆ ಏನಾದರೂ ಅನುಮಾನ ಬಂತೆ? ಎದುರು ಬಂದು ನಿಂತಾಗ ಅಚ್ಚ ಬೆಳದಿಂಗಳಲ್ಲಿ ಮುಖ ಕಾಣಿಸಿತು. ಸಂಗಿ! ಕೈಯಲ್ಲಿನ ಮಣ್ಣಿನ ಪಾತ್ರೆ ಚಾಚಿದಳು. ಪಡೆದುಕೊಂಡೆ. ಒಳಗೆ ಬಿಳಿಯಾದ ಹಾಲಿನಂಥದ್ದಿತ್ತು. ಬಾಯಿ ಹತ್ತಿರ ಕೊಂಡೊಯ್ದಾಗ ಗಮ್‌ನೇ ರಾಚಿದ ವಾಸನೆಗೆ ಅದು ಹಾಲಲ್ಲ ಎಂದು ತಿಳಿಯಿತು. ಏನಾದರೂ ಆಗಿರಲಿ ಎಂದು ತುಟಿಗಿಟ್ಟು ಗಟಗಟ ಕುಡಿದುಬಿಟ್ಟೆ. ಪಾತ್ರೆಯನ್ನು ತಿರುಗಿ ಪಡೆದು ಕೆಳಗಿಟ್ಟ ಸಂಗಿ ಇನ್ನೂ ಅಲ್ಲೇ ನಿಂತಿದ್ದಳು. ಇವಳ್ಯಾಕೆ ಇನ್ನೂ ಇಲ್ಲೇ ನಿಂತಿದ್ದಾಳೆ? ತಲೆ ಕೊಂಚ ಮಬ್ಬಾಗಿ ನಾಲಿಗೆ ದಪ್ಪವಾದಂತಾಯ್ತು. ಸಂಗಿ ಮೆಲ್ಲನೆ ಮುಂದೆ ಬಂದು ಎರಡೂ ಮೊಣಕಾಲುಗಳನ್ನು ನನ್ನ ಸೊಂಟದ ಎರಡೂ ಪಕ್ಕ ಊರಿಕೊಂಡು ಕೂತಳು. ಯಾವ ಹೂ ಮುಡಿದಿದ್ದಳೊ ಅಥವಾ ಅವಳದೇ ಮೈ ಗಂಧವೋ ವಿಶಿಷ್ಟ ಪರಿಮಳವೊಂದು ಸುತ್ತಲೂ ಅಮರಿಕೊಂಡಿತು. ಅದ್ಯಾವ ಮಾಯೆಯಲ್ಲಿ ವಸ್ತ್ರ ಕಳಚಿದ್ದಳೋ ಎದೆ ಬೆತ್ತಲಾಗಿತ್ತು. ಮೈಯಿಡೀ ಬೆಂಕಿಯುಂಡೆ ಉರುಳಿಸಿದಂತೆ ಬಿಸಿಯಾಗಿ ಸೆಟೆದುಕೊಂಡೆ. ಹಣೆ ಕೂದಲು ಕಿವಿಗಳನ್ನು ಸವರಿ, ಹಿಂದಲೆ ಅವುಚಿ ನನ್ನ ಮುಖವನ್ನು ತನ್ನ ಎದೆಗೆ ತುಂಬ ಮೆಲುವಾಗಿ ಒತ್ತಿಕೊಂಡಳು. ದಟ್ಟ ಕಾಡನ್ನು ಹೊಕ್ಕು ದಿಕ್ಕೆಟ್ಟವನಂತೆ ಮೈ ನಡುಗತೊಡಗಿ ಗಟ್ಟಿಯಾಗಿ ಕಣ್ಮುಚ್ಚಿದೆ. ತಪ್ಪಿಸಿಕೊಂಡು ಹೋಗುವ ಯೋಚನೆ ಅವಳ ಆಳ ಕೆನ್ನೆ ಗುಳಿಗಳಲ್ಲಿ ಮುಳುಗಿ ಬರ್ಬಾದಾಗಿ ಹೋಯಿತು.

ಅಂದಿಂದ ಸಂಗಿ ನನಗೆ ತನ್ನ ಮೈಯೊಳಗಿನ ಮತ್ತು ಹೊರಗಿನ ಕಾಡನ್ನು ಇಂಚಿಂಚಾಗಿ ತೆರದಿಡುತ್ತ ಹೋದಳು. ಕಾಡಲ್ಲಿ ಪಳಗುವುದ – ಕಾಡ ಪಳಗಿಸುವುದ ಕಲಿಸಿಕೊಟ್ಟಳು. ಪಾಪಪ್ರಜ್ಞೆ, ಸರಿತಪ್ಪುಗಳ ಪ್ರಶ್ನೆಯೇ ಹುಟ್ಟದಂತೆ ನಾನು ಕಳೆದುಹೋದೆ. ದಿನ ಬೆಳಗಾಗುತ್ತಲೇ ಸಂಗಿ ನನ್ನನ್ನು ಕಾಡೊಳಗೆ ಕರೆದೊಯ್ಯುತ್ತಿದ್ದಳು. ಗುಡ್ಡದ ತುದಿಯ ಮರದಲ್ಲಿನ ಕೋಲ್ಜೇನು ಕಾಣಿಸಿದಳು. ಹುಳಗಳಿಗೆ ನೋವಾಗದ ಹಾಗೆ ಜೇನು ತೆಗೆಯುವುದ ಕಲಿಸಿದಳು. ಗುಡಿಸಲ ಕೆಳಗಿನ ಹಳ್ಳದ ಗುಂಟ ನಡೆಯಿಸಿ ದೊಡ್ಡ ಜಲಪಾತದೆದುರು ನಿಲ್ಲಿಸಿದಳು. ಯಾವ ಸೆಳವಿಗೂ ಸುಳಿಗೂ ಜಗ್ಗದೆ ಈಜುವುದ ಕಲಿಸಿದಳು. ಏರು ತೆರೆಗಳು ಆಳ ಸುಳಿಗಳ ಸೋಲಿಸುವ ಗುಟ್ಟು ಬಿಚ್ಚಿಟ್ಟಳು. ತಿನ್ನುವ ತಿನ್ನಬಾರದ ಹಣ್ಣುಗಳ ಗುರುತು ತಿಳಿಸಿದಳು. ಬಣ್ಣ ಮಾಸದಂತೆ ಚಿಟ್ಟೆ ಹಿಡಿಯುವುದ, ರೆಕ್ಕೆ ಮಾಸದಂತೆ ಹಕ್ಕಿ ಹಿಡಿಯುವುದ ಕಲಿಸಿದಳು. ಹಾಗೆ ಹಿಡಿದ ಹಕ್ಕಿಯ ಆಕಾಶಕ್ಕೆ ಬಿಟ್ಟಾಗ ಫಡಫಡ ರೆಕ್ಕೆ ಬೀಸುತ್ತಾ ಹಾರುವ ಸಂಭ್ರಮ ಕಾಣಿಸಿದಳು. ಹೆಜ್ಜೆಗಳ ನೋಡಿ ಪ್ರಾಣಿಯ ಗುರುತನ್ನೂ, ಲದ್ದಿಯ ಬಿಸಿಯಿಂದ ಅದು ಬಂದಿರಬಹುದಾದ ಸಮಯವನ್ನೂ ಲೆಕ್ಕ ಹಾಕುವ ವಿದ್ಯೆ ಕಲಿಸಿದಳು. ಸರಕ್ಕನೆ ಕರಡಿ ಎದುರಾದರೆ ಹೇಗೆ ತಪ್ಪಿಸಿಕೊಳ್ಳಬೇಕು, ಅಚಾನಕ್ಕಾಗಿ ಹಾವು ಕಚ್ಚಿದರೆ ಯಾವ ಮೂಲಿಕೆ ಜಗಿಯಬೇಕು. ಹೊಳೆಯಲ್ಲಿ ಮೀನು ಹೇಗೆ ಹಿಡಿಯಬೇಕು? ಯಾವ ಜಾಗದಲ್ಲಿ ಮೀನು ಹೆಚ್ಚು, ಏಡಿ ಕಚ್ಚದಂತೆ ಹಿಡಿಯುವ ಪಟ್ಟು ಎಲ್ಲವನ್ನೂ ಹೇಳಿಕೊಟ್ಟಳು. ಒಳಹೊಕ್ಕಷ್ಟೂ ತೆರೆದುಕೊಳ್ಳುತ್ತಲೇ ಹೋಗುವ ಕಾಡಿನ ದಾರಿಗಳನ್ನು ಬೆರಗಿನಿಂದ ನೋಡುವುದ ಕಲಿಸಿದಳು. ನನಗೆ ಕಲಿಸಿಕೊಡುತ್ತಲೇ ತಾನೂ ಹೊಸತಾಗಿ ಕಲಿತಳು. ಹೆಜ್ಜೆ ಹೆಜ್ಜೆಗೂ ಸಂಭ್ರಮಿಸಿದಳು. ಇದಾವುದಕ್ಕೂ ನಮಗೆ ಭಾಷೆ ಬೇಕೆನಿಸಲಿಲ್ಲ. ಆದರೂ ಇದೆಲ್ಲದರ ನಡುವೆ ನನ್ನ ಭಾಷೆ ಅವಳು ಅವಳ ಭಾಷೆ ನಾನು ಸ್ವಲ್ಪಸ್ವಲ್ಪ ಕಲಿತುಕೊಂಡೆವು. ಮೊದಮೊದಲು ವಾಕರಿಕೆ ತರಿಸುತ್ತಿದ್ದ ಮಾಂಸದ ವಾಸನೆ ನನಗೆ ಇಷ್ಟವಾಗತೊಡಗಿತು.

ಸಂಜೆಯಾಗುತ್ತಲೇ ಗುಡಿಸಲ ಅಂಗಳದ ಅಂಚಿಗೆ ಕೂತು ಹುಲಿಯ ಕೂಗನ್ನು ಆಲಿಸುತ್ತಿದ್ದೆವು. ಹುಲಿ ಘರ್ಜಿಸುವ ಸದ್ದು ಕೇಳಿ ಅದು ಯಾವ ದಿಕ್ಕಿಗಿದೆ. ಎಷ್ಟು ದೂರದಲ್ಲಿರಬಹುದು ಎಂದು ಅಂದಾಜಿಸುತ್ತಿದ್ದೆವು. ತುಂಬ ಹತ್ತಿರದಲ್ಲಿ ಕೇಳಿದರೆ ಅಂದು ರಾತ್ರಿ ಸಂಗಿಯ ಅಪ್ಪ ಮನೆಯೆದುರು ದೊಡ್ಡದಾಗಿ ಬೆಂಕಿ ಹಚ್ಚಿಕೊಂಡು ಇಡೀ ರಾತ್ರಿ ಎಚ್ಚರಿದ್ದು ಕಾಯುತ್ತಿದ್ದ. ಪ್ರತಿ ಮುಸ್ಸಂಜೆ ಸಂಗಿ ಹಾಡುತ್ತಿದ್ದಳು. ನನಗೆ ವಾದ್ಯ ನುಡಿಸುವುದ ಕಲಿಸಿದಳು. ನಮ್ಮಿಬ್ಬರ ಬಗ್ಗೆ ಸಂಗಿಯ ಅಪ್ಪ ಅಮ್ಮನಿಗೂ ಗೊತ್ತಾಗಿತ್ತೇನೋ. ಆದರೆ ಅವರು ಯಾವುದೇ ಪ್ರತಿಕ್ರಿಯೆ ತೋರದೆ ಎಂದಿನ ಹಾಗೆ ಇದ್ದುಬಿಟ್ಟಿದ್ದರು.

ರಾತ್ರಿ ಅಪ್ಪ ಅಮ್ಮ ಮಲಗಿದ ಮೇಲೆ ಸಂಗಿ ಪಾತ್ರೆ ಹಿಡಿದು ನನ್ನೆಡೆಗೆ ಬರುತ್ತಿದ್ದಳು. ಅಲ್ಲಿಗೆ ಮತ್ತೊಂದು ಕಾಡು ಮೈದೆರೆದುಕೊಳ್ಳುತ್ತಿತ್ತು. ಅಲ್ಲಿಯೂ ಜೇನಿತ್ತು. ಜಲಪಾತವಿತ್ತು. ನೀರ ಸೆಳವಿತ್ತು. ಮೀನುಗಳಿದ್ದವು. ರೆಕ್ಕೆ ಬಿಚ್ಚುವ ಹಕ್ಕಿಗಳಿದ್ದವು. ಹುಲಿಯ ಘರ್ಜನೆಯಿತ್ತು, ಕರಡಿಯ ಬಿಗಿತವಿತ್ತು. ಸಂಭ್ರಮವಿತ್ತು. ಬೆರಗಿತ್ತು. ಸಂಗಿ ಎಲ್ಲವನ್ನೂ ನನಗೆ ಕಲಿಸುತ್ತಲೇ ತಾನೂ ಕಲಿತಳು. ಕಾಡಿನಂತೆ ಪ್ರತಿದಿನ ನಾವು ಪರಸ್ಪರ

ತೆರೆದುಕೊಂಡಷ್ಟೂ ಮರುದಿನದ ಪಾಲಿಗಿಷ್ಟು ಮಿಗುತ್ತಿದ್ದೆವು. ಸಂಗಿ ನಡುರಾತ್ರಿ ನನ್ನ ಪಕ್ಕದಲ್ಲಿಂದೆದ್ದು ಗುಡಿಸಲಿಗೆ ಹೋಗಿ ಮಲಗುತ್ತಿದ್ದಳು. ಅದೆಷ್ಟು ಕ್ಷಣ ದಿನ ವಾರ ತಿಂಗಳುಗಳು ಕಳೆದವೊ. ಉರುಳಿದ ಮರಗಳ, ಹರಿದ ನೀರಿನ ಲೆಕ್ಕ ಉದುರಿದಷ್ಟೇ ವೇಗವಾಗಿ ಚಿಗುರಿಕೊಳ್ಳುವ ಎಲೆಗಳ ಈ ಕಾಡಿಗಷ್ಟೇ ಗೊತ್ತು.

ಅದೊಂದು ಬೆಳಿಗ್ಗೆ ಕಾಡಿಗೆ ಹೋಗುವ ಸಮಯವಾದರೂ ಸಂಗಿ ಕಾಣಿಸಲಿಲ್ಲ. ಹಳ್ಳದ ಬಳಿ ಇರಬೇಕು ಎಂದು ಅತ್ತ ನಡೆದೆ. ಸಂಗಿ ಹಳ್ಳದ ಬಂಡೆಯ ಮೇಲೆ ತುದಿಗಾಲಲ್ಲಿ ತಲೆ ಹಿಡಿದು ಕೂತಿದ್ದಳು. ನಾನು ಹತ್ತಿರ ಹೋಗಿ ಭುಜ ಹಿಡಿಯುವಷ್ಟರಲ್ಲಿ ವ್ಯಾಕ್‌ನೆ ವಾಂತಿ ಮಾಡಿಕೊಂಡಳು. ನಾನು ಗಾಬರಿಯಿಂದ ಸಂಗಿಯ ಮುಖ ನೋಡಿದೆ. ಮನಸಲ್ಲಿ ಸಣ್ಣ ಸಂಶಯ ಮೊಳಕೆಯೊಡೆದಿತ್ತು. ಸಂಗಿ ಅದನ್ನು ನಿಜಮಾಡುವಂತೆ ನನ್ನೆಡೆಗೆ ನೋಡಿ ಹೊಟ್ಟೆ ಸವರಿಕೊಂಡು ನಕ್ಕಳು. ಕೆನ್ನೆಯಲ್ಲಿ ಆಳದ ಗುಳಿ ಮೂಡಿ ಗದ್ದದ ಹಚ್ಚೆ ಮುಚ್ಚಿಹೋಯ್ತು. ನಾನು ಏನೊಂದೂ ಮಾತಾಡದೆ ಬಂದು ಮಂಚದ ಮೇಲೆ ಸುಮ್ಮನೆ ಮಲಗಿಬಿಟ್ಟೆ. ನಾಯಿ ಬಂದು ಕಾಲನ್ನು ನೆಕ್ಕತೊಡಗಿತು. 'ಥೂ... ದರಿದ್ರ...' ಒದ್ದಾಗ ಕುಂಯ್‌ಗುಟ್ಟಿ ಮಾರುದೂರ ಹಾರಿಬಿತ್ತು. ಮತ್ತೆ ಎದ್ದು ಅಷ್ಟು ದೂರದಿಂದಲೇ ನಾಲಗೆ ಹೊರಚಾಚಿ ದೀನ ದೃಷ್ಟಿಯಿಂದ ನನ್ನೇ ದಿಟ್ಟಿಸತೊಡಗಿತು.

ಛೇ! ಇದೇನಾಗುತ್ತಿದೆ? ಎಲ್ಲಿಂದ ಎಲ್ಲಿಗೆ ಹೋಗ್ತಿದ್ದೇನೆ ನಾನು? ಇನ್ನು ನನ್ನ ಬದುಕು ಮುಗಿದಂತೆಯೇ. ಸಂಗಿ ಹೆತ್ತುಕೊಟ್ಟ ಮಕ್ಕಳನ್ನಾಡಿಸುತ್ತಾ ಮಾಂಸ ತಿನ್ನುತ್ತಾ ಕಾಡಲೆಯುತ್ತಾ ಮುದಿಯಾಗಬೇಕಷ್ಟೆ. ತಲೆ ಚಿಟ್ಟು ಹಿಡಿದಂತಾಯ್ತು.

ಥಟ್ಟನೆ ನಿನ್ನ ನೆನಪಾಯ್ತು. ಅರೆ, ಇಷ್ಟು ದಿನದಲ್ಲಿ ಒಮ್ಮೆಯೂ ನೆನಪಾಗಿರಲಿಲ್ಲವಲ್ಲ ನೀನು. ಹೇಗೆ ಹೇಗೆ ಸಾಧ್ಯ? ನನ್ನೀ ಎಲ್ಲ ಅಲೆದಾಟದ ಅಂತಿಮ ಗುರಿಯಾಗಿದ್ದೆಯಲ್ಲ ನೀನು. ನಿನ್ನನ್ನೇ ಹೇಗೆ ಮರೆತೆ ನಾನು? ನೀನು ಆ ತುದಿಯಲ್ಲಿ ನನಗಾಗಿ ಕಾದಿರುವಂತೆ, ನಾ ಬರುವ ದಾರಿಯತ್ತಲೇ ದಿಟ್ಟಿಸುತ್ತ ಕಾತರದಿಂದ ಅತ್ತಿಂದಿತ್ತ ಓಡಾಡುತ್ತಿರುವಂತೆ ಭಾಸವಾಯ್ತು. ಈ ಕ್ಷಣವೇ ಇದೆಲ್ಲದರಿಂದ ತಪ್ಪಿಸಿಕೊಂಡು ನಿನ್ನೆಡೆಗೆ ಓಡಿಬರುವ, ನಿನ್ನೆಲ್ಲ ಪ್ರಶ್ನೆಗಳಿಗೆ ನಿನಗಿಷ್ಟವಾಗುವಂತೆ ಉತ್ತರಿಸುವ ಬಯಕೆ ಉತ್ಕಟವಾಯ್ತು. ಈಗೆರಡು ಗಳಿಗೆಯ ಹಿಂದೆ ಸಂಭ್ರಮದ ಚಿಲುಮೆಯಾಗಿದ್ದ ಈ ಕಾಡಿನ ಇಂಚಿಂಚೂ ಈಗ ನನ್ನ ಬಂಧಿಸಿಟ್ಟಿರುವ ಮುಳ್ಳುತಂತಿಯಾಗಿ ಚುಚ್ಚುತ್ತಿರುವಂತೆ ಭಾಸವಾಯ್ತು. ಮನಸಲ್ಲಿ ನಿನ್ನ ಎಡಹುಬ್ಬಿನ ಮೇಲಿನ ಗಾಯದ ಗುರುತು ನೆನಪಾಗುತ್ತಿದ್ದಂತೆ ನಿರ್ಧರಿಸಿಬಿಟ್ಟೆ. ಇಂದು ರಾತ್ರಿ ಸಂಗಿಗೆ ಎಲ್ಲವನ್ನೂ ಹೇಳುವುದು. ಅವಳನ್ನು ಸಮಾಧಾನಿಸಲು ಆದಷ್ಟೂ ಯತ್ನಿಸುವುದು. ತೀರಾ ವಿಪರೀತಕ್ಕೆ ಹೋದರೆ ಹೇಳದೆ ಕೇಳದೆ ಓಡಿಬಿಡುವುದು. ಈ ಕಾಡಿನಿಂದ ತಪ್ಪಿಸಿಕೊಳ್ಳಲು ಸಂಗಿಯೇ ಕಲಿಸಿದ ಎಷ್ಟೊಂದು ವಿದ್ಯೆಗಳು ಗೊತ್ತಲ್ಲ.

ರಾತ್ರಿ ನನ್ನೆದೆಗೆ ಒರಗಿಕೊಂಡ ಸಂಗಿಗೆ 'ನಾಳೆ ನಾನು ಹೋಗಬೇಕು' ಎಂದೆ. ಅವಳು 'ಎಲ್ಲಿಗೆ?' ಅನ್ನಲಿಲ್ಲ. 'ಯಾಕೆ?' ಕೇಳಲಿಲ್ಲ. ಮೆಲ್ಲಗೆ ತಲೆಯೆತ್ತಿ ನನ್ನ ದಿಟ್ಟಿಸಿದಳು ಅರೆಕ್ಷಣ. ಮತ್ತೆ ಹಾಗೇ ಎದೆಗೊರಗಿ ಮಲಗಿದಳು. ಅವಳಿಗೆ ನಾನು

ಹೇಳಿದ್ದು ತಿಳಿಯಲಿಲ್ಲವೇನೋ ಎಂದು ಹೇಳಿದ್ದನ್ನೇ ಎರಡೆರಡು ಬಾರಿ ಹೇಳಿದೆ ಅವಳದೇ ಭಾಷೆಯಲ್ಲಿ. 'ಗೊತ್ತಾಯಿತು' ಅಂದಳು. ನನಗೆ ಅವಳ ನಿರ್ಲಿಪ್ತತೆಯಿಂದ ನಿರಾಸೆಯಾಯ್ತು. ನಾನು ಈಗ ಹೋಗಿ ಮತ್ತೆ ಬರುತ್ತೇನೆಂದುಕೊಂಡಿದ್ದಾಳೆಯೇ? ಅನುಮಾನವಾಯ್ತು. "ನಾನು ಹೋಗ್ತೇನೆ. ತಿರುಗಿ ಬರುವುದಿಲ್ಲ ಎಂದಿಗೂ...' ಎಂದೆ ಸ್ವಲ್ಪ ಗಟ್ಟಿಯಾಗಿಯೆ. ಎದೆಗೆ ಇನ್ನಷ್ಟು ಅವುಚಿಕೊಂಡು ನನ್ನೆದೆಯೊಳಗಿಂದಲೇ ಎಂಬಂತೆ ನಕ್ಕಳು. ಮೈಮೇಲೆ ಚೇಳು ಹರಿದಂತಾಗಿ ಎದ್ದು ಕೂತೆ. ಸಂಗಿಯೂ ಮಂಚದಿಂದೆದ್ದು ನನ್ನ ಭುಜ ಹಿಡಿದು ಮಲಗಿಸಿ ಎರಡು ಬಾರಿ ಹಣೆ ನೇವರಿಸಿ ಎದ್ದು ಗುಡಿಸಲೊಳಗೆ ನಡೆದಳು.

ಅರೆ, ಇವಳಿಗೆ ಏನೂ ಅನ್ನಿಸಲೇ ಇಲ್ಲವೆ? ಭಾವನೆಗಳೆ ಇಲ್ಲವೇ? ಆಘಾತ ಗೊಂಡಿರಬೇಕು ಪಾಪ. ನಾಳೆ ನಾನು ಹೋದ ಮೇಲೆ ಹೆರುವ ಮಗುವಿಗೆ ಅಪ್ಪ ಎಂದು ಯಾರನ್ನು ತೋರಬಹುದು? ಸಂಜೆ ಹೊತ್ತು ಊಟ ಮಾಡಿಸುವಾಗ 'ನಗರದಿಂದ ಬಂದ ರಾಜಕುಮಾರನೊಬ್ಬ ಕಾಡಿನ ರಾಣಿಗೆ ಮರುಳಾಗಿ...' ಎಂದೆಲ್ಲಾ ಶುರುವಾಗುವ ಭಗ್ನಪ್ರಣಯದ ದುರಂತ ಕತೆಗಳನ್ನು ಹೇಳುತ್ತಾ ಕಣ್ಣೀರಿಡಬಹುದೆ? ನಾಳೆ ನನ್ನನ್ನು ಕಳಿಸಿಕೊಡುವಾಗ ಅತ್ತು ರಂಪ ಮಾಡದಿದ್ದರೆ ಸಾಕಿತ್ತು. ಅತ್ತು ಗಿತ್ತು ಮಾಡುವುದಾದರೆ ಗುಡಿಸಲೊಳಗೆ ಇರು ಎಂದು ಮೊದಲೇ ಹೇಳಿಬಿಡಬೇಕು. ಸಂಗಿ ಅತ್ತರೆ ನಾನು ನೋಡಲಾರೆ. ಹೌದು ಇಷ್ಟು ಕಾಲದಲ್ಲಿ ಅವಳು ಅತ್ತಿದ್ದನ್ನೇ ನೋಡಿಲ್ಲವಲ್ಲ ನಾನು ಎಂದೆಲ್ಲಾ ಯೋಚಿಸುತ್ತಾ ಅದೆಷ್ಟೋ ಹೊತ್ತಿಗೆ ನಿದ್ದೆಗೆ ಜಾರಿದೆ. ನೀನು ಸಂಗಿಯ ಬಟ್ಟೆತೊಟ್ಟು ಆ ತುದಿಯಲ್ಲಿ ಮಳೆ ಬಿಸಿಲಿಗೆ ಜಗ್ಗದೇ ನನಗಾಗಿ ಕಾಯುತ್ತಾ ಕೂತಂತೆ ಕನಸಾಯ್ತು.

ಬೆಳಿಗ್ಗೆ ನಾನು ಏಳುವಷ್ಟರಲ್ಲಿ ಬೆಳಕು ಹರಿದಿತ್ತು. ಸಂಗಿಯ ಅಪ್ಪ ಅಮ್ಮ ಯಾವುದೋ ಗಡಿಬಿಡಿಯಲ್ಲಿದ್ದಂತೆ ಕಂಡಿತು. ನಾನು ಎದ್ದಿದ್ದನ್ನು ನೋಡಿದ ಸಂಗಿ ಪಾತ್ರೆಯಲ್ಲಿ ಹಣ್ಣು ತಂದು ಕೊಟ್ಟಳು. ಅದನ್ನು ತಿಂದು ಮುಗಿಸಿದ್ದೇ ನನ್ನ ಕೈ ಹಿಡಿದು ಹಳ್ಳಕ್ಕೆ ಕರೆದೊಯ್ದು ಬೆತ್ತಲೆ ಮಾಡಿ ಇಂಚಿಂಚೂ ಬಿಡದೆ ತಿಕ್ಕಿ ತಿಕ್ಕಿ ಸ್ನಾನ ಮಾಡಿಸಿದಳು. ತಿರುಗಿ ಬಂದಾಗ ಸಂಗಿಯ ಅಪ್ಪ ಒಂದು ಗಂಟು ತಂದುಕೊಟ್ಟ. ಬಿಡಿಸಿ ನೋಡಿದೆ. ಅವು ನನ್ನವೇ ಬಟ್ಟೆಗಳು. ಊರಿಂದ ಹೊರಟಾಗ ಹಾಕಿಕೊಂಡಿದ್ದವು. ಅದನ್ನು ಹಾಕಿಕೊಂಡೆ. ಇವರು ನನ್ನನ್ನು ಕಳಿಸಿಕೊಡಲೆಂದೇ ಇಷ್ಟೆಲ್ಲಾ ತಯಾರಿಯಲ್ಲಿದ್ದಾರೆಯೇ? ಸಂಗಿಯೂ ಎಷ್ಟು ಸಂಭ್ರಮದಿಂದ ಓಡಾಡುತ್ತಿದ್ದಾಳೆ. ಒಂಚೂರು ವ್ಯಥೆಯ ಕುರುಹೂ ಕಾಣಿಸುತ್ತಿಲ್ಲ ಅವಳ ಮುಖದಲ್ಲಿ. ದುಃಖದಿಂದ ಗೋಳಾಡುವ ಅವಳ ಸಮಾಧಾನಿಸಲೆಂದು ನಿನ್ನೆ ರಾತ್ರಿಯಿಡೀ ಮಸೆದು ಹೊಸೆದು ಇಟ್ಟುಕೊಂಡಿದ್ದ ಮಾತಿನ ಅನುಕಂಪದ ಅಸ್ತ್ರಗಳೆಲ್ಲ ಒಮ್ಮೆಲೆ ಮುರಿದು ಬಿದ್ದಂತಾಗಿ ನನ್ನಷ್ಟಕ್ಕೇ ಪೆಚ್ಚಾದೆ. ಸಂಗಿಯ ಅಮ್ಮ ಆಹಾರ ತುಂಬಿದ ಚೀಲ ತಂದುಕೊಟ್ಟಳು. ಅಪ್ಪ ಕೈಗತ್ತಿ ಕೊಟ್ಟು ನಾಯಿಯನ್ನೂ ಜೊತೆಯಲ್ಲಿ ಕರೆದೊಯ್ಯುವಂತೆ ಹೇಳಿದ. ಯಾಕೋ ಈ ಬಿಡುಗಡೆ ಇಷ್ಟು ನಿರ್ಲಿಪ್ತವಾಗಿ ಘಟಿಸಲಾರಂಭಿಸಿದ್ದೇ ಮನಸ್ಸಲ್ಲಿ ಪಾಪಪ್ರಜ್ಞೆ ತುಂಬಿ ಹಿಂಸೆಯಾಗತೊಡಗಿತು. ಈ ಮೂವರಲ್ಲಿ ಒಬ್ಬರಾದರೂ ಕೊಂಚ

ರಂಪ ಮಾಡಿದರೆ, ಕೊನೆ ಪಕ್ಷ ಎಲ್ಲಿಗೆ ಹೋಗುತ್ತಿ ಎಂದಾದರೂ ಕೇಳಿದ್ದರೆ ಎಲ್ಲ ಸರಳವಾಗುತ್ತಿತ್ತು. ಗೊತ್ತಿಲ್ಲದ ತಳಮಳವೊಂದು ಜೀವ ಹಿಂಡತೊಡಗಿತು.

ಒಂದಿಷ್ಟು ಹೆಜ್ಜೆ ನಡೆದು ತಿರುಗಿ ನೋಡಿದೆ. ಸಂಗಿ ಅಲ್ಲೇ ಮರಕ್ಕೊರಗಿ ನಿಂತು ನಗುತ್ತ ಕೈ ಬೀಸಿದಳು. ತಿರುಗಿ ಹೋಗಿ "ಏ ಹಾಳು ರಂಡೆ... ಇಷ್ಟು ದಿನ ನನ್ನಿಂದ ಸರೀ ಜಡಿಸಿಕೊಂಡಿದ್ದಿ. ನಿನ್ನ ಜೊತೆ ಮಜ ಮಾಡಿದ್ದೇನೆ ಮಜಾ... ಈಗ ನಿನ್ನನ್ನು ನಡುನೀರಿನಲ್ಲಿ ಕೈ ಬಿಟ್ಟು ಹೊರಟು ನಿಂತಿದ್ದೇನೆ. ಹಕ್ಕಿದೆ ನಿನಗೆ. ಅತ್ತು ಕರೆದು ರಂಪ ಮಾಡುವುದು ಹೋಗಲಿ ಕನಿಷ್ಠ ಎರಡು ಹನಿ ಕಣ್ಣೀರಾದರೂ ಹಾಕು..." ಎಂದು ಬಿಗಿ ಕಟ್ಟಿದ ಅವಳ ಮುಡಿ ಹಿಡಿದು ಗಡಗಡ ಅಲ್ಲಾಡಿಸಿಬಿಡುವ ಮನಸ್ಸಾಯಿತು. ಆದರೆ ಸಂಗಿ ಮಾತ್ರ ಇದಾವುದೂ ತಿಳಿದಿಲ್ಲವೆಂಬಂತೆ ಅಥವಾ ಇದೆಲ್ಲವೂ ತಿಳಿದಿದೆಯೆಂಬಂತೆ, ಯಾವುದನ್ನೂ ಕಳೆದುಕೊಂಡ ವ್ಯಥೆಯ ಸೋಂಕೂ ಇಲ್ಲದೆ, ಮನೆಬಾಗಿಲಿಗೆ ಬಂದ ಪರದೇಸಿ ಭಿಕಾರಿಗೆ ಹೊಟ್ಟೆ ತುಂಬ ದಾನ ಮಾಡಿ ಪುಣ್ಯಗಿಟ್ಟಿಸಿಕೊಂಡ ಗರತಿಯ ಹಾಗೆ ನಗುತ್ತಲೇ ಇದ್ದಳು ದಿವ್ಯವಾಗಿ.

"ಛೀ, ಅನಾಗರಿಕರು" ನನ್ನ ಬಾಯಿಂದ ಅಯಾಚಿತವಾಗಿ ಹೊರಬಂದ ಶಬ್ದ ಕೇಳಿ ನಾನೇ ಬೆಚ್ಚಿಬಿದ್ದೆ. ನನ್ನ ಮೈಯ ಹುಳಬಿದ್ದ ಹುಣ್ಣನ್ನು ನಾನೇ ನೆಕ್ಕಿದಂತಾಗಿ ಮೈಯಿಡೀ ಅಸಹ್ಯದಲ್ಲಿ ನಡುಗಿತು. ಶ್ರಾದ್ಧದ ಮನೆಯಲ್ಲಿ ಹೇಳಿದ ಅಗ್ಗದ ಜೋಕಿನಂತೆ ಕೇಳಿದ ಆ ಮಾತು ಬೇರೆ ಬೇರೆ ರೂಪತಾಳಿ ನನ್ನನ್ನೇ ಕಚ್ಚಲು ಬಂದಂತೆ ಹಿಂತಿರುಗಿ ನೋಡದೆ ದಡದಡ ಮುಂದೆ ಸಾಗಿದೆ. ನಾಯಿ ಒಮ್ಮೆ ನನ್ನ ಹಿಂದೆಯೂ ಮತ್ತೊಮ್ಮೆ ಮುಂದೆಯೂ ನೆಲ ಮೂಸುತ್ತ ಬರುತ್ತಿತ್ತು.

ದಾರಿಯೇ ಇಲ್ಲದ್ದರಿಂದ ದಾರಿತಪ್ಪುವ ಮಾತೇ ಇರಲಿಲ್ಲ. ಅನುಕ್ಷಣ ಸೆಳೆಯುವ ನಿನ್ನ ನೆನಪು ಎಂಥ ದಣಿವನ್ನೂ ಮರೆಯಿಸಿ ನನ್ನ ಮುನ್ನಡೆಸುತ್ತಿತ್ತು. ಹಸಿವಾದಾಗೊಮ್ಮೆ ಕುಳಿತು ಚೀಲದಲ್ಲಿನ ಹಣ್ಣು ತಿಂದು ನಾಯಿಗಿಷ್ಟು ಮಾಂಸದ ತುಂಡು ಎಸೆಯುತ್ತಿದ್ದೆ. ಯಾಕೋ ಈ ನಾಯಿಯ ಮೇಲೆ ಅಕ್ಕರೆ ಉಕ್ಕಿ ಬಂತು. ಇಡೀದಿನ ಕಾಡು ಸುತ್ತುವಾಗೆಲ್ಲ ನಮ್ಮ ಜೊತೆಗೆ ಇರುತ್ತಿತ್ತಲ್ಲ. ಈಗ ತನ್ನ ಮನೆಯವರನ್ನೆಲ್ಲ ಬಿಟ್ಟು ನನ್ನ ಜೊತೆ ಹೊರಟುಬಂದಿದೆ. ಊರಿಗೆ ತಲುಪಿದ್ದೇ ಇದನ್ನು ತಿರುಗಿ ಕಳಿಸಿಬಿಡಬೇಕು. ಎಲ್ಲಕ್ಕೂ ಮೊದಲು ಊರ ಸೇರಬೇಕು. ನಿನ್ನ ಕಾಣವೇಕು. ಮತ್ತೆ ಹೊಸ ಉಮೇದಿಯಿಂದ ಎದ್ದು ನಡೆಯುತ್ತಿದ್ದೆ.

ದಾರಿಯಲ್ಲಿ ಹಣ್ಣು ತುಂಬಿದ ಮರ ಕಾಣಿಸಿತು. ನೀನು ಯಾವಾಗಲೋ "ಪ್ರೀತಿ ಮಾಡುವ ಹೃದಯದ ಕೆಳಗೆ ಹಸಿದ ಹೊಟ್ಟೆ ಇದೆ. ಜೊತೆಗಿದ್ದವರ ಸಾಕುವ ಶಕ್ತಿ ಇರಬೇಕು..." ಎಂದು ಹೊಟ್ಟೆ ತಟ್ಟಿಕೊಳ್ಳುತ್ತಾ ನನಗೆ ಗದರಿದ್ದು ನೆನಪಾಯ್ತು. ಅದರ ಜೊತೆಗೆ ಹಳ್ಳದ ತಡಿಗೆ ಕುಂತು ತನ್ನ ಹೊಟ್ಟೆಯನ್ನು ಮೆಲ್ಲನೆ ಸವರಿಕೊಳ್ಳುತ್ತಾ ನಕ್ಕ ಸಂಗಿಯೂ ಒಟ್ಟೊಟ್ಟಿಗೇ ನೆನಪಾಗಿ ಗೊಂದಲವಾಯ್ತು. ಮರ ಹತ್ತಿ ಹಣ್ಣು ಕೊಯ್ದು ಚೀಲದಲ್ಲಿ ಹಾಕಿಕೊಂಡೆ.

ಅದೆಷ್ಟೋ ನಡೆದ ಮೇಲೆ ನದಿಯ ಬದಿಗೆ ತಲುಪಿದೆ. ಕೆಂಬಣ್ಣದ ನೀರು ತುಂಬಿ ಹರಿಯುತ್ತಿತ್ತು. ಸಂಗಿ ಕಲಿಸಿದ್ದ ಈಜು ಜತೆಗಿತ್ತಲ್ಲ. ಮೊಣಕಾಲವರೆಗೆ ನೀರು

ಬರುವಷ್ಟು ನದಿಯಲ್ಲಿ ಇಳಿದೆ. ನಾಯಿ ದಡದಲ್ಲಿ ನಿಂತು ಅತ್ತಿಂದಿತ್ತ ಓಡಾಡುತ್ತಾ ನದಿಗೆ ಇಳಿಯಲು ಅಂಜಿ ಕುಯ್‌ಗುಟ್ಟತೊಡಗಿತು. ಅದನ್ನು ವಾಪಸ್ಸು ಹೋಗುವಂತೆ ಗದರಿದೆ. ಹೋಗಲಿಲ್ಲ. ಒಂದೆರಡು ಕಲ್ಲು ಬೀಸಿದಾಗ ಹೆದರಿ ಹಿಂದಕ್ಕೋಡಿತು. ನಾನು ಕಸುವನ್ನು ತೋಳಲ್ಲಿ ತುಂಬಿಕೊಂಡು ಈಜುಬಿದ್ದೆ. ತುಂಬ ಸೆಳುವಿತ್ತು. ಅಂತೂ ಈಚೆ ದಡ ತಲುಪುವಷ್ಟರಲ್ಲಿ ಜೀವ ಹೈರಾಣಾಯಿತು. ದಡ ಹತ್ತಿ ದಿಟ್ಟಿಸಿದೆ.

ಅರೆ! ಎಲ್ಲವೂ ಹೀಗೆ ನಾ ಬಿಟ್ಟು ಹೋದಂತೆಯೇ ಇರುತ್ತದೆಂದಲ್ಲವೆ ನಾನು ಹೋಗಿದ್ದು? ಆದರೆ ಇಲ್ಲಿ ಯಾವುದೂ ನಾ ಬಿಟ್ಟು ಹೋದಂತಿಲ್ಲ. ನಾನು ಹೊರಟಿದ್ದು ಇಲ್ಲಿಂದಲೇ ಎಂಬ ಅನುಮಾನವಾಯ್ತು. ಗಿಡ ಗಿಡವಾಗಿಲ್ಲ. ಮರ ಮರವಾಗಿಲ್ಲ. ಬಯಲು ಬಯಲಾಗಿಲ್ಲ. ಪಾದಕ್ಕೆ ಮುತ್ತಿಕ್ಕಿ ಕಳಿಸಿದ್ದ ದಾರಿ ದಾರಿಯಾಗಿಲ್ಲ. ಅಲ್ಲಿ, ಅಂದು ನೀನು ನನ್ನ ಬೀಳ್ಕೊಂಡಲ್ಲಿ ಯಾರೋ ನಿಂತಿರುವಂತೆ ಕಂಡಿತು. ನೀನೇ... ನೀನೇ ಇರಬೇಕು. ಇನ್ಯಾರಾಗಿರಲು ಸಾಧ್ಯ? ಧಾವಿಸಿ ಹೋಗಿ ಎದುರು ನಿಂತು ದಿಟ್ಟಿಸಿದೆ.

ಈ ಸುದೀರ್ಘ ಪಯಣದಲ್ಲಿ
ನಿನಗೊಗ್ಗುವ ಹಾಗೆ ಉತ್ತರಿಸಲು
ತುಟಿಗಳ ತಿದ್ದುವ ಭರದಲ್ಲಿ
ರೆಪ್ಪೆ ತುಂಬಿದ್ದ ಪ್ರಶ್ನೆಗಳು ಹಸಿಬೀಜದಂತೆ
ಹುದುಗಿ ಹೋಗಿದ್ದಕ್ಕೆ ಪುರಾವೆಗಳಿರಲಿಲ್ಲ.
ಆದರೀಗ ನೋಡು,
ಬಿಸಿಲು ತಾಕದ ಹಸಿರ ಕಾಡನ್ನು ಕುಡಿದು ಬಂದ
ನನ್ನ ಆಲಿಗಳು ಒಮ್ಮೆ ಚಿಗುರುಕೆಂಪಾಗಿ
ಒಮ್ಮೆ ಸುಳಿ ಹಳದಿಯಾಗಿ ಹೊರಳುತ್ತಿದ್ದರೆ
ನಿನಗುತ್ತರಿಸುವ ನಾಲಗೆ ತಡವರಿಸುತ್ತಿದೆ.
ನನ್ನೀ ದುರ್ಭಾಗ್ಯ ತಂದ ಅಚ್ಚರಿಯ ಹೇಗೆ ಭರಿಸಲಿ?
ಈ ತುದಿಯಲ್ಲಿ ಎದುರುಗೊಂಡಿದ್ದು ನೀನಾಗಿರಲಿಲ್ಲ.
ನೀನು ಆಗಿರಲಿಲ್ಲ.

ನೀನೆಂಬ ನನ್ನೊಳಗಿನ ಇಡೀ ಕಾಡು ಒಣಗಿ ಕಾಷ್ಠವಾಗಿ ಭಗಭಗನೇ ಉರಿದು ಬೂದಿಯಾದಂತಾಗಿ ತತ್ತರಿಸಿದೆ. ನಿನ್ನ ಕಣ್ಣುಗಳ ಹೊರತು ಬೇರೆ ಕನ್ನಡಿಯಿರದ ಈ ಊರಲ್ಲಿ ನಾನು ಹೇಗಿರುವೆನೋ ಕೊನೆಗೂ ತಿಳಿಯಲೇ ಇಲ್ಲ.

ತಿರುಗಿ ನದಿಯ ಬದಿಗೆ ಓಡಿದೆ. ಆ ದಡದಲ್ಲಿ ನಿಂತು ಇತ್ತಲೇ ನೋಡುತ್ತಿದ್ದ ನಾಯಿ ನನ್ನ ಕಂಡಿದ್ದೇ ನದಿಗೆ ಜಿಗಿಯಿತು. "ಬೇಡ... ಬೇಡ..." ಕಿರುಚಿದೆ. ಸ್ವಲ್ಪ ದೂರ ಈಜಿಕೊಂಡು ಬಂದು ನಂತರ ಮುಳುಗೇಳತೊಡಗಿತು. ನಾನು ಕೈಕಾಲುಗಳಲ್ಲಿ ಸತ್ವವನ್ನೇ ಕಳೆದುಕೊಂಡಂತೆ ನೋಡುತ್ತ ನಿಂತೇ ಇದ್ದೆ. ಕಣ್ಣ ಮುಂದೆಯೇ ನಾಯಿ ಸೆಳವಿಗೆ ಸಿಕ್ಕಿ ನೀರಿನಗುಂಟ ಕೆಳಗೆ ಹೋಗಲಾರಂಭಿಸಿತು. ಕುಸಿದು ಕೂತು ಎರಡೂ ಕೈಗಳನ್ನು ಬೆಸೆದು ಗದ್ದಕ್ಕೆ ಹಚ್ಚಿ ಗಟ್ಟಿಯಾಗಿ ಪ್ರಾರ್ಥಿಸತೊಡಗಿದೆ. "ದೇವರೇ...

ಮುಳುಗಿಸಬೇಡ... ಒಂದು ಕಾಡಿನ ತುಂಡನ್ನಾದರೂ ಕೊಟ್ಟು ಬದುಕಿಸು ಪ್ರಭೂ..."

ದೇಹವನ್ನು ಎತ್ತಿ ಎಸೆದಂತಾಗಿ ದಡದ ಮರಳ ಮೇಲೆ ಬಿದ್ದೆ. ಮಾತುಗಳು ಎಲ್ಲೋ ದೂರದಲ್ಲಿಯೆಂಬಂತೆ ಕೇಳುತ್ತಿತ್ತು. ಕಷ್ಟಪಟ್ಟು ಕಣ್ಣು ತೆರೆದೆ. ಸುತ್ತಲೂ ಜನ ನಿಂತಿದ್ದರು. ಯಾರೋ ಹೊಟ್ಟೆ ಒತ್ತುತ್ತಿದ್ದರು. ಇನ್ಯಾರೋ ಕಾಲು ತಿಕ್ಕುತ್ತಿದ್ದರು. "ಎಚ್ಚರ ಬಂತು. ಸರಿದು ನಿಲ್ಲಿ, ದಾರಿಬಿಡಿ." ಎಂದ್ಯಾರೋ ಕೂಗಿದ್ದೇ ಎಲ್ಲ ಸರಿದು ನಿಂತರು. ತಲೆ ದಿಮ್ ಎನ್ನುತ್ತಿತ್ತು. ಉಸಿರಾಡಲು ಕಷ್ಟವಾಗುತ್ತಿತ್ತು. ತಲೆಯ ಬಳಿ ನೀನು ಮೊಣಕಾಲೂರಿ ಕೂತಿರುವುದು ಕಾಣಿಸಿತು. ಎದೆಯ ಮೇಲೆ ನವಿಲಿರುವ ಅದೇ ಚೂಡಿದಾರ. ಹಸಿರು ಬಳೆ ಸಂಜೆ ಬಿಸಿಲಿಗೆ ಚಳಕ್‌ನೆ ಹೊಳೆಯಿತು. ಇನ್ನೊಮ್ಮೆ ಯಾರೋ ಹೊಟ್ಟೆ ಒತ್ತಿದ್ದೇ ಬಾಯಿಂದ ಬಳ್‌ನೆ ನೀರು ಬಂತು. ನೆತ್ತಿಗೆ ನೀರು ಹತ್ತಿದಂತಾಗಿ ಕೆಮ್ಮತೊಡಗಿದೆ. ನೀನು ಬೆನ್ನಿಗೆ ಕೈಕೊಟ್ಟು ಎಬ್ಬಿಸಿ ಕೂಡಿಸಿದೆ. ಉಸಿರಾಟ ಕೊಂಚ ಸರಾಗವಾಯಿತು. ಒದ್ದೆ ಮೈ ಸಂಜೆಯ ಚಳಿಗಾಳಿಗೆ ಗಡಗಡ ನಡುಗುತ್ತಿತ್ತು. ಯಾರೋ ಮಾತಾಡಿಕೊಳ್ಳುತ್ತಿದ್ದರು. "ಅಲ್ಲಾ... ಈಜು ಬಾರದವ ಇಷ್ಟು ಸೆಳವಿದ್ದಲ್ಲಿ ಯಾಕೆ ನದಿ ದಾಟಲು ಹೋದ? ಅದೇ ಟೈಮಿಗೆ ಸರಿಯಾಗಿ ಈ ಹುಡುಗಿ ನೋಡಿ ಎಲ್ಲರನ್ನೂ ಕರೆತಂದಿದ್ದಕ್ಕೆ ಸರಿಯಾಯ್ತು. ಇಲ್ಲವಾಗಿದ್ದರೆ ಹೋಗ್ತಿದ್ದ ಹಂಗೆ ನೀರಲ್ಲಿ..." ನದಿಯತ್ತ ನೋಡಿದೆ. ಸಂಜೆಕೆಂಪಿನ ಸೂರ್ಯನಿಗೆ ಮೈಕೊಟ್ಟ ನದಿ ಝಳಝಳ ಹೊಳೆಯುತ್ತಿತ್ತು.

ಹೆಣದ ವಾಸನೆ

ಈಗ ಸುಮಾರು ದಿನದಿಂದ ಅನುಮಾನವಿದ್ದರೂ ಇಂದಿನಷ್ಟು ಪಕ್ಕಾ ಆಗಿ ಗೊತ್ತಾಗಿರಲಿಲ್ಲ ಅವನಿಗೆ.

ಇಂದು ರೂಮಿಗೆ ಹೋಗಿ ಇಷ್ಟುದ್ದದ ಕೀಲಿಕೈಯನ್ನು ಬಾಗಿಲ ರಂಧ್ರದೊಳಕ್ಕೆ ತೂರಿ, ಗಿರಿಕ್ ಗಿರಿಕ್‌ನೇ ತಿರುವಿದಾಗ ಎಂದಿನಂತೆ ಸಸಾರಕ್ಕೆ ತೆಗೆದು ಬರದೆ ಸತಾಯಿಸಿತು. ಬಲವಾಗಿ ತಿರುವಿದಾಗ ಅದು ಹೇಗೋ ಕಚ್ಚಿಕೊಂಡು ಮುಂದೆ ಹಿಂದೆ ಅಲುಗಾಡದೆ ಜಪ್ಪಯ್ಯ ಎಂದು ಕಚ್ಚಿಕೊಂಡುಬಿಟ್ಟಿತು. ಜೋರು ದೂಡಿದರೆ ಲಡ್ಡಾಗಿ ಜೀರ್ಣಾವಸ್ಥೆಯಲ್ಲಿದ್ದ ಇಡೀ ಬಾಗಿಲಿಗೆ ಬಾಗಿಲೇ ಗಡಗಡ ಅಲುಗಾಡಿತು. ಸಣ್ಣಗೆ ಕುಟ್ಟಿ, ಮೇಲೆ ಕೆಳಗೆ ಅಲುಗಾಡಿಸಿ ನೋಡಿದ. ಒಮ್ಮೆಯಂತೂ ಕೀಲಿ ಹೊರಜಗ್ಗಿದ ರಭಸಕ್ಕೆ ಕೈಜಾರಿ ಜೋಲಿ ತಪ್ಪಿ ಬೀಳಲಿದ್ದವ ಹೇಗೋ ಸಾವರಿಸಿಕೊಂಡ. ಮಧ್ಯಾಹ್ನ ಎರಡು ದಾಟಿದ್ದರಿಂದ ಹೊಟ್ಟೆ ಚುರುಗುಟ್ಟುತ್ತಿತ್ತು. ಬಿಸಿಲಿಗೆ ಮೂಗಿನ ಕೆಳಗೆ ಹಣೆಮೇಲೆ ಮೂಡಿದ ಬೆವರಹನಿಗಳು ಚಳಕ್ ಚಳಕ್‌ನೆ ಒಂದಕ್ಕೊಂದು ಸೇರಿಕೊಂಡು ಸಳಸಳನೇ ಕೆಳಗಿಳಿಯತೊಡಗಿ ಗುಳುಗುಳು ಆಗತೊಡಗಿತು. ಕೊನೆಗೊಮ್ಮೆ "ಹುಚ್ ಸೂಳೆ ಮಗಂದು..." ಎಂದು ಗಟ್ಟಿಯಾಗಿ ಬೈದು ಬಾಗಿಲಿಗೆ ಒದ್ದ. ಚಣ್ ಚಣ್ ಚಣಕ್ ಎಂದು ಕೆಳಗೆ ಉದುರಿಬಿದ್ದ ಬೀಗ ತನ್ನ ವಿಚಿತ್ರ ದೇಹದಾಕಾರದಿಂದ ಹಲ್ಲು ಕಿಸಿದು ನಕ್ಕಂತೇ ಭಾಸವಾಯ್ತು. ಸಿಟ್ಟಿನಿಂದ 'ಉಹುಂ' ಎಂದು ಚಪ್ಪಲಿಯಲ್ಲೊಮ್ಮೆ ಅದನ್ನು ಮೆಟ್ಟಿ ಆಮೇಲೆ ಎತ್ತಿ ಪ್ಯಾಂಟಿನ ಹಿಂಭಾಗಕ್ಕೆ ಒರೆಸಿಕೊಂಡು ಮತ್ತೆ ಬಾಗಿಲು ದೂಡಿದ. ತಂತಾನೆಯೇ ಎಂಬಂತೆ ತೆರೆದುಕೊಂಡಿತು. ಉಸ್ಸ್... ಎಂದು ಗಟ್ಟಿ ಉಸಿರುಬಿಟ್ಟು ಒಳಗೆ ಹೊಕ್ಕಿದ. ಕಿಟಕಿ ಮುಚ್ಚಿದ್ದರಿಂದ ಮಬ್ಬು ಬೆಳಕಿದ್ದ ರೂಮಿನ ಒಳಹೊಕ್ಕಿದ್ದೇ ಆವರಿಸಿತು ನೋಡಿ ದುರ್ವಾಸನೆ... ಅದ್ಯಾವ ಪರಿ ದುರ್ವಾಸನೆ ರೂಮಿನಲ್ಲಿ ತುಂಬಿತ್ತೆಂದರೆ ಅಲ್ಲೇ ಮೇಜಿನ ಮೇಲೆ ಬ್ಯಾಗ್ ಒಗೆದವನೇ ಕ್ಷಣವೂ ಅಲ್ಲಿ ನಿಲ್ಲಲಾಗದೇ ದುಡುದುಡುನೇ ಹೊರಗೆ ಬಂದು ಜೋರು ಉಸಿರು ತೆಗೆದುಕೊಂಡ. ಅಬ್ಬಾ! ಅಸಾಧ್ಯ ವಾಸನೆ. ಎಲ್ಲಿಂದ ಬಂತು ಇಷ್ಟು ದಿನ ಇಲ್ಲದ್ದು? ಯೋಚನೆಗೆ ಬಿದ್ದ.

ಹಾಗೆಂದು ತೀರಾ ಅನಿರೀಕ್ಷಿತವೂ ಅಲ್ಲ. ಈಗ ಸುಮಾರು ದಿನದಿಂದ ಅನುಮಾನ ಇದ್ದರೂ ಇಂದಿನಷ್ಟು ಪಕ್ಕಾ ಆಗಿ ಗೊತ್ತಾಗಿರಲಿಲ್ಲ ಅವನಿಗೆ.

ಮತ್ತೆ ಬಡಬಡ ಒಳ ಹೋಗಿ ಫ್ಯಾನು ಹಚ್ಚಿ ಹೊರಬಂದು ಕಿಟಕಿ ಬಾಗಿಲುಗಳನ್ನು ಹೊರಗಿನಿಂದಲೇ ತೆಗೆದು ಬಿಸಿಲಲ್ಲೇ ನಿಂತ. ಈ ಗಡಿಬಿಡಿಯಲ್ಲಿ ಬಾಗಿಲ ಚಿಲಕಕ್ಕೆ ಸದ್ದು ಆಗದಿರಲೆಂದು ಹಚ್ಚಿದ್ದ ಗ್ರೀಸ್ ಆಯಿಲ್ ಅವನ ಬಿಳಿ ಅಂಗಿಗೆ ಬಳಿದು ವಿಚಿತ್ರ ಆಕಾರಕ್ಕೆ ಕಪ್ಪು ಕಲೆಯಾಯ್ತು. ಎಡಭುಜದ ಮೇಲೆ ಆಗಿದ್ದ ಆ ಕಲೆಯನ್ನು ಕತ್ತು ಓರೆಮಾಡಿ ಕಷ್ಟಪಟ್ಟು ದಿಟ್ಟಿಸಿದ. ಹೊಟ್ಟೆಯೊಳಗಿನ ಹಸಿವೋ ನೆತ್ತಿಮೇಲಿನ ಬಿಸಿಲೋ, ರೂಮಿನ ಅನಾಮಿಕ ವಾಸನೆಯೋ ಅಥವಾ ಓರೆಮಾಡಿದ ಕತ್ತು ಕಣ್ಣಿನ ನೋಟದ ಪರಿಣಾಮವೋ, ಬಿಳೀ ಅಂಗಿ ಮೇಲಿನ ಕಪ್ಪುಕಲೆ ನೋಡುತ್ತಿದ್ದ ಹಾಗೆ ಏನೋ ಗುಂಗಾಗಿ ಎದೆಯಲ್ಲಿ ವಿಚಿತ್ರ ತಳಮಳ ಶುರುವಾಯ್ತು. "ಥತ್ ಇದರ..." ಅಂದುಕೊಂಡು ಮೊದಲು ಆ ವಾಸನೆಯ ಮೂಲ ಹುಡುಕಬೇಕು ಎಂದು ರೂಮಿನ ಒಳಹೊಕ್ಕ. ಫ್ಯಾನ್ ಗಾಳಿಯಿಂದೋ ಅಥವಾ ತೆರೆದ ಕಿಟಕಿ ಬಾಗಿಲುಗಳಿಂದೋ ಅಂತೂ ವಾಸನೆ ಸ್ವಲ್ಪ ಕಡಿಮೆಯಾದಂತಿತ್ತು. ವಾಸನೆಯ ಕಾರಣವರಸಿ ಒಮ್ಮೆ ಇಡೀ ರೂಮಿನೊಳಗೆ ಕಣ್ಣಾಡಿಸಿದ.

ಘೂಟು ಸ್ಕ್ವಾರ್‌ಫೂಟುಗಳಲ್ಲಿಯೆಲ್ಲಾ ಹೇಳೋದು ಕಷ್ಟ. ಒಟ್ಟೂ ಸಣ್ಣ ರೂಮು. ಒಬ್ಬನಿಗೆ ಇರಲು ತೊಂದರೆಯಿಲ್ಲ. ಆದರೆ ಮತ್ತೆ ಒಬ್ಬ ಬಂದರೂ ಅಡಚಣೆ ಎಂಬಂತಹ ರೂಮು. ಮೇಲೆ ಹಾಸಿದ ತಗಡು ಅಲ್ಲಲ್ಲಿ ಸಣ್ಣ ಕನ್ನಾಗಿ ಬಿಸಿಲು ಬಿಂದು ಬಿಂದುವಾಗಿ ಸೂರ್ಯನ ಜಾಡಿನಂತೆ ರೂಮಿನ ಒಂದು ಮೂಲೆಯಿಂದ ಇನ್ನೊಂದು ಮೂಲೆಗೆ ಓಡಾಡುತ್ತಿದ್ದವು. ಅಲ್ಲೇ ಕಿಟಕಿ ಪಕ್ಕ ಒಂದು ಪುಟ್ಟ ಮೇಜು. ಆ ಕಿಟಕಿಯ ಪಟ್ಟಿಯ ಮೇಲೆ ಒಂದು ತೆಂಗಿನೆಣ್ಣೆ, ಜಂಡೂಬಾಮ್ ಬಾಟಲಿಗಳು, ಹಳೇ ಬ್ಲೇಡು, ಫೆವಿಕಾಲ್ ಬಾಟಲಿ, ಆ ಮೇಜಿಗೆ ತಾಕಿಕೊಂಡೇ ಕೂತರೆ ಚರಪರ ನರಳುವ ಹಲಗೆ ಕಾಟು. ಅದರ ಎದುರಿಗೆ ಅಡುಗೆ ಸ್ಟಾಂಡು. ಅದರ ಮೇಲೆ ಸಣ್ಣ ಗ್ಯಾಸ್ ಸ್ಟೋ, ಚೆಲ್ಲಾಪಿಲ್ಲಿ ಪಾತ್ರೆಗಳು. ಮೇಜಿನ ಮೇಲೆ ಪುಸ್ತಕಗಳು. ಕೆಳಗೆ ಸಣ್ಣ ಸೂಟ್‌ಕೇಸ್ ಮತ್ತೆ ದೊಡ್ಡ ಬ್ಯಾಗ್. ಮಂಚದ ಮೇಲೆ ಚಾಪೆಯಲ್ಲಿ ಮಡಿಚಿಟ್ಟ ಕೆಸರು ಕೆಸರು ಬೆಡ್‌ಶೀಟ್ ಕಂಬಳಿ ಚಾದರ. ಮಂಚದ ಕೆಳಗೆ 5 ಕೇಜಿ ಅಕ್ಕಿ ಕೊಟ್ಟೆ ಮತ್ತು ಅದರೊಳಗೊಂದು ಅಳತೆ ಲೋಟ. ಹಳೇ ಒಡಕು ಅಲ್ಯುಮಿನಿಯಂ ಬಕೇಟು. ವಯರ್ ಕಿತ್ತು ಕಪ್ಪು ಗಮ್‌ಟೇಪ್ ಹಚ್ಚಿದ ವಾಟರ್ ಹೀಟರ್. ಅಡಿಗೆ ಸ್ಟಾಂಡ್ ಕೆಳಗೆ ಅರೆಕೊಳೆತ ಒಂದಿಷ್ಟು ತರಕಾರಿ, ಸಾಂಬಾರು ಬಟ್ಟಲು, ಆರು ಲೀಟರ್ ಕುಕ್ಕರ್. ಹ್ಯಾಂಗರಿಗೆ ತೂಗುಬಿದ್ದ ಕಾಲರ್-ಕಿಸೆ ಕೆಸರಾದ ಅಂಗಿಗಳು, ಬೆನ್ನಿಗೆ ಕನ್ನು ಬಿದ್ದ ಬನಿಯನ್‌ಗಳು. ಕಿಸೆ ಹರಿದ ಥ್ರೀ ಫೋರ್ಥ ಕೆಸರಾದರೂ ಕಾಣದ ಪ್ಯಾಂಟ್‌ಗಳು ಮತ್ತು ತಂತಿಗೆ ಆರಿಸಿದ ಒಣಗಿ ಸೆಟೆದುಕೊಂಡ ನೀಲಿ ನಿಕ್ಕರು... ಎಲ್ಲ ಅಸ್ತವ್ಯಸ್ತವಾಗಿ ಚೆಲ್ಲಾಪಿಲ್ಲಿಯಾಗಿ ಇಡೀ ರೂಮಿನ ಎಲ್ಲದರ ಮೇಲೂ ಧೂಳು ಧೂಳು...

ಅರೆ! ರೂಮು ಕ್ಲೀನ್ ಮಾಡದೇ ಎಷ್ಟು ದಿನಗಳಾಯ್ತು ಅಂದುಕೊಂಡ. ಎಷ್ಟು ನೋಡಿದರೂ ವಾಸನೆಗೆ ಮೂಲವಾಗಬಹುದಾಗಿದ್ದ ವಸ್ತು ಮಾತ್ರ ಕಾಣಲಿಲ್ಲ.

‘ಹೇಗೆ ಕಾಣುವುದಿಲ್ಲ ನೋಡೇ ಬಿಡ್ತೆ...” ಅಂತ ನಿಕ್ಕಿ ಮಾಡಿಕೊಂಡವನೇ ಬಾಗಿಲ ಹಿಂದೆ ಗೋಡೆ ಮೂಲೆಗೆ ಒರಗಿಸಿಟ್ಟಿದ್ದ ಕಸಬರಿಗೆ ತೆಗೆದುಕೊಂಡು ಆವೇಶ ಬಂದವನಂತೆ ಬಡಬಡ ಬಡಿದು ಗುಡಿಸಿತೊಡಗಿದ. ಬಡಿದಷ್ಟೂ ಧೂಳು ಹಾರಿ ಮತ್ತೆ ಮತ್ತೆ ಕೂರುತ್ತಿತ್ತು. ಕಸವನ್ನೆಲ್ಲ ಒಂದೆಡೆ ಸೇರಿಸಿ ಮತ್ತೆ ಒಗ್ಗೂಡಿಸಿದಂತೆ ಮತ್ತೆ ಚದುರಿಹೋಗುತ್ತಿತ್ತು... ಈ ಮಧ್ಯ ಅವನ ಹಣೆಯಿಂದ ಒಂದೆರಡು ಹನಿ ಬೆವರು ನೆಲಕ್ಕೆ ಬಿದ್ದು, ಆ ಜಾಗದಲ್ಲಷ್ಟೇ ಕಸ ಒದ್ದೆಯಾಗಿ ಅಂಟಿಕೊಂಡುಬಿಟ್ಟಿತು. ಉಳಿದೆಲ್ಲ ಕಡೆ ಚದುರಿ ಇಡೀ ರೂಮಗೇ ಹಾರುತಿತ್ತು. ಇದ್ಯಾಕೆ ಹೀಗಾಗುತ್ತಿದೆ ಅಂತ ಮೇಲೆ ನೋಡಿದರೆ ಫ್ಯಾನು ಗಿರಗಿರ ತಿರುಗುತ್ತಿದೆ. ಥತ್...! ಅಂದುಕೊಂಡು ಫ್ಯಾನ್ ಆಫ್ ಮಾಡಿ ಮತ್ತೆ ಗುಡಿಸಿದ. ಈಗ ಮೊದಲಿನಷ್ಟು ಗಾಳಿಯಿರದಿದ್ದರೂ ಕಸಬರಿಕೆ ಬೀಸುವ ವೇಗಕ್ಕೇ ಕಸ ಚದುರಿ ಹೋಗುತ್ತಿತ್ತು. ಆದರೂ ರೂಮಿನ ಮೂಲೆ ಮೂಲೆ ಬಡಿದು ಗುಡಿಸಿ ಕಸ ಸೇರಿಸಿ ಒಂದೆಡೆ ರಾಶಿ ಮಾಡಿದ. ನಂತರ ಒಂದು ಹಾಳೆಯ ಮೇಲೆ ಕಸವನ್ನೆಲ್ಲ ಮೊಗೆದು ಹಾಕಿದ. ಎಷ್ಟೇ ಕಷ್ಟಪಟ್ಟು ಮೊಗೆದರೂ ಕೊನೆಯಲ್ಲಿ ಸ್ವಲ್ಪ ಕಸ ಉಳಿದೇ ಹೋಯ್ತು. ಹಾಳೆಯಲ್ಲಿ ಮೊಗೆದಿಟ್ಟ ಕಸವನ್ನೇ ದಿಟ್ಟಿಸಿದ. ಬಿಳಿ ಹಾಳೆಯ ಮೇಲೆ ಕಪ್ಪು ಕಸದ ರಾಶಿ. ಮತ್ತೆ ಗುಂಗಾದಂತಾಗಿ ವಿಚಿತ್ರ ತಳಮಳ ಹುಟ್ಟಿತು. ಫ್ಯಾನ್ ಆಫ್ ಮಾಡಿದ್ದರಿಂದ ವಾಸನೆಯೂ ಹೆಚ್ಚಾಗುತ್ತಿತ್ತು. ಕಸವನ್ನು ಎತ್ತಿ ಹೊರಗೊಗೆದು, ಬಚ್ಚಲಿಂದ ಒಂದರ್ಧ ಬಕೀಟು ನೀರು ತಂದು, ಹರಕು ವಸ್ತ್ರವನ್ನು ನೀರಲ್ಲಿ ಅದ್ದದ್ದಿ ಒರೆಸತೊಡಗಿದ. ಒರೆಸಿದಷ್ಟೂ ನೆಲದಿಂದ ಕೆಸರು ವಸರಿ ಬರುತ್ತಿರುವ ಹಾಗೆ ಹರಕು ಬಟ್ಟೆಯೆಲ್ಲಾ ಕಪ್ಪಾಯಿತು. ನೆಲ ಬೇಗ ಒಣಗಲೆಂದು ಪುನಃ ಫ್ಯಾನು ಹಚ್ಚಿದ. ಬಕೇಟಿನಲ್ಲಿ ಬಟ್ಟೆ ಅದ್ದಿ ಅದ್ದಿ ಮತ್ತೆ ಹಿಂಡಿಹಿಂಡಿ ವರೆಸಿದ. ಮೇಜು, ಮಂಚ, ಅಡಿಗೆ ಸ್ಟಾಂಡು, ಗ್ಯಾಸ್ ಸ್ಟೋ, ನೆಲ, ಗೋಡೆ... ಗಟ್ಟಿಯಾಗಿ ಉಜ್ಜಲು ಹಲ್ಲು ಕಚ್ಚಿ ಹಿಡಿದಿದ್ದರಿಂದ ದವಡೆ ನೋಯತೊಡಗಿತು. ಎಷ್ಟೊತ್ತು ಹಾಗೇ ಒರೆಸುತ್ತಿದ್ದನೋ, ಸಣ್ಣಗೆ ಏದುಸಿರು ಬರಲು ಶುರುವಾದದ್ದು ಎಷ್ಟೋ ಹೊತ್ತಿನ ನಂತರ ಅವನ ಅರಿವಿಗೆ ಬಂತು. ಒರೆಸುವುದನ್ನು ನಿಲ್ಲಿಸಿ ಬಟ್ಟೆ ತುಂಡನ್ನು ಬಕೇಟಿನೊಳಕ್ಕೆ ಒಗೆದ. ಸಿಡಿದ ನೀರ ಹನಿ ನೆಲದ ಮೇಲೆ ಬಿತ್ತು. ಅದನ್ನು ಕೈಯಲ್ಲೇ ಒರೆಸಿ ಮತ್ತೆ ಬಕೇಟಿಗೆ ಚೆಲ್ಲಿದ. ಬಕೇಟಿನ ನೀರು ಇನ್ನೂ ಹೊಯ್ದಾಡುತಿತ್ತು. ಬಿಳಿ ಬಕೇಟಿನೊಳಕ್ಕೆ ಕೆಸರಾದ ಕಪ್ಪು ರಾಡಿ ನೀರು... ಈ ಸಲ ಅದನ್ನು ದಿಟ್ಟಿಸಿ ನೋಡುವ ಗೋಜಿಗೆ ಹೋಗದೆ ಹಾಗೇ ಎತ್ತಿಕೊಂಡು ಹೋಗಿ ರೂಮಿನೆದುರಿನ ಬಸಳೆಬಳ್ಳಿಗೆ ಚೆಲ್ಲಿದ. ಬಸಳೆ ಸುಳಿಯ ಮೇಲೆಲ್ಲಾ ಕೆಸರು ನೀರು ಚೆಲ್ಲಿ ಕಪ್ಪು ಬಣ್ಣದ ಕಣ್ಣೀರಂತೆ ನೆಲಕ್ಕೆ ಹನಿಯತೊಡಗಿತು.

ಮತ್ತೆ ರೂಮಿನೊಳಕ್ಕೆ ಬಂದಾಗ ವಾಸನೆಯೇನೂ ಕಮ್ಮಿಯಾಗಿರಲಿಲ್ಲ. ಬದಲಿಗೆ ಹೆಚ್ಚೇ ಆಗಿತ್ತು ಅಥವಾ ಅವನಿಗೆ ಹಾಗನ್ನಿಸಿತು. ದಿಕ್ಕೆಟ್ಟವನಂತೆ ರೂಮಿನ ಮೂಲೆ ಮೂಲೆ ಬಗ್ಗಿ ಎದ್ದು ಶೋಧಿಸತೊಡಗಿದ. ಮಂಚದ ಕಾಲು ಮೇಜಿನ ಡ್ರಾವರ್, ಕಿಟಕಿ, ಬಾಗಿಲ ಮೂಲೆ ಮೂಲೆ ಮೂಸಿ ಮೂಸಿ ನೋಡಿದ. ಆಗ ಬಂದ ಒಣ ಸಾಗವಾನಿ ಮರದ ವಾಸನೆ ಕೊಂಚ ಹಿತವೆನಿಸಿತು. ಹ್ಯಾಂಗರಿನ ಅಂಗಿಯ ಕಂಕುಳ ಮೂಸಿದ. ಅದು ಬೇರೆಯದೇ ವಾಸನೆ. ಬೆವರ ವಾಸನೆ. ಈ ದುರ್ವಾಸನೆಯ ನಡುವೆ

ಆ ಬೆವರ ವಾಸನೆಯೂ ಸಹ್ಯ ಅನ್ನಿಸಿತು. ಎಷ್ಟು ಹುಡುಕಿದರೂ ಆ ದುರ್ವಾಸನೆಯ ಮೂಲ ಸಿಕ್ಕದೆ ಸೋತು ಕುರ್ಚಿಯಲ್ಲಿ ಕುಸಿದು ಕೂತ. ನಿತ್ರಾಣನಾಗಿ ಕೂತಾಗ ತೊಡೆ ಕೈಗಳು ನಡುಗುತ್ತಿರುವುದು ಅನುಭವಕ್ಕೆ ಬಂತು. ವಾಸನೆ ಕ್ಷಣ ಕ್ಷಣಕ್ಕೂ ಹೆಚ್ಚಾಗುತ್ತಿತ್ತು. ಹಾಗೇ ಕೂತವನಿಗೆ ಮೇಜಿನ ಮೂಲೆಯಲ್ಲಿದ್ದ ಉದ್ದ ಸೆಂಟಿನ ಬಾಟಲಿ ಕಾಣಿಸಿತು. ಧಡಕ್‌ನೆ ಎದ್ದ ರಭಸಕ್ಕೆ ಕಾಲು ಟೇಬಲ್‌ಗೆ ಬಡಿದು ನೋವಾದದ್ದೂ ಲಕ್ಷಿಸದೇ ಸೆಂಟಿನ ಬಾಟಲಿ ಕೈಗೆತ್ತಿಕೊಂಡು ಪುಸ್ ಪುಸ್‌ನೆ ಹೊಡೆಯತೊಡಗಿದ. ಮೊದಲಿಗೆ ತನ್ನ ಮೈಗೆ, ನಂತರ ರೂಮಿನ ಮೂಲೆ ಮೂಲೆಗೂ ಪೂಸಿ ಸೆಂಟ್ ಪೂರ್ತಿ ಖಾಲಿಯಾದಾಗ ಬಾಟಲಿಯನ್ನು ಕಿಟಕಿಯಿಂದ ಹೊರಗೆಸೆದ. ಆದರದು ಕಿಟಕಿಪಟ್ಟಿಗೆ ಬಡಿದು ಮತ್ತೆ ರೂಮಿನೊಳಕ್ಕೆ ಹಾರಿಬಂದು ಮಂಚದಡಿಗೆ ಸೇರಿಕೊಂಡಿತು. ಅದನ್ನು ಹುಡುಕಿ ಹೊರಗೆಸೆಯುವ ಕಸುವೂ ಇಲ್ಲದೆ ಮತ್ತದೇ ಕುರ್ಚಿಯಲ್ಲಿ ಕೂತು ಮೈಚಾಚಿದ. ಈಗ ದುರ್ವಾಸನೆ ಸ್ವಲ್ಪ ಕಮ್ಮಿಯಾದಂತೆನಿಸಿದರೂ ಸೆಂಟಿನ ಕಮಟು ವಾಸನೆಗೆ ತಲೆನೋವು ಶುರುವಾಯ್ತು. ಎರಡೂ ಕೈಯಿಂದ ತಲೆ ಹಿಡಿದುಕೊಂಡು ಗಟ್ಟಿ ಕಣ್ಮುಚ್ಚಿಕೊಂಡು ಕೂತ. ಮೂಗಿಗೆ ಸೆಂಟಿನ ಕಟು ಪರಿಮಳ ಮತ್ತು ಆ ದುರ್ವಾಸನೆ ಸೇರಿಕೊಂಡು ಬೇರೆಯದೇ ಅನುಭವವಾಗುತ್ತಿತ್ತು. ಮುಚ್ಚಿದ ಕಣ್ಣ ಹಿಂದೆ ಕಪ್ಪು ಪರದೆಯಲ್ಲಿ ಏನೇನೋ ಚಿತ್ರವಿಚಿತ್ರ ಬಣ್ಣಗಳು. ಅಷ್ಟೇ ವಿಚಿತ್ರ ವಿನ್ಯಾಸದಲ್ಲಿ ಒಂದಕ್ಕೊಂದು ಹೆಣೆದುಕೊಂಡಂತೆ ಕಂಡಿತು. ಅವು ಸಳಸಳ ಎಲ್ಲಿಂದ ಎಲ್ಲಿಗೋ ಹರಿಯುತ್ತಿದ್ದಂತೆ... ಗಿರಗಿರ ತಿರುಗಿ ನನ್ನ ಸುತ್ತಿಕೊಂಡಂತೆ... ಕಣ್ಣು ಮುಚ್ಚಿಕೊಂಡಿರಲೂ, ತೆರೆಯಲೂ ಎರಡಕ್ಕೂ ಧೈರ್ಯ ಸಾಲದೇ ವಿಚಿತ್ರ ವೇದನೆಯಲ್ಲಿ ಗಡಗಡ ನಡುಗತೊಡಗಿದ. ಈಗ ಸೆಂಟ್ ಪರಿಮಳ ಮತ್ತು ಆ ದುರ್ವಾಸನೆ ಎರಡೂ ನಿಧಾನಕ್ಕೆ ಬೇರೆ ಬೇರೆಯಾಗಿ ಪ್ರತ್ಯೇಕವಾಗಿಯೇ ಅನುಭವಕ್ಕೆ ಬರುತ್ತಿರುವಂತೆ ಅನ್ನಿಸಿತು. ಕಣ್ಣನ್ನು ತೆರೆಯಬೇಕೆಂದುಕೊಂಡ ಮತ್ತು ಅದರದ್ದೇ ಪ್ರಯತ್ನವೆಂಬಂತೆ ಇನ್ನಷ್ಟು ಗಟ್ಟಿಯಾಗಿ ಮುಚ್ಚಿಕೊಂಡ. ಹಾಗೆ ಮುಚ್ಚಿದ್ದೇ ಕತ್ತಲ ಪರದೆಯ ಮೇಲೆ ಕಂದುಬಣ್ಣದ ಎಳೆಗಳು ಸರಸರ ಬೇರೆಯಾಗಿ, ಪೂರ್ತಿ ಬಿಳಿ ಮತ್ತು ಪೂರ್ತಿ ಕಪ್ಪು ಬಣ್ಣದ ಎಳೆಗಳಾಗಿ ಇನ್ನಷ್ಟು ವೇಗವಾಗಿ ಚಲಿಸಿ, ತನ್ನನ್ನು ಸುತ್ತಿ ಹಿಂದಕ್ಕೂ ಮುಂದಕ್ಕೂ ಜಗ್ಗುತ್ತಿರುವಂತೆ ಅನ್ನಿಸಿ ಝುಗ್‌ನೆ ಕಣ್ಣುಬಿಟ್ಟ. ಒಮ್ಮೆಲೇ ಏನೂ ಕಾಣಿಸದೆ ನಿಧಾನಕ್ಕೆ ಎಲ್ಲ ಸ್ಪಷ್ಟವಾಗತೊಡಗಿತು. ಆಗಲೇ ಸಂಜೆಯಾಗಿ ಬೀದಿದೀಪಗಳು ಹೊತ್ತಿಕೊಂಡಿದ್ದವು.

'ಓಹೋ... ಊಟ ಆಗಿಲ್ಲ' ಎಂದು ನೆನಪಾಗಿ ಅನ್ನ ಮಾಡುವ ಪಾತ್ರೆಯನ್ನು ತೆಗೆದುಕೊಂಡು ಮಂಚದ ಕೆಳಗಿನ ಅಕ್ಕಿ ಕೊಟ್ಟೆಯನ್ನು ಬಿಚ್ಚಿದ. ಅಳತೆ ಲೋಟದಿಂದ ಅಕ್ಕಿ ತುಂಬಿ ಪಾತ್ರೆಗೆ ಹಾಕಿದವನೇ ಬೆಚ್ಚಿ ಹಿಂದೆ ಹಾರಿಬಿದ್ದ. ಪಾತ್ರೆಯಲ್ಲಿ ಹಾಕಿದ ಅಕ್ಕಿಯ ಮಧ್ಯ ಕಪ್ಪಾಗಿ ಇಷ್ಟುದ್ದದ ಇಲಿಯ ಹೆಣ...! ಅಕ್ಕಿ ಹಾಕಿದ ಹಾಗೆ ಅದರೊಟ್ಟಿಗೇ ಸೇರಿ ಪಾತ್ರೆಯಲ್ಲಿ ಬಿದ್ದಿದ್ದ ಇಲಿಯ ಹೆಣ... ಕಿಸಿದುಕೊಂಡ ಹಲ್ಲು, ಇರುವೆಗಳು ಕಿತ್ತು ತಿಂದು ಅರ್ಧ ಖಾಲಿಯಾದ ಕಣ್ಣು, ಬಿಳಿ ಎಲುಬಷ್ಟೇ ಉಳಿದ ಕೊಳೆತ ಕಾಲು. ಚರ್ಮದೊಳಗಿಂದ ಪುತುಪುತುನೇ ಉದುರಿ ಪಾತ್ರೆಯ ತಡಿಯಿಂದ ಮೇಲೆ ಹತ್ತಲು ಯತ್ನಿಸಿ ಹಾಗೆ ಜಾರಿಬೀಳುತ್ತಿದ್ದ ಬಿಳಿ ಹುಳಗಳು. ಬಾಲ ಸೆಟೆದುಕೊಂಡಿತ್ತು. ಕಿವಿ ಅರ್ಧ

ಖಾಲಿಯಾಗಿತ್ತು. ಯುದ್ಧಕಹಳೆ ಕೇಳಿದ ಸೈನಿಕರು ಕೋಟೆಯಿಂದ ಹೊರಬರುವಂತೆ ಹೊಟ್ಟೆ ಕೊರೆದು, ಕಾಲಿಂದ ಇಳಿದು, ಕಣ್ಣು, ಮೂತಿ, ಮುಕಳಿ, ಕಿವಿಯಿಂದ ಬರಬರನೇ ಹುಳಗಳು ಹೊರಬೀಳುತ್ತಲೇ ಇದ್ದವು. ವಾಸನೆ... ಅಸಾಧ್ಯ ದುರ್ವಾಸನೆ... ಬಿಳಿಯ ಅಕ್ಕಿ ರಾಶಿಯ ಮಧ್ಯೆ ಕಪ್ಪು ಇಲಿಯ ಹೆಣ... ಕಪ್ಪು ಇಲಿಯೊಳಗಿಂದ ಹೊರಬರುವ ಬಿಳೀ ಹುಳಗಳು... ಇವನ ತಲೆ ಗಿರ್ರ್ ಅಂತು. ಹೊಟ್ಟೆಯೊಳಗೆಲ್ಲಿಂದಲೋ ಒದ್ದುಬಂದ ತಳಮಳ ಸಣ್ಣ ಗಂಟಲಲ್ಲಿ ನುಗ್ಗಲಾರದೇ ಗಂಟಲು ಉಬ್ಬಿ ಅಸಾಧ್ಯ ವೇದನೆಯಾಯ್ತು. ಕೈಗೇನೋ ಗುಳು ಗುಳು ಆದಂತಾಗಿ ಇವನ ಕೈಮೇಲೂ ಒಂದು ಬಿಳಿ ಹುಳ! 'ಏ...' ಎಂದು ದೊಡ್ಡಕ್ಕೆ ಚೀರಿ ಕೈಕೊಡವಿದ. ಹುಳ ಪಟ್‌ನೇ ನೆಲಕ್ಕೆ ಬಿದ್ದು ಮೈಯೆಲ್ಲಾ ಕುಗ್ಗಿ ಹಿಗ್ಗಿಸುತ್ತಾ ತೆವಳತೊಡಗಿತು. ಅಷ್ಟರಲ್ಲೇ ಪಾತ್ರೆಯೊಳಗಿಂದ ಕಷ್ಟಪಟ್ಟು ಹತ್ತಿ ನೆಲಕ್ಕಿಳಿದ ಒಂದೆರಡು ಹುಳಗಳು ಇವನತ್ತಲೇ ಬರುತ್ತಿರುವುದ ನೋಡಿದ. ಧಡಕ್‌ನೆ ಮೇಲೆದ್ದವನೇ ತೆಂಗಿನಕಾಯಿ ಒಡೆಯುವ ಕತ್ತಿ ತೆಗೆದುಕೊಂಡು ಟಣ್ ಟಣ್‌ನೇ ಹುಳಗಳಿಗೆ ಜೋರಾಗಿ ಹೊಡೆಯತೊಡಗಿದ. ಬಹುತೇಕ ಗುರಿ ತಪ್ಪುತ್ತಿತ್ತು. ತಾಗಿದರೆ ಸಣ್ಣ ಜಾಗದಲ್ಲಿ ನೆಲ ಒದ್ದೆಯಾಗಿ ಗುರುತೇ ಇಲ್ಲದಂತೆ ಹುಳ ಅಪ್ಪಚ್ಚಿಯಾಗುತ್ತಿತ್ತು. ಸುಮಾರು ಮೂರ್ನಾಲ್ಕು ಹೊಡೆತ ಹೊಡೆದ ಮೇಲೆ ಪಾಟಿಕಲ್ಲಿನ ಮೇಲೆ ಸಣ್ಣ ಸೀಳು ಕಾಣಿಸಿಕೊಂಡಿತು. ನೆಲಕ್ಕಿಳಿದಿದ್ದ ಹುಳಗಳೂ ಕಾಣೆಯಾಗಿದ್ದವು.

ಮತ್ತೆ ಹತ್ತುತ್ತಿದ್ದ ಹುಳಗಳನ್ನು ಗಡಗಡ ಪಾತ್ರೆ ಅಲ್ಲಾಡಿಸಿ ಬೀಳಿಸಿ, ಗಟ್ಟಿ ಮೂಗು ಮುಚ್ಚಿಕೊಂಡು ಎಡಗೈಯಲ್ಲಿ ಪಾತ್ರೆ ಎತ್ತಿಕೊಂಡು ರಸ್ತೆಗೆ ಓಡಿ, ಶಕ್ತಿಯಿದ್ದಷ್ಟೂ ವೇಗದಿಂದ ಪಾತ್ರೆಯ ಸಮೇತ ಬೀಸಿ ರಸ್ತೆಯಾಚೆಯ ಮೋರಿಗೆ ಒಗೆದ. ನಂತರ ಕೈಗೆಲ್ಲಾದರೂ ಹುಳ ಹತ್ತಿದೆಯಾ ಎಂದು ಪರೀಕ್ಷಿಸಿಕೊಂಡ... ಇದ್ದಂತೆ ಕಾಣಲಿಲ್ಲ. ಅದರ ವಾಸನೆಯಿನ್ನೂ ಕೈಯಲ್ಲಿದೆಯೆನಿಸಿ ಮೂಸಿದ. ಹೊಟ್ಟೆಯೊಳಗಿಂದ ವಾಕರಿಕೆ ತೊಳಿಸಿಬಂತು. ಬಳಬಳನೆ ವಾಂತಿ ಮಾಡಿಕೊಂಡ. ಬಾಯಿ ಮೂಗೊಳಗಿಂದ ಹಳದಿ ನೀರು ಹೋಗಿ ಹುಳಿಹುಳಿ ಆಯ್ತು. ಕಣ್ಣುರಿದಂತಾಗಿ ನೀರು ಬಂತು. ಬಾಯಿ ಎಂಜಲೆಲ್ಲಾ ಸೇರಿಸಿಕೊಂಡು ಉಗುಳುತ್ತಾ ತಿರುಗಿಬಂದು ಬಚ್ಚಲಿಗೆ ಹೋಗಿ ಮುಖ-ಬಾಯಿ ತೊಳೆದುಕೊಂಡ. ರೂಮಿಗೆ ಬಂದಾಗ ವಾಸನೆ ಇನ್ನೂ ಇದ್ದಂತೆನಿಸಿತು. ಜೀವ ನಿತ್ರಾಣವಾಗಿದ್ದರೂ ಮತ್ತರ್ಧ ಬಕೀಟು ನೀರು ತಂದು ಅಕ್ಕಿ ಇಟ್ಟ ಜಾಗ, ಹುಳಗಳು ಹರಿದಾಡಿದ ಜಾಗವನ್ನೆಲ್ಲ ತಿಕ್ಕಿ ತಿಕ್ಕಿ ತೊಳೆದ. ನಂತರ ಒಣಬಟ್ಟೆಯಿಂದ ಒರೆಸಿದ. ಈಗ ಕೊಂಚ ನಿರಾಳವಾದಂತೆನಿಸಿತು. ಆಗಲೇ ರಾತ್ರಿ ಸುಮಾರು ಹೊತ್ತಾಗಿತ್ತು. ಇನ್ನು ಊಟ ಮಾಡುವದು ಸಾಧ್ಯವೇ ಇಲ್ಲ ಅನ್ನಿಸಿತು. ಮಲಗಿ ನಿದ್ರಿಸಿದರೆ ಎಲ್ಲ ಸರಿಯಾಗ್ತದೆ ಅನ್ನಿಸಿ ಹಾಸಿಗೆ ಹಾಸಿ ಮಲಗಿದ.

ಅಷ್ಟು ಸಸಾರಕ್ಕೆ ನಿದ್ರೆ ಬರುವಂತೆ ಕಾಣಲಿಲ್ಲ. ಎಷ್ಟೇ ಹೊರಳಾಡಿದರೂ, ಚಾದರ ಹೊದ್ದರೂ, ಕಣ್ಣ ಮೇಲೆ ಕೈಯಿಟ್ಟು ಮಲಗಿದರೂ ಮಂಪರು ಹತ್ತಲಿಲ್ಲ. ಎಷ್ಟೋ ಹೊತ್ತು ಕಣ್ತೆರೆದೇ ಮಲಗಿದ. ಚಾದರವನ್ನು ಮುಖಕ್ಕೆ ಮುಚ್ಚಿಕೊಂಡ. ಉಸಿರುಗಟ್ಟಿದಂತಾಗಿ ಮತ್ತೆ ತೆರೆದ. ಕೆಟ್ಟ ತ್ರಾಸು ತ್ರಾಸು ಅನ್ನಿಸಿ ಕೊನೆಗೆ ಅದೇ ಅಲವರಿಕೆಯಲ್ಲಿ ಗಟ್ಟಿ ಕಣ್ಮುಚ್ಚಿ ಸ್ವಪ್ನಸಂಭೋಗಕ್ಕೆ ತೊಡಗಿಕೊಂಡುಬಿಟ್ಟ. ಮೊದಲಿಗೆ ಜಯಾಳ ಮುಖವೇ

ಕಣ್ಣೆದುರಿಗೆ ಬಂತು. 'ಥತ್ ಅವಳ ಜೊತೆ ಹೀಗೆಲ್ಲಾ ಮಾಡಬಾರದು. ಅಪಚಾರ' ಅನ್ನಿಸಿತು. ಯಾಕೆ? ಯಾಕೆ ಅಪಚಾರ? ಎಂಬ ಪ್ರಶ್ನೆಯೊಂದು ಅದರ ಬೆನ್ನ ಹಿಂದೇ ಎದ್ದರೂ ಅದನ್ನು ಅದುಮಿ, ಕ್ಲಾಸಲ್ಲಿ ಬೇಕಂತಲೇ ಮೈಮೇಲೆಬಿದ್ದು ಮಾತನಾಡಿಸಿ, ಎಲ್ಲರೆದುರು ತನ್ನ ಮುಜುಗರಕ್ಕೆ ಈಡು ಮಾಡಿ ನಗುವ ಸಬೀನಾಗೆ ಇಂದು ಹದಾ ಮಾಡಬೇಕು ಎಂದು ಅವಳ ಒಂದೊಂದೇ ಬಟ್ಟೆ ಬಿಚ್ಚುತ್ತಾ ಬಂದ. ಬೆತ್ತಲಾದ ಅವಳ ಕೂದಲ ಹಿಡಿದು ತನ್ನೆಡೆಗೆ ಬಾಗಿಸಿಕೊಂಡ. ಥೇಟ್ ಮೊನ್ನೆ ಗೆಳೆಯನ ಮೊಬೈಲಿನಲ್ಲಿ ಅರ್ಧಂಬರ್ಧ ನೋಡಿದ ಬ್ಲೂಫಿಲಂನಲ್ಲಿಯಂತೇ ಅವಳ ಪಾದಗಳಿಗೆ ಮುತ್ತಿಡುತ್ತಾ ಹೋದ. ಮೊಣಕಾಲು ದಾಟಿ ಮೇಲೇರಿದಾಗ ಅವಳ ತೊಡೆ ಮಧ್ಯ ಅಕ್ಕಿ ರಾಶಿಯಲ್ಲಿ ಸತ್ತು ಬಿದ್ದ ಅದೇ ಇಲಿಯ ಹೆಣ ಕಂಡು ಬೆಚ್ಚಿಬಿದ್ದ. ಬಿಳೀ ಹುಳಗಳು ಅವಳ ಕಿಬ್ಬೊಟ್ಟೆಯ ಮೇಲೆಲ್ಲಾ ಹರಿದಾಡುವುದ ಕಂಡು ಅಸಾಧ್ಯ ಹೇಸಿಗೆಯಲ್ಲಿ ಮೈ ಜುಮ್ ಅಂತು. ಮತ್ತೆ ಮುಂದುವರಿಯಲಾಗದೇ ತಲೆಯನ್ನು ಹಾಗೇ ಸಡಿಲಬಿಟ್ಟು ಮಲಗಿದ. ಬೇಡಬೇಡವೆಂದರೂ ಮುಚ್ಚಿದ ಕಣ್ಣಿಗೆ ಸಬೀನಾಳ ತೊಡೆ ನಡುವೆ ಸತ್ತುಬಿದ್ದ ಇಲಿಯ ಹೆಣವೇ ಕಾಣುತ್ತಿತ್ತು. ಕೆಟ್ಟ ಕಿರಿಕಿರಿಯಾಗಿ ಅದೇ ಉದ್ರಿಕ್ತತೆಯಲ್ಲಿ ಹಾಗೇ ಅವಳ ಕೂದಲು ಹಿಡಿದು ಜಗ್ಗಿ ರಪ್‌ನೇ ಕೆನ್ನೆಗೆ ಬಾರಿಸಿದ. 'ಸುಖ ಸಖ್ಯ ಕ್ರೌರ್ಯಗಳು ಏಕತ್ರ ಸಂಭವಿಸುವದು ಈ ಉನ್ಮಾದದಲ್ಲಿ ಮಾತ್ರ' ಎಂದು ಎಲ್ಲೋ ಓದಿದ್ದು ನೆನಪಾಯ್ತು. ಶಕ್ತಿಯಿದ್ದಷ್ಟೂ ಹಾಕಿ ಮತ್ತೆರಡು ಬಿಗಿದ. ಆದರೆ ಅದಕ್ಕೆ ಪ್ರತಿಕ್ರಿಯೆಯಾಗಿ ಕಿರುಚಿದ ದಾರುಣ ಧ್ವನಿ ಮಾತ್ರ ಪಕ್ಕಾ ಪಕ್ಕಾ ತನ್ನಮ್ಮನದೇ ಎಂದು ಹೊಳೆದದ್ದೇ ಧಡಕ್‌ನೆ ಎದ್ದು ಕೂತ. ರೂಮಿನ ಲೈಟು ಆರಿಸಲು ಮರೆತಿದ್ದರಿಂದ ಮಂದ ಬೆಳಕು ಹರಡಿತ್ತು. ಸುಮಾರು ಹಾತೆಗಳು ಬಲ್ಬಿಗೆ ಡಿಕ್ಕಿ ಹೊಡೆದೊಡೆದು ಬೀಳುತ್ತಿದ್ದವು. ಅವನ ಮೈ ಪೂರ್ತಿ ಬೆವೆತು ತೊಪ್ಪೆಯಾಗಿತ್ತು. ಹಣೆ ಮೇಲಿಂದ ಬೆವರ ಹನಿ ಇಳಿದು ಕಣ್ಣ ರೆಪ್ಪೆ ಮೇಲೆ ಬಂದು ಕೂತಿತ್ತು. ಏದುಸಿರು ಬಂದು ಮೂಗು ಉರಿಯತೊಡಗಿತು. ಗಂಟಲು ಆರಿಬಂದರೂ ನೀರು ಕುಡಿಯದೇ ಎಂಜಲು ಸೇರಿಸಿ ನುಂಗಿ ಮತ್ತೆ ಮಲಗಿದ.

ಎಷ್ಟೋ ಹೊತ್ತಿನ ನಂತರ ಜೊಂಪು ಹತ್ತಿದರೂ ಬೆನ್ನಲ್ಲೇನೋ ಗುಳುಗುಳು ತೆವಳಿದಂತಾಗಿ ಮತ್ತೆ ಎಚ್ಚರಗೊಂಡ. ಇಲಿಯ ಹೆಣದಿಂದ ಎದ್ದ ಹುಳವೇನಾದರೂ ಬೆನ್ನಿಗೆ ಹತ್ತಿತೇ? ಯೋಚನೆ ಬಂದದ್ದೇ ಎದ್ದು ಕೂತು ಬೆನ್ನ ಹಿಂದೆ ಕೈಯಾಡಿಸಿಕೊಂಡ. ಊಹೂಂ ಕೈಗೇನೂ ಹತ್ತಲಿಲ್ಲ. ಬದಲಿಗೆ ಮಡಚಿ ಮಡಚಿ ಕೈ ನೋವಾಯ್ತು. ಎದ್ದು ಗೋಡೆಗೆ ಬಲವಾಗಿ ಬೆನ್ನು ಉಜ್ಜಿದ. ಏನೋ ಹಸಿಯಾದಂತೆನಿಸಿತು. ಹುಳ ಸತ್ತಿರಲೇ ಬೇಕೆಂದುಕೊಂಡು ಕತ್ತು ತಿರುವಿ ತಿರುವಿ ಬೆನ್ನು ನೋಡಲು ಯತ್ನಿಸಿದ. ಕತ್ತು ಕಣ್ಣೆಲ್ಲಾ ನೋವಾಯ್ತೇ ಹೊರತು ಬೆನ್ನು ಕಾಣಲಿಲ್ಲ. ಗೋಡೆಗೆ ಸಿಕ್ಕಿಸಿದ್ದ ಕನ್ನಡಿ ತೆಗೆದು ಏನೇನೋ ಒದ್ದಾಡಿ ಯಾವ್ಯಾವುದೋ ಕೋನದಲ್ಲಿ ಹಿಡಿದು ನೋಡಿದಾಗ ಬೆನ್ನಲ್ಲಿ ಅಪ್ಪಚ್ಚಿಯಾಗಿ ಅಂಟಿಕೊಂಡಿದ್ದ ಬಿಳೀ ಹುಳ ಕಾಣಿಸಿತು. ಕಷ್ಟಪಟ್ಟು ಕೈ ಹಿಂದೆ ತಲುಪಿಸಿ ಒರೆಸಿಕೊಂಡ. 'ಉಸ್ಸ್...' ಎಂದು ನಿಟ್ಟುಸಿರು ಬಿಟ್ಟು ಕತ್ತನ್ನೆಲ್ಲ ಒಮ್ಮೆ ನೀವಿಕೊಂಡು ಮತ್ತೊಮ್ಮೆ ಕನ್ನಡಿಯಿಟ್ಟು ಬೆನ್ನ ನೋಡಿಕೊಂಡವನೇ ಬೆಚ್ಚಿ ಬಿದ್ದ. ಆ ಬಿಳೀ ಹುಳ ಸತ್ತ ಜಾಗದಲ್ಲಿ ಚರ್ಮ ಉಬ್ಬಿ ಕಾಸಗಲಕ್ಕೆ ದಟ್ಟ ಕಂದುಬಣ್ಣಕ್ಕೆ ತಿರುಗಿದ್ದು ಕಾಣಿಸಿತು,

ಬೆಚ್ಚಿ ಹೆಚ್ಚು ಕಡಿಮೆ ಚೀರಿಯೇ ಬಿಟ್ಟ, ಕೈ ಹಾಕಿ ಉಜ್ಜಿಕೊಂಡರೂ ಉಬ್ಬಿದ ಜಾಗ ಸಿಗಲಿಲ್ಲ ಅಥವಾ ಉಬ್ಬಿದ್ದು ಅವನ ಅನುಭವಕ್ಕೆ ಬರಲಿಲ್ಲ. ಆದರೆ ಮತ್ತೊಮ್ಮೆ ಕನ್ನಡಿ ಹಿಡಿದು ನೋಡಿದಾಗ ಅದು ಇನ್ನಷ್ಟು ಉಬ್ಬಿ ಅಗಲವಾದಂತೆ ಕಂಡಿತು. "ಅಯ್ಯೋ ಇದೆಂತ ಕರ್ಮ... ಇದ್ಯಾವ ಪರಿ ವೇಗದಲ್ಲಿ ಬೆಳೆಯುತ್ತಿದೆ..." ಅಂತ ಭಯವಾಗಿ ಟವೆಲ್ ಕಟ್ಟಿಕೊಂಡು ದಡದಡ ಬಾಗಿಲ ತೆಗೆದು ಬಚ್ಚಲ ಕಡೆಗೆ ಓಡಿದ. ರಾತ್ರಿ ಕತ್ತಲಲ್ಲಿ ಮರಗಳೆಲ್ಲ ಕಪ್ಪಾಗಿ ಕಾಣುತ್ತಿದ್ದವು ಮತ್ತು ಆಕಾಶದಲ್ಲಿ ಬಿಳಿ ಚಂದ್ರ! ಥೂ ಇದೆಂತಹ ರೋಗ ಅನ್ನಿಸಿ, ಬಚ್ಚಲು ಹೊಕ್ಕು ಲೈಟು ಹಾಕಿಕೊಂಡು ಸೀದಾ ನಳದ ಕೆಳಗೆ ಕೂತು ನೀರು ಬಿಟ್ಟುಕೊಂಡ. ಸೊರ್...ನೇ ವೇಗವಾಗಿ ಹರಿಯುತ್ತಿದ್ದ ತಣ್ಣೀರು ಒಮ್ಮೆ ನಡುಕ ಹುಟ್ಟಿಸಿದರೂ ಆಮೇಲೆ ದೇಹ ಹೊಂದಿಕೊಂಡಿತು, ಸಾಬೂನು ಹಾಕಿ ಆದಷ್ಟೂ ಬೆನ್ನಿಗೆ ಕೈ ತೂರಿಸಿ ಉಜ್ಜಿಕೊಂಡ. ಕೈಗೇನೂ ಹತ್ತದಿದ್ದರೂ ಕೈ ತಲುಪುವ ಬೆನ್ನಿನ ಜಾಗವೆಲ್ಲಾ ಉಜ್ಜಿಕೊಂಡ. ಕಲೆ ಇನ್ನೂ ಹಾಗೇ ಇದೆ ಅನ್ನಿಸಿ ವಸ್ತ್ರ ತಿಕ್ಕುವ ದಪ್ಪ ಬ್ರಷ್ ತೆಗೆದುಕೊಂಡು ಗಸಗಸ ತಿಕ್ಕಿಕೊಂಡ. ಮತ್ತೆ ನೀರು ಮತ್ತೆ ಸಾಬೂನು ಉಜ್ಜಿ ಉಜ್ಜಿ ಬ್ರಶ್ ತಾಕಿಸಿದಲ್ಲೆಲ್ಲ ಬೆನ್ನಿಗೆ ಬೆಂಕಿ ಉಂಡೆ ಉಳ್ಳಾಡಿಸಿದಂತೆ ಆಗುತ್ತಿತ್ತು. ತಣ್ಣೀರು ಸೋಕಿದಾಗ ಅದಕ್ಕೆ ಖಾರಪುಡಿ ಎರಚಿದಂತೆ ಉರಿಯಾಗುತ್ತಿತ್ತು. ಅದೆಷ್ಟು ಹೊತ್ತು ಹಾಗೆ ಬಚ್ಚಲಲ್ಲಿ ಕೂತಿದ್ದನೋ, ನಂತರ ಎದ್ದು ಮೈ ಒರೆಸಿಕೊಂಡು ಮತ್ತೆ ರೂಮಿನೊಳಕ್ಕೆ ಬಂದ. ಬೆನ್ನ ನೋಡಿಕೊಳ್ಳಲು ಕನ್ನಡಿ ಹಿಡಿದವನ ಕೈ ಭಯದಿಂದ ನಡುಗುತ್ತಿತ್ತು. ಮತ್ತೆ ಕನ್ನಡಿಯನ್ನು ಅಡ್ಡಡ್ಡ ಇಟ್ಟು ಕಷ್ಟಪಟ್ಟು ನೋಡಿದಾಗ ಕಾಸಗಲ ಕಪ್ಪು ಕಲೆ ಬೆಳೆದು ಅರ್ಧ ಬೆನ್ನನ್ನು ಆವರಿಸಿತ್ತು. ಕಲೆಯಿದ್ದ ಜಾಗಕ್ಕೆ ಉಬ್ಬಿದಂತೆ ಅನ್ನಿಸಿದರೂ ಕೂಡ ಕೈ ಹಾಕಿ ತಡವಿದರೆ ಏನೂ ಗೊತ್ತಾಗುತ್ತಿರಲಿಲ್ಲ. ಯಾಕೋ ಕನ್ನಡಿಯಲ್ಲೇ ಹಾಗೆ ಕಾಣಿಸುತ್ತದೆಯೇನೋ ಅನ್ನಿಸಿ ಕೋಪ ಸರ್ರನೆ ನೆತ್ತಿಗೇರಿತು. ಕನ್ನಡಿ ಎತ್ತಿ ಒಗೆದ. ಅದು ಕೆಳಗೆ ಬಿದ್ದು ಚೂರುಚೂರಾಯ್ತು. ಅಲ್ಲಿಗೆ ಅವನಿಗೆ ನೋಡಿಕೊಳ್ಳಲು ಇದ್ದೊಂದು ಕನ್ನಡಿಯೂ ಇಲ್ಲವಾಯ್ತು.

ಬೆನ್ನ ಮೇಲಿನ ಕಲೆ ಕ್ಷಣಕ್ಷಣಕ್ಕೂ ಬೆಳೆಯುತ್ತಿದೆ ಅನ್ನಿಸಿ, ಗೋಡೆಗೆ ಬೆನ್ನನ್ನು ಗಟ್ಟಿಯಾಗಿ ಒತ್ತಿನಿಂತ. ಸ್ವಲ್ಪ ಹೊತ್ತಿಗೆ ಬಲವಾಗಿ ಒತ್ತಿಹಿಡಿದ ತೊಡೆಗಳು ಸೋಲತೊಡಗಿದವು. ಬೆನ್ನು ಮತ್ತು ಗೋಡೆಯ ನಡುವಲ್ಲೇ ಏನೋ ಬೆಳೆದಂತೆ, ಬಲೂನಿಗೆ ಗಾಳಿ ಹಾಕಿದಾಗ ಉಬ್ಬುವಂತೆ ಅನುಭವವಾಗುತ್ತಿತ್ತು. ಆದರೆ ಬೆನ್ನಿಗೆ ಕೈಹಾಕಿದರೆ ಕೈಗೆ ಏನೂ ಸಿಕ್ಕದೇ ಖಾಲಿಖಾಲಿ. ಸ್ವಲ್ಪ ಹೊತ್ತಿಗೆ ಕಾಲುಗಳು ಸೋಲತೊಡಗಿ ಹಾಗೇ ಗೋಡೆಗೊರಗಿ ಕುಸಿದು ಕೂತ. ಬೆವರಿದ ಬೆನ್ನಿಗೆ ಗೋಡೆ ಸುಣ್ಣ ಬಳಿದದ್ದು ಕೊಂಚ ಅಲ್ಲಾಡಿದರೂ ಅವನಿಗೇ ತಿಳಿಯುತ್ತಿತ್ತು. ಕಣ್ಣಮುಂದೆ ಆಗಿನ ಬೂದುಬಣ್ಣದಿಂದ ಬಿಡಿಸಿಕೊಂಡ ಬರೀ ಬಿಳಿ ಮತ್ತು ಬರೀ ಕಪ್ಪು ಬಣ್ಣದ ಪಟ್ಟಿಗಳು ಮತ್ತೆ ಸುತ್ತತೊಡಗಿದವು. ಬೆನ್ನ ಹಿಂದಿನ ಕಪ್ಪು ನಿಧಾನಕ್ಕೆ ತನ್ನದೇ ಆಕೃತಿಯಲ್ಲಿ ಉಬ್ಬಿ ತನ್ನಿಂದ ಬಿಡಿಸಿಕೊಳ್ಳುತ್ತಿರುವಂತೆ ಅವನಿಗನ್ನಿಸಿತು. ಅದರೊಟ್ಟಿಗೆ ವಿಚಿತ್ರ ಸಂಕಟ ಇಂಚಿಂಚಾಗಿ ಇಡೀ ದೇಹವನ್ನು ಹಿಂಡತೊಡಗಿತು. ಕೆಳದುಟಿ ಸಣ್ಣಗೆ ಅದುರಿ ಹಲ್ಲಿಂದ ಕಚ್ಚಿಹಿಡಿದ. ತನ್ನದಲ್ಲದ ಏನೋ ಒಂದು ಆಳದಲ್ಲಿ ಕೂತು ಇಡೀ

ತನ್ನನ್ನೇ ನಿರ್ದೇಶಿಸುತ್ತಿರುವ ಭಾವದಲ್ಲಿ ಬಳಲಿದ. ಕಟ್ಟಿನಿಂತ ಗಂಟಲ ಹಿಂದೆ ಏನೋ ಅವಿತು ಕುಳಿತಂತೆ, ಹೊಕ್ಕುಳ ಸುತ್ತ ಏನೋ ಗಿರಕಿ ಹೊಡೆದಂತೆ... ಕಣ್ಣಲ್ಲಿ ನೀರು ಬರಬಹುದೆಂಬ ಆಸೆಯಲ್ಲಿ ಎಲ್ಲವನ್ನೂ ಮತ್ತೊಮ್ಮೆ ಖರೆ ಖರೆ ಅನುಭವಿಸಲು ಯತ್ನಿಸಿದ. ಏನಾದರೂ ಮಾತಾಗಿಸ ಹೊರಟರೆ ಅದು ಬೇರೆಯದೇ ಏನೋ ಆಗಿಬಿಡುವ ಭಯದಲ್ಲಿ ಕಂಪಿಸಿದ. ಸಣ್ಣ ಎಳೆಯೊಂದು ತಾಗಿದರೂ ಎಲ್ಲವೂ ಕುಸಿದುಬೀಳುತ್ತದೇನೋ ಎಂಬಂತಹ ಭೀತ ವಾತಾವರಣವೊಂದು ಎದೆಯಲ್ಲಿ ಹೆಪ್ಪುಗಟ್ಟಿ ದಂತಾಗಿ ಪ್ರಯತ್ನಪೂರ್ವಕವಾಗಿ ಬಿಕ್ಕಿದ. ಆ ಬಿಕ್ಕೂ ತನ್ನದಲ್ಲದ ಬರೀ ಕೃತಕ ಅನ್ನಿಸಿತು. ಹೆಬ್ಬೆರಳನ್ನು ಗಟ್ಟಿಯಾಗಿ ನೆಲಕ್ಕೊತ್ತಿ ಪಟಪಟ ಕೈಯ ನೆಟಿಗೆ ತೆಗೆದುಕೊಂಡ. ಇಡೀ ತಲೆಯನ್ನು ಸಾಧ್ಯವಾದಷ್ಟೂ ಬಿಗಿದು, ಕಟಕಟಿಸುವ ಹಲ್ಲನ್ನು ಗಟ್ಟಿಯಾಗಿ ಕಚ್ಚಿದಾಗ ನಾಲಿಗೆಯು ಸಿಕ್ಕಿಕೊಂಡು ರಕ್ತ ಬಂದದ್ದು ರುಚಿಯಿಂದ ತಿಳಿಯಿತು.

ಹಾಗೇ ಕುಸಿದು ಕೂತವನಿಗೆ ಗೋಡೆ ಮೂಲೆಯಲ್ಲಿಟ್ಟಿದ್ದ ಗುಡ್‌ನೈಟ್ ಲಿಕ್ವಿಡ್ ಬಾಟಲಿ ಕಾಣಿಸಿತು. ಅದನ್ನು ಎತ್ತಿ ಗಟಗಟ ಕುಡಿದುಬಿಟ್ಟರೆ ಹೇಗೆ ಎಂಬ ಆಲೋಚನೆ ಚಕ್‌ನೆ ಮಿಂಚಿ ಮರೆಯಾಯ್ತು. ಅದರ ಹಿಂದೆಯೇ ತಾನದನ್ನು ಕುಡಿದು ಬಾಯಲ್ಲಿ ನೊರೆ ಸುರಿಸಿ ಒದ್ದಾಡುತ್ತಾ ಉರುಳಾಡುವ ದೃಶ್ಯ ಅವನ ಕಣ್ಣೆದುರಿಗೆ ಬಂದು ಗಡಗಡ ನಡುಗಿದ. ಈ ಕಡೆ ತಿರುಗಿದರೆ ಅಡುಗೆ ಸ್ಟ್ಯಾಂಡಿನ ಮೇಲಿರುವ ತರಕಾರಿ ಕೊಚ್ಚುವ ಕೆಂಪು ಹಿಡಿಕೆಯ ಚಾಕು. ಅದ ಕಂಡಾಗ ರಕ್ತದ ವಾಸನೆಯಂಥದ್ದೇನೋ ಬಂದಂತಾಗಿ ಮುಖ ಕಿವುಚಿದ. ಈಗ ಮೇಜನ ಮೇಲಿನ ಇಂಕ್‌ಪೆನ್, ಕೀಲಿ ಸಿಕ್ಕಿಸುವ ಉದ್ದ ಮೊಳೆ, ತಲೆ ಮೇಲಿನ ಟ್ಯೂಬ್‌ಲೈಟ್, ಬಟ್ಟೆ ಒಣಗಿಸುವ ಹಗ್ಗ, ಅಡುಗೆ ಸ್ಟೋ, ಕಿಟಕಿ ಮೇಲಿನ ಸೂಪರ್‌ಮ್ಯಾಕ್ಸ ಬ್ಲೇಡು, ಎಲ್ಲವೂ ಅವನಿಗೆ ತನ್ನನ್ನು ತಾನು ಕೊಂದುಕೊಳ್ಳುವ ಆಯುಧದಂತೆ ಕಾಣಿಸತೊಡಗಿ ಇನ್ನಷ್ಟು ಅವುಚಿ ಕೂತ. ಯಾವುದೇ ಕ್ಷಣದಲ್ಲಾದರೂ ನಿಯಂತ್ರಣ ತಪ್ಪಿ ತನ್ನನ್ನೇ ತಾನು ಕೊಂದುಕೊಳ್ಳಬಹುದೆಂಬ ಭೀತಿಯಲ್ಲಿ ಮೈ ಒಮ್ಮೆ ಬಿಸಿಯಾಗಿ ಮರುಕ್ಷಣವೇ ತಣ್ಣಗಾಗಿ ಚಳಿಜ್ವರ ಬಂದಂತಾಯಿತು. ಅಲ್ಲಿಂದ ಎದ್ದು ಹೋಗಬೇಕು ಅನ್ನಿಸಿದರೂ, ಸಣ್ಣ ಸದ್ದಿಗೂ ಏನೋ ಸ್ಫೋಟಗೊಳ್ಳಲು ಹೊಂಚು ಹಾಕಿ ಕಾದಿದೆ ಎಂಬ ಭಾವದಲ್ಲಿ ಉಸಿರನ್ನು ಆದಷ್ಟೂ ನಿಶ್ಶಬ್ದವಾಗಿ ಬಿಡುತ್ತಾ ಹಾಗೇ ಕೂತು ಗಟ್ಟಿ ಕಣ್ಮುಚ್ಚಿದ. ಅದೆಷ್ಟೋ ಹೊತ್ತಿಗೆ ಗೊತ್ತಿಲ್ಲದೇ ಮಂಪರು ಹತ್ತಿತ್ತು.

ಅವನು ಮತ್ತೆ ಕಣ್ತೆರೆದಾಗ ಬೆಳಗಿನ ಬಿಸಿಲಕೋಲು ಕಿಟಕಿಯಿಂದ ಒಳಬಂದು ನೆರಳೊಂದಿಗೆ ಆಟವಾಡುತ್ತಿತ್ತು. ಮನಸಿನ ತುಮುಲವೂ ಕೊಂಚ ಕಡಿಮೆಯಾದಂತೆ ಅನಿಸಿತು. ಅದರೊಟ್ಟಿಗೇ ಇಂದು ಕಾಲೇಜು ಗಾರ್ಡನ್‌ನಲ್ಲಿ ಜಯಾ ಭೇಟಿಯಾಗಲು ಬರುವುದಾಗಿ ಹೇಳಿದ್ದು ನೆನಪಾಗಿ ಅದೇ ಖುಷಿಯಲ್ಲಿ ಮೇಲೆದ್ದ. ಬೆನ್ನ ಹಿಂದೆ ತನ್ನಿಂದ ಬಿಡಿಸಿಕೊಂಡ ತನ್ನದೇ ಆಕಾರದ ಕಪ್ಪು ಆಕೃತಿ ಜೋತುಬಿದ್ದಂತೆ ಭಾಸವಾಯ್ತು. ಕೈಯನ್ನು ಬೆನ್ನ ಹಿಂದೆ ಆಡಿಸಿ ನೋಡಿದ. ಏನೂ ಸಿಗಲಿಲ್ಲ. ಬೆನ್ನನ್ನು ಗೋಡೆಗೆ ಗುದ್ದಿನೋಡಿದ. ಆ ಕಪ್ಪು ಆಕೃತಿ ಮತ್ತಷ್ಟು ಜೋರಾಗಿ ಜಿಗಿದಾಡಿದಂತೆನಿಸಿತು. ಜೊತೆಯಲ್ಲೇ ಏನೋ ಸದ್ದೂ ಹೊರಡಿದಂತೆನಿಸಿದಾಗ ಭಯವಾಗಿ ಪಕ್ಕದ ಕುರ್ಚಿಯಲ್ಲಿ

ಕುಸಿದು ಕುಳಿತ. ಈ ಸ್ಥಿತಿಯಲ್ಲಿ ಜಯಾಳನ್ನು ಭೇಟಿ ಮಾಡುವದಿರಲಿ ರೂಮಿನಿಂದ ಹೊರಹೋಗುವುದೇ ಅಸಾಧ್ಯವಾಗಿ ಕಂಡಿತು. ಆದರೆ ಹೀಗೆ ಒಬ್ಬನೇ ಕೂತಿದ್ದರೆ ಹುಚ್ಚೇ ಹಿಡಿಯುತ್ತದೆ ಎಂದೂ ಭಯವಾಯ್ತು. ಜಯಾಳನ್ನು ಭೇಟಿಯಾದರೆ ಎಲ್ಲವನ್ನೂ ಹೇಳಿಕೊಳ್ಳಬಹುದು. ಏನೇನೋ ಪುಸ್ತಕಗಳನ್ನೆಲ್ಲ ಓದುವ ಅವಳು ಏನಾದರೂ ದಾರಿ ತೋರಿಸದೆ ಇರಲಾರಳು ಎಂದುಕೊಂಡು ಬಟ್ಟೆ ಹಾಕಿಕೊಂಡು ರೂಮಿನ ಕೀ ಹಾಕಿ ಹೊರನಡೆದ.

ಬಹಳ ಹೊತ್ತಿನಿಂದ ಕಾಯುತ್ತಿದ್ದಳೇನೋ. ಗಾರ್ಡನ್‌ನಲ್ಲಿ ಅವರು ಖಾಯಂ ಕುಳಿತುಕೊಳ್ಳುವ ಮೂಲೆ ಬೆಂಚಿನಲ್ಲಿ ಯಾವುದೋ ಗಿಡದ ಅರಶಿನ ಹೂಗೊಂಚಲನ್ನು ಕೈಯಲ್ಲಿ ಹಿಡಿದು, ಒಂದೊಂದೇ ಹೂವನ್ನು ಕೀಳುತ್ತಿರುವ ಜಯಾ ಕಂಡಳು. ಗೊಂಚಲಿಂದ ಒಂದೊಂದೇ ಹೂವನ್ನು ಕೈಯಲ್ಲಿ ಕಿತ್ತು ಒಗೆಯುತ್ತಿರುವ ರೀತಿಯಲ್ಲೇ ಅವಳಿಗೆ ಸಿಟ್ಟು ಬಂದಿರುವುದು ಗೊತ್ತಾಗುತ್ತಿತ್ತು. ಅವಳ ಬಿಗಿದ ತುಟಿ, ಆಗಾಗ ಸಣ್ಣಗಾಗುತ್ತಿರುವ ಕಣ್ಣುಗಳು, ಹಿಗ್ಗಿ ಕುಗ್ಗುವ ಮೂಗಿನ ಹೊಳ್ಳೆಗಳು ಅವಳ ಅಸಹನೆಯನ್ನು ಸ್ಫೋಟಗೊಳಿಸಲು ಕಾಯುತ್ತಿರುವಂತೆ ತೋರುತ್ತಿತ್ತು. ನಿಧಾನಕ್ಕೆ ಹೋಗಿ ಪಕ್ಕ ಕೂತು "ಜಯಾ..." ಎಂದ ಸಣ್ಣಗೆ. ತಿರುಗಿ ನೋಡದೇ ಕೈಯಲ್ಲಿನ ಇಡೀ ಹೂವಿನ ಗೊಂಚಲನ್ನು ನೆಲಕ್ಕೆಸೆದು ಚಪ್ಪಲಿಯಲ್ಲಿ ಮೆಟ್ಟತೊಡಗಿದಳು. ಮತ್ತಷ್ಟು ಹತ್ತಿರ ಸರಿದು ಹೆಗಲ ಮೇಲೆ ಕೈಯಿಟ್ಟ. ಕೈ ಕಿತ್ತೆಸೆದು ತಿರುಗಿ ದುರುಗುಟ್ಟಿ ನೋಡಿದಳು. "ಸ್ಸಾರಿ ಅದು ಯಾಕೆ ಲೇಟಾಯ್ತಂದ್ರೆ..." ಎಂದವನ ಮಾತನ್ನು ತುಂಡರಿಸುವಂತೆ "ಸಾಕು ಸುಮ್ನಿರು..." ಎಂದು ಕೈಸನ್ನೆಮಾಡಿ ಮತ್ತೆ ತಿರುಗಿ ಕೂತಳು. ಇವಳಿಗೆ ತನ್ನ ಮಾತನ್ನು ಕೇಳುವಷ್ಟೂ ತಾಳ್ಮೆ ಇಲ್ಲವಲ್ಲ ಎಂದು ಅವನಿಗನಿಸಿ ಅಸಹನೆಯಾಯ್ತು. ಆದರೂ ತಾಳಿಕೊಂಡು ಅವಳನ್ನು ರಮಿಸಲೆಂಬಂತೆ "ಜಯಾ ನನ್ನ ಮಾತು ಪೂರ್ತಿ ಕೇಳು..." ಎನ್ನುತ್ತಾ ಸೊಂಟ ಬಳಸಿದ. ಧಡಕ್ಕನೆ ಕೊಡವಿಕೊಂಡು ಮತ್ತಷ್ಟು ಸರಿದು ಕೂತಳು. ಅವನಿಗೆ ಅವಮಾನವಾದಂತಾಗಿ ಕೋಪಬಂತು. ತುಟಿ ಕಚ್ಚಿ ಸಹಿಸಿಕೊಂಡ. ಬೆನ್ನ ಹಿಂದಿನ ಆಕೃತಿ ಸಣ್ಣಗೆ ಹರಿದಾಡಿದಂತಾಯ್ತು. ಅರೆ! ಇದು ಜಯಾಳಿಗೆ ಕಾಣಿಸುತ್ತಲೇ ಇಲ್ಲವೇ ಅನ್ನಿಸಿ "ನನ್ನ ಬೆನ್ನು ನೋಡು ಜಯಾ..." ಎಂದು ತಿರುಗಿ ನಿಂತ. ಅವಳು "ಏನು...?" ಎಂಬಂತೆ ಹುಬ್ಬು ಗಂಟಿಕ್ಕಿಕೊಂಡು ನೋಡಿ ಮತ್ತೆ ಮುಖ ತಿರುವಿದಳು. ಅಂದರೆ ತನ್ನ ಹಿಂದಿನ ಕಪ್ಪು ಆಕೃತಿ ಅವಳಿಗೆ ಕಾಣಿಸುತ್ತಿಲ್ಲವೆಂದು ಗೊತ್ತಾಗಿ ಕುಸಿದು ಕೂತ. ಇನ್ನು ಏನು ಹೇಳಿದರೂ ಪ್ರಯೋಜನ ಇಲ್ಲವೆಂದೆನಿಸಿತು. ಆದರೂ ಹೇಳದೆ ಕೂಡ ಇರಲಾರೆನೆನಿಸಿ "ಜಯಾ ನಿನ್ನೆ ಏನಾಯ್ತಂದ್ರೆ..." ಎಂದು ಶುರುಮಾಡಿ, ಆಗಾಗ ಗದ್ಗದವಾಗುವ ಕಂಠವನ್ನು ಸ್ವಲ್ಪಹೊತ್ತು ಸುಮ್ಮನಿದ್ದು ತಹಬದಿಗೆ ತಂದುಕೊಳ್ಳುತ್ತಾ ಬಡಬಡ ಎಲ್ಲ ಹೇಳಿ ಮುಗಿಸಿದ. ಕೇಳುತ್ತಾ ಕೇಳುತ್ತಾ ಸಿಟ್ಟಿನಿಂದ ಕುದಿಯುತ್ತಿದ್ದ ಜಯಾಳ ಮುಖ ಅಸಹನೆ, ವ್ಯಂಗ್ಯ ಕೊನೆಗೆ ಜಿಗುಪ್ಸೆಗೆ ತಿರುಗಿ "ಮುಗಿತಾ ನಿನ್ನ ಕಟ್ಟುಕತೆ...?" ಎಂಬಂತೇ ಚೂಪು ಹರಿತವಾಗಿ ನಕ್ಕು ಎದ್ದು ನಿಂತಳು. "ಇದು ತಮಾಷೆ ಅಲ್ಲ ಕಣೆ, ಸತ್ಯ ಇದು..." ಅಂತೆಲ್ಲಾ ಇವನು ಬಡಬಡಿಸುತ್ತಿರುವಂತೆಯೇ "ಚಚ್..." ಎಂದು ತುಟಿಯನ್ನು ವಕ್ರವಾಗಿಸಿ ವಿಚಿತ್ರ ಸದ್ದು ಹೊರಡಿಸಿ ತಿರುಗಿನಿಂತಳು. ಅವಳು

ತಿರುಗಿದ ಮತ್ತು ಸೊಂಟದ ಮೇಲೆ ಕೈಯಿಟ್ಟು ನಿಂತ ಭಂಗಿಯಲ್ಲೇ ತನ್ನ ಅಸ್ತಿತ್ವವನ್ನೇ ತ್ಯಾಜ್ಯವಾಗಿಸಿ ಎಡಗೈಯಲ್ಲಿ ಬೀಸಿ ಒಗೆದಂತೆ ಅನ್ನಿಸಿ ಗಿರಕ್‌ನೆ ಸಿಟ್ಟು ತಲೆಗೇರಿತು. ಬೆನ್ನ ಹಿಂದಿನ ಆಕೃತಿ ಯಾವುದೋ ಬೇಟೆಗೆ ಸಿದ್ಧವಾದ ಬೆಕ್ಕಿನ ಭಂಗಿಯಲ್ಲಿ ಹುರಿಗೊಂಡಿತು. ಜಯಾ ನಿಂತ ನಿಲುವನ್ನೊಮ್ಮೆ ವೀಕ್ಷಿಸಿದ. ಕೋಪ ಆಕ್ರೋಶ ದುಃಖ ಎಲ್ಲ ಒಟ್ಟೊಟ್ಟಿಗೇ ಉಕ್ಕಿಬಂದು ಸಣ್ಣಗೆ ಕಂಪಿಸಿದ. ಸರೀ ಬೈದುಬಿಡಬೇಕು ಅನ್ನಿಸಿತು. ಹಿಂದೆಯೂ ಅನೇಕ ಬಾರಿ ಹೀಗೇ ಅನ್ನಿಸಿತ್ತು. ಆದರೆ ಅನಿಸಿದ್ದೆಲ್ಲ ಮಾತಾಗಿಸ ಹೊರಟರೆ ಆಗುವ ಅವಘಡ ನೆನೆದು ತಾಳಿಕೊಂಡು ಸುಮ್ಮನಾಗಿದ್ದ. ಆದರೆ ಇಂದು ಅವನ ಮನಸ್ಸು ವಿಚಿತ್ರವಾಗಿ ಉದ್ರಿಕ್ತವಾಗಿತ್ತು. ಹೇಳಬಾರದು ಅಂದುಕೊಳ್ಳುವಷ್ಟರಲ್ಲೇ ಮಾತು ಬಾಯಿಂದ ಹೊರಬಿದ್ದಾಗಿತ್ತು, "ಕಳ್ಳ ಲೌಡಿ... ಧಿಮಾಕು ಮಾಡ್ಲಿಕ್ಕೂ ಒಂದು ಮಿತಿ ಇರ್ಬೇಕು..." ಒಂದೊಂದು ಮಾತು ಹೊರಬರುವಾಗಲೂ ಬೆನ್ನ ಹಿಂದಿನ ಆಕೃತಿ ವಿಚಿತ್ರವಾಗಿ ನೆಗೆದು ಕೆನೆಯುತ್ತಿತ್ತು. ತಾನು ಆಡಬಾರದೆಂದುಕೊಂಡ ಮಾತೆಲ್ಲ ತನ್ನ ನಿಯಂತ್ರಣ ತಪ್ಪಿಸಿ ಅದೇ ಆಡುತ್ತಿರುವಂತೆ ಭಾಸವಾಯಿತವನಿಗೆ. ಧ್ವನಿಯೂ ಎಂದಿನಂತೆ ಸೌಮ್ಯವಾಗಿರದೆ ಕಿರಲು ಕಿರಲಾಗಿ ವಿಚಿತ್ರ ಧಾರ್ಷ್ಟ್ಯ ತುಂಬಿಕೊಂಡಿತ್ತು. ಮನಸಲ್ಲಿ ಅಂದುಕೊಳ್ಳುವದು ಮತ್ತು ಆಡುವದು ಎರಡೂ ಕ್ರಿಯೆ ಒಟ್ಟಿಗೇ ನಡೆಯುತ್ತಿದ್ದರಿಂದ ಏನು ಹೇಳಿದೆ ಎಂಬುದು ಆಡಿದ ಮೇಲೆಯೇ ಅವನಿಗೆ ತಿಳಿಯುತ್ತಿತ್ತು. ಇದು ತಾನಾಡಬಾರದಾಗಿದ್ದ ಮಾತು ಎಂದು ತಿಳಿಯುವಷ್ಟರಲ್ಲಿ ಮತ್ತಷ್ಟು ಮಾತಾಡಿಯಾಗಿರುತ್ತಿತ್ತು. ಬಡ ಬಡ ಬಡ "ನೀ ಏನ್ ಮಹಾ ಸುಂದರಿ ಮಹಾರಾಣಿ ಅಂತ ತಿಳಿದಿದ್ದಿ? ನಂಗೇನ್ ನಿನ್ನ ಸಮಾಧಾನ ಮಾಡ್ತಾ, ಓಲೈಸ್ತಾ ಕೂತ್ಕೊಳ್ಳೋದೇ ಕೆಲಸ ನೋಡು. ನೀ ಅಂದ್ಕೊಂಡಂಗೆ ಏನೂ ಇಲ್ಲಾ ತಿಳ್ಕಾ. ನಿನ್ನ ಮೂಗಿನ ಕೆಳಗೆ ಗಂಡುಮಕ್ಕಳ ಮೀಸೆ ಹಾಗೆ ದಪ್ಪ ಕೂದಲಿದ್ಯಲ್ಲಾ... ಡೌಟಿದೆ ನಂಗೆ, ನೀ ಖರೆ ಹೆಣ್ಣಾ ಅಥವಾ ಬೆರಕಿನಾ ಅಂತಾ. ನಾನಾದ್ದಕ್ಕೆ ನಿನ್ನ ಆ ಕೆಟ್ಟ ಬಾಯಿವಾಸನೆ ಸಹಿಸ್ಕೊಂಡು ಮುತ್ತು ಕೊಟ್ಟಿದ್ದು. ಕಂಕುಳ ಸರೀ ಶೇವ್ ಮಾಡದೆ ಸುಡುಗಾಡು ಸ್ಲೀವ್‌ಲೆಸ್ ಡ್ರೆಸ್ ಹಾಕ್ಕೊಂಡ ಬರ್ತಿ, ಗಲೀಜು... ಅರ್ಧ ಎದೆ ಕಾಣುವಂತಾ ಡ್ರೆಸ್ಸು... ಅಷ್ಟೇ ಯಾಕೆ ಪೂರ್ತಿ ಬಿಟ್ಕೊಂಡೇ ಬಾ ನಾಳೆಯಿಂದ, ಎಲ್ಲ ಜನರೂ ನೋಡಿ ಆನಂದಪಡ್ಲಿ. ಅದೇ ಆ ದೀಕ್ಷಿತನೂ... ಏನ್ ದೊಡ್ ಅವ್ನತ್ರ ಕಿಸಿತಾ ನಿತ್ಕೊಳ್ಳೋದೇನೂ... ನಗೂದೇನೂ... ಅಬ್ಬಬ್ಬಬಬಾ... ಹೌದೇ ನನ್ನತ್ರ ಬೈಕಿಲ್ಲ. ನೀರಿನಂಗೆ ಖರ್ಚುಮಾಡ್ಲಿಕ್ಕೆ ದುಡ್ಡಿಲ್ಲ. ದಪ್ಪದಪ್ಪ ಮೊಬೈಲಿಲ್ಲ. ಲೌಡಿಮಕ್ಕಳ ಹಾಗೆ ದಿನಕ್ಕೊಂದು ಷರ್ಟ್, ಶೂ, ಪ್ಯಾಂಟು ಹಾಕ್ಕೊಂಡ್ ಬರ್ಲಿಕ್ಕೆ ನಮ್ಮಪ್ಪ ಗಂಟುಕಟ್ಟಿ ಇಟ್ಟಿಲ್ಲ. ಹೌದೇ ಇದೆಲ್ಲ ಅವನತ್ರ ಇದೆ. ಮತ್ಯಾಕ್ ನಂಜೊತೆ ಬರ್ತಿ? ಹೋಗು ಅವನೊಟ್ಟಿಗೇ ನುಲಿದುಕೋತ. ಹೋಗ್ ಹೋಗು ಅವನ ಸಾಮಾನಿಗೆ ಹಗ್ಗಕಟ್ಲಿಕ್ಕೆ... ಹೆಂಗ್ ಕಾಣ್ತೀನೇ ನಿನ್ನ ಕಣ್ಣಿಗೆ ನಾ? ಪಕ್ಕಾ ಹುಚ್ಚನಂಗೇ ಅಲಾ? ಹೌದೇ ನಾನೊಬ್ನೇ ಅಲ್ಲಾ, ನನ್ನ ಇಡೀ ಫ್ಯಾಮಿಲಿನೇ ಹುಚ್ಚರ ಫ್ಯಾಮಿಲಿ ಏನೀಗ? ನನ್ನಮ್ಮನೂ ಹುಚ್ಚಿಯಾಗಿದ್ಲು. ಹಂಗೇ ಹೈವೇಲಿ ಮ್ಯಾಂಗನೀಸ್ ಟ್ರಕ್ ಎದ್ರಿಗೆ ಹಾರಿ ಸತ್ಲು. ಅಮ್ಮ ಅಲ್ಲಿ ವಿಕಾರವಾಗಿ ಜಜ್ಜಿಕೊಂಡು ರಕ್ತದ ಮಡುವಲ್ಲಿ ಹೊರಳಾಡ್ತಿರೋವಾಗ ಅಪ್ಪ ಅಲ್ಲೇ ಪಕ್ಕದ ಹೆಂಡದಂಗಡಿ ಬಾಗಿಲಲ್ಲಿ ಬಿದ್ದುಕೊಂಡಿದ್ದ. ಅವನ ಅಮ್ಮನೂ ಹುಚ್ಚಿನೇ

ಆಗಿದ್ಲಂತೆ. ಅದೆಂಥದ್ದೋ ಶಾಪ ಇದ್ಯಂತೆ ನಮ್ಮ ಮನೆತನಕ್ಕೆ. ನಾ ಅದನ್ನೆಲ್ಲ ನಂಬಲ್ಲ. ಅದ್ರೂ ಅದು ನನ್ನ ಬಿಡಲ್ಲ. ಬೆನ್ನಿಗೇ ಜೋತುಬಿದ್ದು ಕೂಗ್ತಿದಾರೆ ನೋಡು 'ಈಗ ನಿನ್ನ ಪಾಳಿ, ಹುಚ್ಚ ಆಗು... ಹುಚ್ಚ ಆಗು' ಅಂತ. ಹಾ...! ಹಂಗಂತ ನೀನೇನು ಸಾಚಾ ಅಲ್ಲ. ನಿನ್ನ ಪುರಾಣಾ ಪೂರ್ತಿ ಗೊತ್ತು ನಂಗೆ. ಹಾ! ಏನ್ ದೊಡ್ ಶಾಕ್ ಆದವ್ರ ಥರ ನಾಟಕಾ ಮಾಡ್ಬೇಡ. ಗೊತ್ತು ನಂಗೆಲ್ಲಾ. ನಿನ್ನ ಡಿಗ್ರಿ ಕ್ಲಾಸ್‌ಮೇಟ್ ಸತೀಶ ಎಲ್ಲ ಹೇಳಿದಾನೆ ನಂಗೆ. ನಿನ್ನ ಮೊಬೈಲಿನಲ್ಲಿ ಬ್ಲ್ಯೂ ಫಿಲಂ ಇದೆ ಅಂತ ಗೊತ್ತಾದಾಗಿಂದ ಡೌಟಿತ್ತು ನಂಗೆ... ಖರೆ ಅಂದ್ರೆ ನಿಂಗೆ, ನಿನ್ನ ಓಲೈಸಲಿಕ್ಕೆ, ನೀ ಸಿಟ್ಟು ಅಂತ ಸೊಡಕು ಮುಸುಡಿ ಮಾಡಿ ಕೂತಾಗ ಜೊಲ್ಲು ಸುರಿಸುತ್ತಾ ಸಮಾಧಾನ ಮಾಡ್ಲಿಕ್ಕೆ ಬೇಕಿತ್ತು ಒಬ್ಬ ಬೋಳೆ ಶಂಕರ. ನಾ ಸರೀ ಸಿಕ್ಕಿದ್ದೀನಿ... ಮತ್ತೆಂತದೂ ಅಲ್ಲ ನೀ ಯಾರ ಜೊತೆ ನುಲಿದುಕೋತ ನಿಂತ್ರೂ, ಕಡೆಗೆ ಅವರ ಕುರಿತೇ ಹಾಗೆ ಹೀಗೆ ಅಂತೆಲ್ಲ ಭಜನೆ ಮಾಡಿದರೂ "ಹ್ಹಿ ಹ್ಹೀ., ಹೌದೌದು..." ಅಂತ ಹಲ್ ಕಿರಿಲಿಕ್ಕೆ, ನೀ ಅಂದಿದ್ದಕ್ಕೆಲ್ಲ 'ಕವ್ ಕವ್...' ಅಂತ ಬಾಲ ಅಲ್ಲಾಡಿಸ್ತಾ ಕೂತಿರ್ಲಿಕ್ಕೆ ಬೇಕು ನಿಂಗೊಬ್ಬ ಅಷ್ಟೇ. ಸರೀ ಸಿಕ್ಕಿದ್ದೀನಿ ನಾನು ಕಳ್ಳ ಲೌಡಿಯ ಕಾಲು ನೆಕ್ಕಲಿಕ್ಕೊಂದು ಬೇವರ್ಶಿ ನಾಯಿ ಸಿಕ್ಕಂಗೆ. . ." ಹೀಗೆ ಉಸಿರೆಳೆದುಕೊಳ್ಳಲೂ ಪುರಸೊತ್ತಿರದೆ ಏನೇನೋ ಬಡಬಡಿಸುತ್ತಲೇ ಇದ್ದವನು ಜಯಾ ಧಕ್‌ನೆ ತಿರುಗಿ ನಿಂತಾಗ ಒಮ್ಮೆಲೇ ಗಪ್ ಆದ.

ಜಯಾಳ ಕಣ್ಣಿಂದ ಧಾರಾಕಾರ ನೀರು ಸುರಿಯುತ್ತಿತ್ತು. ಅದನ್ನು ಒರೆಸಿಕೊಳ್ಳುವ ಗೋಜಿಗೂ ಹೋಗದೆ ಅವನನ್ನೇ ನೇರ ದಿಟ್ಟಿಸಿದಳು. ಅವಳ ಮೈಯಿಡೀ ಕಂಪಿಸುತ್ತಿತ್ತು. ಕೈ ಗಟ್ಟಿ ಮುಷ್ಟಿ ಕಟ್ಟಿದ್ದಳು. ನಡುಗುವ ತುಟಿಯ ಹಿಂದೆ ಹಲ್ಲು ಕಡಿದದ್ದು ಅವನಿಗೆ ಸ್ಪಷ್ಟವಾಗೇ ಕೇಳಿಸಿತು. ಸ್ವಲ್ಪ ಹೊತ್ತು ಅವನನ್ನು ಹಾಗೇ ದಿಟ್ಟಿಸಿದವಳೇ ಕಣ್ಣೀರು ಒರೆಸಿಕೊಂಡು ಎದುರು ನಿಂತಿದ್ದ ಅವನನ್ನು ಸಬಂದ ದೂಡಿ ಕಾಲಪ್ಪಳಿಸುತ್ತಾ ನಡೆದುಹೋದಳು. ಅವಳು ದೂಡಿದ ರಭಸಕ್ಕೆ ಅವನು ನೆಲಕ್ಕೆ ಬಿದ್ದ. ಬಿದ್ದಲ್ಲಿಂದೇ ಅವಳು ಹೋಗುವುದನ್ನು ದಿಟ್ಟಿಸಿದವನಿಗೆ ಅವಳು ಮತ್ತೆಂದೂ ತಿರುಗಿ ಬರಲಾರಳು ಅನಿಸಿತು. ಬೆನ್ನ ಮೇಲಿನ ಆಕೃತಿ ಮತ್ತೊಮ್ಮೆ ಜಿಗಿದಾಡಿತು. ಇವನಿಗೆ ಅಸಾಧ್ಯ ಸಿಟ್ಟು ಬಂದು ಪಕ್ಕದಲ್ಲಿದ್ದ ಲಡ್ಡು ಕಟ್ಟಿಗೆ ತೆಗೆದುಕೊಂಡು ಬೆನ್ನಿಗೆ ಬಲವಾಗಿ ಬಾರಿಸಿಕೊಂಡ. ಬೆನ್ನಿನ ಚರ್ಮ ಕಿತ್ತು ಬಂತೇ ವಿನಃ ಕಪ್ಪು ಆಕೃತಿಗೆ ಏನೂ ಆದಂತೆ ತೋರಲಿಲ್ಲ. ಅದು ಮತ್ತೆ ಮತ್ತೆ ನೆಗೆಯುತ್ತಲೇ ಇತ್ತು. ಅದು ಒಮ್ಮೊಮ್ಮೆ ನೆಗೆದಾಗಲೂ ತನ್ನೊಳಗಿನ ಯಾವುದೋ ಜೀವಚೈತನ್ಯವನ್ನು ಹೀರಿಕೊಂಡು ಭಾರವಾದಂತೆ, ತಾನು ಕೃಶವಾದಂತೆಯೂ ಅನ್ನಿಸಿತು. ಅವನಿಗೀಗ ಸಂಪೂರ್ಣ ನಿಯಂತ್ರಣ ತಪ್ಪಿ ತಾನು ಮಾಡುತ್ತಿರುವ ಕ್ರಿಯೆಗಳಲ್ಲಿ ತನ್ನ ಸ್ವಂತದ್ದು ಎಷ್ಟು ಆ ಕಪ್ಪು ಆಕೃತಿ ನಿಯಂತ್ರಿಸುತ್ತಿರುವುದೆಷ್ಟು ಎಂದು ತಿಳಿಯದಂತೆನಿಸಿ ಒಮ್ಮೆ ಗಟ್ಟಿ ಕಣ್ಮುಚ್ಚಿ ಕಣ್ತೆರೆದ. ಬೆನ್ನಿನ ಗಾಯಕ್ಕೆ ಬಟ್ಟೆ ಅಂಟಿಕೊಂಡು ಚುರ್ ಅನ್ನುತ್ತಿತ್ತು. ಎಲ್ಲ ಕೊಡವಿ ಸುಮ್ಮನೆ ಒಮ್ಮೆ ಜೋರಾಗಿ ನಕ್ಕುಬಿಡಲು ಯತ್ನಿಸಿದ. ಪ್ರಯತ್ನಿಸಿದಷ್ಟೂ ಗೊಗ್ಗರು ಗೊಗ್ಗರಾಗಿ ವಿಚಿತ್ರ ಧ್ವನಿ ಹೊರಡುತ್ತಿತ್ತು. ಭೂತ ಬಂಗಲೆಯೊಳಗೆ ನಡುರಾತ್ರಿ ಘಂಟೆ ಬಾರಿಸಿದಂತಹ ಆ

ಸದ್ದಿನ ಭೀಕರತೆಗೆ ಅವನೇ ಬೆಚ್ಚಿದ. ಆಡಬೇಕೆಂದುಕೊಂಡ ಮಾತು ಬೇರೆಯದೇ ಏನೋ ಆಗಿ ವ್ಯಕ್ತವಾಗುವ ವಿಕೃತಿಗೆ ವಿಭ್ರಾಂತನಾಗಿ ಒದ್ದಾಡಿದ.

ಸ್ವಲ್ಪ ಹೊತ್ತಿನ ನಂತರ ಒಮ್ಮೆಲೇ ಏನೋ ಹೊಳೆದವನಂತೆ ಚಕ್‌ನೆ ಎದ್ದು ಕೂತ. ಕಿಸೆಯಲ್ಲಿನ ಕರ್ಚೀಫ್ ತೆಗೆದು ನೆಲಕ್ಕೆ ಹಾಸಿದ. ನಂತರ ಅಂಗಿ ಕಿಸೆಯಲ್ಲಿನ, ಪ್ಯಾಂಟು ಕಿಸೆಯಲ್ಲಿನ, ಪರ್ಸಿನಲ್ಲಿನ ಅಷ್ಟೂ ಹಣವನ್ನು ಪೈಸೆ ಪೈಸೆ ಬಿಡದೆ ಒಟ್ಟೂ ಸೇರಿಸಿ ಅದರ ಮೇಲೆ ಸುರಿದ. ಒಂದು ಎರಡು ಐದು ರುಪಾಯಿಯ ನಾಣ್ಯಗಳು, ಹತ್ತು ಐವತ್ತು ನೂರು ರುಪಾಯಿಯ ನೋಟಿನ ಪುಟ್ಟ ರಾಶಿಯೇ ಅಲ್ಲಿ ರೂಪುಗೊಂಡಿತು. ನೋಟು ಗಾಳಿಗೆ ಹಾರತೊಡಗಿದಾಗ ಅದರ ಮೇಲೆ ನಾಣ್ಯಗಳನ್ನಿಟ್ಟ. ಸ್ವಲ್ಪ ಹೊತ್ತು ಯೋಚಿಸಿ ನಂತರ ನಿಧಾನಕ್ಕೆ ಕೈಯಲ್ಲಿನ ಉಂಗುರವನ್ನೂ ತೆಗೆದು ಆ ರಾಶಿಯ ಮೇಲಿಟ್ಟ. ಹಾಗೇ ಅತ್ತಿತ್ತ ನೋಡಿ ಯಾರೂ ತನ್ನನ್ನು ನೋಡುತ್ತಿಲ್ಲವೆಂದು ಖಚಿತಪಡಿಸಿಕೊಂಡು ಅಂಗಿ ಬನಿಯನ್ನನ್ನು ಮೇಲೆತ್ತಿ, ಪ್ಯಾಂಟನ್ನು ಸ್ವಲ್ಪ ಕೆಳಜಾರಿಸಿ ಸೊಂಟದಲ್ಲಿನ ಬೆಳ್ಳಿ ಉಡದಾರವನ್ನೂ ಬಿಚ್ಚಿ ಕರ್ಚೀಫ್‌ಗೆಸೆದ. ಹಾಗೆ ಬಿಚ್ಚುವಾಗ ಕಿಬ್ಬೊಟ್ಟೆಯ ಅಷ್ಟೇ ಅಷ್ಟೇ ಬೆತ್ತಲ ಭಾಗ ನೋಡಿ ಮಜಾ ಅನ್ನಿಸಿತು. ನಂತರ ಕರ್ಚೀಫ್‌ಅನ್ನು ಮಡಿಸಿ ಮುಷ್ಟಿಯಲ್ಲಿ ಹಿಡಿದು ನಡೆಯತೊಡಗಿದ.

ಸುಮಾರು ದೂರ ನಡೆದಮೇಲೆ ಎದುರಿಂದ ಒಬ್ಬ ದಢೂತಿ ಮನುಷ್ಯ ಬರುತ್ತಿರುವುದು ಕಾಣಿಸಿತು. ಇವನು ಆ ಮನುಷ್ಯನನ್ನು ನಿಲ್ಲಿಸಿ ಕೈಬೊಗಸೆಯಲ್ಲಿನ ಹಣ ತುಂಬಿದ ಕರ್ಚೀಫ್‌ಅನ್ನು ಅವನ ಮುಂದೆ ಒಡ್ಡಿದ. ಆ ಮನುಷ್ಯ ಆಶ್ಚರ್ಯದಿಂದ ಇವನನ್ನೇ ದಿಟ್ಟಿಸಿ ನೋಡಿದ. ಇವನು ನಿಧಾನಕ್ಕೆ ಆದಷ್ಟೂ ತನ್ನದೇ ಧ್ವನಿಯಲ್ಲಿ "ಸಾರ್ ಪ್ಲೀಸ್... ಇದನ್ನೆಲ್ಲ ಇಟ್ಕೊಳ್ಳಿ, ಖಂಡಿತಾ ಒಂದಿಪ್ಪತ್ತು ಸಾವಿರದ ಮೇಲೇ ಆಗತ್ತೆ. ಈಗೆಲ್ಲಾ ಬರೀ ಒಂದೆರಡು ಸಾವಿರಕ್ಕೇ ಕೆಲಸ ಮುಗಿಸುವವರಿದ್ದಾರಂತೆ. ನೀವು ಇದಿಷ್ಟೂ ಇಟ್ಕೊಳ್ಳಿ ಸರ್... ಹೆಸರು ವಿವೇಕ್ ಅಂತ. ಇಲ್ಲೇ ಕಲ್ಯಾಣನಗರ ಸೆಕೆಂಡ್ ಕ್ರಾಸ್‌ನಲ್ಲಿ ರೂಮಿದೆ ಅವಂದು. ರೂಮಿಗೆ ದೊಡ್ಡ ಕೀಲಿಯಿದೆ ಸಾರ್... ಆದ್ರೆ ಬಾಗಿಲೇ ಲಡ್ಡು. ಒಂದು ಒದ್ರೆ ಮುರಿದುಬೀಳ್ತದೆ. ಅವನು ಅಂದ್ರೆ ಅವನಲ್ಲ ಸರ್... ಅವನ ಬೆನ್ನಿಗೊಬ್ಬ ಕಪ್ಪು ಮನುಷ್ಯ ಇರ್ತಾನೆ. ಡೌಟೇ ಬೇಡ ಕಪ್ಪು ನೆರಳಿನಂತಾ ಮನುಷ್ಯ ಸರ್... ಆ ಕಪ್ಪು ಮನುಷ್ಯನದಲ್ಲ, ವಿವೇಕನ ಫೋಟೋ ಇದೆ ಸರ್... ಸುಪಾರಿ ಕೊಡ್ತಿದೀನಿ ಸರ್ ಮುಗಿಸಿಬಿಡಿ ಅವನ್ನ. ಅವನು ಅಂದ್ರೆ ವಿವೇಕ ಅಲ್ಲ ಸರ್ ಆ ಕಪ್ಪು ಮನುಷ್ಯ. ಮುಂದಿಂದೆಲ್ಲಾ ನಾ ನೋಡ್ಕೋತೀನಿ. ನಂಗೆ ಭಾಳ ಇನ್‌ಫ್ಲೂಯೆನ್ಸ್ ಇದೆ ಸರ್..." ಎನ್ನುತ್ತಾ ಬಲಗೈಯಿಂದ ಕಿಸೆಯಲ್ಲಿನ ತನ್ನದೇ ಪಾಸ್‌ಪೋರ್ಟ ಸೈಜ್ ಫೋಟೋವನ್ನು ತೆಗೆದು ಅವನೆದುರು ಹಿಡಿದ. ಎದುರಿನ ಮನುಷ್ಯ ಒಮ್ಮೆಲೇ ಬೆಚ್ಚಿ "ಹ್ಹೆ ಹ್ಹೇ... ಬ್ಬೆ...ಬ್ಬೆ... ಹೋಗ್ರೀ..." ಎಂದು ತಡವರಿಸುತ್ತಾ ಕಂಗಾಲಾಗಿ ಹೆಚ್ಚು ಕಡಿಮೆ ಇವನನ್ನು ಪಕ್ಕಕ್ಕೆ ನೂಕಿ ಓಡಿಯೇ ಹೋದ. ಇವನು ಆ ಮನುಷ್ಯನತ್ತ ನಿರಾಸೆಯಿಂದ ನೋಡಿ ಮತ್ತೆ ಮುಂದೆ ನಡೆಯತೊಡಗಿದ. ಹಾಗೆ ದಾರಿಯಲ್ಲಿ ಯಾರೇ ಸಿಕ್ಕರೂ ಅವರನ್ನು ನಿಲ್ಲಿಸಿ ಹಾಗೇ ಕೇಳುತ್ತಾ ಹೋದ. ಬಹುತೇಕ ಎಲ್ಲರೂ ಮೊದಲನೆಯವನ ಹಾಗೆ ಬೆಚ್ಚಿ ಓಡಿಹೋಗುತ್ತಿದ್ದರು. ಒಂದಿಬ್ಬರು ಮಾತ್ರ ಗಟ್ಟಿ ನಿಂತು

"ಲೇ... ಯಾವೋನಲೇ ಇವ್ನು... ಹಿಡ್ಕಳಿ ಇವನ್ನ..." ಎಂದು ಅಬ್ಬರಿಸಿದಾಗ ಇವನೇ ತಪ್ಪಿಸಿಕೊಂಡು ಓಡುತ್ತಿದ್ದ. ಬೆನ್ನ ಹಿಂದಿನ ಆಕೃತಿ ಮತ್ತೆ ಮತ್ತೆ ಜಿಗಿಯುತ್ತಿತ್ತು. ಹಾಗೆ ಜಿಗಿದಷ್ಟೂ ತಾನು ಕೃಶವಾಗುತ್ತಿರುವಂತೆ ಅವನಿಗೆ ಭಾಸವಾಯಿತು. ಹೀಗೇ ಆದರೆ ಇನ್ನು ಸ್ವಲ್ಪಹೊತ್ತಿಗೆ ಇದು ತನ್ನನ್ನು ನಿತ್ರಾಣ ಮಾಡಿ ಬಿಡುವದು ಖಚಿತ ಎಂದು ಮತ್ತಷ್ಟು ವೇಗದಲ್ಲಿ ಕಂಡಕಂಡವರ ನಿಲ್ಲಿಸಿ ಕೇಳತೊಡಗಿದ.

ಎಷ್ಟೊತ್ತು ಹಾಗೆ ಅಲೆಯುತ್ತಾ ಕಳೆದನೋ. ಬರುತ್ತಿದ್ದವನಿಗೆ ರಸ್ತೆಬದಿಯಲ್ಲಿ ಒಂದು ನೀಲಿ ಜೀಪು ನಿಂತಿರುವದು ಕಾಣಿಸಿತು. ಅದಕ್ಕೆ ಒರಗಿಕೊಂಡು ಒಬ್ಬ ಫೋನಿನಲ್ಲಿ ಮಾತಾಡುತ್ತಿದ್ದ. ಇವನು ಆತನೆದುರಿಗೆ ಹೋಗಿ ನಿಂತ. ಅಷ್ಟೊತ್ತಿಗಾಗಲೇ ಇವನು ತನ್ನ ನಿರ್ಧಾರ ಬದಲಿಸಿದ್ದ. ಜೀಪಿಗೆ ಒರಗಿ ನಿಂತವ ಸ್ವಲ್ಪೊತ್ತು ಫೋನಲ್ಲಿ ಮಾತಾಡಿ ನಿಲ್ಲಿಸಿ ಇವನತ್ತ ತಿರುಗಿದ. ಇವನು ಎಡಗೈ ಕರ್ಚೀಫ್ ಗಂಟನ್ನು ಅವನೆದುರಿಗೆ ಚಾಚಿ, ಬಲಗೈಯಲ್ಲಿನ ಫೋಟೋ ತೋರಿಸಿ, ಇದೇ ತನ್ನ ಕೊನೆಯ ಅವಕಾಶವೋ ಎಂಬಂತೆ ನೇರವಾಗಿ "ಸರ್ ಹೆಸರು ವಿವೇಕ... ಮತ್ಯಾರ್ಯಾರನ್ನೋ ಅಲ್ಲ ಅವನ್ನೇ... ಅವನ್ನೇ ಮುಗ್ಸಿಬಿಡ್ಬೇಕು ಸರ್... ನೀವು ಮಾಡಕ್ಕಾಗಲ್ಲ ಅಂದ್ರೆ ಮತ್ಯಾರು ಮಾಡ್ತಾರೆ ಹೇಳಿ. ಅವರಿದ್ದಲ್ಲೇ ಹೋಗಿ ಕೇಳ್ತೀನಿ. ದಯವಿಟ್ಟು ಓಡಿಹೋಗ್ಬೇಡಿ ಸರ್..." ಎನ್ನುತ್ತ ಮೇಲೆ ನೋಡಿದವನಿಗೆ ಜೀಪಿನ ಮೇಲೆ ಕೆಂಪುದೀಪ ಕಾಣಿಸಿತು. ಆ ಮನುಷ್ಯ ಒಮ್ಮೆ ಫೋಟೋವನ್ನೂ ಇನ್ನೊಮ್ಮೆ ಇವನ ಮುಖವನ್ನೂ ದಿಟ್ಟಿಸಿದ. ಮೊದಲಿಗೆ ಅವನ ಮುಖದಲ್ಲಿ ಸಣ್ಣ ನಗು ಮೂಡಿ ನಂತರ ಗಂಭೀರವಾಗಿ, ಕಣ್ಣುಗಳು ಕೆಂಪಾಗಿ ಮುಖದಲ್ಲಿ ಯಾವುದೋ ಹರಿತ ಗಡಸುತನ ನೆಲೆನಿಂತಿತು. ಇವನನ್ನು ಮತ್ತೊಮ್ಮೆ ದಿಟ್ಟಿಸಿ ಗಟ್ಟಿಯಾಗಿ "ಕಾನ್‌ಸ್ಟೇಬಲ್..." ಎಂದು ಕಿರುಚಿದ. ಜೀಪಿನ ಒಳಗಿಂದ ಇಬ್ಬರು ಪೊಲೀಸರು ದಡದಡ ಇಳಿದುಬಂದರು. ಆ ಮನುಷ್ಯ ಮುಂದೆ ಬಂದು ಇವನ ಕಾಲರ್ ಹಿಡಿದ. ಈ ಗದ್ದಲದ ನಡುವೆ ಅದ್ಯಾವುದೋ ಮಾಯದಲ್ಲಿ ಇವನ ಬೆನ್ನಿಂದ ಜಿಗಿದ ಕಪ್ಪು ಆಕೃತಿ ಆ ಮನುಷ್ಯನ ಬೆನ್ನೇರಿ ಕುಳಿತುಬಿಟ್ಟಿತ್ತು. ಆ ಮನುಷ್ಯನ ಹಿಡಿತ ಬಿಗಿಯಾದಷ್ಟೂ ಆಕೃತಿ ನೆಗೆಯುತ್ತಿರುವುದು ಇವನಿಗೆ ಕಾಣಿಸಿತು. ತನ್ನ ಕಾಲರ್ ಹಿಡಿದುಕೊಂಡ ಆ ಮನುಷ್ಯನ ಕಣ್ಣುಗಳನ್ನೇ ದಿಟ್ಟಿಸುತ್ತಿದ್ದ ಇವನಿಗೆ ಆ ವಾತಾವರಣದಲ್ಲೆಲ್ಲಾ ಇಲಿಯ ಹೆಣದ ವಾಸನೆ ದಟ್ಟವಾಗಿ ಹಬ್ಬುತ್ತಿರುವಂತೆ ಅನ್ನಿಸಿ ಭಯವಾಗಿ ಗಟ್ಟಿ ಕಣ್ಮುಚ್ಚಿಕೊಂಡ. ಆದರೆ ಕಪ್ಪು ಆಕೃತಿ ತನ್ನ ಬೆನ್ನೇರಿದ್ದು ಇನ್ನೂ ಆ ಮನುಷ್ಯನಿಗೆ ತಿಳಿದಂತಿರಲಿಲ್ಲ...

ಇನ್ನರ್ಥ

ಹೊರಗಿನ ಬೆಂಚಿನಲ್ಲಿ ಕೂತು ಪದೇ ಪದೇ ವಾಚನ್ನು ನೋಡಿಕೊಳ್ಳುತ್ತಿದ್ದ ಪ್ರಶಾಂತ, ಎಂಟೂವರೆ ಆದ ಕೂಡಲೇ ಎದ್ದು, ಮಧ್ಯ ಬೆರಳನ್ನು ಕಿವಿಗೆ ಹಾಕಿ ಗಿಡಗಿಡ ಅಲ್ಲಾಡಿಸುತ್ತಾ ಆಸ್ಪತ್ರೆಯೊಳಕ್ಕೆ ನಡೆದ. ಬಾಗಿಲಲ್ಲಿ ನಿಂತಿದ್ದ ಸೆಕ್ಯೂರಿಟಿಗೆ ಪರಿಚಯದ ಕೃತಕ ನಗೆ ಕೊಟ್ಟು ಕಿಸೆಯಿಂದ ವಿಸಿಟರ್ ಪಾಸ್‌ನ್ನು ಅರ್ಧ ತೆಗೆಯುವಷ್ಟರಲ್ಲಿ ಸೆಕ್ಯೂರಿಟಿ "ಹಾ...ಹಾ... ಹೋಗಿ ಹೋಗಿ" ಅಂದು ನಕ್ಕ. ನೇರವಾಗಿ ಹೆಂಗಸರ ಜನರಲ್ ವಾರ್ಡ ಹೊಕ್ಕು ಅಮ್ಮನ ಬೆಡ್ ಇದ್ದಲ್ಲಿ ಬಂದಾಗ ಅಮ್ಮ ಇನ್ನೂ ನಿದ್ರೆಯಲ್ಲಿದ್ದಳು. ಕೊಂಚ ಬಾಗಿ ನಿಂತು ಬೆಡ್ ಎದುರಿನ ಟೇಬಲ್ ಮೇಲೆ ಫೈಲಿನಲ್ಲಿ ಏನೋ ಬರೆಯುತ್ತಿದ್ದ ನರ್ಸ "ಪ್ರಶಾಂತ್ ಅಂದ್ರೆ ನೀವೇನಾ? ಇವರ ಮಗ?" ಕೇಳಿದಳು. "ಹಾ ಸಿಸ್ಟರ್, ನಾನೆ ನಾನೇ..." ಎಂದ ಕೊಂಚ ಗಡಿಬಿಡಿಯಲ್ಲೇ. ಅವಳು "ಒಂದ್ನಿಮಿಷ" ಎಂದು ಮತ್ತೆ ಬಾಗಿ ಎಡಗೈಯಲ್ಲಿ ಹಸಿರು ಷರ್ಟ್‌ನ ಕಾಲರ್ ಅನ್ನು ಜೋತು ಬೀಳದಂತೆ ಎದೆಗೆ ಒತ್ತಿ ಹಿಡಿದುಕೊಂಡು ಫೈಲಿನಲ್ಲಿ ಮತ್ತೇನೋ ಬರೆಯತೊಡಗಿದಳು. ಪ್ರಶಾಂತ ಪಟ್ಟನೇ ಅಲ್ಲಿಂದ ದೃಷ್ಟಿ ತಪ್ಪಿಸಿ ಕೆಳಗೆ ನೋಡಿದ. ಕೊಂಚ ಬಾಗಿನಿಂತ ಅವಳ ಪ್ಯಾಂಟು ಎರಡು ಸುತ್ತು ಮಡಿಸಿದ್ದರಿಂದ ಮೀನಖಂಡದ ಬಿಳೀ ಭಾಗದಲ್ಲಿ ವ್ಯಾಕ್ಸಿಂಗ್ ಮಾಡಿಸದೇ ಚಿಗುರುತ್ತಿರುವ ಚೂಪು ಕೂದಲುಗಳು ಕಂಡವು. ಏನೋ ಮುಜುಗರವಾದಂತಾಗಿ ತಿರುಗಿನಿಂತ.

ಅಷ್ಟರಲ್ಲಿ ಅವಳು ಬರೆದು ಮುಗಿಸಿ ಪೆನ್‌ಟಾಪ್ ಹಾಕಿ ಎರಡು ಹೆಜ್ಜೆ ಮುಂದೆ ಬಂದು, ಅಮ್ಮ ನಿದ್ರಿಸುತ್ತಿರುವುದನ್ನು ಕೊಂಚ ಮುಂದೆ ಬಾಗಿ ಪರೀಕ್ಷಿಸಿ ಪ್ರಶಾಂತನತ್ತ ತಿರುಗಿದಳು. "ಪ್ರಶಾಂತ್... ನಿಮ್ಮಮ್ಮ ನಿಮ್ಮನ್ನು ತುಂಬಾ ಹಚ್ಕೊಂಡಿದಾರೆ, ಬಿಟ್ಟೇ ಇರಲ್ಲ ಅನ್ಸತ್ತೆ ಅಲ್ವಾ?" "ಹೂಂ..." ಪ್ರಶಾಂತ ಮತ್ತೇನೂ ಹೇಳದೇ ಅವಳ ಮುಖ ನೋಡಿದ. ಅವನ ಮುಖದಲ್ಲಿ ಉದ್ವಿಗ್ನತೆ ಎದ್ದು ಕಾಣುತ್ತಿತ್ತು. "ನಿನ್ನೆ ರಾತ್ರಿ ನಿಮ್ಮಮ್ಮ ಸ್ವಲ್ಪ ಗಲಾಟೆ ಮಾಡಿದ್ರು. ಸ್ವಲ್ಪ ಅಷ್ಟೇ. (ಹಾಗೆ ಹೇಳುವಾಗಲೇ ತುಂಬಾನೇ ಗಲಾಟೆ

ಮಾಡಿದ್ರು. ನಾನು ಹೇಳ್ತಿಲ್ಲಷ್ಟೆ ಎಂಬ ಭಾವ ಎದ್ದು ಕಾಣುತ್ತಿತ್ತು.) ನಿನ್ನೆ ನೀವು ಯಾವ್ದೋ ಕಾರಣಕ್ಕೆ ಬೈದು ಬಿಟ್ರಂತೆ? ನೀವೇ ಹೀಗೆ ಮಾಡಿದ್ರೆ ಹೇಗೆ ಹೇಳಿ? ಪೇಶಂಟು ಅವರು. ಆಪರೇಷನ್ ಆಗಿ ಇನ್ನೂ ವಾರವಾಗಿಲ್ಲ. ತಲೆ ಆಪರೇಷನ್ ಆದ್ದರಿಂದ ಏನೋ ಸ್ವಲ್ಪ ದಿನದವರೆಗೆ ಅಬ್‌ನಾರ್ಮಲ್ ಆಗಿರ್ತಾರೆ. ಆಮೇಲೆ ಸರಿಹೋಗ್ತಾರೆ. ಅಲ್ಲಿವರೆಗೆ ನಾವೇ ಅವರ್ನ ಸಹಿಸ್ಕೊಂಡಿರಬೇಕಲ್ವಾ? ನಿಮ್ಮಮ್ಮ ಅವರು. ನಿಮ್ಮನ್ನು ಇಷ್ಟು ದಿನ ಪ್ರೀತಿಯಿಂದ ನೋಡ್ಕೊಂಡು ಬೆಳ್ಸಿದ್ದಾರೆ. ಈಗ ಸ್ವಲ್ಪ ದಿನ ನೀವೂ ಅವ್ರನ್ನ ಪ್ರೀತಿಯಿಂದ ಮಗುವಿನ ಹಾಗೆ ನೋಡ್ಕೋಬೇಕು. ಅವರಿಗೆ ತಿಳಿಸಿ ಹೇಳಿ. ಹೀಗೆ ಹಠ ಮಾಡಿ ನಮ್ಮೊಟ್ಟಿಗೆ ಕೋಆಪರೇಟ್ ಮಾಡ್ದಿದ್ರೆ ಮುಂದೆ ಕಷ್ಟ ಆಗ್ತದೆ." ಎಂದು ಗಿಳಿಪಾಠದಂತೆಯೇ ಸಣ್ಣಗೇ ಒದರಿ, ಅಮ್ಮ ಎದ್ದ ತಕ್ಷಣ ಕೊಡಬೇಕಾದ ಮಾತ್ರೆಗಳನ್ನು ತೋರಿಸಿ, ನಕ್ಕು ಹೆಗಲ ತಟ್ಟಿ ಹೋದಳು.

ಕೊಂಚ ಹೊತ್ತು ಅವಳು ಹೋದ ಕಡೆಗೇ ನೋಡುತ್ತಾ ನಿಂತ ಪ್ರಶಾಂತ ನಂತರ ನಿಧಾನಕ್ಕೆ ತಿರುಗಿ ಅಲ್ಲೇ ಇದ್ದ ಕುರ್ಚಿಯನ್ನು ಎಳೆದು ಕುಳಿತುಕೊಂಡ. ಕುರ್ಚಿ ಎಳೆದ ಸದ್ದಿಗೆ ಎಚ್ಚರಾದ ಅಮ್ಮ ಪ್ರಶಾಂತನನ್ನು ನೋಡಿದ್ದೇ ಧಡಕ್‌ನೇ ಎದ್ದು ಕೈ ಉದ್ದಮಾಡಿ "ಮಗಾ... ಎಲ್ಲಿಗೆ ಹೋಗಿದ್ಯೋ? ಇವರೆಲ್ಲಾ ಸೇರಿ ನನ್ನ ಕೊಂದೇ ಬಿಡ್ತಾರೆ... ನನ್ನ ಇಲ್ಲಿಂದ ಕರ್ಕೊಂಡೋಗೋ..." ಎಂದು ಕೈ ಹಿಡಿದು ಎಳೆಯತೊಡಗಿದಳು. ಪ್ರಶಾಂತ "ಇಲ್ಲಮ್ಮಾ ಏನೂ ಆಗೂದಿಲ್ಲಾ... ಇನ್ನು ಸ್ವಲ್ಪೇ ದಿನ. ಅದಾದ ಕೂಡ್ಲೇ ಮನೆಗೆ ಹೋಗೋದೇ..." ಎಂದು ಸಮಾಧಾನ ಮಾಡಲೆತ್ನಿಸಿದ. ಆದರೆ ಅಮ್ಮ ಅವನ್ನೆಲ್ಲಾ ಕೇಳದೇ "ಇಲ್ಲಾ ಈಗ್ಲೇ ನನ್ನನ್ನಿಲ್ಲಿಂದ ಕರ್ಕೊಂಡೋಗು... ಇಲ್ಲಿರೋರೆಲ್ಲಾ ರಾಕ್ಷಸರು. ರಾತ್ರಿಯಿಡೀ ಚಿತ್ರಹಿಂಸೆ ಕೊಡ್ತಾರೋ... ನಾ ಸಾಯೂದಾದ್ರು ಮನೆಯಲ್ಲೇ ಸಾಯ್ತೇನೆ. ಇಲ್ಲಿಂದ ಹೋಗ್ವಾ ಈಗ್ಲೇ..." ಎಂದು ಅಳತೊಡಗಿದಳು. ಅಕ್ಕಪಕ್ಕದ ಬೆಡ್‌ನವರೆಲ್ಲಾ ತನ್ನನ್ನೇ ನೋಡುತ್ತಿರುವಂತೆನಿಸಿ ಪ್ರಶಾಂತನಿಗೆ ಕಿರಿಕಿರಿಯಾಯ್ತು. "ಹೇಳಿದ್ನಲ್ಲಾ ಕಡಿಮೆ ಆದ ಕೂಡ್ಲೇ ಮನೆಗೆ ಹೋಗೂದೇ ಅಂತ. ಅಲ್ಲಿವರೆಗೆ ನೀನು ಗಲಾಟೆ ಮಾಡ್ದೆ ಡಾಕ್ಟರ್ ಹೇಳಿದಂಗೆ ಮಾತ್ರೆಗಳನ್ನು ತಗೊಳ್ತಿದ್ರೆ ಬೇಗನೇ ಆರಾಮಾಗ್ತದೆ. ನೀ ಹಿಂಗೇ ಗಲಾಟೆ ಮಾಡ್ತಿದ್ರೆ ನಿನ್ನೊಬ್ಬಳನ್ನೇ ಇಲ್ಲಿ ಬಿಟ್ಟು ನಾ ಮನೆಗೆ ಹೋಗ್ತೇನಷ್ಟೆ. ಇರು ನೀ ಒಬ್ಬಳೇ ಇಲ್ಲಿ..." ಎಂದು ಸಣ್ಣಗೇ ಗದರಿದ. ಒಮ್ಮೆಲೇ ಗಪ್‌ನೇ ಬಾಯ್ಮುಚ್ಚಿದ ಅಮ್ಮ ಅಳು ನುಂಗಿಕೊಂಡು ತುಟಿ ಗಡ್ಡ ನಡುಗಿಸುತ್ತಾ, ಪ್ರಶಾಂತನನ್ನೇ ದೀನಳಾಗಿ ನೋಡುತ್ತಾ ನಿಧಾನ ಮಲಗಿದಳು. ಪ್ರಶಾಂತನಿಗೆ ಒಮ್ಮೆಲೇ 'ಛೇ, ನಾನು ಹಾಗೆ ಹೇಳಬಾರದಿತ್ತು' ಅನ್ನಿಸಿತು.

ನೆತ್ತಿಯ ಮೇಲೆ ಸಣ್ಣಗೇ ಕೆತ್ತಿದ್ದ ಅಡ್ಡಪಟ್ಟಿಯಲ್ಲಿ ಹೊಲಿಗೆಯ ದಪ್ಪದಪ್ಪ ತಂತಿಗಳು ಹೇರ್‌ಬ್ಯಾಂಡಿನಂತೇ ಕಾಣುತ್ತಿದ್ದವು. ರಾತ್ರಿ ನಿದ್ದೆಗೆಟ್ಟು ಉಬ್ಬಿದ ಕಣ್ಣುಗಳಲ್ಲಿ ನೀರು ತುಂಬಿ ನಿಂತು ಲಘುವಾಗಿ ಕಂಪಿಸುವುದನ್ನು ನೋಡಿ ಎಲ್ಲಿ ನಾನೂ ಅತ್ತು ಬಿಡುತ್ತೇನೇನೋ ಅನ್ನಿಸಿ, ಪಕ್ಕನೇ ಇತ್ತ ತಿರುಗಿ ಸಿಸ್ಟರ್ ಕೊಡಲು ಹೇಳಿದ ಮಾತ್ರೆಗಳನ್ನು ತೆಗೆದುಕೊಂಡು ಒಂದು ಗ್ಲಾಸು ನೀರನ್ನು ಮುಂದೆ ಚಾಚಿದ. ಅಮ್ಮ ಮೆಲ್ಲನೇ ಎದ್ದು ಕೂತಳು. ಮಲಗಿದಾಗ ತುಂಬಿ ನಿಂತಿದ್ದ ಕಣ್ಣ ಹನಿಗಳು ಈಗ ಫಳಕ್‌ನೇ

ಕೆಳಗುದುರಿದವು. ಪ್ರಶಾಂತ ತಲೆ ತಗ್ಗಿಸಿದ. ಏನೂ ಮಾತಾಡದೇ ಮಾತ್ರೆ ಮತ್ತು ನೀರನ್ನು ತೆಗೆದುಕೊಂಡು, ಅಳಲು ತವಕಿಸಿ ವಕ್ರವಾಗುತ್ತಿದ್ದ ತುಟಿಗಳನ್ನು ಕಷ್ಟಪಟ್ಟು ನಿಯಂತ್ರಿಸಿ, ಬಾಯ್ತೆರೆದು ಎರಡೂ ಮಾತ್ರೆಗಳನ್ನು ಒಮ್ಮೆಲೇ ಬಾಯಿಗೆಸೆದು ನೀರು ಕುಡಿದು ಗಡಗಡ ತಲೆ ಅಲ್ಲಾಡಿಸುತ್ತಾ ಮಾತ್ರೆ ನುಂಗಿ ಮತ್ತೆ ಮಲಗಿ ಪ್ರಶಾಂತನನ್ನು ದಿಟ್ಟಿಸತೊಡಗಿದಳು. ಮಾತ್ರೆಗಳನ್ನು ತಿಂದ ಸ್ವಲ್ಪ ಹೊತ್ತಿಗೇ ನಿದ್ರೆ ಬರುತ್ತದೆ. ಅಮ್ಮ ಮುಚ್ಚುತ್ತಿದ್ದ ಕಣ್ಣುಗಳನ್ನು ಆದಷ್ಟೂ ತೆರೆದೇ ಇರಲು ಯತ್ನಿಸುತ್ತಿದ್ದಳು. ಕೊನೆಗೆ ಪ್ರಶಾಂತನ ಕೈ ಹಿಡಿದು "ಪ್ರಶಾಂತಾ... ನಿನ್ನಪ್ಪ ಬಿಟ್ಟು ಹೋದಾಗ ಶಕ್ತಿ ಇತ್ತು. ನೀನೂ ಇದ್ದೆ. ನಾ ಬದುಕ್ದೆ. ಈಗ ತ್ರಾಣ ಇಲ್ಲ. ಎಲ್ಲ ಸೇರಿ ಕೊಂದು ಬಿಡ್ತಾರೆ. ನನ್ನ ಬಿಟ್ಟು ಎಲ್ಲೂ ಹೋಗ್ಬೇಡ..." ಎಂದು ಅಸ್ಪಷ್ಟವಾಗಿ ತೊದಲಿದಳು. ಪ್ರಶಾಂತ ಅಮ್ಮನ ಕೈಯ ಗಟ್ಟಿಯಾಗಿ ಹಿಡಿದುಕೊಂಡ. ಅಮ್ಮ ಪೂರ್ತಿ ಕಣ್ಮುಚ್ಚಿದಳು. ಬರೀ ಎಲುಬಷ್ಟೇ ಸಿಕ್ಕುವ ಸುಕ್ಕುಗಟ್ಟಿದ ಬಡಕಲು ಕೈ ಹಿಡಿದಿದ್ದ ಪ್ರಶಾಂತನಿಗೆ ಒಳಗಿನಿಂದ ಏನೋ ಉಕ್ಕಿದಂತಾಗಿ ಪಿಸುದನಿಯಲ್ಲಿ "ಅಮ್ಮಾ ನಿನ್ನ ಪ್ರೀತಿಸಲು, ಮಗುವಿನ ಹಾಗೆ ನೋಡಿಕೊಳ್ಳಲು ಸಾಧ್ಯವಾಗ್ತಿಲ್ಲ ನಂಗೆ..." ಎನ್ನುವಷ್ಟರಲ್ಲಿ ಗಂಟಲು ಕಟ್ಟಿ ಸುಮ್ಮನಾದ. ಅಮ್ಮ ಮುಚ್ಚಿದ ರೆಪ್ಪೆಗಳಡಿಯಲ್ಲೇ ಕಣ್ಣಗುಡ್ಡೆ ಹೊರಳಿಸಿದಳು. ಅವಳಿಗೆ ತಾನು ಹೇಳಿದ್ದು ಗೊತ್ತಾಯಿತೋ ಇಲ್ಲವೋ ತಿಳಿಯಲಿಲ್ಲ. ಅವಳ ಕಣ್ಣಿಂದ ಜಾರಿದ ಕಂಬನಿ ಆರಿದ ಜಾಗದಲ್ಲಿ ಬಿಳೀ ದಿಂಬು ಕಂದಾಗಿತ್ತು. ಅಮ್ಮನ ಕೈ ಬಿಡಿಸಿಕೊಂಡ ಪ್ರಶಾಂತ ಮೆಲ್ಲಗೇ ಹೊರನಡೆದ. ಯಾವುದೋ ಮೂಲೆಯಲ್ಲಿ 'ಎಚ್ಚರಿಕೆ' ಎಂದು ಬರೆದಿದ್ದ ಕೆಂಪಕ್ಷರದ ಸೂಚನೆಯನ್ನು ನೋಡುತ್ತಾ ಅಮ್ಮನ ಕಣ್ಣಿಂದ ದಿಂಬಿಗಿಳಿದ ಕಂಬನಿಯೂ ಕೆಂಪೇ ಅನ್ನಿಸಿ ಬೆಚ್ಚಿದ.

ಅಮ್ಮಾ... ನೀನು ಎಂದಾದ್ರೂ ನನ್ನನ್ನು ಮಗಾ ಅಂತ ತಬ್ಬಿಕೊಂಡು ತೊಡೆಮೇಲೆ ಮಲಗಿಸಿಕೊಂಡಿದ್ಯಾ? ನಾನು ಹಟ ಹಿಡಿದು ಉಪವಾಸ ಕೂತಾಗ ಎಂದಾದ್ರೂ ಮುದ್ದು ಮಾಡಿ ತುತ್ತುಣಿಸಿದ್ಯಾ? ಬದಲಿಗೆ ಮಜ್ಜಿಗೆ ಕಡೆಯುವ ದಪ್ಪ ಹಗ್ಗ ಹಿಡಿದು "ಊಟಕ್ಕೆ ಬರ್ತಿಯೋ ಅಥವಾ ಬೇಕೋ... ಬಾಳೆಯಲ್ಲಿ ಬಡಿಸಿದ್ದು ಹಾಳಾಗ್ಬಾರ್ದು..." ಎಂದು ಹಗ್ಗವನ್ನು ಗಿರಗಿರ ತಿರುಗಿಸ್ತಿದ್ದೆ. ನಾ ಜ್ವರ ಬಂದು ಮಲಗಿದಾಗ ಎಷ್ಟೊತ್ತಿಗೂ ನೀನು ನನ್ನ ಪಕ್ಕದಲ್ಲೇ ಇರಬೇಕು. ನನ್ನ ಹಣೆಮೇಲೆ ಕೈಯಿಟ್ಟು ಕೂತಿರಬೇಕು ಅಂತ ನಾನು ಹಟ ಮಾಡುವಾಗ "ಮನೆಕೆಲಸ ಎಲ್ಲಾ ಯಾರು ಮಾಡೋದು? ಸುಮ್ನೆ ಮಲಗು ಅಷ್ಟೆ" ಎಂದು ಎದ್ದು ಹೋಗ್ತಿದ್ದೆ. ಅಷ್ಟು ಹೇಳಿಯೂ ಅಷ್ಟಷ್ಟೊತ್ತಿಗೆ ಬಂದು ತಣ್ಣೀರ ಪಟ್ಟಿ ಬದಲಿಸ್ತಿದ್ದೆ. ತಪ್ಪದೇ ಹೆಸರಬೇಳೆ ಗಂಜಿ ಮಾಡಿ ಕುಡಿಸ್ತಿದ್ದೆ. ಮಧ್ಯರಾತ್ರೆ ಹಾಸಿಗೆಯಲ್ಲೇ ಬಳಬಳ ವಾಂತಿ ಮಾಡಿಕೊಂಡಾಗ ಏನೂ ಹೇಳದೇ ಬೇರೆ ಹಾಸಿಗೆ ಮಾಡಿಕೊಟ್ಟು ಮೈ ಮುಖ ಒರೆಸಿ ಮಲಗಿಸುತ್ತಿದ್ದೆ. ನಾ ನಿದ್ರಿಸಿದ ಮೇಲೆ ಸದ್ದಾಗದಂತೇ ವಾಂತಿ ಬಾಚುತ್ತಿದ್ದೆ. ಎಲ್ಲವನ್ನೂ ಮಾಡ್ತಿದ್ದೆ. ಆದರೆ ಕೊಂಚ ಪ್ರೀತಿಸಲು ಯಾಕಮ್ಮಾ ಹಿಂಜರಿತಿದ್ದೆ? ಹೀಗೇ ನನ್ನ ಮನಸಲ್ಲೂ ಪ್ರೀತಿ ಪ್ರದರ್ಶಿಸುವುದು ಅಪರಾಧ, ನಾಚಿಕೆಗೇಡು ಎಂಬ ಭಾವ ತುಂಬಿದ್ದು ನೀನೇ ಅಲ್ವಾ? ಈಗ ಒಮ್ಮಿಂದೊಮ್ಮೆಲೇ ಪ್ರೀತಿಸಬೇಕು, ಮಗುವಿನಂಗೆ ನೋಡ್ಕೋಬೇಕು ಅಂದ್ರೆ ಹೇಗೆ ಸಾಧ್ಯಾಮ್ಮಾ? ಇದು

'ಸೇಡಿಗೆ ಸೇಡು' ಎಂಬಷ್ಟು ಸರಳವಾಗಲಿ ಹಗುರವಾಗಲೀ ಅಲ್ಲ. ಈ ಇದು ಈ ಜಗತ್ತಿಗೆ, ಆ ಮೊಡವೆ ಮೂಗಿನ ನರ್ಸಗೆ ಎಂದೂ ಅರ್ಥವಾಗಲಾರದ್ದು. ನೀನು, ಕೇವಲ ನೀನು ಮಾತ್ರ ಅರ್ಥ ಮಾಡಿಕೊಳ್ಳಬಹುದಾದ ನನ್ನ ಸತ್ಯ.

"ಅಮ್ಮ ಅಳುತ್ತಿದ್ದಾಳೆ..." ಪ್ರಶಾಂತ ತನ್ನಷ್ಟಕ್ಕೆ ತಾನೇ ನಂಬಿಸಿಕೊಳ್ಳುವವನಂತೇ ಹೇಳಿಕೊಂಡ. ಇಷ್ಟು ವರ್ಷಗಳಲ್ಲಿ ಅಮ್ಮ ಅಳುವುದನ್ನು ನೋಡಿದ್ದು ನನಗೆ ನೆನಪಿರುವಂತೆ ಎರಡೇ ಸಲ. ಅದೂ ತುಂಬ ವಿಚಿತ್ರ ಕಾರಣಗಳಿಗಾಗಿ. ಒಮ್ಮೆ ನಾನು ಚಿಕ್ಕವನಿದ್ದಾಗ ಆಟ ಮಾಡುತ್ತಾ ಅಮ್ಮನ ಹಣೆಯ ಕುಂಕುಮ ಅಳಿಸಿಬಿಟ್ಟಿದ್ದೆ. ಆಗ ಅಮ್ಮ ಕುಸಿದು ಕೂತು ಚಿಕ್ಕಮಕ್ಕಳಂತೇ ಬಾಯಿ ತೆಗೆದು ಅತ್ತಿದ್ದಳು. ತೆರೆದ ಬಾಯಲ್ಲಿನ ಜೊಲ್ಲು ಎಳೆಗಳು, ಕಿವುಚಿದ ಕಣ್ಣುಗಳನ್ನು ನೋಡಿ ನನಗೆ ಚಂದಮಾಮದಲ್ಲಿ ಬರುತ್ತಿದ್ದ ಚಿತ್ರಗಳೇ ನೆನಪಾಗಿ ನಕ್ಕುಬಿಟ್ಟಿದ್ದೆ. ನಾನು ನಕ್ಕಿದ್ದೇ ಅಮ್ಮ ಗಪ್ಪನೇ ಅಳು ನಿಲ್ಲಿಸಿ ಕಣ್ಣೊರೆಸಿಕೊಂಡು ಎದ್ದು ಹೋಗಿದ್ದಳು. ಇನ್ನೊಮ್ಮೆ ನಾನು ಶಾಲೆಯಿಂದ ಬರುವಾಗ ದಾರಿಬದಿಯಲ್ಲಿ ಸಿಕ್ಕ ಅನಾಥ ನಾಯಿಮರಿಯನ್ನು ಎತ್ತಿಕೊಂಡು ಬಂದಿದ್ದೆ. ಅಮ್ಮ ಅದನ್ನು ನೋಡಿ ನಂಗೆ ಬೈದದ್ದೂ ಅಲ್ದೇ "ಆ ನಾಯಿಮರಿ ಉಪವಾಸ ಸತ್ರೂ ನಾನೊಂದು ಕಾಳು ಅನ್ನ ಹಾಕೂದಿಲ್ಲ ಅದ್ಕೆ. ಎಲ್ಲಿಂದ ತಂದ್ಯೋ ಅಲ್ಲೇ ಬಿಟ್ಟು ಬಾ..." ಎಂದು ಕೂಗಾಡಿದ್ದಳು. ನಾನು ಎಷ್ಟೇ ಹಟಮಾಡಿ ಬೇಡಿಕೊಂಡರೂ ಕೂಡ ಆ ನಾಯಿಮರಿಗೆ ತಿನ್ನಲು ಏನೂ ಕೊಟ್ಟಿರಲಿಲ್ಲ. ಕೊನೆಗೆ ಎರಡು ದಿನದಲ್ಲಿ ನಾಯಿಮರಿ ಹಸಿವಿನಿಂದ ಏಳಲಾರದ ಸ್ಥಿತಿಗೆ ತಲುಪಿದಾಗ ಅದಕ್ಕೆ ಕದ್ದು ಹಾಲು ಕುಡಿಸಿ ಮತ್ತದೇ ದಾರಿಬದಿಯಲ್ಲಿ ಬಿಟ್ಟು ಬಂದಿದ್ದೆ. ಅದರ ಮರುದಿನವೇ ಹಿತ್ತಿಲ ಮೂಲಂಗಿ ತಿನ್ನಲು ಬಂದ ಮೊಲವನ್ನು ಹೆದರಿಸಲು ಅಮ್ಮ ಹೊಡೆದ ಕಲ್ಲು ಸರೀ ಅದರ ತಲೆಗೇ ತಾಗಿ ಗಿರಗಿರನೇ ಮೂರು ಸುತ್ತು ತಿರುಗಿ ಅಲ್ಲೇ ಸತ್ತು ಬಿದ್ದಿತ್ತು. ಅಮ್ಮ "ಅಯ್ಯೋ ದೇವ್ರೇ..." ಎಂದು ಕೂಗಿ ಓಡಿಹೋಗಿ ಮೊಣಕಾಲೂರಿ ಕೂತು ಸತ್ತ ಮೊಲವನ್ನು ಬೊಗಸೆಯಲ್ಲಿ ಎತ್ತಿ ಹಿಡಿದಿದ್ದಳು. ಆಗ ಅವಳ ಕಣ್ಣಲ್ಲಿ ನೀರು ತುಂಬಿತ್ತು. ನಂತರ ಆ ಮೊಲವನ್ನು ಗುಂಡಿ ತೋಡಿ ಹುಗಿದು ಅದರ ಮೇಲೆ ಹಲಸಿನ ಸಸಿ ನೆಟ್ಟಿದ್ದ ಅವಳು ನಂತರದ ಎರಡು ದಿನ ಸರಿಯಾಗಿ ಊಟ ಮಾಡಿರಲಿಲ್ಲ. ನಾಯಿಮರಿ ಉಪವಾಸ ಸತ್ತರೂ ಒಂದು ಕಾಳು ಅನ್ನ ಹಾಕಲಾರೆ ಎಂದ ಅಮ್ಮ ಮತ್ತು ಅಕಸ್ಮಾತ್ ಸತ್ತ ಮೊಲಕ್ಕಾಗಿ ಎರಡು ದಿನ ಊಟ ಬಿಟ್ಟ ಅಮ್ಮ, ಇವೆರಡೂ ಚಿತ್ರಗಳನ್ನು ಒಮ್ಮೆಲೇ ನನ್ನ ಪುಟ್ಟ ಮನದಲ್ಲಿ ಹೊಂದಿಸಿಕೊಳ್ಳಲಾಗದೇ ಆಗ ಸೋತಿದ್ದೆ. ಅಮ್ಮ ಯಾವತ್ತೂ ಹಾಗೆ. ನನ್ನ ಯಾವ ಹಿಡಿತಕ್ಕೂ ನಿಲುಕದೇ, ಏನೂ ಹೇಳದೇ ನನ್ನ ಗೊಂದಲಿಸುತ್ತಲೇ ದಟ್ಟವಾಗಿ ಆಕ್ರಮಿಸುತ್ತಿದ್ದಳು. ನನ್ನೊಳಗನ್ನು ಅವಳಿಷ್ಟದಂತೆ ರೂಪಿಸುತ್ತಿದ್ದಳು. ಅದ್ಯಾವ ಪರಿ ಅಂದರೆ ಅಮ್ಮನನ್ನು ವಿರೋಧಿಸುವಾಗಲೂ ಕೂಡ ಅವಳನ್ನೇ ಅನುಕರಿಸುತ್ತಿದ್ದೇನೇನೋ ಅನ್ನಿಸಿಬಿಡುತ್ತದೆ ಒಂದೊಂದ್ಸಲ.

ಪ್ರಶಾಂತ ಗೊತ್ತು ಗುರಿಯಿಲ್ಲದೇ ನಡೆಯುತ್ತಾ ಹೋಗಿ ಯಾವುದೋ ಲಿಫ್ಟಿನೆದುರು ನಿಂತ. ಲಿಫ್ಟು ಬಾಗಿಲು ತೆರೆಯಿತು. ಎಲ್ಲಿಗೆ ಹೋಗುವುದು ಅಂತಲೂ

ಯೋಚಿಸದೇ ಬೆವರಗೈಯಲ್ಲಿ ಹಿಡಿದ ಥರ್ಮಾಸ್ ಪ್ಲಾಸ್ಕ, ಔಷಧಿ ಕ್ಯಾರಿಯರ್, ಎಕ್ಸರೇ ಹಾಳೆಗಳನ್ನು ಎದೆಗೊತ್ತಿಕೊಂಡ, ಕಣ್ಣೊಳಗೆ ಇನ್ನೇನು ಒಡೆಯಲಿರುವ ಅಣೆಕಟ್ಟೆಯನ್ನು ಇಟ್ಟುಕೊಂಡವರ ಮಧ್ಯ ತಾನೂ ತೂರಿಕೊಂಡ. ಸಂಖ್ಯೆಗಳಿಗೆ ಪಟಪಟನೇ ಕೆಂಪು ಬಣ್ಣ ಕೊಡುತ್ತಾ ಲಿಫ್ಟು ಮುಂದೆ ಸಾಗಿತು. ಎಲ್ಲೋ ಬಾಗಿಲು ತೆರೆಯಿತು. ಹರಿದ ಕೈಚೀಲದಿಂದ ತರಕಾರಿ ಚೆಲ್ಲಿದಂತೆ ಹೊರಚೆಲ್ಲಿಕೊಂಡ ದಿಕ್ಕಾಪಾಲು ಜನರೊಟ್ಟಿಗೆ ತಾನೂ ಹೊರಬಿದ್ದು ಯಾವುದೋ ದಿಕ್ಕು ಹಿಡಿದು ಹೊರಟ. ಮತ್ತದೇ ಉದ್ದೋ ಉದ್ದ ಕಾರಿಡಾರ್‌ಗಳು, ಜನರಲ್, ಸೆಮಿ ಜನರಲ್, ಸ್ಪೇಷಲ್ ವಾರ್ಡಗಳು, ಸೂಟು ಬೂಟು ಟೈಗಳೊಳಗೆ ತಮ್ಮನ್ನು ಸಿಕ್ಕಿಸಿಕೊಂಡ ಕೋ–ಆರ್ಡಿನೇಟರ್‌ಗಳು, ನೀಲಿ ಅಂಗಿ ಮಾಸ್ಕಿನ ಪಿಳಿಪಿಳಿ ಕಣ್ಣಿನ ಡಾಕ್ಟರ್‌ಗಳು, ಎಲ್ಲರನ್ನೂ ದಾಟುತ್ತ ನಡೆದೇ ನಡೆದ...

"ನಿನ್ನಪ್ಪ ಬಿಟ್ಟು ಹೋದಾಗ ಶಕ್ತಿಯಿತ್ತು. ಬದುಕ್ದೆ..." ಪ್ರಶಾಂತನಿಗೆ ಅಮ್ಮನ ಮಾತು ನೆನಪಾಯ್ತು.

ಅಪ್ಪ! ಅಪ್ಪ ಅಂದರೆ ನನಗೆ ಧೋ ಮಳೆ ನೆನಪಾಗುತ್ತದೆ. ಗಾಳಿಗೆ ಹೊಯ್ದಾಡುತ್ತಿದ್ದ ಚಿಮಣಿ ದೀಪದ ಕುಡಿಬೆಳಕಿನಲ್ಲಿ ಎತ್ತಿಕಟ್ಟಿದ ಲುಂಗಿಯ ಕೆಳಗಿನ ರೋಮಭರಿತ ಕಾಲಲ್ಲಿ ದಪ್ಪಗೇ ಎದ್ದು ತೋರುತ್ತಿದ್ದ ನೀಲಿ ನರ, ಮತ್ತು ಮುಖಕ್ಕೆ ಹೊಡೆದ ಬ್ಯಾಟರಿ ಬೆಳಕು ಅಷ್ಟೆ! ಅಪ್ಪನ ಮುಖ ನೆನಪಾಗುವುದಿಲ್ಲ.

ಅಂದು ಮಧ್ಯರಾತ್ರಿ ಏನೋ ಗದ್ದಲವಾದಂತಾಗಿ ಎಚ್ಚರಾದಾಗ ಜಗುಲಿಯಲ್ಲಿ ದೀಪ ಉರಿಯುತ್ತಿತ್ತು. ಹೊರಗೆ ಧೋ ಎಂದು ಮಳೆ ಜಪ್ಪಿ ಸುರಿಯುತ್ತಿತ್ತು. ಬಾಗಿಲ ಸಂಧಿಯಲ್ಲೇ ನಿಂತು ಇಣುಕಿದೆ. ಆರಾಮ ಕುರ್ಚಿಯಲ್ಲಿ ಕೂತ ಅಪ್ಪನೆದುರು ನಿಂತಿದ್ದ ಅಮ್ಮ ಕಂಪಿಸುತ್ತಿದ್ದಳು. ಅವಳು ಹಲ್ಲುಕಡಿಯುವ ಶಬ್ದ ಸ್ಪಷ್ಟವಾಗೇ ಕೇಳಿಸುತ್ತಿತ್ತು. ಅಪ್ಪ ಮಾತ್ರ ನಿರ್ಲಿಪ್ತನಾಗಿ ಗಾಳಿಗೆ ಹೊಯ್ದಾಡುವ ದೀಪವನ್ನೇ ನೋಡುತ್ತಿದ್ದ. "ಎಲ್ಲಿಗೆ ಬೇಕಾದ್ರೂ ಹೋಗಿ, ಮತ್ತೆ ಬರೋದು ಬೇಡ. ನೋಡೇ ಬಿಡ್ತೇನೆ, ನಾನೂ ಒಬ್ಬಳೇ ಬದುಕೋದು ಸಾಧ್ಯವಾ ಇಲ್ವಾ ಅಂತ..." ಅಮ್ಮನ ಧ್ವನಿಯಲ್ಲಿನ ಗಡಸುತನಕ್ಕೆ ನಾನು ಬೆಚ್ಚಿದೆ. ಅಪ್ಪ ಅದಕ್ಕೇ ಕಾದಿದ್ದವನಂತೇ ಎದ್ದು, ಲುಂಗಿಯನ್ನು ಮಡಿಸಿಕಟ್ಟಿ ಒಳಬಂದು ಬರಿಮೈ ಮೇಲೆ ಒಂದು ಬನಿಯನ್ ಹಾಕಿಕೊಂಡ. ನಾನು ಫಟ್‌ನೆ ಮಲಗಿ ನಿದ್ರಿಸುತ್ತಿರುವವನಂತೆ ಕಣ್ಮುಚ್ಚಿದೆ. ಕೋಣೆಯೊಳಗಿಂದ ಮೂರು ಶೆಲ್‌ನ ಬ್ಯಾಟರಿಯೊಂದಿಗೆ ಹೊರಬಂದ ಅಪ್ಪ ಹೊರಹೋದವ ಮತ್ತೆ ಒಳಬಂದು ನನ್ನ ಮುಖದ ಮೇಲೆ ಬೆಳಕು ಬಿಟ್ಟಿದ್ದು ಕಣ್ಣು ಮುಚ್ಚಿದ್ದರೂ ನನಗೆ ಗೊತ್ತಾಯಿತು. ನಂತರ ಒಂದು ದೊಡ್ಡ ನಿಟ್ಟುಸಿರು ಬಿಟ್ಟು ಹೊರನಡೆದ. "ಅರೆ! ಅಪ್ಪ ಖರೆನೂ ಹೋಗೇ ಬಿಟ್ಟನೇ...?" ನಾನು ಭಯವಾಗಿ ಧಡಕ್‌ನೆ ಎದ್ದು ಹೊರಬಂದಾಗ ಅಮ್ಮ ಬಾಗಿಲಲ್ಲಿ ನಿಂತು ಹೊರನೋಡುತ್ತಿದ್ದಳು. ಅಪ್ಪ ಮೆಟ್ಟಿಲಿಳಿದು ಹೋಗಿಯಾಗಿತ್ತು. ಘೋರಾಂಧಕಾರ ಮಳೆಯಲ್ಲಿ ಅವನ ಪಚ್ ಪಚ್ ಚಪ್ಪಲಿ ಶಬ್ದ ಮತ್ತು ಬ್ಯಾಟರಿ ಬೆಳಕು ಎರಡೂ ಎರಡೇ ಕ್ಷಣದಲ್ಲಿ ಕರಗಿಹೋಗಿತ್ತು. ಅಮ್ಮನ ಸೆರಗು ಜಗ್ಗಿ "ಅಮ್ಮಾ... ಅಪ್ಪ ಎಲ್ಲಿಗೆ ಹೋದ? ಏನಾಯ್ತೇ...?" ಕೇಳಿದೆ ಗಾಬರಿಯಿಂದ. ಅದುವರೆಗೆ ಅಪ್ಪ ಹೋದ ದಿಕ್ಕನ್ನೇ ನೋಡುತ್ತಿದ್ದ ಅಮ್ಮ ಫಟ್‌ನೆ ತಿರುಗಿ ನನ್ನ ಕೈಹಿಡಿದು "ಏನಾಗೋದು...?

ಏನೂ ಆಗ್ಲಿಲ್ಲ, ಹೋದ್ರು ಅಷ್ಟೆ. ಏನಾಗ್ತದೆ...? ಏನೂ ಆಗೂದಿಲ್ಲ, ನೀ ಮಲಗು ಒಳಹೋಗಿ ನೆಡಿ ನೆಡಿ..." ಎಂದು ಎಳೆದುಕೊಂಡೇ ಒಳಹೋಗಿ ಹಾಸಿಗೆಯಲ್ಲಿ ಕೂರಿಸಿದ್ದಳು. ನನಗೆ ಭಯವಾಗಿ ಅಳತೊಡಗಿದೆ. ಅಪ್ಪ ಹೋದದ್ದಕ್ಕಿಂತ ಅಮ್ಮನ ಮುಖದಲ್ಲಿನ ಯಾವುದೋ ಅಪರಿಚಿತ ಭಾವಕ್ಕೆ ದಿಗಿಲಾಗಿತ್ತು. "ಚುಪ್! ಬಾಯ್ಮುಚ್ಚು!" ಅಮ್ಮ ಕಿರುಚಿದ ದನಿಗೆ ಗಪ್‌ನೆ ಬಾಯ್ಮುಚ್ಚಿದೆ. ಎಡಗೈಯಲ್ಲಿ ತನ್ನ ಗಡ್ಡ ಕೆನ್ನೆಯನ್ನು ಒತ್ತಿಹಿಡಿದ ಅಮ್ಮ ಕಣ್ಣಲ್ಲಿ ಕಣ್ಣಿಟ್ಟು "ಏನೂ ಆಗ್ಲಿಲ್ಲ, ಅಳಬ್ಯಾಡ ಅಷ್ಟೇ. ತಿಳೀತಾ...? ಅಳಬ್ಯಾಡ..." ನಡುಗುವ ಧ್ವನಿಯಲ್ಲಿ ಹೇಳಿದ್ದಳು. ಬಹುಶಃ ಅವತ್ತೇ ಕೊನೆ ನಾನು ಅತ್ತಿದ್ದು. ಆ ಕ್ಷಣದಲ್ಲೇ ಅಪ್ಪ ಇನ್ಯಾವತ್ತೂ ತಿರುಗಿ ಬರಲಾರ ಮತ್ತು ಅಮ್ಮನ ಬಳಿ ಅಪ್ಪನ ಬಗ್ಗೆ ಏನೂ ಕೇಳಬಾರದು ಎಂಬೆರಡು ಸಂಗತಿಗಳು ಆ ರಾತ್ರಿಯ ಮಳೆಯಷ್ಟೇ ದಟ್ಟವಾಗಿ ಗಟ್ಟಿಯಾಗಿ ಕೂತುಬಿಟ್ಟಿದ್ದವು ನನ್ನ ಮನಸಲ್ಲಿ.

ಅಮ್ಮಾ... ನಿನ್ನ ಅಪ್ಪನ ನಡುವಿನ ಸಂಬಂಧ ಎಂಥದ್ದಾಗಿತ್ತು? ಕತ್ತಲ ಮಳೆಯಲ್ಲಿ ಕರಗಿಹೋದ ಚಪ್ಪಲಿ ಶಬ್ದದ ಅರ್ಥವೇನು? ಅಂತೆಲ್ಲಾ ನಾನ್ಯಾವತ್ತೂ ಕೇಳಿಲ್ಲ. ಕೇಳುವುದೂ ಇಲ್ಲ. ಆದರೆ ಎಂದೋ ಮಧ್ಯರಾತ್ರಿ ಮಳೆಯಲ್ಲಿ ಬಿಟ್ಟುಹೋದ ಅಪ್ಪನ ಮೇಲಿನ ಸೇಡು ತೀರಿಸಿಕೊಳ್ಳಲೆಂಬಂತೇ ನನ್ನ ಬೆಳೆಸಿದೆಯಾ? ನಿನ್ನನ್ನೊಮ್ಮೆ ಕೇಳಲೇಬೇಕು ನಾನು.

ಶಾಲೆಯಲ್ಲಿ ಪಾಲಕರ ಸಭೆಗೆ ಬಂದ ಪಾಲಕರೆಲ್ಲಾ ಅವರ ಮಕ್ಕಳ ಪರವಾಗಿ ನಿಂತು "ನಮ್ಮ ಮಗಂಗೆ ಹೊಡೆದ್ರಂತೆ... ಚಿಕ್ಕ ಮಕ್ಕಳು ಅವು, ಅವಕ್ಕೇನು ಗೊತ್ತಾಗ್ತದೆ? ನೀವು ತಿಳಿಸಿ ಬುದ್ದಿ ಹೇಳಿ ತಿದ್ದಬೇಕು. ಹೊಡೆದ್ರೆ ಏನು ಗೊತ್ತಾಗ್ತದೆ?" ಅಂತೆಲ್ಲಾ ಮಾತಾಡುತ್ತಿದ್ದರೆ ನೀನು ಮಾತ್ರ "ಮಾಸ್ತರ್ರೇ... ಸರೀ ಹೊಡೀರಿ... ಏನೂ ಆಗೂದಿಲ್ಲ. ಒಳ್ಳೆ ಬುದ್ದಿ ಕಲಿಬೇಕು ಬುದ್ದಿ ಅಷ್ಟೇ" ಎಂದು ಬಂದೆ. ಮುಂದಿನ ಕ್ಲಾಸಲ್ಲಿ ನಾಯಕ್ ಸರ್ ನನ್ನೇ ಎದ್ದು ನಿಲ್ಲಿಸಿ, ಬೇಕಂತಲೇ ಬೋರ್ಡ ಮೇಲೆ ಕಷ್ಟದ ಇಂಗ್ಲಿಷು ಶಬ್ದ ಬರೆಸಿ ತಪ್ಪಾದಾಗ ಸೀಸಂ ಕೋಲಿಂದ ರಪರಪ ಹೊಡೆಯುತ್ತಿದ್ದಾಗ ಕಣ್ಣೆದುರೇ ಕೈ ನೀಲಿಗಟ್ಟುತ್ತಿದ್ದರೂ ನನಗ್ಯಾಕೆ ಅಳು ಬರಲಿಲ್ಲ? ಅರರೇ...! ನನ್ನ ಕೈಗಳಲ್ಲಿ ಎಷ್ಟು ಕಡಿಮೆ ಗೆರೆಗಳಿವೆ ನೋಡು, ಸೀಸಂ ಕೋಲಿಂದ ಹೊಡೆತ ತಿಂದಾಗಲೇ ಅದು ಸವೆದು ಹೋಯ್ತಾ?

ಪ್ರಶಾಂತ ಕಾರಿಡಾರಿನ ಗಾಜು ಗೋಡೆಯ ಬದಿ ನಿಂತು ಎದುರು ಕಟ್ಟಡದತ್ತ ದೃಷ್ಟಿ ಹರಿಸಿದ. ನೀಲಿ ಬೆಳಕ ತೊಟ್ಟಿಲಲ್ಲಿ ಇನ್ನೂ ಪೂರ್ತಿ ಬೆಳವಣಿಗೆಯಾಗದ ಶಿಶುಗಳನ್ನು ಮಲಗಿಸಿದ್ದರು. ಮುಖಕ್ಕೆಲ್ಲಾ ಬಟ್ಟೆ ಧರಿಸಿದ ಸಿಸ್ಟರ್‌ಗಳು ಅತ್ತಿತ್ತ ಓಡಾಡುತ್ತಾ ಶಿಶುಗಳನ್ನು ನೋಡಿಕೊಳ್ಳುತ್ತಿದ್ದರು. ಈ ಸಿಸ್ಟರ್‌ಗಳು ಒಮ್ಮೆಲೇ ಲೋಕದ ಎಷ್ಟೆಲ್ಲಾ ಮಕ್ಕಳಿಗೆ ಹಂಗಾಮಿ ತಾಯಿಯಾಗ್ತಾರೆ... ಹೆಸರು, ಊರು, ಜಾತಿ, ಕೋಮು ಇನ್ನೂ ಅಂಟಿರದ ಶುದ್ಧ ಶುದ್ಧ ಶಿಶುಗಳಿಗೆ ತಾಯಿಯಾಗುವುದು ಎಷ್ಟು ಘನವಾದ ಗಳಿಗೆ ಅನ್ನಿಸಿತು ಪ್ರಶಾಂತನಿಗೆ. ಹಾಗೇ ಮುನ್ನಡೆದ...

ಇಲಾಸ್ಟಿಕ್ ಹರಿದ ನಿಕ್ಕರು, ತೂತು ಬಿದ್ದ ಬನಿಯನ್ ಧರಿಸಿಕೊಂಡು ಜಗತ್ತಿಗೆ ಕಾಣದ ಹಾಗೆ ಸಂಭಾಳಿಸೋದು ಸುಲಭ ಸಾಧ್ಯ ಅಮ್ಮಾ... ಆದರೆ

ಹರಿದ ಇಲೆಸ್ಟಿಕ್‌ನಿಂದ ಜಾರಿಹೋದ, ಬನಿಯನ್ನಿನ ಗೋಲ ಗೋಲ ತೂತಿನಿಂದ ಸೋರಿಹೋದ ಆತ್ಮಗೌರವವನ್ನು ಮರಳಿ ಪಡೆಯುವುದು ಹೇಗೆ? ನನಗೂ ಯಾರನ್ನಾದರೂ ಗಾಢವಾಗಿ ಹಚ್ಚಿಕೊಳ್ಳಬೇಕು, ಪೂರ್ತಿ ಪೂರ್ತಿ ನಂಬಿ ಅವಲಂಬಿತನಾಗಿ ಹಗುರಾಗಬೇಕು, ಯಾರಿಂದಾದರೂ ಉಸಿರಿನಷ್ಟು ನಿಕಟವಾಗಿ ಪ್ರೀತಿಸಿಕೊಳ್ಳಬೇಕು. ಎಂದು ಎಷ್ಟೆಲ್ಲಾ ಅನ್ನಿಸುತ್ತದೆ. ಆದರೆ ಆಗುವುದಿಲ್ಲ.

ಆ ದಿನ... "ನೋಡು, ನೀ ಕಂಡಂಗೇ ಕಂಡಷ್ಟೇ ಯಾವ್ದೂ ಇಲ್ಲ. ನಾನೂ ಇಲ್ಲ ತಿಳ್ಕಾ... ನಿನ್ನ ಕಣ್ಣಿಗೆ ನಾನು ಈ ಕ್ಷಣ ಬಯಲ ಸಂತನಂತೆ ಕಾಣಬಹುದು. ವಾಸ್ತವ ಏನಪ್ಪಾ ಅಂದ್ರೆ ನಾನು ಕಾಡ ನಡುವಿನ ರಾಕ್ಷಸ. ಒಂಟಿಯಾಗಿ ಹತ್ತಿರ ಸುಳಿವವರನ್ನು ಜೀವಂತ ಹಿಡಿದು ರಕ್ತ ಕುಡಿಯಲು ಹಪಹಪಿಸುತ್ತಿರುವ ಕ್ರೂರ ರಾಕ್ಷಸ. ಬಲಿ ತಗೋತೀನಷ್ಟೆ. ಪ್ರೀತಿಸಲಾರೆ. ನಿಂಗೆ ಚಂದ ಬದುಕಿದೆ. ಬದುಕು ಹೋಗು..." ಅಂತ ಎಷ್ಟೆಲ್ಲಾ ಉಪದೇಶದ ಮಾತುಗಳನ್ನು ಮನಸಲ್ಲಿಟ್ಟುಕೊಂಡು ಆಡಲಾರದೇ "ಸ್ಸಾರಿ ಸುಜಾತಾ, ಇದು ಸಾಧ್ಯ ಇಲ್ಲ. ಮತ್ತಿದರ ಬಗ್ಗೆ ಮಾತು ಬೇಡ" ಎಂದಷ್ಟೇ ಮುಖತಪ್ಪಿಸಿ ಹೇಳಿ ಬಡಬಡ ಅಲ್ಲಿಂದ ನಡೆದಾಗ ಸುಜಾತಾಳ ಮನಸಲ್ಲಿ ಎಂತಹ ಅಲೆಗಳು ಎದ್ದಿರಬಹುದು?

ಅಮ್ಮಾ... ನನ್ನ ಮುಂದೆ ಚಾಚಿದ ಅವಳ ಪುಟ್ಟಪುಟ್ಟ ಮುದ್ದು ಕೈಗಳಲ್ಲಿ ಎಷ್ಟೊಂದು ಗೆರೆಗಳಿದ್ದವು ಗೊತ್ತೇನಮ್ಮಾ? ಆ ಕ್ಷಣದಲ್ಲಿ ನನ್ನ ಹಸ್ತದಲ್ಲಿ ಸವೆದುಹೋದ ಅದೃಷ್ಟದ ರೇಖೆಗಳನ್ನೂ ಅವಳೇ ಹೊತ್ತು ತಂದಿದ್ದಾಳೇನೋ ಅನ್ನಿಸಿಬಿಟ್ಟಿತ್ತು. ಬಿಗಿಯಾಗಿ ಜಡೆಕಟ್ಟಿ ಎದೆಯ ಮೇಲೆ ಬಿಟ್ಟುಕೊಂಡಿದ್ದ ಅವಳ ಕೂದಲು, ಬಿಕ್ಕುವ ನನ್ನ ಮುಖವನ್ನು ಪೂರ್ತಿಯಾಗಿ ಮುಚ್ಚುವಷ್ಟು ದಪ್ಪಗೇ ಉದ್ದಗೇ ಇದ್ದವು. ಬೊಗಸೆಯಲ್ಲಿ ಬಾಚಿ ಹಿಡಿದು ಪ್ರತಿಬಿಂಬವನ್ನು ನೋಡುತ್ತಲೇ ಕೂಡಬೇಕೆನ್ನುವಷ್ಟು ದೊಡ್ಡ ಚಂದ ಕಣ್ಣುಗಳು ಅರೆಕ್ಷಣದಲ್ಲಿ ಛಿಲ್ಲನೇ ತುಂಬಿನಿಂತ ಕೊಳವಾಯ್ತಲ್ಲಾ... ನನ್ನ ಅಭಿಲಾಷೆಯನ್ನೂ ಮೀರಿನಿಂತು ನನ್ನನ್ನಾಡಿಸುವ ಆ ಕ್ರೌರ್ಯದ ಮೂಲ ಯಾವುದು? ಅದೊಂದು ಕ್ಷಣ ನನ್ನ ಮನಸ್ಸು ವಿಕಲಗೊಳ್ಳದಿದ್ದರೆ ಎಲ್ಲ ಎಲ್ಲ ಬದಲಾಗಿಬಿಡ್ತಿತ್ತಮ್ಮ... ಎಲ್ಲಾ ಬದಲಾಗ್ತಿತ್ತು. ಯಾಕಮ್ಮಾ ಯಾರೂ ಮುಟ್ಟದ ಯಾರಿಗೂ ತಟ್ಟದ, ಯಾರೊಟ್ಟಿಗೂ ಹಂಚಿಕೊಳ್ಳಲಾರದ ನಿರ್ವಾತದ ದ್ವಂದ್ವಗಳನ್ನು, ಸಂಘರ್ಷಗಳನ್ನು ನನಗೆ ಕೊಟ್ಟೆ?

ಹಾಗೇ ಮುಂದೆ ಮುಂದೆ ನಡೆಯುತ್ತಿದ್ದ ಪ್ರಶಾಂತನಿಗೆ ಕಾರಿಡಾರಿನ ದೂರದ ತುದಿಯಲ್ಲಿ ಏನೋ ಫಲಕ ಕಾಣಿಸಿತು. ಅದರ ಎಡ ಅರ್ಧಭಾಗ ಕಂಬವೊಂದಕ್ಕೆ ಮರೆಯಾಗಿತ್ತು. ನಡೆಯುತ್ತಲೇ ಪ್ರಶಾಂತ ಹಸಿರುಬಣ್ಣದ ಆ ಫಲಕವನ್ನು ಓದಿದ "THEATRE". ಅರೇ! ಆಸ್ಪತ್ರೆಯಲ್ಲಿ ಸಿನಿಮಾ ಥಿಯೇಟರ್! ಆಶ್ಚರ್ಯವಾಗಿ ಜೋರು ಜೋರು ಅತ್ತ ನಡೆದ. ಅಲ್ಲಿ ಹೊರ ಕುರ್ಚಿಗಳಲ್ಲಿ ಒಂದಿಷ್ಟು ಜನ ಕೂತಿದ್ದರು. ಟಿಕೇಟ್‌ಗಾಗಿ ಕಾಯುತ್ತಿರಬಹುದು ಅಂದುಕೊಂಡು ತನ್ನ ನಡಿಗೆಯನ್ನು ಇನ್ನಷ್ಟು ವೇಗಗೊಳಿಸಿದ. ಅವನು ನಡೆಯುತ್ತ ಹೋದಹಾಗೆ ಆ ಫಲಕವನ್ನು ಮರೆಮಾಚಿದ ಕಂಬ ಸರಿಯುತ್ತಾ ಫಲಕದ ಎಡಭಾಗದ ಅಕ್ಷರ ಒಂದೊಂದೇ

ಕಾಣುತ್ತಾ ಹೋಯಿತು. '...ON' '...TION...' 'OPERATION THEATRE'... ಪ್ರಶಾಂತ ಶಾಕ್ ಹೊಡೆದವನಂತೆ ಗಕ್ಕನೇ ನಿಂತ. ಆಗಲೇ ಅವನು ಆ ಕೊಠಡಿಯ ಎದುರಿಗೇ ತಲುಪಿದ್ದ. ಇದು ಆಪರೇಷನ್ ಥಿಯೇಟರ್... ಮೈ ಬೆವರಿ ಚೈತನ್ಯವೆಲ್ಲಾ ಸೋರಿಹೋದಂತಾಗಿ ಅಲ್ಲೇ ಕುರ್ಚಿಯಲ್ಲಿ ಕುಸಿದು ಕೂತ. ಪಕ್ಕದ ಕುರ್ಚಿಯಲ್ಲಿ ಕೂತಿದ್ದ ಹೆಂಗಸು ಬಾಯಲ್ಲಿ ಸೆರಗಿಟ್ಟುಕೊಂಡು ಸಣ್ಣಗೇ ಬಿಕ್ಕುತ್ತಿದ್ದಳು. ಅವಳ ತೊಡೆ ಹಿಡಿದು ನಿಂತ ಪುಟ್ಟ ಪೋರ ಅವಳ ಮುಖವನ್ನೇ ದಿಗಿಲಿಂದ ದಿಟ್ಟಿಸುತ್ತಿದ್ದ.

ಈ ಇವರೇ ಆ ತುದಿಯಿಂದ ನನಗೆ ಸಿನಿಮಾ ನೋಡಲು ಟಿಕೇಟ್‌ಗಾಗಿ ಕಾದು ಕೂತವರಂತೇ ಕಂಡರಲ್ಲವೇ? ಆಸ್ಪತ್ರೆಯಲ್ಲಿರುವುದು ಆಪರೇಷನ್ ಥಿಯೇಟರ್ ಎಂದು ಕೂಡ ಹೊಳೆಯದೇ, ಅರ್ಧ ಫಲಕವನ್ನಷ್ಟೇ ನೋಡಿ, ನಂಬಿ, ಉಳಿದರ್ಧವನ್ನು ಎಷ್ಟು ಸ್ಪಷ್ಟವಾಗಿ ನನ್ನಿಷ್ಟದಂತೇ ಕಲ್ಪಿಸಿಕೊಂಡುಬಿಟ್ಟೆನಲ್ಲಾ... ನನಗೆ ನಿಲುಕದ, 'ಥಿಯೇಟರ್' ಶಬ್ದದ ಉಳಿದರ್ಧಕ್ಕೆ ಎಷ್ಟು ಸುಲಭವಾಗಿ 'ಸಿನಿಮಾ' ಎಂಬ ಶಬ್ದ ಸೇರಿಸಿ ಅದನ್ನೇ ನಂಬಿಬಿಟ್ಟೆನಲ್ಲಾ... ಹೀಗೆ ನಾವು ಕಂಡಿದ್ದೆಲ್ಲದಕ್ಕೂ ಕಾಣದ ಇನ್ನರ್ಧ ಇರಬಹುದೇ? ಅದನ್ನು ನಾವು ನಮ್ಮಿಷ್ಟದಂತೇ ಕಲ್ಪಿಸಿಕೊಂಡು ನಂಬುತ್ತಾ ಸಾಗುತ್ತೇವಲ್ಲಾ.

ಪ್ರಶಾಂತನಿಗೀಗ ಮಧ್ಯರಾತ್ರಿ ಮನೆ ಬಿಟ್ಟುಹೋದ ಅಪ್ಪ, ಕುಂಕುಮ ಅಳಿಸಿದಾಗ ಬಾಯ್ತೆಗೆದು ಅತ್ತ ಅಮ್ಮ ಎಲ್ಲದಕ್ಕೂ ತಾನು ಕಾಣದ ಆದರೆ ಇರುವ ಇನ್ನೊಂದು ಭಾಗವಿದೆ ಎಂದು ಬಲವಾಗಿ ಅನ್ನಿಸತೊಡಗಿತು. ಸುಜಾತಾಳನ್ನು ನಿರಾಕರಿಸಿದ್ದು, "ಅಮ್ಮಾ ನಿನ್ನ ಪ್ರೀತಿಸಕ್ಕಾಗ್ತಿಲ್ಲ" ಎಂದು ಹಳಹಳಿಸಿದ್ದು ಇವೆಲ್ಲಾ ತಾನು ಥಿಯೇಟರ್ ಶಬ್ದದ ಹಿಂದೆ ಸೇರಿಸಿದ 'ಸಿನೆಮಾ' ಪದದಷ್ಟೇ ಅಸಂಗತವಾಗಿ ಕಾಣತೊಡಗಿತು. ಧಡಕ್‌ನೆ ಎದ್ದು ಅಮ್ಮನಿರುವ ವಾರ್ಡಿನತ್ತ ನಡೆಯತೊಡಗಿದ.

'ಬೇಕಾದಾಗ ಮುಂದೆ ಬಂದು ಪೂರ್ತಿ ಓದಿಕೋ' ಎಂಬಂತೇ ನಿರ್ಲಿಪ್ತವಾಗಿ ನಿಂತಿದ್ದ ಈ ಫಲಕದಂತೇ ಬದುಕಿದ್ದ ಅಮ್ಮನ ಬಗ್ಗೆ ದಿವ್ಯತೆಯಂಥದ್ದೇನೋ ಹುಟ್ಟಿ ಎದೆಯುಕ್ಕಿ ಬಂತು. ಅಮ್ಮ ಎಂದೂ ಏನನ್ನೂ ಹೇಳಲಿಲ್ಲ, ಯಾರನ್ನೂ ದೂರಲಿಲ್ಲ. ಎಲ್ಲವನ್ನು ಧರಿಸಿಯೂ ಚೆಲ್ಲದಂತೇ ಹಿಡಿದಿಟ್ಟುಕೊಂಡಿದ್ದಳು. ನಾನು ಮಾತ್ರ ನನ್ನೆಲ್ಲ ದೌರ್ಬಲ್ಯಗಳಿಗೆ ವೈಫಲ್ಯಗಳಿಗೆ ಅಮ್ಮನನ್ನೇ ಹೊಣೆಯಾಗಿಸುತ್ತಾ ಬಂದೆ. ಯಾವುದನ್ನೂ ಧರಿಸಿಕೊಳ್ಳಲಿಲ್ಲ. ಇರುವುದಕ್ಕಿಂತ ಹೆಚ್ಚಿನದನ್ನು ಕಕ್ಕಿಕೊಳ್ಳುತ್ತಾ ಬಂದೆ...

ಪ್ರಶಾಂತನಿಗೆ ಈ ಕ್ಷಣವೇ ಅಮ್ಮನ ಮುಖ ನೋಡಬೇಕೆನಿಸಿ ಎರಡೆರಡು ಮೆಟ್ಟಿಲುಗಳನ್ನು ಒಮ್ಮೆಲೆ ಇಳಿಯುತ್ತಾ ಅಮ್ಮನಿರುವ ವಾರ್ಡಿಗೆ ಬಂದ. ಶಿಫ್ಟ್ ಬದಲಾವಣೆಯ ಸಮಯವಾದ್ದರಿಂದ ಯಾವ ನರ್ಸಗಳೂ ಇರಲಿಲ್ಲ. ಅಮ್ಮನ ಬೆಡ್ ಬಳಿಗೆ ಹೋದಾಗ ಅಲ್ಲಿ ಅಮ್ಮ ಕಾಣಿಸಲಿಲ್ಲ. ಬಾತ್‌ರೂಮಿಗೆ ಹೋಗಿರಬಹುದೆಂದುಕೊಂಡು ಅಲ್ಲೇ ನಿಂತ. ಯಾಕೋ ಕೆಳಗೆ ನೋಡಿದಾಗ ಪೇಶಂಟ್ ಯೂನಿಫಾರ್ಮ ಆದ ಬಿಳಿ ಪಾಯಿಜಾಮ ಮತ್ತು ಅಂಗಿ ಮುದ್ದೆಯಾಗಿ ಬಿದ್ದಿರುವುದು ಕಾಣಿಸಿತು. "ಅರೆ, ಇದು ಅಮ್ಮಂದು" ಪ್ರಶಾಂತನಿಗೆ ಫಟ್‌ನೆ ಏನೋ ಹೊಳೆದಂತಾಗಿ ಪಕ್ಕದ ಬೆಡ್ ನೋಡಿದ. ಪಕ್ಕದ ಬೆಡ್‌ನ ಪೇಶಂಟ್ ಇವನನ್ನು ನೋಡಿಯೇ ಅರ್ಥವಾದವಳಂತೆ "ಆವಾಗೇ ಸೀರೆ ಉಟ್ಕೊಂಡು ಹೊರಗೆ ಹೋದ್ರಲ್ಲ...

ಡಿಸ್‌ಚಾರ್ಜ ಆಯ್ತು ಅಂತ ಹೇಳಿ ಹೋದ್ರು. ನರ್ಸಗಳೂ ಯಾರೂ ಇರಲಿಲ್ಲ..." ಅಂದಳು. ಪ್ರಶಾಂತನಿಗೆ ಬವಳಿ ಬಂದಂತಾಗಿ ಅಲ್ಲೇ ಕುಸಿದು ಕೂತ. ಚಕ್ರದ ಮಂಚ ಕೊಂಚ ಅಲ್ಲಾಡಿತು. "ಹಂಗೇ ಕೂತ್ಕೋಬೇಡ್ರೀ... ಹೋಗಿ ಹುಡುಕಿ, ಭಾಳ ದೂರ ಹೋಗಿರ್ಲಿಕ್ಕಿಲ್ಲ. ಪೇಶಂಟು ಅವ್ರು... ಸೆಕ್ಯೂರಿಟಿಗೆ ಕಂಪ್ಲೇಂಟ್ ಮಾಡಿ..." ಆಚೆ ಬೆಡ್‌ನ ಹೆಂಗಸು ಕಷ್ಟಪಟ್ಟು ಎದ್ದು ಕುಳಿತು ಹೇಳಿದಾಗ ಪ್ರಶಾಂತ ಒಮ್ಮೆಲೇ ಎಚ್ಚರಾದವನಂತೇ ಎದ್ದು ಹೊರಗೋಡಿದ. ಸೆಕ್ಯೂರಿಟಿ ಬಳಿ ವಿಚಾರಿಸಿದಾಗ "ನಮ್ಮನ್ನು ಮನೆಗೆ ಕಳಿಸೋ ಕೆಲಸಾ ಆಯ್ತಲ್ರೀ... ನಾನು ಎಲ್ಲಾ ಸೆಕ್ಯೂರಿಟಿಗಳಿಗೆ ಇನಫಾರ್ಮ ಮಾಡ್ತೇನೆ. ನೀವೂ ಹುಡುಕಿ..." ಎಂದ. ಪ್ರಶಾಂತ ಓಡುತ್ತಾ ಓಡುತ್ತಾ ಸುತ್ತಮುತ್ತಲೆಲ್ಲಾ ಹುಡುಕತೊಡಗಿದ. ಹೊರಗಡೆ ಹಾಲ್, ವೇಟಿಂಗ್ ರೂಮು, ಕ್ಯಾಂಟೀನ್, ಗಾರ್ಡನ್ ಎಲ್ಲ ಕಡೆ ಹುಡುಕಿದರೂ ಎಲ್ಲೂ ಕಾಣಲಿಲ್ಲ. "ಮೆಟ್ಟಿಲು ಹತ್ತಿ ಹೋಗಿರಬಹುದಾ?" ಯೋಚನೆ ಬಂದದ್ದೇ ದಡದಡನೇ ಮೆಟ್ಟಿಲುಗಳನ್ನೇರಿ ಮೇಲೆ ಹೋಗಿ ಒಂದು ಎರಡನೇ ಮಳಿಗೆಗಳನ್ನೆಲ್ಲಾ ಹುಡುಕಿದರೂ ಅಮ್ಮ ಕಾಣಲಿಲ್ಲ. ಸೋತು ಅಲ್ಲೇ ಮೆಟ್ಟಿಲುಗಳ ಮೇಲೆ ಕುಳಿತು ತುಟಿಕಚ್ಚಿದ.

ಬದುಕೇ... ಈ ತೆರೆದೇ ಇರುವ ಕಣ್ಣುಗಳನ್ನೊಮ್ಮೆ ಮಿಟುಕಿಸಲು, ಅದುಮಿ ಹಿಡಿದ ನೋವನ್ನೊಮ್ಮೆ ಬಿಕ್ಕಲು, ಕುಸಿದುಬಿದ್ದ ಆತ್ಮವನ್ನು ಹೆಕ್ಕಲು, ಸ್ವಂತ ಪಾದವೂರಿ ನಿಲ್ಲಲು ಒಂದಿಂಚು ಜಾಗ, ಎಲ್ಲಾ ಭಾರ ತೊರೆದು ಪೂರ್ತಿ ಪೂರ್ತಿ ಹಗುರಾಗಲು ಒಂದೇ ಒಂದು ಕ್ಷಣದ ವಿರಾಮ ಕೊಡು. ಎಲ್ಲಾ ಬದಲಾಗಲು ನನಗೊಂದು ಕ್ಷಣದ ವಿರಾಮ ಸಾಕು. ಅಮ್ಮಾ... ಒಮ್ಮೆ ನನ್ನ ಕಣ್ಣೆದುರು ಬಂದು ನಿಲ್ಲು...

ಕೆಳಗಿನಿಂದ ಓಡುತ್ತೋಡುತ್ತಲೇ ಮೆಟ್ಟಿಲು ಹತ್ತುತ್ತಾ ಬಂದ ವೃದ್ಧರೊಬ್ಬರು ಪ್ರಶಾಂತನನ್ನು ನೋಡಿ "ಕಮಾನ್ ಯಂಗ್‌ಮ್ಯಾನ್ ಇಷ್ಟಕ್ಕೇ ಸುಸ್ತಾಗಿ ಕೂತ್ಯಾ? ನಾ ನೋಡು ಈ ವಯಸ್ಸಲ್ಲಿ ಹೇಗೇ ಮೆಟ್ಟಿಲು ಹತ್ತುತ್ತೀನಿ. ಗೆಟ್‌ಅಪ್ ಗೆಟ್‌ಅಪ್..." ಎನ್ನುತ್ತಲೇ ಹತ್ತಿಹೋದರು. ಪ್ರಶಾಂತ ಚಕ್‌ನೇ ಎದ್ದು ಎರಡೆರಡು ಮೆಟ್ಟಿಲು ಹಾರಿ ಮೂರನೇ ಮಳಿಗೆ ಹತ್ತಿ ನೋಡಿದ. ಕಾರಿಡಾರಿನ ಆಚೆ ತುದಿಯಲ್ಲಿ ಗೋಡೆ ಹಿಡಿದುಕೊಂಡು ಮೆಲ್ಲಗೇ ನಡೆದು ಬರುತ್ತಿರುವ ಅಮ್ಮ ಕಂಡಳು. ಒಮ್ಮೆಲೇ ಮೈಮೇಲೆ ಭೂತ ಹೊಕ್ಕವನಂತೇ "ಅಮ್ಮಾ..." ಎಂದು ಕಿರುಚಿ ನಾಲ್ಕೇ ಹೆಜ್ಜೆಗೆ ಅವಳೆದುರು ನಿಂತ. ಚಕ್‌ನೇ ಎದುರಿಗೆ ಪ್ರತ್ಯಕ್ಷನಾಗಿ ಏದುಸಿರು ಬಿಡುತ್ತಾ ನಿಂತ ಪ್ರಶಾಂತನನ್ನು ನೋಡಿದ್ದೇ ಅಮ್ಮ ಗೋಡೆ ಬಿಟ್ಟು ಅವನ ಹೆಗಲು ಹಿಡಿದು "ಪ್ರಶಾಂತಾ ನೀ ನನ್ನ ಬಿಟ್ಟೇ ಹೋದೆ ಅಂದ್ಕಂಡು, ಅಲ್ಲಿಂದ ತಪ್ಸ್ಕೊಂಡು ಬಂದ್ಬಿಟ್ಟೆ. ಆದ್ರೆ... ಆದ್ರಿಲ್ಲಿ ಹೊರಗೆ ಹೋಗ್ಲಿಕ್ಕೆ ದಾರಿನೇ ಇಲ್ಲ... ತಪ್ಪಾಯ್ತು ಮಗಾ... ಬೈಬೇಡ..." ಅವಳ ಕಣ್ಣಿಂದ ನೀರು ಧಾರಾಕಾರವಾಗಿ ಸುರಿಯುತ್ತಿತ್ತು. ಪ್ರಶಾಂತ ಮೊಣಕಾಲ ಮೇಲೆ ಕುಸಿದು ಕೂತ. ಅಮ್ಮನ ಎರಡೂ ಕೈಗಳನ್ನು ಹಿಡಿದು ತನ್ನ ಮುಖಕ್ಕೆ ಮುಚ್ಚಿಕೊಂಡು ಬಿಕ್ಕುತ್ತಾ "ನಾ ನಿನ್ನ ಭರ್ತಿ ಪ್ರೀತಿಸ್ತೇನಮ್ಮಾ... ನಿನ್ನ ಬಿಟ್ಟು ಎಲ್ಲೂ ಹೋಗಲಾರದಷ್ಟು..." ಮಾತು ಮತ್ತೆ ಮುಂದುವರಿಸಲಾರದೇ ಬಿಕ್ಕಿಬಿಕ್ಕಿ ಅಳಲಾರಂಭಿಸಿದ. ಅಮ್ಮ ತನ್ನ ಕೈಗಳನ್ನು ಬಿಡಿಸಿಕೊಂಡು ಪಕ್ಕದ ಕುರ್ಚಿಯಲ್ಲಿ

ಕೂತಳು. ಅಲ್ಲಿಗೆ ಬಂದ ಸೆಕ್ಯೂರಿಟಿ "ಫಸ್ಟ ಫ್ಲೋರಿನಲ್ಲಿ ತಪ್ಪಿಸಿಕೊಂಡ ಪೇಶಂಟ್ ಇವರೇನಾ?" ಕೇಳಿದ. ಪ್ರಶಾಂತ ಥಟ್ಟನೇ ಮುಖ ಎತ್ತಿ "ಅಲ್ಲ, ಮತ್ತೆ ಸಿಕ್ಕಿದ ನನ್ನಮ್ಮ ಇವಳು..." ಎಂದ. ಸೆಕ್ಯೂರಿಟಿ ಅವನನ್ನೇ ವಿಚಿತ್ರವಾಗಿ ನೋಡುತ್ತಾ ವಾಕಿಟಾಕಿ ತೆಗೆದು "ಪೇಶಂಟ್ ಸಿಕ್ಕಿದಾರೆ. ವ್ಹೀಲ್‌ಚೇರ್ ಕಳಿಸಿ..." ಎಂದು ಅಮ್ಮನತ್ತ ತಿರುಗಿ "ಹಾಗೆಲ್ಲಾ ತಪ್ಪಿಸ್ಕೋಬೇಡಿ, ನಿಮ್ಮ ಇಂಥಾ ಕೆಲಸದಿಂದ ನಾವು ಮನೆಗೋಗೋ ಹಾಗಾಗ್ತದೆ. ನಮಗೂ ಸಂಸಾರ ಇದೆ" ಎಂದು ನಡೆದುಹೋದ. ಅಮ್ಮ ಏನೂ ಮಾತಾಡದೆ ಸುಮ್ಮನೇ ತಲೆ ತಗ್ಗಿಸಿದಳು.

ಉಗುರುಕಣ್ಣಾಗಿ ಕೆಟ್ಟುಹೋದ ಅವಳ ಕಾಲ ಹೆಬ್ಬೆರಳನ್ನೇ ನೋಡುತ್ತಾ ಕೂತಿದ್ದ ಪ್ರಶಾಂತ ತಲೆಯೆತ್ತಿ ಆಗಷ್ಟೇ ಹಾದುಹೋದ ಸಿಸ್ಟರ್‌ಗಳ ಗುಂಪಿನಲ್ಲಿ ಚಂದವಿದ್ದ ಒಬ್ಬಳನ್ನು ಆಯ್ದು ಅಮ್ಮನಿಗೆ ತೋರಿಸುತ್ತಾ "ಅಮ್ಮಾ ನಮ್ಮ ಕಾಲೇಜಿನಲ್ಲಿ ಒಬ್ಬಳು ಸುಜಾತಾ ಅಂತಿದಾಳೆ. ಥೇಟು ಹಿಂಗೇ ಇದ್ದಾಳೆ... ತುಂಬಾ ಹುಶಾರಿ..." ಎಂದೆಲ್ಲಾ ಸುಳ್ಳು ಸುಳ್ಳೇ ಕತೆ ಹೇಳುತ್ತಾ ಆಗಾಗ ಕದ್ದು ನೋಡಿ ತನ್ನ ಮಾತುಗಳಿಗೆ ಅವಳ ಮುಖದಲ್ಲಿ ಪ್ರತಿಕ್ರಿಯೆಯನ್ನು ಹುಡುಕುತ್ತಾ ವ್ಹೀಲ್‌ಚೇರ್ ಇನ್ನೂ ಸ್ವಲ್ಪ ತಡವಾಗೇ ಬರಲಿ ಎಂದು ಪ್ರಾರ್ಥಿಸತೊಡಗಿದ...

○

ಬಾಂದಳದ ಮಿಂಚು

ಗಂಪಣ್ಣನಿಗೆ ನಿಜವಾಗಲೂ ಇಂದು ತನ್ನ ಸುತ್ತಮುತ್ತಲು ಕಾಣುತ್ತಿರುವ ಎಲ್ಲವನ್ನೂ ಹೆಂಡತಿ ಕಮಲಿಯ ಮುಸುಡಿಯೆದುರಿಗೇ ಎತ್ತಿ ನೆಲಕ್ಕೆ ಕುಕ್ಕಿ, ಅದರ ಮೇಲೆ ನೆಲ ಹೊಂಡ ಬೀಳುವ ಹಾಗೆ ಧಿಕಿ ಧಿಕಿ ಕುಣಿದುಬಿಡಬೇಕು ಅನ್ನುವಷ್ಟು ಸಿಟ್ಟು ಬಂದಿತ್ತು. ಇನ್ನೂ ಸ್ವಲ್ಪ ಹೊತ್ತು ಮನೆಯಲ್ಲೇ ಇದ್ದರೆ ತಲೆಯಲ್ಲಿನ ಸಿಟ್ಟೆಲ್ಲಾ ಕೈಗೆ ಬಂದುಬಿಡುತ್ತದೆನ್ನಿಸಿತು. ಜಗುಲಿಯ ಗಿಳಿಗೂಟಕ್ಕೆ ನೇತುಬಿದ್ದಿದ್ದ ಹಸಿರು ಲುಂಗಿಯನ್ನು ಸೊಂಟಕ್ಕೆ ಯಡರಾ ಬಡರಾ ಸುತ್ತಿಕೊಂಡು, ಹೊರ ಅಂಗಳದಲ್ಲಿ ಒಣಗಿಸಲು ಹಾಕಿದ್ದ ಅಂಗಿಯನ್ನೇ ಮೈಗೆ ಸಿಕ್ಕಿಸಿಕೊಂಡು, ಎಲ್ಲಿಗೆ ಏನು ಒಂದೂ ಹೇಳದೇ ಬೈಕ್ ಹತ್ತಿ ರಸ್ತೆ ಹೊಂಡಗಳಲ್ಲೆಲ್ಲಾ ಬೇಕಂತಲೇ ಹಾರಿಸುತ್ತಾ ಡ್ಯಾನ್ಸು ಮಾಡುವವನಂತೆ ನೆಗೆನೆಗೆದು ಬೀಳುತ್ತಾ ಬೈಕ್ ಓಡಿಸಿದ.

ಗಂಪಣ್ಣನಿಗೆ ಹಾಗೆಲ್ಲಾ ಸಟಕ್ಕನೇ ಸಿಟ್ಟು ಬರುವುದಿಲ್ಲ. ಒಂದೊಮ್ಮೆ ಬಂದರೂ ಹಾಗೆಲ್ಲಾ ಪಟಕ್ಕನೇ ಸಿಡುಕದೇ ಮನಸಲ್ಲೇ ನುಂಗಿಕೊಂಡು ಸುಮ್ಮನಿರುವ ಶಾಂತಮೂರ್ತಿ ಆತ. ಅದಕ್ಕೇ ಕಮಲಿಗೆ ಅವನನ್ನು ನೋಡಿದರೆ ಸಾಕು, ಒಮ್ಮೆ ರೊಚ್ಚಿಗೇಳಿಸಬೇಕು ಅನ್ನಿಸುತ್ತದೇನೊ.

ಇಷ್ಟು ದಿನ ಅಡುಗೆ ಗ್ಯಾಸು, ಫ್ರೀಜ್, ಟಿ.ವಿ. ನಂತರ ಬೈಕ್ ಎಲ್ಲವನ್ನೂ ಹೀಗೆ ಕಿರಿಕಿರಿ ಮಾಡಿಯೇ ತರಿಸಿಕೊಂಡಾಗಿತ್ತು. ಅವಳು ಹೇಳಿದ್ದೆಲ್ಲವನ್ನೂ ಸಣ್ಣಪುಟ್ಟ ಸಾಲ ಸೋಲ ಮಾಡಿಯಾದರೂ ಬೊಬ್ಬೆ ಗಿಬ್ಬೆ ಹೊಡೆಯದೆ ಮೌನವಾಗಿ ತಂದಿಡುತ್ತಿದ್ದ ಗಂಪಣ್ಣನ ತಾಳ್ಮೆ ನೋಡಿ ಅವಳಿಗೆ ಇನ್ನೂ ಕಿರಿಕಿರಿಯಾಗಿರಬೇಕು. ಅಲ್ಲದೇ ತಾನು ತರಿಸಿಕೊಂಡ ಎಲ್ಲಾ ಸಾಮಗ್ರಿಗಳೂ ಆಗಲೇ ಊರಿನ ಬಹುತೇಕ ಎಲ್ಲರ ಮನೆಯಲ್ಲೂ ಇದ್ದವೇ ಆದದ್ದರಿಂದ ಅದು ವಿಶೇಷ ಅನ್ನಿಸದೇ ಇನ್ನೂ ಯಾರ ಮನೆಯಲ್ಲೂ ತಂದಿರದ ಏನನ್ನಾದರೂ ತಂದರೆ ತನ್ನ ಗೌರವ ಹೆಚ್ಚುತ್ತದೆಂಬ ಆಲೋಚನೆ ಇರಲಿಕ್ಕೂ ಸಾಕು. ಅಂತೂ ಇಂದು ಬೆಳಬೆಳಿಗ್ಗೆಯೇ "ಒಂದು ಕಾರಿನಂಥದ್ದೇನಾದರೂ ಇದ್ದಿದ್ದರೆ ಎಲ್ಲ ಕೆಲಸಕ್ಕೂ ಚೊಲೋ ಆಗ್ತಿತ್ತು" ಎಂದು ಆರಂಭಿಸಿದವಳು ಒಂದೇ ಸಮನೆ ಕೆಯ್-ಪೆಯ್ ಶುರುಮಾಡಿದ್ದಳು. ಹಾಗೆಂದು ಊರಲ್ಲಿ ಯಾರ ಮನೆಯಲ್ಲೂ ಕಾರು ಇರಲಿಲ್ಲ ಅಂತಲ್ಲ. ಆದರೆ ಕಾರು ಇರದೇ ಇರುವವರ ಸಂಖ್ಯೆಯೇ ಜಾಸ್ತಿಯಿತ್ತು. ಆದರೆ ಕಮಲಿ ಹೇಳಿದ ಎಲ್ಲವನ್ನೂ ಹಾಗೋ ಹೀಗೋ ತಂದಿಡುತ್ತಿದ್ದ ಗಂಪಣ್ಣನಿಗೆ ಅವನ ಎಲ್ಲ ಸಾಧ್ಯತೆಗಳ ಸಂಪೂರ್ಣ

ಹೊರಗಿನ ಈ ಕಾರಿನ ಕಿರಿಕಿರಿ ಬೆಳಬೆಳಿಗ್ಗೆಯೇ ಶುರುವಾದಾಗ ತಲೆ 'ಗಿರ್' ಎಂದಿತ್ತು. ಆದರೆ ತಾಳ್ಮೆಯಿಂದಲೇ "ಏ ಮಳ್ಳಿ... ಕಾರು ಗೀರು ಎಲ್ಲವ ನಮ್ಮಂಥವ್ಕೆ ಅಲ್ಲಾ... ಲಕ್ಷ ಲಕ್ಷ ಸುರಿಯಕಾಗ್ತು ಅದ್ಕೆ. ಯಾರ ಹತ್ರಾನೂ ಇಲ್ಲದ ಐಶ್ವರ್ಯ ನಮಗೆಂತಕ್ಕೆ?" ಎಂದದ್ದಲ್ಲದೇ "ಬಾರೆ ಕಮಲಿ ಕುಮಾರಿ ನಾವು ಹೋಗೋಣ ಜಂಬೂ ಸವಾರಿ... ನನ್ನ ಹೀರೋ ಹೊಂಡ ಬೈಕಿನಲ್ಲಿ" ಅಂತೆಲ್ಲ ಮಜಮಜವಾಗಿ ಹಾಡಿ ವಿಷಯ ಮರೆಸಲು ಯತ್ನಿಸಿದ್ದ. ಆದರೆ ಕಮಲಿ ಅದಕ್ಕೆಲ್ಲಾ ಜಗ್ಗದೇ "ಎಂತಾ ಯಾರತ್ರಾನೂ ಇಲ್ಲೆ? ನಮ್ಮೂರಲ್ಲೆ ನಾಲ್ಕು ಮನೇಲಿ ಇದ್ದು ತಿಳ್ಕಳಿ. ಏನ್ ಲಕ್ಷಾಂತರ ರುಪಾಯಿನೂ ಬೇಡ. ಮೂಲೆಮನೆ ಕೃಷ್ಣ ಹೆಗಡೆ ಹೇಳಿದ್ದ ನನಗೆ. ೮೦-೯೦ ಸಾವಿರ ರೂಪಾಯಿಗೆ ಹುಬ್ಬಳ್ಳಿಲಿ ಸೆಕೆಂಡ್-ಹ್ಯಾಂಡ್ ಕಾರು ಸಿಕ್ತಡ. ಎಲ್ಲಾದೂ ಎಲ್ಲವರ ಮನೇಲೂ ತಂದು ಸವೆದ ಮೇಲೆ ನಾವು ತರ ಹೇಳಿಲ್ಲೆ. ಮೂವತ್ತಾರು ಕತೆ ಎಲ್ಲಾ ನಂಗೊತ್ತಿಲ್ಲೆ. ನಮ್ಮನೆಗೆ ಕಾರು ತಕಬರ ಅಷ್ಟೆಯ" ಎಂದು ಇನ್ನಿಲ್ಲದಂತೆ ಹಟ ಮಾಡತೊಡಗಿದ್ದಳು. ಗಂಪಣ್ಣನಿಗೂ ಕೊಂಚ ತಾಳ್ಮೆ ತಪ್ಪಿದಂತಾಗಿ "ಹಾ... ಮೇಲಿನ ಮನೆ ಗೀತಕ್ಕ ತೈಂದು ಹೇಳಿ ಫ್ರೀಜ್, ಆಚೆಮನೆ ಯಶೋದಕ್ಕ ತೈಂದು ಹೇಳಿ ರೇಷ್ಮೆ ಸೀರೆ, ಆ ಗಿರಿ ಮಾಣಿ ತಂದ ಹೇಳಿ ಬೈಕು, ಈಗ ಕೃಷ್ಣ ಹೆಗಡೆ ಹೇಳಿದ ಹೇಳಿ ಕಾರು... ಬರೀ ಇದೇ ಆತು ನಿಂದು. ಅಷ್ಟೆಲ್ಲಾ ಉಪಾಯ ಕೊಡವ ಅವ್ನತ್ರೇ ತಕಬರಕೇಳು ಕಾರ? ಎಲ್ಲಾ ಕಂಡವರ ಬದುಕು ನೋಡುದ್ರಲ್ಲೇ ಮುಗತ್ತು. ಇಲ್ಲಿ ಗಂಡ ಸತ್ನಾ ಬದ್ಕಿದ್ನಾ ನೋಡಡಾ ನೀನು..." ಎಂದು ಧ್ವನಿ ಎತ್ತರಿಸಿದ. ಆದರೆ ಅದಕ್ಕೆಲ್ಲಾ ಕ್ಯಾರೇ ಮಾಡದ ಕಮಲಿ ಅವನಿಗಿಂತ ಎತ್ತರದ ದನಿಯಲ್ಲಿ "ಕೃಷ್ಣ ಹೆಗಡೆ ಎಂತಕ್ಕೆ ತಂದು ಕೊಡ್ತ? ಅವನ ಹೆಂಡ್ತಿ ಮಕ್ಕಳಿಗಾದ್ರೆ ಅವ ತಕಂಡು ಕೊಡ್ತ ಅಷ್ಟೇಯಾ... ಅದೆಂತದೋ ಎಮ್.ಎ ಮಾಡ್ಕಂಡೂ ಪೇಟೆಲಿ ಒಂದು ನೌಕರಿ ಹಿಡಿಲಾಯ್ದೆ ನಿಮ್ಮ ಕೈಲಿ... ಮಾತ್ರ ಇಂಗ್ಲಿಷ್ ಗಿಂಗ್ಲಿಷ್ ಕಲ್ಕಂಡಿದ್ರೆ ನನ್ನ ಅಣ್ಣಂದಿರ ಹಾಂಗೆ ಬೆಂಗಳೂರಲ್ಲಿ ನೌಕರಿ ಮಾಡ್ಕಂಡು ಆರಾಮ್ ಇಪ್ಲಾಗ್ತಿತ್ತು. ಕನ್ನಡ ಕನ್ನಡ ಹೇಳಿ ಕುಣ್ಕಂಡು ಕುನ್ನಿನೂ ಕೇಳದಂಗೆ ಮಾಡ್ಕಂಡಿದ್ದಿ. ಮದುವೆ ಆಗಿ 10 ವರ್ಷ ಇದೇ ತೋಟ ಮನೆ ಹೇಳಿ ಮಣ್ಣು ಹೊತ್ತದ್ದೇ ಆತು. ನಾ ಒಬ್ಬವ 24 ತಾಸೂ ಪುಕ್ಕಟೆ ದುಡಿಯೂ ಆಳು ಸಿಕ್ಕಿದ್ದೆ. ಅದ್ಕೆ ಅಷ್ಟು ಸಸಾರ ನಾನು ಅಂದ್ರೆ. ಗಂಡ ಸತ್ನಾ ಇದ್ನಾ ನೋಡವಿಲ್ಯಡ. ಮನೆ-ಹೆಂಡ್ತಿ ಸರಿಮಾಡಿ ನೊಡ್ಕಳ್ಳದ ಮೇಲೆ ಇದ್ರೆಷ್ಟು ಸತ್ರೆಷ್ಟು...?" ಹೀಗೆ ಬಾಣದಂತಹ ಮಾತುಗಳ ಮಳೆಯನ್ನು ಸರಕ್ ಸರಕ್ಕನೇ ಎಸೆಯುತ್ತಲೇ, ಅದನ್ನು ಜೀರ್ಣಿಸಿಕೊಳ್ಳಲು ಹೆಣಗಾಡುತ್ತಿದ್ದ ಗಂಪಣ್ಣನ ಕೈಯಲ್ಲಿನ ಅರ್ಧ ಕುಡಿದ ಚಾ ತಟ್ಟೆಯನ್ನು ಹಾಗೆಯೇ ಕಸಿದುಕೊಂಡು ದುಡುದುಡುನೇ ಒಳನಡೆದಳು. ಆಗಲೇ ಗಂಪಣ್ಣನಿಗೆ ನೆಲ ಹೊಂಡವಾಗುವಂತೆ ಧಿಕಿ ಧಿಕಿನೇ ಕುಣಿದುಬಿಡಬೇಕು ಅನ್ನಿಸಿದ್ದು. ಅದೇ ಸಿಟ್ಟಿನಲ್ಲಿ ಬೈಕ್ ಹತ್ತಿ ಡ್ಯಾನ್ಸ್ ಮಾಡುವವನಂತೆ ನೆಗೆನೆಗೆದು ಬೀಳುತ್ತಾ ಗುಳ್ಳಾಪುರದ ಕಡೆಗೆ ಬಂದದ್ದು ಎಲ್ಲ...

ಪೂರ್ತಿ ಗುಳ್ಳಾಪುರಕ್ಕೆ ಬಂದು ತಲುಪಿ, ಬೈಕ್ ನಿಲ್ಲಿಸಿ, ಹೆದ್ದಾರಿಯ ಡಾಂಬರಿಗೆ ಕಾಲು ಕೊಟ್ಟಾಗಲೇ ಸದ್ಯ ನಿಭಾಯಿಸಬೇಕಾಗಿದ್ದ 3 ಸತ್ಯಗಳು ಗಂಪಣ್ಣನಿಗೆ ಒಟ್ಟೊಟ್ಟಿಗೇ

ಝಗ್ಗನೆ ಹೊಳೆಯಿತು. ಅದೆಂದರೆ ಮೊದಲನೇಯದಾಗಿ ಸಿಟ್ಟಿನಲ್ಲಿ ಬರುವಾಗ ಕಾಲಿಗೆ ಚಪ್ಪಲಿ ಹಾಕಿಕೊಂಡು ಬರುವುದನ್ನೂ ಮರೆತಿದ್ದರಿಂದ ದೋಸೆ ಬಂಡಿಯಂತೆ ಕಾದ ಡಾಂಬರು ರಸ್ತೆಯ ಮೇಲೆ ಬರಿಗಾಲಲ್ಲೆ ನಡೆಯಬೇಕಾಗಿದ್ದು. ಎರಡನೆಯದಾಗಿ ತೊಳೆದು ಒಣಗಿಸಲು ಹರವಿದ್ದ ಅಂಗಿಯನ್ನು ಹಾಗೇ ಸಿಕ್ಕಿಸಿಕೊಂಡು ಬಂದಿದ್ದರಿಂದ ಜೋಬಿನಲ್ಲಿ ನಯಾ ಪೈಸೆಯೂ ಇಲ್ಲ ಎಂಬುದು ಮತ್ತು ಮೂರನೇಯದಾಗಿ ಗುಳ್ಳಾಪುರದಲ್ಲಿ ತನಗೆ ಮಾಡಲು ಏನೂ ಕೆಲಸ ಇಲ್ಲ ಎಂಬುದು. ಈ ಮೂರೂ ವಾಸ್ತವ ಸತ್ಯಗಳನ್ನು ಸವಾಲಾಗಿ ಸ್ವೀಕರಿಸಿದ ಗಂಪಣ್ಣ, ರಸ್ತೆ ಬದಿಯ ಹುಲ್ಲು ಹಾಸಿನಲ್ಲೇ ನಡೆದು ಮಾದು ಶೆಟ್ಟಿಯ ಅಂಗಡಿಗೆ ಹೋಗಿ ಸುಳ್ಳು ಸುಳ್ಳೆ ಸಾಬೂನು ತರಕಾರಿಗಳಂಥದ್ದೇನೋ ಕೊಂಡುಕೊಂಡ ಶಾಸ್ತ್ರ ಮಾಡಿ "ಮಾದು ಪಟ್ಟೀಲಿ ಹಚ್ಚಿಡು" ಎಂದು ಉದ್ರಿ ಬರೆಸಿ ತಿರುಗಿ ಬಂದ. ಆದರೆ ಗಂಪಣ್ಣನಿಗೆ ಇನ್ನೂ ಗೊತ್ತಿರದ ನಾಲ್ಕನೆಯ ಸತ್ಯ ಹೊಳೆಯಿಸಲು ಸೈಕಲ್ ರಿಪೇರಿ ಅಂಗಡಿ ಶೇಖರನೇ ಬೇಕಾಯ್ತು. ಒಂದು ಕವಳ ಹಾಕಿಕೊಂಡು ಹೋದರಾಯ್ತು ಎಂದುಕೊಂಡು ಶೇಖರನ ಅಂಗಡಿ ಹೊಕ್ಕಿದ್ದೇ ತಡ, ಶೇಖರ ಕೆಂಪು ಗಾರು ಹಲ್ಲು ಕಿಸಿದು ನಗುತ್ತಾ "ಎಂತದೋ ಗಂಪಣ್ಣಾ... ಇತ್ತಿತ್ಲಾಗೆ ತಿರುಗಾ ಮುರುಗಾ ಹಾಕೂದ್ರೆಲ್ಲೆ ಸುಖ ಸಿಕ್ತಿದ್ದಾ ಹೆಂಗೆ ನಿಂಗೆ?" ಎಂದು ಏನೋ ಭರ್ಜರಿ ಪಾಯಿಂಟು ಹೇಳಿದವನಂತೇ ಗಹಗಹಿಸಿ ನಗತೊಡಗಿದ. ಗಂಪಣ್ಣ ಗಲಿಬಿಲಿಯಾಗಿ ಹಿಂದೆ ಮುಂದೆ ನೋಡಿಕೊಂಡರೂ ಏನೂ ಗೊತ್ತಾಗಲಿಲ್ಲ. ಶೇಖರ ಹಾಗೇ ನಗುತ್ತಲೆ ತನ್ನ ಗ್ರೀಸ್ ತಾಗಿ ಕಪ್ಪಗೇ ದಪ್ಪಗೇ ಆಗಿದ್ದ ಬನಿಯನ್ನನ್ನು ಮುಟ್ಟಿ ಮುಟ್ಟಿ ಮತ್ತೆ ಗಂಪುವಿನತ್ತ ಕೈ ತೋರಿಸಿದ. ಆಗಲೇ ಗಂಪಣ್ಣನಿಗೆ ತಾನು ಬರುವ ಗಡಿಬಿಡಿಯಲ್ಲಿ ಅಂಗಿಯನ್ನು ತಿರುಗಾ ಮುರುಗಾ ಹಾಕಿಕೊಂಡಿದ್ದೇನೆಂದು ಹೊಳೆದದ್ದು... ಆದ ಅವಮಾನವನ್ನು ಹೊರತೋರಿಸಿಕೊಳ್ಳದೇ ತಾನೂ ಅವನೊಂದಿಗೆ ಪೆಚ್ಚು ಪೆಚ್ಚಾಗಿ ನಕ್ಕು, ಅದೂ ಇದೂ ಮಾತಾಡಿದಂತೆ ಮಾಡಿ ಮತ್ತೆ ಹೆಚ್ಚುಹೊತ್ತು ನಿಲ್ಲದೇ ಬೈಕ್ ಹತ್ತಿ ಮನೆಗೆ ಹೊರಟ.

ಮತ್ತೆ ಅರ್ಧ ದಾರಿ ಸಾಗುವಷ್ಟರಲ್ಲಿಯೇ ಬೈಕ್ ಬುಡುಕ್ ಬುಡುಕ್ ಎಂದು ಬಂದು ಆಗಿ ನಿಂತಾಗಲಂತೂ ಶಕ್ತಿ ಇದ್ದಿದ್ದರೆ ಈಗಲೇ ಈ ಬೈಕನ್ನು ಎತ್ತಿ ಗಿರಗಿರ ತಿರುಗಿಸಿ ಪಕ್ಕದ ಬೇಡ್ತಿ ಹೊಳೆಯಲ್ಲಿ ಕುಕ್ಕಿ ಬಿಡಬಹುದಾಗಿತ್ತು ಎನ್ನಿಸಿತ್ತು. ಅದೇ ಸಿಟ್ಟಿನಲ್ಲಿ ಬೈಕ್ ಇಳಿದು ತನಗೆ ಸಿಗುವ ಜಾಗದಲ್ಲೆಲ್ಲಾ ಕುಟ್ಟಿಕುಟ್ಟಿ ನೋಡತೊಡಗಿದ. ಮತ್ತೆ ಎದ್ದುನಿಂತು ಜಿದ್ದಿಗೆ ಬಿದ್ದವನಂತೇ ಕಿಕ್ಕು ಒದೆಯತೊಡಗಿದಾಗಲೇ ಎದುರಿಂದ ಹಾಲಕ್ಕಿ ಬೊಮ್ಮು ಗೌಡನ ಮಗ ಮುರ್ಕುಂಡಿ ಬರುತ್ತಿರುವುದು ಕಾಣಿಸಿತು. ಹತ್ತಿರಬಂದ ಮುರ್ಕುಂಡಿ "ಏನ್ ಗಾಡಿ ಹಾಳಾತೆ? ಶರೀ ಬಿಸಿಲಲ್ಲೆ ಕೈ ಕೊಡ್ತಿದು ಅಲ್ವೆ? ತಡಿರಿ ಮಾತ್ರ ನೋಡ್ತೆ..." ಎನ್ನುತ್ತಾ ಬೈಕ್ ಕೈಗೆ ತೆಗೆದುಕೊಂಡು ಎರಡು ಕಿಕ್ ಒದ್ದು, ನಂತರ ಬಗ್ಗಿ ನೋಡಿದವನೇ ನಗತೊಡಗಿದ. ಗಂಪಣ್ಣನಿಗೆ ಏನೂ ಗೊತ್ತಾಗದೇ "ಎಂತಾ ಆಯ್ತೋ ಮುರ್ಕುಂಡಿ..." ಎಂದಾಗ ಮುರ್ಕುಂಡಿ ಆಫ್ ಆಗಿದ್ದ ಪೆಟ್ರೋಲ್ ಆನ್ ಮಾಡಿದವನೇ ಒಂದೇ ಕಿಕ್‌ಗೇ ಬೈಕ್ ಚಾಲೂ ಮಾಡಿದ. ಎದುರಿಗೆ ನಿಂತಿದ್ದ ಗಂಪಣ್ಣನಿಗೆ ಪೆಚ್ಚಾಗಿ, ಚಾಲುವಾದ ಬೈಕಿನೊಂದಿಗೇ ಹತ್ತಿಕೊಂಡ

ಹೆಡ್ ಲೈಟ್ ತನ್ನನ್ನೇ ನೋಡಿ ಪಕಪಕನೇ ನಕ್ಕಂತೆ ಅನ್ನಿಸಿತು. ಪಟಪಟನೆ ಬೈಕ್ ಹತ್ತಿ ಲೈಟ್ ಆರಿಸಿ "ಇಷ್ಟೆಲ್ಲಾ ಎಲ್ಲಿ ಕಲ್ತಿದ್ದೋ ನೀನು...?" ಎಂದು ಮುರ್ಕುಂಡಿಗೆ ಕೇಳಿ, ಅದಕ್ಕೆ ಪ್ರತಿಯಾಗಿ ಅವನು ನೀಡಿದ ನಗುವನ್ನೂ ನೋಡದೆ ಮನೆ ಕಡೆ ಬೈಕ್ ನಡೆಸಿದ.

ಮನೆಗೆ ಬರುವಷ್ಟರಲ್ಲಿ ಪಕ್ಕದ ಮನೆ ಪುಟ್ಟ ಹುಡುಗ ಶ್ರೈವಂತ್ ಬಂದು ಕೂತು ಟಿ.ವಿ. ಹಚ್ಚಿಕೊಂಡು ಪಟಪಟನೇ ಚಾನಲ್ ಬದಲಾಯಿಸುತ್ತಿದ್ದ. ಅವನ ಆ ಮುದ್ದು ಮುಖವನ್ನು ಉಬ್ಬಿಸಿ ಬದಲಾದ ಚಾನಲ್ಲುಗಳಂತೆ ತನ್ನ ತುಟಿ ಕಣ್ಣು ಗದ್ದಗಳನ್ನು ವಕ್ರವಾಗಿಸಿಕೊಳ್ಳುತ್ತಾ, ಆಗಾಗ ತಲೆ ಕೆರೆದುಕೊಳ್ಳುತ್ತಾ, ಕುರ್ಚಿಯಲ್ಲಿ ಕೂತಲ್ಲೇ ಸಣ್ಣಗೇ ತೂಗುತ್ತಾ, ಏನನ್ನೋ ಗುಣಗುಣಿಸುವ ಅವನನ್ನು ನೋಡಿ ಗಂಪಣ್ಣನ ಕೋಪ ಗೊತ್ತಿಲ್ಲದೇ ಕರಗಿಹೋಗಿತ್ತು. ಅವನ ತಲೆಗೆ ಸಣ್ಣಗೇ ಮೊಟಕಿ ಒಳನಡೆದಾಗ ಅವನನ್ನು ಕಂಡು ಶ್ರೈವಂತ್ "ಗಂಪಪ್ಪಚ್ಚಿ ಬಂದ, ಗಂಪಚ್ಚಿ ಬಂದ" ಎನ್ನುತ್ತಾ ಹಿಂದೆಯೇ ಬಂದಾಗ ತರಕಾರಿ ಚೀಲವನ್ನು ಅಲ್ಲೇ ಇಟ್ಟ ಗಂಪಣ್ಣ ಶ್ರೈವಂತ್‌ನನ್ನು ಎತ್ತಿಕೊಂಡು "ಎಂತದೋ ಅಪೀ... ಟಿ.ವಿ.ಯಲ್ಲಿ ಎಂತಾ ನೋಡಿದ್ಯ...?" ಎನ್ನುತ್ತಾ ಮುದ್ದಿಸಿದ. ಮುತ್ತು ಕೊಟ್ಟ ಕೆನ್ನೆಯನ್ನು ಎಡಗೈಯಲ್ಲಿ ಒರೆಸಿಕೊಳ್ಳುತ್ತಾ "ಶೀ... ಟಿ.ವಿ.ಯಲ್ಲಿ ಎಂತದೂ ಚೊಲೋದು ಬತ್ತೇ ಇಲ್ಯ ಮಾರಾಯಾ... ಬರೀ ಎಡವಟ್ಟೆಚೇಯಾ ಹಾಕ್ತಿರ್ತ..." ಎಂದಾಗ ಗಂಪಣ್ಣ ದೊಡ್ಡಕ್ಕೆ ನಗುತ್ತಾ "ಹೌದನ... ನಾವು ಅವ್ಕೆ ಸರೀ ಜೋರು ಮಾಡ್ವ ಹಾ...?" ಎನ್ನುತ್ತಾ ಒಳಗೆ ಒಯ್ದು ಕಪಾಟಿನಲ್ಲಿಂದ ಒಂದು ಚಾಕಲೇಟ್ ತೆಗೆದುಕೊಟ್ಟು ಕೆಳಗೆ ಬಿಟ್ಟ. ಚಾಕಲೇಟ್ ಸಿಪ್ಪೆ ಸುಲಿದು ಬಾಯಿಗಿಟ್ಟುಕೊಂಡವನೇ "ಶೀ... ನಿಂಗೆ ಎಷ್ಟು ಹೇಳಿರೂ ತಿಳಿತೇ ಇಲ್ಲೆ ಮರಾಯಾ..., ಚಾಕೇಟ್ ತಿಂದ್ರೆ ಹಲ್ಲು ಕೆಟ್ ಹೊಗ್ತು ಹೇಳಿರೂ ಮತ್ ಚಾಕೆಟ್ ಕೊಡ್ತೆ" ಎಂದು ಕಿಸಿಕ್ಕೇ ನಕ್ಕು ಹೊರಗೋಡಿದ. "ಓಹೋಹೋ...ಸಾವ್ಕಾರ ಬಹಳ ಬುದುವಂತಾಯ್ದು... ಬಾಯಲ್ಲಿದ್ದದ್ ಉಗಿ ಹಂಗಾದ್ರೆ..." ಎನ್ನುತ್ತಾ ಓಡಿಹೋಗಿ ಅವನನ್ನು ಗಬಕ್ಕನೇ ಎತ್ತಿಕೊಂಡು ಕೈಯಲ್ಲೇ ತೂಗಿದಾಗ ಅಕ್ಕಳಿಸಕ್ಕಳಿಸಿ ನಕ್ಕ ಅವನ ನಗುವಲ್ಲಿ ಕರಗಿ ಹೋದ.

ಸ್ವಲ್ಪ ಹೊತ್ತಿನ ನಂತರ ತೊಡೆಯ ಮೇಲೆ ಕುಳಿತ ಶ್ರೈವಂತ್ ಏನಕ್ಕೋ ಪೀಠಿಕೆ ಹಾಕುವನಂತೇ "ಅಪ್ಪಚ್ಚಿ... ಅಪ್ಪಚ್ಚಿ...ಎಂತದು ಅಂದ್ರೆ..." ಎನ್ನುತ್ತಾ ರಾಗ ತೆಗೆದು ಗಂಪಣ್ಣನ ಕತ್ತಿನ ಸರದೊಟ್ಟಿಗೆ ಬೆರಳಾಟಕ್ಕೆ ತೊಡಗಿದಾಗ, ಗಂಪಣ್ಣ "ಎಂತದು ಹೇಳೋ ಮಾರಾಯಾ... ಎಂತಾ ಮದುವೆ ಕೂಸಿನಂಗೆ ರಾಗ ಎಳೀತೆ?" ಎಂದು ಮುದ್ದಿನಿಂದ ಗದರಿದ. "ಎಂತದೂ ಅಂದ್ರೆ ಎಲ್ಲಾದ್ರೂ ಹೋಗಕಾದ್ರೆ ಬೈಕ್ನಲ್ಲಿ ನೀನು ಮತ್ತೆ ಚಿಕ್ಕಿ ಎರಡೇ ಜನ ಹೋಪುಲಾಗ್ತು. ಅದ್ಕೆ ನೀನು ಒಂದು ಕಾರು ತಕಬಿಡು... ಆಗ ರಾಶಿ ಜನ ಹೋಪ್ಲಾಗ್ತು..." ಎಂದ. ಗಂಪಣ್ಣನಿಗೆ ಅವನ ಮಾತು ಕೇಳಿ ನಗುಬಂದರೂ ತಡೆದುಕೊಂಡು "ಅಬಾ ಮಕಡ್ಯಾ... ಈ ಉಪಾಯ ನಿನ್ನ ತಲೆ ತುಂಬಿದ್ದು ಯಾರನಾ ಅಲ್ದಾ...?" ಎಂದ. ಆಗ ಗಡಿಬಿಡಿಗೆ ಬಿದ್ದ ಶ್ರೈವಂತ್ "ಇಲ್ಲೆ ಇಲ್ಲೆ ಸತ್ಯ ದೇವರಾಣೆಗೂ ಯಾರೂ ಹೇಳಿದ್ವಿಲ್ಲೆ... ಖರೆಯಾಗ್ಲೂ, ಸತ್ಯದೇವರಾಣೆಯಾಗ್ಲೂ ಚಿಕ್ಕಿ ಎಂತದೂ ಹೇಳಿಕೊಟ್ಟಿಲ್ಲೆ..." ಎಂದು ಬಡಬಡಿಸತೊಡಗಿದ. ಗಂಪಣ್ಣ ದೊಡ್ಡಕ್ಕೆ ನಗುತ್ತಾ "ಕುಂಬಳಕಾಯಿ ಕಳ್ಳ ಸಿಕ್ಕಿಬಿದ್ದ" ಎಂದರೂ ತಾನು ತಪ್ಪಿದ್ದು ತಿಳಿಯದ ಶ್ರೈವಂತ್

ಮತ್ತಷ್ಟು ಗೊಂದಲಗೊಂಡು ಗಂಪಣ್ಣನ ಮುಖವನ್ನೇ ಮಿಕಿಮಿಕಿ ನೋಡತೊಡಗಿದ. ಆಗ ಗಂಪಣ್ಣ ಅಕ್ಕರೆಯಿಂದ ಅವನ ತಲೆಗೆ ತನ್ನ ತಲೆ ತಾಗಿಸಿ "ಚಿಕ್ಕಿ ಮತ್ತೂ ಏನೇನು ಹೇಳಿಕೊಟ್ಟಿಲ್ಲೆ ಮರಿ...?" ಎಂದಾಗ ಶ್ರೈವಂತ್‌ಗೆ ತನ್ನ ತಪ್ಪು ಹೊಳೆದು ಗಂಪಣ್ಣನ ಮುಖವನ್ನು ದೂಡಿ "ನೀ ಕಾರು ತಪ್ಪಲ್ಲಿವರೆಗೂ ಚಿಕ್ಕಿ ನಂಗೆ ಬೆಲ್ಲ ಮಜ್ಜಿಗೆ ಕೊಡ್ನಿಲ್ಲೆ ಹೇಳಿದ್ದು... ಇವತ್ತೂ ಕೊಟ್ಟಿದ್ಲೆ ಗೊತ್ತಿದ್ದಾ...?" ಎಂದು ಮುಖ ಉಬ್ಬಿಸಿದ. ಆಗ ಗಂಪಣ್ಣ "ಓಹೋ... ಹಿಂಗಿದ್ದಾ ಸಮಾಚಾರ... ಹಂಗಾದ್ರೆ ನಿನಗೆ ಬೇಕಾದ್ದು ಕಾರಲ್ಲ, ಬೆಲ್ಲ ಮಜ್ಜಿಗೆ! ಅದು ನಾ ಕೊಡ್ತ್ನಲ ಬಾ..." ಎಂದು ಅವನ ಮೂಗನ್ನು ಹಿಂಡಿ ಗಡಗಡ ಅಲ್ಲಾಡಿಸಿ ಒಳಗೆತ್ತಿಕೊಂಡು ಹೋದ. ಸ್ವಲ್ಪ ಕಡೆದ ಮಜ್ಜಿಗೆಗೆ ಬೆಲ್ಲ ಬೆರೆಸಿ ಅವನಿಗೆ ಕೊಟ್ಟವನೇ ಒಳಕೋಣೆಯಲ್ಲಿದ್ದ ಕಮಲಿಗೆ ಕೇಳಿಸುವಂತೇ "ಶ್ರೈವಂತಾ... ಈಗ ಹೇಳು ಕಾರು ತರವಾ ನಾನು...?" ಎಂದು ಕೇಳಿದವನೇ 'ಬೇಡ ಎನ್ನು' ಎಂಬಂತೇ ಸನ್ನೆ ಮಾಡಿದ. ಆಗಲೇ ಅರ್ಧ ತಟ್ಟೆ ಬೆಲ್ಲ ಮಜ್ಜಿಗೆಯಿಂದ ಗಂಪಣ್ಣನ ಪಾರ್ಟಿಗೆ ಪಕ್ಷಾಂತರ ಮಾಡಿದ್ದ ಶ್ರೈವಂತ್ "ಶೀ... ಬ್ಯಾಡದ ಅಪ್ಪಚ್ಚಿ... ಅದೆಲ್ಲಾ ಬರೀ ಖರ್ಚಿಂಗೇಯ..." ಎಂದು ಕಣ್ಣು ಸಣ್ಣಮಾಡಿ ಬಾಯಿ ಮೇಲೆ ಎಡಕೈ ಇರಿಸಿ ಕಿಸಿಕಿಸಿನೇ ನಗತೊಡಗಿದ. ಅದನ್ನು ಕೇಳಿ ಧಡಧಡನೇ ಹೊರಬಂದ ಕಮಲಿ "ಏಳು ಹಲ್ಕಟ್ ಪೋರಾ... ನಡಿ ಮನೇಗೆ... ಖರ್ಚಡ ಖರ್ಚು... ನಿನ್ನಪ್ಪನ ಗಂಟಿಂದ ಖರ್ಚಾಗ್ತಾ...?" ಎಂದು ಜಬರಿಸಿದಾಗ ತಕ್ಕನೇ ನಗು ನಿಲ್ಲಿಸಿದ ಶ್ರೈವಂತ್ ಸಹಾಯಕ್ಕೆಂಬಂತೆ ಗಂಪಣ್ಣನ ಕಡೆಗೆ ದೈನ್ಯ ದೃಷ್ಟಿ ಬೀರಿದ. ಗಂಪಣ್ಣನಿಗೂ ಅದನ್ನು ನೋಡಿ ಪಾಪ ಅನ್ನಿಸಿ ಕಮಲಿಯತ್ತ ತಿರುಗಿ "ಎಂತಕ್ಕೆ ಆ ಸಣ್ಣ ಪೋರನ ಮೇಲೆ ನಿನ್ನ ಸಿಟ್ ತೋರಿಸ್ತೆ?" ಎಂದ. ಆದರೆ ಕಮಲಿ ಅದು ತನಗೆ ಕೇಳಿಸಲೇ ಇಲ್ಲವೆಂಬಂತೇ ಮತ್ತಷ್ಟು ಜೋರಾಗಿ "ಹೇಳಿದ್ದು ಕೇಳಿಸಿದ್ಯನೋ ಹನುಮಂತಾ... ದೊಣ್ಣೆ ತಕಬರವಾ...? ಹೋಗು ಅಲ್ಲಿ ಅಪ್ಪ ಅಮ್ಮ ಕರೀತಿದ್ದ" ಎಂದು ಬೈದು 'ಎಲ್ಲಾ ಕಂಡವರ ಮಕ್ಕಳ ತಲೆಮೇಲೆ ಹೊತ್ಕಂಡು ತಿರ್ಸೂದೇ ಆತು' ಎಂದು ಗೊಣಗಿಕೊಂಡಳು. ಇನ್ನು ತನ್ನ ರಕ್ಷಣೆಗೆ ಗಂಪಣ್ಣನೂ ಬರಲಾರ ಎಂಬುದು ಗೊತ್ತಾಗಿ, ಅರ್ಧ ಕುಡಿದಿದ್ದ ಮಜ್ಜಿಗೆಯನ್ನು ಹಾಗೇ ಬಿಟ್ಟು ಎದ್ದ ಶ್ರೈವಂತ್ ಹೊರನಡೆಯುತ್ತಾ "ನಂಗೇ ಬೈಯ್ತೆ ಅಲ್ದಾ ನೀನು? ತಡಿ ಅಪ್ಪನ ಹತ್ರ ಹೇಳಿಕೊಡ್ತೆ... ಮತ್ತೆ ಯಾವತ್ತೂ ನಿಮ್ಮನೇಗೆ ಬತ್ನಿಲ್ಲೆ..." ಎನ್ನುತ್ತಾ ಬಾಗಿಲು ದಾಟಿ ಹೊರಹೋದವ ಮತ್ತೆ ತಿರುಗಿ ನಿಂತು ತುಟಿಯ ಮೇಲೆ ಬೆರಳಿಟ್ಟು "ಠೂ...ಠೂ... ಠೂ... ದೋಸ್ತಿ ಕಟಾಫ್!" ಎಂದ. ಕಮಲಿ "ಹೋಗ್ತ್ಯಾ ಅಥವಾ..." ಎಂದು ಒಂದು ಹೆಜ್ಜೆ ಮುಂದಿಟ್ಟಾಗ "ಆಆ..." ಎಂದು ರಾಗ ತೆಗೆಯುತ್ತಾ ಓಡಿಹೋದ. ಮತ್ತೆ ಕಮಲಿ ಅಲ್ಲಿ ನಿಲ್ಲದೇ ಒಳನಡೆದಳು. ಗಂಪಣ್ಣ ಎದುರಿಗಿದ್ದ ತಟ್ಟೆಯಲ್ಲಿ ಅರ್ಧ ಉಳಿದಿದ್ದ ಮಜ್ಜಿಗೆಯನ್ನು ಚೆಲ್ಲಲು ಮನಸ್ಸು ಬಾರದೇ ಎತ್ತಿ ತಾನೇ ಕುಡಿದ. ಶ್ರೈವಂತ್ ತಟ್ಟೆಗೆ ಹಲ್ಲು ತಾಗಿಸಿ ಕಟಕಟ ಸದ್ದು ಮಾಡುತ್ತಾ... ಬಾಯಲ್ಲಿ ಹಾಕಿಕೊಂಡು ನುಂಗದೇ 'ಗುಳ್...ಗುಳ್...' ಸದ್ದು ಮಾಡುತ್ತಾ ಆಟ ಮಾಡುತ್ತಾ ಕುಡಿದದ್ದು ನೆನಪಾಯ್ತು. ಮನಸ್ಸು ಭಾರವಾದಂತಾಗಿ ದೀರ್ಘ ನಿಟ್ಟುಸಿರೊಂದು ಹೊರಬಂತು. ಆದರೂ ಕಮಲಿಯ ಧರ್ತಿಯ ಬಗ್ಗೆ ಕೋಪ ಬರದೆ ಕನಿಕರ ಅನ್ನಿಸಿತು.

ಅಂದು ಮಧ್ಯಾಹ್ನದ ಊಟದವರೆಗೂ ಎಲ್ಲವೂ ಒಂದು ರೀತಿಯ ಧರಿಸಲೂ ಆಗದ ಮುರಿಯಲೂ ಆಗದ ಅಸಹನೀಯ ಮೌನದಲ್ಲೆ ಸಾಗಿದಾಗ ಬೇಸತ್ತ ಗಂಪು ಊಟವಾದ ಕೂಡಲೇ ಒಂದು ಅಡಿಕೆ ಹೋಳನ್ನು ಬಾಯಿಗೆ ಎಸೆದುಕೊಂಡು ಕತ್ತಿ ಹಿಡಿದು ತೋಟದ ಕಡೆಗೆ ನಡೆದ.

ಎಷ್ಟೇ ಬೇಸರವಿದ್ದರೂ ತೋಟಕ್ಕೆ ಹೋಗಿ ಕೆಲಸಕ್ಕೆ ತೊಡಗಿದನೆಂದರೆ ಗಂಪಣ್ಣ ಎಲ್ಲವನ್ನೂ ಮರೆತುಬಿಡುತ್ತಾನೆ. ಇಂದೂ ಹಾಗೆ, ಅಡಿಕೆ ತೋಟದಲ್ಲಿನ ಹುಲ್ಲು ಕೊಯ್ಯುವುದು, ಉದುರಿದ ಹಣ್ಣಡಿಕೆಯನ್ನು ಹೆಕ್ಕುವುದು, ಕಾಲುವೆ ತೋಡುವುದು, ಅದು ಇದು ಕೆಲಸ ಮಾಡುತ್ತಾ ಜಗತ್ತನ್ನೇ ಮರೆತಿದ್ದವನಿಗೆ ಕತ್ತಲಾಗಲಾರಂಭಿಸಿದಾಗಲೇ ಮನೆಗೆ ಹೋಗುವ ನೆನಪು ಬಂದದ್ದು. ಗಡಿಬಿಡಿಯಿಂದ ಹೆಕ್ಕಿದ್ದ ಹಣ್ಣಡಿಕೆಗಳನ್ನು ಒಂದು ಸೋಗೆ ಹಾಳೆಯಲ್ಲಿ ತುಂಬಿಕೊಂಡು ಮನೆಕಡೆಗೆ ನಡೆಯಲಾರಂಭಿಸಿದಾಗ ಸಣ್ಣಗೇ ತಲೆ ನೋಯುತ್ತಿರುವುದು ಗಮನಕ್ಕೆ ಬಂತು. ಅದರೊಟ್ಟಿಗೇ ದಿನವೂ 4 ಗಂಟೆಗೆ ಕುಡಿಯುತ್ತಿದ್ದ ಚಹಾವನ್ನು ಇಂದು ಕುಡಿದಿಲ್ಲ ಎಂಬುದೂ ನೆನಪಾಯ್ತು. ಯಾವತ್ತೂ ಅಷ್ಟೊತ್ತಿಗೆ ಚಹಾ ಮಾಡಿಕೊಂಡು ನನ್ನ ಕರೆಯುತ್ತಿದ್ದಳಲ್ಲ ಕಮಲಿ ಇಂದೇಕೆ ಕರೆದಿಲ್ಲ? ಬಹುಶಃ ಬೆಳಗಿನ ಸಿಟ್ಟೆ ಇನ್ನೂ ಮರೆತಿಲ್ಲ ಅನ್ಸತ್ತೆ. ಯಾಕೋ ಇತ್ತಿತ್ಲಾಗೆ ಅವಳ ಹಟ ಜಾಸ್ತಿಯಾಗುತ್ತಿದೆ ಅಂದುಕೊಳ್ಳುತ್ತಾ ಮನೆಕಡೆ ಹೆಜ್ಜೆ ಹಾಕಿದ.

ಮನೆ ಹೊಕ್ಕಾಗ ಜಗುಲಿಯಲ್ಲಿ, ಟಿವಿ ಮುಂದೆ ಕುಳಿತು ಮಡಿಲಲ್ಲಿ ಮಲ್ಲಿಗೆ ಮೊಗ್ಗುಗಳನ್ನು ಹರಡಿಕೊಂಡು ಬಾಳೆನಾರಿನಲ್ಲಿ ದಂಡೆ ಕಟ್ಟುತ್ತಿದ್ದ ಸಾವಿತ್ರಜ್ಜಿ ಕಂಡಳು. "ಅರೆ ಸಾವಿತ್ರಜ್ಜಿ... ಯಾವಾಗ ಬಂದೆ? ಆರಾಮಿದ್ಯಾ...?" ಎಂದು ಮಾತಾಡಿಸಿದ. ಸಾವಿತ್ರಜ್ಜಿಯೂ ಅಷ್ಟೇ ಪ್ರೀತಿಯಿಂದ "ಈಗೊಂದು ತಾಸು ಆತು ಬಂದು. ಎಂತಾ ಕಡಿದು ಗುಡ್ಡೆ ಹಾಕೂದಿತ್ತೋ ತೋಟದಲ್ಲಿ ಮಧ್ಯ ರಾತ್ರೆವರೆಗೂ ಕೆಲಸ ಮಾಡ್ಲೆ? ಮನೆ ಹೆಂಡ್ತಿ ಮಕ್ಕಳ ಬಗ್ಗನೂ..." ಎಂದವಳು ಥಟ್ಟನೇ ನಾಲಿಗೆ ಕಚ್ಚಿಕೊಂಡು ಸುಮ್ಮನಾಗಿ ತಪ್ಪು ಮಾಡಿದವಳಂತೇ ಗಂಪಣ್ಣನ ಮುಖ ನೋಡಿದಳು. ಗಂಪು ಅದನ್ನು ಗಮನಿಸದವನಂತೇ ಹಗುರ ನಗೆ ನಕ್ಕು "ಎಂತಾ ಮಾಡೂದೇ ಹೊಟ್ಟೆ ಪಾಡು" ಎಂದಷ್ಟೇ ಹೇಳಿ ಒಳನಡೆದ.

ಒಳಗೆಲ್ಲೂ ಕಮಲಿ ಕಾಣಿಸದೇ ಇದ್ದಾಗ ಸ್ವಲ್ಪ ಆತಂಕವಾದಂತಾಗಿ 'ಎಲ್ಲಾದ್ರೂ ಹೋದಳೊ ಹೆಂಗೆ' ಅಂದುಕೊಳ್ಳುತ್ತಾ ಕೈಕಾಲು ತೊಳೆದುಕೊಂಡು ನಮಸ್ಕರಿಸಲು ದೇವರಕೋಣೆಗೆ ಹೋದವನು ದಂಗಾಗಿ ಬಾಗಿಲಲ್ಲೇ ನಿಂತುಬಿಟ್ಟ. ದೇವರ ಕೋಣೆಯಲ್ಲಿ ಪೀಠದ ಮುಂದೆ ಹಚ್ಚಿದ್ದ ದೀಪದ ಬೆಳಕು ಮಂದವಾಗಿ ಹರಡಿಕೊಂಡಿತ್ತು. ಕೋಣೆ ತುಂಬಾ ಶ್ರವಂತ್ ಬಂದಾಗ ಆಡಿಕೊಂಡಿರುತ್ತಿದ್ದ ಒಡೆದ ಹೂವಿಡುವ ಚಿತ್ತಾರದ ಮಡಿಕೆ, ಮಧ್ಯ ಸೀಳುಬಿಟ್ಟ ಕನ್ನಡಿ, ಹಾಳಾದ ರೇಡಿಯೋದ ಗೋಲ ಆಯಸ್ಕಾಂತ, ಕೈಮುರಿದ ಗೊಂಬೆ, ಚಕ್ರವಿಲ್ಲದ ಬಸ್ಸು, ಕಣ್ಣು ಕಿತ್ತ ಹುಲಿ ಎಲ್ಲಾ ಚೆಲ್ಲಾಪಿಲ್ಲಿಯಾಗಿ ಬಿದ್ದುಕೊಂಡಿದ್ದವು. ಮೂಲೆಯಲ್ಲಿ ಕಮಲಿ ತನ್ನ ಉದ್ದ ಕೂದಲನ್ನು ಮುಖದ ಮುಂದೆ ಹರಡಿಕೊಂಡು ಮುಖವನ್ನು ಎರಡು ಮಂಡಿಗಳ ನಡುವೆ ಹುದುಗಿಸಿ ಕೈಯಲ್ಲಿ ಮಂಡಿಗಳನ್ನು ಅಪ್ಪಿ ಹಿಡಿದು ಕೂತಿದ್ದು ಕಾಣಿಸಿತು.

ಗಾಬರಿಯಾದ ಗಂಪಣ್ಣ 'ಎಂತಾ ಹುಚ್ ಗಿಚ್ ಹಿಡತ್ತಾ ಹೆಂಗೆ' ಅಂದುಕೊಳ್ಳುತ್ತಾ ಒಳಹೋಗಿ ಅವಳ ಪಕ್ಕ ಕೂತು ಬೆನ್ನು ತಡವುತ್ತಾ "ಇದೆಂತಾ ರೂಪವೇ ನಿಂದು? ಏನಾತು ಹೇಳಿ ಇಷ್ಟೆಲ್ಲಾ ದುಃಖ ಈಗ? ನಿಂಗೆ ಕಾರು ಬೇಕು ಅಲ್ದಾ? ಈ ಸಲ ಅಡಿಕೆ ಕೊಟ್ಟಾದ ಕೂಡ್ಲೆ ತಕಬತ್ತೆ ಆತಾ? ಅದ್ಕೆ ಇಷ್ಟ್ ಹಟ ಮಾಡುದನೆ?" ಎಂದೆಲ್ಲಾ ಸಮಾಧಾನ ಮಾಡತೊಡಗಿದ. ಕಮಲಿ ಮುಖ ಎತ್ತಿ ಗಂಪಣ್ಣನತ್ತ ನೋಡಿ "ದುಡ್ಡಿದ್ರೆ ಒಂದೆಂತದು ಹತ್ತು ಕಾರು ಬೇಕಾದ್ರೂ ತಂದು ಮೆರಿಲಾಗ್ತು. ಆದರೆ ಎಷ್ಟು ದುಡ್ಡಿದ್ರೆ ನಮ್ಮ ಜೀವನದ ಕೊರತೆ ತುಂಬ್ಲಾಗ್ತು ಹೇಳಿ...?" ಎನ್ನುವಷ್ಟರಲ್ಲಿ ಧ್ವನಿ ನಡುಗಿ ಮಾತು ನಿಲ್ಲುವಂತಾಗಿತ್ತು. ಕೆಂಪಗೇ ಊದಿಕೊಂಡಿದ್ದ ಕಣ್ಣುಗಳು, ಕೆದರಿದ ಕೂದಲು, ಅತ್ತು ಅತ್ತು ಕೆಂಪಾಗಿದ್ದ ಮೂಗಿನ ಅವಳನ್ನು ನೋಡಿದ ಕೂಡಲೇ ಗಂಪಣ್ಣನಿಗೆ ಬೇರೆಯೇ ಏನೋ ಆಗಿದೆ ಎಂಬುದು ಗೊತ್ತಾಗಿಹೋಯ್ತು. ದೀಪದ ಹೊಯ್ದಾಟದ ನೆರಳು ಬೆಳಕಿನಲ್ಲಿ ಆ ದೀನ ಮುಖದ ಹರಿತ ಯಾಚನೆಯ ಕಣ್ಣುಗಳ ದೃಷ್ಟಿಯನ್ನು ಎದುರಿಸಲಾಗದೇ ಅವಳ ಮುಖವನ್ನು ಸೆಳೆದು ತನ್ನೆದೆಗೆ ಒತ್ತಿಕೊಂಡು ಸಣ್ಣಗೇ "ಎಂತಾ ಆತೇ?" ಎಂದು ಕೇಳಿದ. "ಶೇವ್ಕಾರ ಶಾಲೆ ಮಾಸ್ತರ್ರು ಬಂದಿದ್ರು... ಮಕ್ಕಳ ಗಣತಿಗೆ..." ಎಂದಳು ಸೋತ ದನಿಯಲ್ಲಿ. ಗಂಪಣ್ಣನಿಗೆ ಎಲ್ಲ ಅರ್ಥವಾಯ್ತು. ಮೆಲ್ಲನೆ ಅವಳ ಬೆನ್ನು ನೇವರಿಸಿದ ಸಮಾಧಾನಿಸಲೆಂಬಂತೆ. ಪೂರ್ತಿ ಅವನೆದೆಗೆ ಒರಗಿಕೊಂಡ ಕಮಲಿ "'ಒಂದೂ ಆಗ್ಲಿಲ್ವಾ...? ಬೇಕಂತನೇ ಮಾಡ್ಕೊಳ್ಳಿಲ್ವಾ? ಅಲ್ಲಾ... ಸುಮ್ನೆ ಮಾತಿಗೆ ಕೇಳ್ದೆ. ಪೇಟೆ ಬದಿಗೆಲ್ಲ ಈಗ ಹಂಗೆ ಅಂತೆ... ಡಾಕ್ಟ್ರಿಗೆ ತೋರ್ಸ್ಬೇಕಾಗಿತ್ತು. ಈಗೇನೋ ಕೃತಕವಾಗಿ ಮಾಡ್ತಾರಂತೆ...' ಹಿಂಗೇ ಎಷ್ಟ ನಮೂನಿ ಮಾತಾಡ್ದ್ಲ ಗೊತ್ತಿದ್ದಾ? ನಂಗಂತೂ ಆಗ್ಲೆ ಯಾವ್ದಾದ್ರೂ ಕೆರೆಗೋ ಬಾವಿಗೋ ಹಾರ್ಕಂಡಾದ್ರೂ ಜೀವ ಬಿಡ ಅನ್ಸೋತು..." ಎನ್ನುತ್ತಾ ಮಾತು ಮುಂದುವರಿಸಲಾಗದೆ ಬಿಕ್ಕಿದಳು. ಗಂಪಣ್ಣ ತನ್ನ ಕಣ್ಣಿಂದ ಉಕ್ಕಿದ ನೀರು ಎಲ್ಲಿ ನೋಡಿಬಿಡುತ್ತಾಳೇನೋ ಎಂದು ಅವಳ ಮುಖವನ್ನು ತನ್ನೆದೆಗೆ ಇನ್ನೂ ಗಟ್ಟಿಯಾಗಿ ಒತ್ತಿಹಿಡಿದು ಬೆನ್ನು ನೇವರಿಸುತ್ತಲೇ ಇದ್ದ ಎಷ್ಟೋ ಹೊತ್ತು.

ಸುಮಾರು ಹೊತ್ತಿನ ನಂತರ ಕತ್ತೆತ್ತಿದಾಗ ದೇವರ ಕೋಣೆಯ ಬಾಗಿಲ ಬಳಿ ಯಾರೋ ನಿಂತಿರುವುದು ಅಸ್ಪಷ್ಟವಾಗಿ ಕಂಡು ಕಮಲಿಯ ಮುಖವನ್ನು ತನ್ನ ಮಡಿಲಿಂದ ಸರಿಸಿ ಕೂರಿಸಿದ. ಎಷ್ಟು ಹೊತ್ತಿನಿಂದ ನಿಂತಿದ್ದಳೋ, ಬಾಗಿಲಲ್ಲಿ ನಿಂತಿದ್ದ ಸಾವಿತ್ರಜ್ಜಿ ಒಳಬಂದಾಗಲೇ ಗಂಪಣ್ಣನಿಗೆ ಸಾವಿತ್ರಜ್ಜಿ ಇದ್ದಾಳೆಂದು ನೆನಪಾದದ್ದು. ಸಾವಿತ್ರಜ್ಜಿ ಒಳಬಂದವಳೇ ಕೈಯಲ್ಲಿದ್ದ ಮಲ್ಲಿಗೆ ಮೊಗ್ಗಿನ ದಂಡೆಯನ್ನು ಕಮಲಿಯ ಮಡಿಲಿಗೆ ಹಾಕಿ ನಿಂತಾಗ ಗಂಪಣ್ಣ ಮಾತಾಡದೇ ಎದ್ದು ಹೊರಹೋಗಿ ಟಿ.ವಿ. ಮುಂದೆ ಕೂತ. ಕಣ್ಣು ಯಾಂತ್ರಿಕವಾಗಿ ಟಿ.ವಿ. ಮೇಲೆ ನೆಟ್ಟಿತ್ತು. ದೇವರ ಕೋಣೆಯಿಂದ ಸಾವಿತ್ರಜ್ಜಿಯ ಮಾತು ಸಣ್ಣಗೇ ಕೇಳಿಸುತ್ತಿತ್ತು. ಕಮಲಿಗೆ ಸಮಾಧಾನ ಮಾಡುತ್ತಿರಬೇಕು. ಇವಳೊಬ್ಬಳು ಅಜ್ಜಿ ಇಡೀ ಊರಿಗೇ ತಾಯಿಯಾಗಬಲ್ಲಳು. ನಾಲ್ಕು ಗಂಡುಮಕ್ಕಳನ್ನು ಹಡೆದರೂ, ಎಲ್ಲರೂ ನೌಕರಿ ಹಿಡಿದು ಪೇಟೆಯಲ್ಲಿ ಮನೆಮಾಡಿದರೂ ಗಂಡ ಸತ್ತ ಜಾಗ ನಾನೂ ಇಲ್ಲೆ ಸಾಯೂದು ಅಂತೇನೇನೋ ಹೇಳಿ ಅವರೊಟ್ಟಿಗೆ ಹೋಗದೇ

ಇಲ್ಲೇ ಉಳಿದಿದ್ದರಿಂದ ಇವಳಿಲ್ಲಿ ಏಕಾಂಗಿ. ಊರಲ್ಲಿ ಯಾವಾಗ ಯಾರ ಮನೆಗೆ ಹೋದರೂ ಪ್ರೀತಿಯ ಸ್ವಾಗತ ದೊರೆಯುವಷ್ಟು ಗೌರವವನ್ನು ಸಂಪಾದಿಸಿದ್ದಳು. ಎಲ್ಲರಿಗೂ ಇವಳು ಪ್ರೀತಿಯ ಸಾವಿತ್ರಜ್ಜಿ. ಹಾಗೆಂದೇ ಅವಳಿಗೆ ಎಲ್ಲರ ಮನೆಯ ಎಲ್ಲ ವಿಷಯಗಳೂ ಗೊತ್ತು. ಆದರೆ ಒಬ್ಬರ ಮನೆ ವಿಷಯ ಇನ್ನೊಬ್ಬರಲ್ಲಿ ಎಂದೂ ಬಾಯಿ ಬಿಟ್ಟವಳಲ್ಲ. ಅದರಲ್ಲೂ ಸಾವಿತ್ರಜ್ಜಿಗೆ ಕಮಲಿ ಅಂದರೆ ಹೆತ್ತ ಮಗಳಷ್ಟೇ ಅಕ್ಕರೆ. ಆಗಾಗ ಇಲ್ಲಿ ಬಂದು ಒಂದೆರಡು ದಿನ ಇದ್ದು ಹೋಗುವುದಿತ್ತು.

"ಹೋಗ್ಲಿ ಬಿಡೆ ಕಮಲಿ, ಅದೆಲ್ಲ ಮನುಷ್ಯನ ಕೈಲಿ ಇರ್ತನೇ? ನನ್ನೇ ನೋಡು ನಾಲ್ಕು ನಾಲ್ಕು ಗಂಡಮಕ್ಕಳು ಇದ್ರೂ ಅನಾಥೆ ಹಂಗೇ ಬದ್ಕುತ್ತಿಲ್ಯಾ? ನಾಳೆ ಸತ್ರೆ ಹೆಣ ಕೊಳೆತು ವಾಸನೆ ಬಂದಾಗಲೇ ಗೊತ್ತಾಗ ಸತ್ತದ್ದು. ಇಂಥಾ ಮಕ್ಕಳು ಇರೂದಕ್ಕಿಂತಾ ಇಲ್ಲದ್ದೆ ಹೋಗುದೇ ಚೊಲೋ ಬಿಡು. ಎಲ್ಲರ ಮಕ್ಳನ್ನು ನಮ್ಮವೇಯ ಅಂದ್ಕಂಡು ಪ್ರೀತಿ ಮಾಡ್ಲಾಗ್ತು."

"ಹೌದೇ ಅಜ್ಜಿ, ಪ್ರೀತಿ ಮಾಡ್ಲಾದ್ರೆ ಯಾರ ಮಕ್ಳಾದ್ರೂ ಸಿಕ್ತ. ಆದ್ರೆ ಅಮ್ಮನ ಅಧಿಕಾರದಿಂದ ಒಂದು ಮಾತು ಬೈಲೆ, ತಪ್ಪು ಮಾಡ್ದಾಗ ಒಂದು ಹೊಡೀಲೆ ಯಾರ ಮಕ್ಕಳು ಸಿಕ್ತ...?"

"ನೋಡು ಇಲ್ಲದ್ದಕ್ಕೆ ತಲೆ ಕೆಡ್ಸಂಡು ಜರುಗುತ್ತಾ ಕುಂತ್ರೆ ಸಿಕ್ತಾ? ಇದ್ದದ್ರಲ್ಲೆ ಖುಶಿ ಪಟ್ಕಂಡು ಹೋಗವೇ ಇದ್ದಷ್ಟ್ ದಿನಾ..."

ಹೀಗೇ ಸಾವಿತ್ರಜ್ಜಿಯ ಸಮಾಧಾನದ ಮಾತುಗಳು, ಮಧ್ಯೆ ಮಧ್ಯೆ ಕಮಲಿಯ ಸೊರ್ ಸೊರ್ ಶಬ್ದ ಕೇಳುತ್ತಲೆ ಇತ್ತು ಗಂಪಣ್ಣನಿಗೆ. ಯಾಕೋ ಇಂದು ಹೊಟ್ಟೆಯೊಳಗಿನ ಎಲ್ಲ ನೋವು ಹೊರಕಕ್ಕುವಂತೇ ಜೋರಾಗಿ ಅತ್ತು ಬಿಡಬೇಕು ಅನ್ನಿಸಿತು. ತಕ್ಷಣವೇ 'ಶಿ... ನಾನು ಗಂಡಸು, ಹಾಂಗೆಲ್ಲಾ ಅತ್ತರೆ ಕಮಲಿ ಗತಿ ಏನು' ಅನ್ನಿಸಿ ದುಃಖವನ್ನು ಅದುಮಿ ಟಿ.ವಿ.ಯ ಮೇಲೆ ಮನಸನ್ನು ನೆಡಲು ಒದ್ದಾಡುತ್ತಿರುವಾಗಲೇ ಒಳಗಿನಿಂದ ಎದ್ದು ಬಂದ ಸಾವಿತ್ರಜ್ಜಿ ಗಂಪಣ್ಣನ ಪಕ್ಕ ಕೂತಳು.

ಅವಳನ್ನು ನೋಡಿದ ಕೂಡಲೇ ಯಾವುದೋ ಬಿಡಿಸಿಕೊಳ್ಳಲಾಗದ ಬಲೆಯಿಂದ ಹೊರಬರಲು ಜಿದ್ದಿಗೆ ಬಿದ್ದವನಂತೇ "ಅಬ್ರೆ... ನೋಡು ನೋಡು... ಬಬ್ರುವಾಹನ ಪಿಚ್ಚರ್ ಹಾಕಿದ್ದ. ರಾಜ್‌ಕುಮಾರ್‌ನ ಆಕ್ಟಿಂಗ್ ಅಂದ್ರೆ ಆಕ್ಟಿಂಗ್... ಡಬ್ಬಲ್ ಪಾರ್ಟ್ ಆದ್ರೂ ಹೆಂಗ್ ಮಾಡ್ತ ನೋಡೇ... ತಥ್! ಎಷ್ಟ್ ಬೇಗ ಎಡವಟ್ಟೆಜ್ ಹಾಕ್ದ ನೋಡು ಹುಚ್ ಯಂಕಪ್ಪರಾಯಂಗ... ನೀ ಟಿ.ವಿ.ಯಲ್ಲಿ ದೇವ್ರ ಪಾರ್ಟ್ ನೋಡಿರೂ ಕೈ ಮುಗಿಯವ... ಅವು ಖರೆ ದೇವ್ರಲ್ದೇ ಮಾರಾಯ್ತಿ... ಮನುಷ್ಯರೇ ದೇವ್ರ ಪಾರ್ಟ್ ಹಾಕಿದ್ದ ಅಷ್ಟೇಯ..." ಹೀಗೆ ಮಾತಾಡುತ್ತಲೇ ಹೋದ ಗಂಪಣ್ಣ, ಶಾಂತಳಾಗಿ ಒಂದೇ ದೃಷ್ಟಿಯಿಂದ ತನ್ನನ್ನೇ ನೋಡುತ್ತಿದ್ದ ಸಾವಿತ್ರಜ್ಜಿಯನ್ನು ನೋಡಿ ಗಪ್ಪಾದ. ಸ್ವಲ್ಪ ಹೊತ್ತಿನ ನಂತರ ಮುಖ ಕೆಳಗೆ ಹಾಕಿ ಸಣ್ಣ ದನಿಯಲ್ಲಿ "ಈ ಸಲಾನೂ ಮೂರು ತಿಂಗಳಕ್ಕೇ ಹೊಟ್ಟೆಯಲ್ಲಿನ ಪಿಂಡ ಇಳಿದು ಹೋತು. ಮತ್ತೆ ಹಿಂಗಾದ್ರೆ ಕಮಲಿಯ ಜೀವಕ್ಕೇ ತೊಂದ್ರೆ ಇದ್ದು ಹೇಳಿದ್ದ ಯಲ್ಲಾಪುರ ಡಾಕ್ಟ್ರು..." ಎನ್ನುವಷ್ಟರಲ್ಲಿ ಅವನ ಎರಡೂ ಕಣ್ಣುಗಳು ತುಂಬಿನಿಂತಿದ್ದವು. ಸಾವಿತ್ರಜ್ಜಿ ನಿಧಾನವಾಗಿ ತನ್ನ ಕೈಗಳಿಂದ ಅವನ ನೆತ್ತಿಯ

ಕೂದಲ ಮೇಲೆ ಕೈಯಾಡಿಸಿದಳು. ಅಬ್ಬಾ! ಈ ಸುಕ್ಕುಗಟ್ಟಿದ ಕೈಗಳಿಗೆ ಅವೆಂಥಾ ಸಮಾಧಾನದ ಶಕ್ತಿಯೋ... ಗಂಪಣ್ಣ ಗಟ್ಟಿಯಾಗಿ ಕೆಳದುಟಿ ಕಚ್ಚಿಹಿಡಿದು ಹಿಂದೆ ಗೋಡೆಗೊರಗಿ ಕಣ್ಣು ಮುಚ್ಚಿದಾಗ ಕಣ್ಣತುಂಬಿದ್ದ ಹನಿಗಳು ಪಟ್‌ನೇ ಕೆನ್ನೆಯಿಂದ ಜಾರಿ ಎದೆಗೂದಲ ತೊಯ್ಸಿದವು. ಸಾವಿತ್ರಜ್ಜಿ ಇನ್ನೂ ತಲೆ ಸವರುತ್ತಲೇ ಇದ್ದಳು.

ಎಷ್ಟೋ ಹೊತ್ತಿನ ಮೇಲೆ ಸಾವಿತ್ರಜ್ಜಿ ತಾನೇ ಎದ್ದು ಅಡುಗೆ ಮನೆಗೆ ಹೋಗಿ ಎಲೆ ಹಾಕಿ, ಇಬ್ಬರನ್ನೂ ಊಟಕ್ಕೆಬ್ಬಿಸಿ ತಾನೂ ಉಂಡು ಹಾಸಿಗೆಯನ್ನೂ ತಾನೇ ಮಾಡಿಕೊಂಡು ಮಲಗಿದಳು. ಸಾವಿತ್ರಜ್ಜಿಯ ಒತ್ತಾಯಕ್ಕೆ ಸ್ವಲ್ಪ ಉಂಡಂತೇ ಮಾಡಿದ ಗಂಪಣ್ಣ ನಂತರ ಮತ್ತೆ ಬಂದು ಟಿ.ವಿ. ಮುಂದೆ ಕೂತ. ನಿದ್ದೆಯೂ ಸುಳಿಯದೇ ಟಿ.ವಿ. ನೋಡುವಂತೇ ನಟಿಸುತ್ತಾ ಏನನ್ನೋ ಯೋಚಿಸುತ್ತಾ ಕೂತಿದ್ದವ ಮಧ್ಯರಾತ್ರಿ ಎಷ್ಟೋ ಹೊತ್ತಿಗೆ ಮಲಗುವ ನೆನಪಾಗಿ ರೂಮಿಗೆ ಹೋಗಿ ಅಡ್ಡಾದ. ಅದುವರೆಗೆ ಸುಮ್ಮನೇ ಸೂರು ನಿಟ್ಟಿಸುತ್ತಾ ಮಲಗಿದ್ದ ಕಮಲಿ ಗಂಪಣ್ಣ ಬಂದಾಗ ನಾನಿನ್ನೂ ಮಲಗಿಲ್ಲ ಎಂಬಂತೇ ದೀರ್ಘ ನಿಟ್ಟುಸಿರು ಬಿಟ್ಟಳು. ಗಂಪಣ್ಣ ಅವಳತ್ತ ತಿರುಗಿ "ಸಾವಿತ್ರಜ್ಜಿ ನೋಡು..." ಎಂದ. ಕಮಲಿ ಇವನತ್ತ ತಿರುಗದೇ "ಇಡೀ ಊರಿಗೇ ಅಮ್ಮ ಅವಳು" ಎಂದಳು. ಇವನು "ಆದರೆ ಹೆತ್ತ ಮಕ್ಕಳಿಂಗೆ ಮಾತ್ರ ಅಲ್ಲ" ಅಂದ. ಸ್ವಲ್ಪ ಹೊತ್ತು ಸುಮ್ಮನೇ ಮಲಗಿದ್ದ ಕಮಲಿ ಸಟಕ್ಕನೇ ಇವನತ್ತ ತಿರುಗಿ ಕತ್ತಲಲ್ಲೂ ಅವನ ಮುಖವನ್ನೇ ದಿಟ್ಟಿಸುತ್ತಾ "ಶ್ರೈವಂತ್ ನನ್ನ ಸಂತಿಗೆ ಠೂ ಬಿಟ್ಟಿದ್ದ. ಮತ್ತ್ಯಾವಾಗೂ ನಿಮ್ಮನೆಗೆ ಬತ್ನಿಲ್ಲೆ ಹೇಳಿಕ್ ಹೋಯ್ದು. ಇವತ್ತು ಮಧ್ಯಾಹ್ನ ಮೇಲೂ ಬೈಂದ್ನಿಲ್ಲೆ" ಎಂದಳು ಅಳುದನಿಯಲ್ಲಿ. ಗಂಪಣ್ಣನಿಗೆ ಈ ಕ್ಷಣದಲ್ಲಿ ಆ ಎಳೆ ಹುಡುಗ ಶ್ರೈವಂತ್‌ನಿಗೂ ಕಮಲಿಗೂ ಯಾವುದೇ ವ್ಯತ್ಯಾಸವೇ ಇಲ್ಲ ಅನ್ನಿಸಿ, ಅವಳ ಮುಖವನ್ನು ಬೊಗಸೆಯಲ್ಲಿ ಹಿಡಿದು ಮುತ್ತಿಕ್ಕುವ ಮನಸಾಯ್ತು. ಅವಳ ಮುಂಗುರುಳನ್ನು ನೇವರಿಸುತ್ತಾ "ಹುಚ್ಚಿ, ಅವನ ಮಾತೆಲ್ಲಾ ತಲೆಗೆ ಹಚ್ಕ್ಯತ್ವನೇ? ನಾಳೆ ಬೆಳಿಗ್ಗೆ ಬೆಲ್ಲ ಮಜ್ಜಿಗೆ ಕೊಡು. ಮತ್ತಾಂಗೇ ನಿನ್ನ ದೋಸ್ತಿ ಮಾಡ್ತ ಅಷ್ಟೇಯಾ..." ಅಂದ. ಕಮಲಿ ಅಷ್ಟಕ್ಕೆ ಖುಷಿಗೊಂಡು "ನಾಡಿದ್ದು ಅವನ ಹುಟ್ಟಿದ ಹಬ್ಬ ಇದ್ದು. ಎಂತಾರೂ ಚೊಲೋ ಉಡುಗೊರೆ ತಕಬನ್ನಿ ಯಲ್ಲಾಪುರದಿಂದ. ಮತ್ತೆ ಮರ್ತೇ ಹೋತಲೇ ಹೇಳಿ ಹಲ್ ಕಿಸಿಯಡಿ ಕಡೆಗೆ" ಅಂದಳು. ಗಂಪಣ್ಣ ಮೆತ್ತಗೇ ನಕ್ಕು "ಅಡ್ಡಿಲ್ಯೇ ಮಾರಾಯ್ತಿ... ಈಗ ನಿದ್ರೆ ಮಾಡು" ಎಂದ. ಕತ್ತಲಲ್ಲಿ ಅವನ ಕಣ್ಣಿಂದ ಜಾರಿದ ಹನಿಗಳು ದಿಂಬಿನಲ್ಲಿ ಆವಿಯಾಗುತ್ತಿದ್ದದ್ದು ಕಮಲಿಗೆ ತಿಳಿಯುವುದು ಸಾಧ್ಯವಿಲ್ಲದಿದ್ದರೂ, ಸಾವಿತ್ರಜ್ಜಿ ಕೊಟ್ಟ ಮಲ್ಲಿಗೆ ಮಾಲೆಯಲ್ಲಿನ ಮೊಗ್ಗುಗಳು ಅರಳಿ ಹೂವಾಗುತ್ತಿರುವ ಸಂಗತಿಯನ್ನು ಕೋಣೆಯ ಮೂಲೆ ಮೂಲೆಗೂ ಮುಟ್ಟಿಸುವಲ್ಲಿ ಗಾಳಿ ಗರ್ಕಾಗಿತ್ತು.

ಕತೆ

ಕಣ್ತೆರೆದು ಸುತ್ತಲೂ ನೋಡಿದ ಮಧುಕರನಿಗೆ ಮಧ್ಯರಾತ್ರಿಯ ದಟ್ಟ ಕತ್ತಲೆಯ ಹೊರತಾಗಿ ಬೇರೇನೂ ಕಾಣಿಸಲಿಲ್ಲ. ಎರಡು ದಿನದಿಂದ ಜ್ವರ ಬಂದು ಹಾಸಿಗೆ ಹಿಡಿದಿದ್ದವ ಇಂದಷ್ಟೆ ಸ್ವಲ್ಪ ಚೇತರಿಸಿಕೊಂಡಿದ್ದ. ಸುಮ್ಮನೇ ಎಡಗೈಯನ್ನು ಕಣ್ಣಿನ ಮೇಲೆ ಅಡ್ಡವಿಟ್ಟುಕೊಂಡು ಮತ್ತೆ ನಿದ್ರಿಸಲು ಯತ್ನಿಸಿದ. ಆದರೆ ಹಗಲಿಡೀ ನಿದ್ರಿಸಿಯೇ ಕಳೆದಿದ್ದರಿಂದ ಈಗಂತೂ ನಿದ್ರೆ ಬರುವಂತೆ ತೋರಲಿಲ್ಲ. ಕೈ ಬಿಸಿಯಾಗಿ ಮುಚ್ಚಿದ ಕಣ್ಣಿಂದಲೇ ನೀರು ವಸರಿ ಕೆನ್ನೆಗಿಳಿಯಿತು. ಕೋಣೆಯೊಳಗಿಂದ ಅಪ್ಪನ ಸಣ್ಣ ಗೊರಕೆಯೊಟ್ಟಿಗೇ ಅಮ್ಮ ದಮ್ಮು ಹೆಚ್ಚಾಗಿ ಉಸಿರುಬಿಡುತ್ತಾ ಕಂಯ್... ಎಂದು ಕೆಮ್ಮುವುದು ಕೇಳಿಸಿತು. ಜ್ವರ ಬಂದಾಗಿಂದಲೂ ಪಕ್ಕವೇ ಕೂತು ನೋಡಿಕೊಂಡ ಅಪ್ಪ ಇಂದೇ ರೂಮಿಗೆ ಹೋಗಿ ನಿದ್ರೆ ಮಾಡಿದ್ದ. ಇನ್ನು ಸುಮ್ಮನೇ ಮಲಗಿರುವುದು ಅಸಾಧ್ಯ ಅನ್ನಿಸಿ ಮಧುಕರ ಮೆಲ್ಲನೇ ಹಾಸಿಗೆಯಲ್ಲೇ ಎದ್ದು ಕೂತ. ಅಲ್ಲಾಡಿಸಿದಲ್ಲೆಲ್ಲ ಮೈಕೈ ಅಸಾಧ್ಯ ನೋವಾಗಿ ನಿಶ್ಯಕ್ತಿಯಿಂದ ತಲೆ ಒಜ್ಜೆಯಾಗಿತ್ತು. ಗೋಡೆ ಹಿಡಿದುಕೊಂಡು ಎದ್ದು ಕಿಟಕಿಯ ಮೇಲಿನ ಚಿಮಣಿ ಹೊತ್ತಿಸಿದ. ಒಂದೇ ಸಲ ಕಣ್ಣಿಗೆ ಬೆಳಕು ಹೊಡೆದು ಕತ್ತಲಾದಂತಾಗಿ ಕಡೆಗೆ ನಿಧಾನವಾಗಿ ಎಲ್ಲ ನಿಚ್ಚಳವಾಗತೊಡಗಿತು. ಹಾಗೇ ನಡೆದುಕೊಂಡು ಹೋಗಿ ಮೂಲೆಯಲ್ಲಿನ ಮೇಜಿನ ಡ್ರಾವರ್ ಸದ್ದು ಮಾಡದೇ ತೆಗೆದು, ಅದರಲ್ಲಿನ ಡೈರಿ ಮತ್ತು ಪೆನ್ನನ್ನು ತೆಗೆದುಕೊಂಡು ಬಂದು ಮತ್ತೆ ಹಾಸಿಗೆಯಲ್ಲಿ ಕೂತ. ಕೂತಲ್ಲಿಂದಲೇ ಕತ್ತು ತಿರುಗಿಸಿ ಗಡಿಯಾರ ನೋಡಿದ. ಮೂರುಗಂಟೆ ಆದಂತೇ ಕಾಣಿಸಿತು. ದೀಪದ ಮಬ್ಬು ಬೆಳಕಲ್ಲಿ ಸ್ಪಷ್ಟವಾಗಿ ಕಾಣಿಸದಿದ್ದರೂ ಎದ್ದು ಹೋಗಿ ನೋಡಿಬರುವುದು ವಜ್ಜೆ ಅನ್ನಿಸಿ ಸುಮ್ಮನೇ ಕೈಲಿದ್ದ ಡೈರಿ ತೆಗೆದ. ಅದರಲ್ಲಿ ಮಡಿಸಿಟ್ಟಿದ್ದ ಹಾಳೆಗಳನ್ನು ನೋಡಿದಾಗ ಮೂರು ದಿನದ ಹಿಂದೆ ತೇಜುಗೆ ಪತ್ರ ಬರೆಯಬೇಕೆಂದು ಅರ್ಧ ಬರೆದು ಹಾಗೇ ಬಿಟ್ಟಿದ್ದು ನೆನಪಾಯಿತು. ಸುಮ್ಮನೇ ಬಿಡಿಸಿ ದೀಪದ ಹತ್ತಿರ ಹಿಡಿದುಕೊಂಡು ಓದತೊಡಗಿದ.

ಅವತ್ತೂ ಇಂಥದ್ದೇ ರಾತ್ರಿ, ಇಷ್ಟೇ ಒತ್ತಡದಲ್ಲಿ ತೇಜುಗೆ ಪತ್ರ ಬರೆಯಬೇಕೆಂದು ಮಧುಕರ ನಿರ್ಧರಿಸಿದ್ದ. ಹಾಗೆ ನಿರ್ಧರಿಸುವುದಕ್ಕೂ ಮೊದಲು ಜಗುಲಿಯಲ್ಲಿ ಅಡ್ಡಾದಿಡ್ಡಿ ಅಡ್ಡಾಡಿದ್ದ. ಯಾವುದೋ ಯೋಚನೆಯಲ್ಲಿ ನಾಲಗೆ ಕಚ್ಚಿಕೊಂಡು ಉಪ್ಪುಪ್ಪು ರಕ್ತ ನುಂಗಿದ್ದ. ಅವಳಿಗ್ಯಾಕೆ ಎಲ್ಲ ಹೇಳಿಕೊಳ್ಳಬೇಕು? ಇದು ನನ್ನ ಹೆಗಲಿಗಂಟಿದ ಕರ್ಮ. ನಾನೇ ಹೊರಬೇಕು. ಯಾರೆದುರೂ ಹೇಳಿಕೊಂಡು ದುರ್ಬಲನಾಗಬಾರದು. ಎಲ್ಲರೂ ಅವರಷ್ಟಕ್ಕೆ ಅವರು ಒಬ್ಬಂಟಿಗಳೇ. ಅವರವರ ಹೆಣಾನ ಅವರೇ ಹೊತ್ಕೋಬೇಕು ಅಂತೆಲ್ಲಾ ಅಂದುಕೊಂಡರೂ ಕೊನೆಗೂ ಸಾಧ್ಯವಾಗದೆ 'ಏನೇ ಆಗಲಿ ಬರ್ದೇ ಬಿಡ್ವಾ...' ಅನ್ನಿಸಿ ಪೆನ್ನು ಹಿಡಿದು ಕೂತಿದ್ದ. ಆದರೆ ಏನು ಬರೆಯಬೇಕು, ಹೇಗೆ ಬರೆಯಬೇಕು ಅಂತಲೇ ಗೊತ್ತಾಗದೇ ಒದ್ದಾಡಿದ್ದ.

"ಪ್ರೀತಿಯ ತೇಜು,

ಹೇಗಿದ್ದಿ? ಆರಾಮಾ? ನಾನೂ ಇಲ್ಲಿ ಆರಾಮಾಗಿದ್ದೇನೆ..." ಅಂತ ಶುರು ಮಾಡಿದವ ಥೂ... ಇದ್ಯಾಕೆ ಹೀಗೆಲ್ಲಾ ಬರೀತಿದ್ದೇನೆ ಅನ್ನಿಸಿ ಕಾಟು ಹೊಡೆದಿದ್ದ. 'ಪ್ರೀತಿಯ' ಬೇಡ. ಪ್ರಿಯ, ಆತ್ಮೀಯ, ನಲ್ಮೆಯ, ಒಲುಮೆಯ, ಅಕ್ಕರೆಯ... ಯಾವುದೂ ನಮ್ಮ ಸಂಬಂಧಕ್ಕೆ ಸೂಕ್ತವೆನ್ನಿಸುವ ಸಂಬೋಧನೆಗಳೇ ಅಲ್ಲ ಅನ್ನಿಸಿ ಗೊಂದಲವಾಗಿತ್ತು. ಅರೇ! ನಾನು ಏನನ್ನು ಹೇಳಬೇಕೋ ಅದನ್ನು ಬಿಟ್ಟು ಬಾಕಿ ಎಲ್ಲವನ್ನೂ ಹೇಳುತ್ತಿದ್ದೇನಲ್ಲಾ ಅನ್ನಿಸಿತ್ತು. ಸುಮ್ಮನೇ ಆರಂಭ ಅಂತ್ಯ ಅಂತೆಲ್ಲಾ ಕ್ರಮಬದ್ಧತೆಯ ಬಗ್ಗೆ ತಲೆಕೆಡಿಸಿಕೊಳ್ಳದೇ ಮನಸ್ಸಿಗೆ ಬಂದಿದ್ದನ್ನು ಹಾಗ್ಹಾಗೇ ಗೀಚುತ್ತಾ ಹೋಗುವುದೇ ಸರಿಯೆಂದು ಬರೆಯುತ್ತಾ ಹೋಗಿದ್ದ.

ತೇಜು,

ನಮ್ಮ ಕಾಲೇಜು ಜೀವನ ಮುಗಿದು, ನಾನು 'ನೌಕರಿ ಚಾಕರಿ ಎಲ್ಲಾ ಮಾಡೂದಿಲ್ಲ. ಸ್ವಂತ ಜಮೀನಲ್ಲಿ ಕೃಷಿ ಮಾಡ್ತೇನೆ. ಆದರ್ಶ ಜೀವನ ಕಟ್ಟಿಕೊಳ್ತೇನೆ' ಅಂತೆಲ್ಲಾ ಹೇಳಿಕೊಂಡು ಮನೆಗೆ ಬಂದು ಆಗಲೇ ಹತ್ತಿರಹತ್ತಿರ ಮೂರು ತಿಂಗಳಾಗ್ತಾ ಬಂತು. ಇಲ್ಲೀಗ ಜೋರು ಮಳೆಗಾಲ. ಪಕ್ಕಾ ಮಲೆನಾಡಿನ ಮಳೆಗಾಲ. ಕರೆಂಟ್ ಹೋಗಿ ನಾಲ್ಕು ದಿನ ಆಯ್ತು. ಮೊನ್ನೆಯಿಂದ ಫೋನ್ ಕೂಡಾ ಡೆಡ್! ನಿಂಗೆ ಹೇಳ್ತಿದ್ನಲ್ಲ, ನನ್ನ ಊರಲ್ಲಿ ಒಮ್ಮೊಮ್ಮೆ ವಾರಗಟ್ಟಲೆ ಕರೆಂಟ್, ಫೋನ್, ನ್ಯೂಸ್ ಪೇಪರ್ ಏನೂ ಇರಲ್ಲ. ಆಗ ಅದು ಹೊರ ಪ್ರಪಂಚಕ್ಕೆ ಸಂಬಂಧವೇ ಇರದ ಬೇರೆಯೇ ಜಗತ್ತು. ಯಾವ ಗಲಾಟೆ ಜಂಜಡಗಳೂ ಇಲ್ಲದ ನನ್ನದೇ ಜಗತ್ತು ಅಂತೆಲ್ಲಾ. ಹಾ! ಹಾಗೇ ಅಂಥದ್ದೇ ಜಗತ್ತಿನಲ್ಲಿದ್ದೇನೆ. ಆದ್ರೆ ಇದು ಈಗ 'ನನ್ನ ಜಗತ್ತು' ಅನ್ನಿಸ್ತಿಲ್ಲ ಕಣೇ... ಹೊರಗಡೆ ಧೋ ಸುರಿಯುವ ಜಡಿಮಳೆಯ ನಿಗೂಢ ರೋಮಾಂಚನಕ್ಕಿಂತ ಒಳಗಡೆ ದಮ್ಮು ಹೆಚ್ಚಾಗಿ ತೇಕುವ ಅಮ್ಮನ ಉಬ್ಬಸದ ಗೊರ್ ಗೊರ್ ಶಬ್ದವೇ ಹೆಚ್ಚು ಕರ್ಕಶವಾಗಿ ಚುಚ್ಚುತ್ತದೆ. ಅಲ್ಲಿ ಕಾಲೇಜು ಗಾರ್ಡನ್‌ನಲ್ಲಿ ಕೂತು ಮಾತಾಡುವಾಗ ಎಷ್ಟೊಂದು ರಮ್ಯವಾಗಿ ಕಾಣುತ್ತಿದ್ದ ಇದೇ ಜಗತ್ತು ಈಗ ನನ್ನ ಉಸಿರುಗಟ್ಟಿಸ್ತಿದೆ. ಅಪರೂಪಕ್ಕೆ ನಾಲ್ಕು ದಿನ ಇದ್ದುಹೋಗಲು ಬಂದಾಗ ಎಷ್ಟು ಚಂದಗೇ ಸ್ಪಂದಿಸುತ್ತಿದ್ದ ಇಲ್ಲಿನ ಎಲ್ಲವೂ ನಾನಿಲ್ಲಿಗೆ ಖಾಯಂ ಸದಸ್ಯ ಆದ ಕೂಡಲೇ ಹೇಗೆ ಪಟಪಟನೇ

ತಮ್ಮ ಆಕರ್ಷಣೆಗಳನ್ನು ಕಳೆದುಕೊಂಡು ಮರಗಟ್ಟಿಬಿಟ್ಟವಲ್ಲ ಅಂತ ಯೋಚಿಸಿದ್ರೆ ಆಶ್ಚರ್ಯ ಆಗ್ತದೆ. ದಿನಾ ನೋಡುವ ಆ ಅದೇ ಜಾಗವೂ ಫೋಟೋದಲ್ಲಿ ಅಥವಾ ಸ್ಕ್ರೀನಿನ ಮೇಲೆ ಬೇರೆಯದೇ ಜಗತ್ತಿನ ತುಂಡಿನಂತೆ, ಪೂರ್ತಿ ಹೊಸತರಂತೆ ಅಷ್ಟು ಮೋಹಕವಾಗಿ ಕಾಣ್ತದಲ್ಲಾ. ಹಾಗೆ ನನ್ನ ಊರು, ಮನೆ ಈ ಜಗತ್ತು ಅಲ್ಲಿ ಕ್ಲಾಸ್‌ರೂಮಿನಲ್ಲಿ ಕೂತು ಕಲ್ಪಿಸುವಾಗಷ್ಟೇ ಅದ್ಭುತ. ಇಲ್ಲಿ ಬಂದದ್ದೇ ಪರದೆಯ ಮೇಲೆ ಕಾಣುವ ಮುಳ್ಳೇ ಕಾಲಿಗೆ ಚುಚ್ಚಿದಂತೆ... ರಕ್ತ ಒಸರಿದಂತೆ... ಭ್ರಮನಿರಸ.

ಅಪ್ಪ ಅಕಾರಣ ನನ್ನೊಂದಿಗೆ ಜಿದ್ದಿಗೆ ಬಿದ್ದವನಂತೇ ಆಡುತ್ತಾನೆ. ವಿಚಿತ್ರ ಅಸಹಕಾರ ಅವಂದು. ತೋಟಕ್ಕೆ ಅವನೊಟ್ಟಿಗೆ ಕೆಲಸ ಮಾಡಲು ನಾನೂ ಹೋದರೆ ತಪ್ಪಿಸಿಕೊಂಡು ಬೇರೆಲ್ಲೋ ಹೋಗಿಬಿಡ್ತಾನೆ. ನಾನೇ ಮೇವಿಗೆ ಹುಲ್ಲು ಕೊಯ್ಯಲು ಹೋಗಿ ಕೈ ಕುಯ್ದುಕೊಂಡರೆ, ಅಡಿಕೆ ಸುಲಿಯುವಾಗ ಮೆಟ್ಟುಗತ್ತಿ ಕಪ್ಪಿಸಿಕೊಂಡರೆ, ಕತ್ತಿ ಕುಟಾರಿ ಹಿಡಿದು ಕೈಗೆ ಗುಳ್ಳೆಯೆದ್ದು ಉರಿಯಲ್ಲಿ ಊಡುಗಚ್ಚಿದರೆ, ಹಾಲು ಕರೆಯಲು ಹೋಗಿ ಆಕಳಿಂದ ಒದೆಸಿಕೊಂಡರೆ ಏನೋ ಗೆದ್ದವನಂತೆ ಸಣ್ಣಗೆ ನಗುತ್ತಾನೆ. ಅವನಷ್ಟಕ್ಕೇ "ಕೃಷಿ ಮಾಡೂದಂದ್ರೆ ಅಷ್ಟು ಸಸಾರ ಅಲ್ಲ. ಕಾಲೇಜಿಗೆ ಹೋಗಿ ಕಲ್ತದ್ದು ಸಗಣಿ ತೆಗಿಲಿಕ್ಕೆ ಉಪಯೋಗ ಆಗೂದಿಲ್ಲ. ಯಾರ್‍ಯಾರು ಯಾವ್ಯಾವ ಕೆಲಸ ಮಾಡ್ಬೇಕೋ ಅದು ಮಾಡಿದ್ರೇ ಚೆಂದ..." ಎಂದು ನನಗೆ ಸ್ಪಷ್ಟವಾಗಿ ಕೇಳುವ ಹಾಗೆ ಗೊಣಗುತ್ತಾನೆ. "ಎಷ್ಟೆಲ್ಲಾ ತ್ರಾಸು ಬಿಟ್ಟು ಮಗನ ಕಾಲೇಜಿಗೆ ಕಳಿಸ್ದೆ. ಅವ್ನೀಗ ಸುಡುಗಾಡು ಆದರ್ಶ ಅಂತೇಳಿ ಕೃಷಿ ಮಾಡ್ತೇನೆ ಅಂತ ಮನೆಗೆ ಬಂದು ಕೂತಿದಾನೆ. ಅಲ್ಲಾ ಕಲ್ತುಕೊಂಡು ಮನೆಗೇ ಬರವಾ ಅಂತಾಗಿದ್ರೆ ಕಾಲೇಜಿಗೆ ಯಾಕೆ ಹೋಗ್ಬೇಕಾಗಿತ್ತು? ಮನೆಲೇ ಇದ್ಕೊಂಡು ತೋಟಾನೇ ಮಾಡ್ಬೋದಿತ್ತಲ್ಲಾ... ಅಷ್ಟೆಲ್ಲಾ ಖರ್ಚು ಮಾಡಿಕೊಂಡು ಕಾಲೇಜು ಕಲ್ತಿದ್ದು ದಂಡ ಆಗ್ಲಿಲ್ವಾ ಈಗ?" ಅಂತೇನೋ ಹೇಳ್ತಿದ್ದ ಮನೆಗೆ ಬಂದ ನೆಂಟರ ಮುಂದೆ.

ನಾನೂ ಬೇಕಂತಲೇ ಅವನ ಮುಂದೆಯೇ ಕತ್ತಿ ಹಿಡಿದು ತೋಟಕ್ಕೆ ಹೋಗಿ ತುಟಿಗಚ್ಚಿಕೊಂಡು ಕೆಲಸ ಮಾಡ್ತೇನೆ. ಕಾದು ಕೂತು ಅವಕಾಶ ಸಿಕ್ಕಾಗೆಲ್ಲಾ ಅಮ್ಮನ ರೋಗದ ಬಗ್ಗೆ, ಅವನ ವೈಫಲ್ಯಗಳ ಬಗ್ಗೆ ಆದಷ್ಟೂ ಹರಿತ ಮಾತಿಂದ ಅಪ್ಪನನ್ನು ಚುಚ್ಚಿ ಸೇಡು ತೀರಿಸಿಕೊಳ್ತೇನೆ. ಕಷ್ಟಪಟ್ಟಾದ್ರೂ ಇಲ್ಲೇ, ಈ ಜಗತ್ತಲ್ಲೇ ಖುಷಿಯಾಗಿ ಬದುಕಿ ತೋರಿಸ್ಬೇಕು ಅಂತ ಹೆಣಗ್ತೇನೆ. ಆದರೆ ಇಲ್ಲಿ ಬದುಕಲು ಇರಬೇಕಿದ್ದ ನನ್ನೊಳಗಿನ ಏನೋ ಒಂದನ್ನು ಕಳೆದುಕೊಂಡಿದ್ದೇನೆ ಅನ್ನಿಸಿ, ಹಾಲ್ ಟಿಕೇಟ್ ಮರೆತು ಎಕ್ಸಾಂಗೆ ಬಂದ ಸ್ಟುಡೆಂಟಿನ ಹಾಗೆ ತಳಮಳಿಸ್ತೇನೆ.

ತೋಟದ ಜಿಗ್ಗು ಸವರಿ ದಳದಳ ಮೈತುಂಬಾ ಬೆವರು ಹರಿವಾಗ ಮರದ ಕೆಳಗೆ ಕೂತು ಗಾಳಿಗೆ ಕೈಯೆರಡನ್ನೂ ಅಗಲಿಸಿಕೊಂಡು "ಆಹಾ ಇದೇ ದುಡಿಮೆಯ ಸುಖ... ದಣಿವಿನಲ್ಲೂ ಏನು ತೃಪ್ತಿ..." ಅಂತೆಲ್ಲಾ ನನಗೆ ನಾನೇ ಹೇಳಿಕೊಳ್ತೇನೆ. ಆದರೆ ಮರುಕ್ಷಣವೇ ಆ ಮಾತುಗಳೆಲ್ಲಾ ಭತ್ತದ ಹೊಟ್ಟಿನಂತೇ ಗಾಳಿಯಲ್ಲಿ ಹಾರಿಹೋಗಿ ಊರಿದ ಕೈಗೆ ಮುಳ್ಳು ಚುಚ್ಚಿದಾಗ ಎಲ್ಲಾ ಸುಳ್ಳು ಅನ್ನಿಸಿ ದೊಡ್ಡಕ್ಕೆ ಅತ್ತುಬಿಡಬೇಕನ್ನಿಸ್ತದೆ. ದಿನಾ ತೋಟಕ್ಕೆ ಬರುವ ನವಿಲು, ಕಡವೆ, ಮೊಲಗಳನ್ನೆಲ್ಲಾ

ನೋಡುತ್ತಾ ದಿಗ್ಭ್ರಾಂತ ರೋಮಾಂಚನದಲ್ಲಿ ದಿವ್ಯವನ್ನು ಪಡೀಬೇಕು ಅಂದುಕೊಂಡು ಕಣ್ಣನ್ನು ಆದಷ್ಟೂ ಅಗಲಿಸಿಕೊಂಡು ಒಂಚೂರೂ ಅಲುಗದೇ ನೋಡ್ತಾ ನಿಂತರೆ, ನಮ್ಮ ಕ್ಲಾಸಿನ ಶಾಂತಲಾಳ ಕುಂಡೆಯೋ ಸಬೀನಾಳ ಎದೆಯೋ ನೆನಪಾಗಿಬಿಡ್ತದೆ. ಎಷ್ಟೊತ್ತು ನೋಡಿದರೂ ಕಣ್ಣು ಉರಿಯಾಗಿ ಕತ್ತು ನೋಯಲು ಶುರುವಾಗ್ತದೆಯೇ ವಿನಃ ಏನಂದ್ರೆ ಏನೂ ಆಗೂದಿಲ್ಲ. ನವಿಲುಗಳು, ಹುಲ್ಲ ಮೇಲಿನ ನೀರಹನಿ, ಆಕಳ ಕರುವಿನ ಬಾಯಲ್ಲಿನ ನೊರೆಹಾಲು, ತೋಟದ ಬಾವಿಯ ದೊಡ್ಡ ಮೀನು ಇವೆಲ್ಲಾ ನಿಜವಾಗ್ಲೂ ಏನನ್ನೂ ಉದ್ದೀಪಿಸಲ್ಲ ನನ್ನಲ್ಲಿ. ನಾನು ಅಪ್ಪಿಕೊಳ್ಳಲು, ಅನುಭವಿಸಲು ಯತ್ನಿಸಿದಷ್ಟೂ ನನ್ನನ್ನು ಅಣುಕಿಸಿ ಇನ್ನಷ್ಟು ದೂರ ಹೋಗ್ತವೆ. ಇಲ್ಲಿ ಎಲ್ಲ ಬದಲಾಗಿದೆ, ನನ್ನ ಹಿಡಿದಿಟ್ಟುಕೊಳ್ಳುವಂಥದ್ದು ಏನೂ ಇಲ್ಲ ಅನ್ನಿಸ್ತಿದೆ ಕಣೋ... ಇಲ್ಲ ಇಲ್ಲ... ಇಲ್ಲಿ ಎಲ್ಲ ಹೀಗೇ ಇತ್ತು. ಏನೂ ಬದಲಾಗಿಲ್ಲ. ನಾನೇ ಮರಗಟ್ಟಿದ್ದೇನೆ. ಯಾವುದಕ್ಕೂ ತೆರೆದುಕೊಳ್ಳಲಾರದಷ್ಟು, ಸ್ಪಂದಿಸಲಾರದಷ್ಟು ನಿರ್ಜೀವವಾಗಿದ್ದೇನೆ. ಒಳಗೊಳಗೇ ಸೋತುಹೋಗಿದ್ದೇನೆ.

ಅಪ್ಪ ಸಣ್ಣಗೇ ನಗುತ್ತಾನೆ. ಇವೆಲ್ಲ ಗೊತ್ತಿದ್ದವನಂತೇ, ಗೆದ್ದವನಂತೇ...

ಇನ್ನು ಅಮ್ಮ. ದಮ್ಮು ಹೆಚ್ಚಾದಾಗೆಲ್ಲಾ ಮಲಗಿರಲೂ ಆಗದೇ, ಏಳಲೂ ಆಗದೇ ಬೊಸಬೊಸ ಉಸಿರು ಎಳೆದೆಳೆದು ಬಿಡುತ್ತಾಳೆ. ಕಂಯ್... ಎಂದು ವಿಚಿತ್ರ ಶಬ್ದದಲ್ಲಿ ಸುರುಳಿ ಸುರುಳಿಯಾಗಿ ಎದೆ ಹಿಡಿದುಕೊಂಡು ಕೆಮ್ಮುತ್ತಾಳೆ. ಕನಿಕರ ಹುಟ್ಟಿಸ್ತಾಳೆ. ಕಷ್ಟಪಟ್ಟು ಎದ್ದು "ಇಂದು ಏನು ಅಡಿಗೆ ಮಾಡ್ಲೋ...?" ಕುಕ್ಕಲಾತಿಯಿಂದ ಕೇಳ್ತಾಳೆ. ನಾನು ಚಿಕ್ಕವನಾಗಿದ್ದಾಗ ಏನು ಇಷ್ಟಪಡ್ತಿದ್ದೆ ಎಂದು ನೆನಪಿಸಿ ನೆನಪಿಸಿಕೊಂಡು ಅದನ್ನೇ ಮಾಡ್ತಾಳೆ. ಪ್ರೀತಿ ಉಕ್ಕಿಸ್ತಾಳೆ. ಅಕಾರಣ ಆಚೆ ಮನೆಯವರೊಟ್ಟಿಗೆ ಜಗಳ ಮಾಡ್ತಾಳೆ. ಮನೆಗೆ ಬಂದವರೆದುರು ಅಪ್ಪನ ಅವಮಾನಿಸಿ ವಿಚಿತ್ರ ಖುಷಿಯಲ್ಲಿ ಹೂಂಕರಿಸ್ತಾಳೆ. ಒಂದು ಚೂರು ಅನುಕಂಪಕ್ಕಾಗಿ ಅತ್ತು ಕರೆದು ಜಿಗುಪ್ಸೆ ಮೂಡಿಸ್ತಾಳೆ.

ಆದ್ರೆ ಯಲ್ಲಾಪುರ ಸಂತೆಗೆ ಹೋದ ಅಪ್ಪ ಬರಲು ಕೊಂಚ ತಡವಾದ್ರೂ ಚಡಪಡಿಸ್ತಾಳೆ. ಎಷ್ಟೇ ಹೊತ್ತಾದರೂ ಊಟಮಾಡದೇ ಕಾಯ್ತಾಳೆ. ದಿನಾ ಸಾಯಂಕಾಲ ಕಷ್ಟಪಟ್ಟು ಉಸಿರು ಹಿಡಿದು ಜಗುಲಿಗೆ ಬಂದು ತೋಟದ ಬಯಲೆಡೆಗೆ ಇಣುಕಿ, "ಏ ಮಧು... ಮಧೂ... ಬಾ ಇಲ್ಲಿ..." ಎಂದು ಮೆಲ್ಲಗೇ ಅಷ್ಟೇ ಕಾತರಳಾಗಿ ಕರೀತಾಳೆ. ಅಲ್ಲಿಗೆ ಹೋದ ನನಗೆ ಮೆಲ್ಲಗೇ ಬಳಿ ಸದ್ದಾಗದಂತೇ ಕೈಯೆತ್ತಿ ತೋರಿಸ್ತಾಳೆ. ಅಲ್ಲಿ... ತೋಟದ ಬಯಲಲ್ಲಿ ಗುಂಪು ಗುಂಪು ನವಿಲುಗಳು! "ಶ್... ಸದ್ದು ಮಾಡ್ಬೇಡ. ಆ ಕುತ್ತಿಗೆ ನೋಡು ಎಷ್ಟು ಸಪೂರ ಹೆಂಗೆ ಕೊಂಕಿಸ್ತದೆ... ತಲೆ ಮೇಲಿನ ಜುಟ್ಟಿವೆ ನೋಡು, ಗಂಡು ನವಿಲುಗಳು ಅವು. ಕಾಲೆಷ್ಟು ಸಪೂರ... ಗರಿ ನೆಲಕ್ಕೆ ಹೊಸೀತಾ ಹೋಗೋ ಹಿಕ್ಮತಿ ನೋಡು ಅವುಗಳದ್ದು... ಏ... ಈ ಕಡೆ ಬಾರೋ... ಚೂರು ಸದ್ದು ಮಾಡಿದ್ರೂ ಗೊತ್ತಾಗಿಬಿಡ್ತದವಕ್ಕೆ... ಓಡಿ ಹೋಗ್ತವೆ ಕಾಣಿಸ್ಕೋಬೇಡ..." ಪಿಸುದನಿಯಲ್ಲಿ ಹೇಳ್ತಾ ಸಣ್ಣ ಮಕ್ಕಳಂತೇ ಬಾಗಿಲ ಮರೆಯಲ್ಲಿ ನಿಂತು ಕಣ್ಣಗಲಿಸಿಕೊಂಡು ನವಿಲುಗಳನ್ನು ನೋಡ್ತಾಳೆ. ನಾನು ನವಿಲುಗಳನ್ನು ಬಿಟ್ಟು ಅಮ್ಮನ ಕಣ್ಣುಗಳನ್ನೇ ನೋಡ್ತಾ ನಿಂತುಬಿಡ್ತೇನೆ. ಅವಳಿಗೆ ಅನುದಿನವೂ ಸಾಧ್ಯವಾಗೋ ದಿವ್ಯ ಇದು.

ತೇಜು, ದಮ್ಮಿನೊಂದಿಗೆ ಏಗುತ್ತಾ, ಅಪ್ಪನನ್ನು ಅವಮಾನಿಸುತ್ತಾ, ಸಣ್ಣತನಗಳಲ್ಲೇ ಮೈದುಂಬಿಕೊಂಡಂತೇ ಕಾಣುವ ಅಮ್ಮ ತನ್ನ ದೈನಿಕದಲ್ಲಿಯೇ ಗಳಿಸಿಕೊಂಡ ಈ 'ನವಿಲು ನೋಡುವ ಕಣ್ಣ'ನ್ನು, ರಾಶಿ ರಾಶಿ ಪುಸ್ತಕಗಳನ್ನು ಓದುತ್ತಾ, ಕತೆ-ಕವಿತೆ ಬರೀತಾ, ಅಂದುಕೊಂಡಿದ್ದನ್ನು ಅದ್ಭುತ ಅನ್ನುವ ಹಾಗೆ ಉದಾಹರಣೆಗಳಲ್ಲಿ ಬಿಂಬಿಸುವ ನಾವು ಕಳೆದುಕೊಂಡಿದ್ದೇವೆ ಅನ್ನಿಸ್ತಿದೆ ಕಣೇ. ನಾನು ಪುಸ್ತಕದ ವಿವರಗಳಲ್ಲಿ ಮಾತ್ರ ರೋಮಾಂಚಿತನಾಗಬಲ್ಲೆ. ವಾಸ್ತವದಲ್ಲಲ್ಲ. ಕೃತಕ ಪರದೆಯ ಮೇಲೆ ಮಾತ್ರ ಈ ಜಗತ್ತನ್ನು ಆನಂದಿಸಬಲ್ಲೆ, ಅದರಲ್ಲಿ ನಾನೂ ಒಂದು ಪಾತ್ರವಾಗುವ ಬದುಕಿನಲ್ಲಲ್ಲ..."

ಅರ್ಧ ಹಾಳೆಯಲ್ಲೇ ಪತ್ರ ನಿಂತಿತ್ತು.

ನೆಟ್ಟ ನೋಟದಿಂದ ಓದುತ್ತಿದ್ದ ಮಧುಕರನಿಗೆ ಕಣ್ಣು ಮಂಜುಗಟ್ಟಿದಂತಾಗಿ ಗಸಗಸನೇ ಕಣ್ಣುಜ್ಜಿಕೊಂಡ. ಮೈ ಮೆಲ್ಲನೇ ಮತ್ತೆ ಬಿಸಿಯೇರುತ್ತಿರುವಂತಾಯ್ತು. ಒಮ್ಮೆ ಕತ್ತೆತ್ತಿ ನೋಡಿದ. ಆಟವಾಡುತ್ತಿರುವ ದೀಪದ ಬೆಳಕಲ್ಲಿ ಗೋಡೆ, ಟೇಬಲ್, ಗಿಳಿಗೂಟಕ್ಕೆ ನೇತುಹಾಕಿದ್ದ ಬಟ್ಟೆಗಳು, ತನ್ನದೇ ದೊಡ್ಡ ನೆರಳು ಎಲ್ಲವೂ ವಿಚಿತ್ರವಾಗಿ ಕಂಡು ಬೇರೆಯದೇ ಯಾವುದೋ ಜಗತ್ತಿನಲ್ಲಿದ್ದಂತೆಯೇ ಭಾಸವಾಯಿತು. ತಾನೀಗ ಓದಿದ್ದು ತಾನಲ್ಲದೇ ಬೇರೆ ಯಾರೋ ಬರೆದಿಟ್ಟ ಪತ್ರ ಅನ್ನಿಸಿತು. ಕೈ ಮೈ ಸಣ್ಣಗೇ ನಡುಗತೊಡಗಿ ತಲೆಯ ನರಗಳನ್ನೆಲ್ಲಾ ಯಾರೋ ಜಗ್ಗಿಜಗ್ಗಿ ಎಳೆದಂತಾಗಿ ಗಟ್ಟಿ ಕಣ್ಮುಚ್ಚಿದ.

ಇದನ್ಯಾಕೆ ಅರ್ಧಕ್ಕೇ ನಿಲ್ಲಿಸಿದೆ. ಮುಂದುವರೆಸಿದ್ದರೆ ಇನ್ನೂ ಏನೇನು ಬರೀತಿದ್ದೆ? ಈ ಪತ್ರ ಬರೀವಾಗ ನನ್ನ ಮನಸ್ಸಿನಲ್ಲಿ ಏನೇನು ಆಲೋಚನೆಗಳಿದ್ದವು? ನೆನಪಿಸಿಕೊಳ್ಳಲು ಯತ್ನಿಸಿದ. ಏನೂ ಹೊಳೆಯಲಿಲ್ಲ.

ಇದನ್ನು ಓದಿದರೆ ಏನಂದುಕೊಳ್ಳಬಹುದು ತೇಜು? ಮರುಕಪಟ್ಟುಕೊಳ್ಳಬಹುದೇನೋ. ಅಥವಾ ಇವ್ಯಾವವೂ ಅವಳನ್ನು ಕೊಂಚವೂ ತಾಕದೆಯೇ ಹೋಗಬಹುದು. ಬರೀ ಭಾವುಕ ಮನಸ್ಸಿನ ಹುಚ್ಚು ಬಡಬಡಿಕೆಗಳು ಅನ್ನಿಸಿ ನಕ್ಕುಬಿಡಬಹುದು. ಅವಳ ಜಗತ್ತೇ ಬೇರೆ. ಯಾವಾಗಲೂ ಹೇಳ್ತಿದ್ದಳು "ಮಧು, ನಾವು ಜಾಸ್ತಿ ಓದಿದಷ್ಟು, ಜಾಸ್ತಿ ಚರ್ಚಿಸಿದಷ್ಟು ಜಾಸ್ತಿ ಸಂಕೀರ್ಣರಾಗ್ತಾ ಹೋಗ್ತೀವಿ. ಪ್ರಶ್ನೆಗಳು ಎದ್ದಷ್ಟು ಉತ್ತರಗಳು ಸಿಗದಷ್ಟೂ ನಾವು ಒಳಗೊಳಗೇ ಬೆಳೀತಾ ಹೋಗ್ತೀವಿ. ಅದು ಹಾಗೇ ಆಗ್ಬೇಕು ಕೂಡ. ಆದ್ರೆ ಈ ಜನರು ಹಾಗಲ್ಲ. ಬರೀ ಸಂತೆಪೇಟೆ ಸುತ್ತುತ್ತಾ, ಅಡಿಗೆ ಮಾಡ್ತಾ, ಉಣ್ಣುತ್ತಾ, ಅಕ್ಕಪಕ್ಕದವರ ಜೊತೆ ಜಗಳ ಮಾಡ್ತಾ, ಧಾರಾವಾಹಿ, ಮದುವೆ, ಮನೆ, ಸಾಲ, ಮಕ್ಕಳು, ಸಂಬಂಧಗಳು ಅಂತೆಲ್ಲಾ ಸಿಲ್ಲಿ ಜಂಜಾಟಗಳಲ್ಲೇ ದಿನ ಕಳೆದುಬಿಡ್ತಾರೆ. ಆರಾಮಾಗಿರ್ತಾರೆ. ಜಾಸ್ತಿ ಯೋಚಿಸಲ್ಲ, ಪ್ರಶ್ನೆಗಳಿಲ್ಲ, ಉತ್ತರವೂ ಬೇಕಾಗಿಲ್ಲ. ಬದುಕಿಗೆ ಯಾವುದು ಮಹತ್ವ ಅಂತಾನೇ ನಿರ್ಧರಿಸದೇನೆ ಮುದುಕರಾಗಿಬಿಡ್ತಾರೆ. ಇವತ್ತು ಹೇಗಿರ್ತಾರೋ ಇನ್ನು ಸಾವಿರ ವರ್ಷದ ನಂತ್ರಾನೂ ಹಾಗೇ ಇರ್ತಾರೆ. ಮಂಜುಗಡ್ಡೆಯಲ್ಲಿ ಹೂತಿಟ್ಟ ಹೆಣದ ಹಾಗೆ..."

ಹೌದು ತೇಜು ಇವರಿಗೆ ಗೊಂದಲಗಳಿಲ್ಲ, ಪ್ರಶ್ನೆಗಳಿಲ್ಲ. ಸರಿ-ತಪ್ಪುಗಳ ನಡುವೆ ಅಚ್ಚನೆಯ ದಪ್ಪ ಗೆರೆಯಿದೆ. ಎಲ್ಲಾ ಸಂಬಂಧಗಳಿಗೂ ಪಕ್ಕಾ ಆದ ಹೆಸರು ಇದೆ. ಎಲ್ಲಾ ಸಂಬಂಧಗಳನ್ನೂ ಆ ಹೆಸರುಗಳ ಮಾದರಿಯ ಅಡಿಯಲ್ಲಿಯೇ ಗುರ್ತಿಸ್ತಾರೆ.

ಅಕ್ಕ, ತಂಗಿ, ತಾಯಿ, ಅತ್ತಿಗೆ, ಹೆಂಡತಿ, ಇಟ್ಟುಕೊಂಡವಳು... ಹೀಗೆ ಪ್ರತೀ ಹೆಸರಿನ ಸಂಬಂಧಗಳ ಅರ್ಥವ್ಯಾಪ್ತಿಯ ಬಗೆಗೂ ಗೆರೆ ಕೊರೆದಂಥ ಖಚಿತತೆಯಿದೆ. ಹೆಸರಿಲ್ಲದ ಸಂಬಂಧ ಇರುವುದಿಲ್ಲ ಇಲ್ಲಿ.

ನಿಂಗೆ ನೆನಪಿದ್ಯಾ ತೇಜು? ಅವತ್ತೊಂದು ಸಂಜೆ ನಿನ್ನ ಹಳೆಯ ಗೆಳೆಯನ ಬಗ್ಗೆ ಮಾತಾಡುತ್ತಾ ಭಾವುಕಳಾಗಿ ನನ್ನ ಭುಜ ಅವುಚಿ, ಎದೆಗೆ ತಲೆಯೊರಗಿಸಿ ಬಿಕ್ಕಿದ್ದೆ ಮತ್ತು ಹಾಗೇ ಕೂತಿದ್ದೆ ಎಷ್ಟೋ ಹೊತ್ತು. ನನಗಾಗ, ನಮ್ಮ ಸಂಬಂಧವೂ ಒಂದು ಹೆಸರಿಡುವ ಮೂರ್ತತೆಗೆ ತಿರುಗುತ್ತಿದೆಯೇನೋ ಅನ್ನಿಸಿ ದಿಗಿಲಾಗಿತ್ತು. ಆದರೆ ಅಷ್ಟೇ ಬೇಗ ಎಚ್ಚೆತ್ತುಕೊಂಡ ನೀನು ಸಹಜವಾಗಿ ಬೇರೆ ಏನೋ ವಿಷಯ ಮಾತಾಡುತ್ತಾ ಕೂತುಬಿಟ್ಟಿದ್ದೆ ಏನೂ ಆಗಲಿಲ್ಲ ಎಂಬಂತೆ. ಆಗ ಹೆಸರಿರುವ ಸಂಬಂಧಗಳ ಜಂಜಾಟಗಳಿಗೆ ಅಷ್ಟು ಸುಲಭಕ್ಕೆ ಕತ್ತುಕೊಟ್ಟು ಕಟ್ಟುಬೀಳುವಷ್ಟು ಇಮ್ಯಾಚೂರ್ ನಾವಲ್ಲ ಅನ್ನಿಸಿ ಹೆಮ್ಮೆಯಾಗಿತ್ತು. ಆದರೆ ಮರುದಿನ ಯಾವುದೋ ವಿಷಯಕ್ಕೆ ನೀನು ಸಿಟ್ಟಾಗಿ "ಏನೋ ನನ್ನ ದುರ್ಬಲ ಕ್ಷಣಗಳಲ್ಲಿ ಕೆಲವು ವಿಷಯಗಳನ್ನು ನಿನ್ನೊಂದಿಗೆ ಹೇಳ್ಕೊಂಡೆ, ನಿನ್ನೆದೆಗೆ ಒರಗಿದೆ ಅಂದಾಕ್ಷಣಕ್ಕೆ ನಾನೇನ್ ಪೂರ್ತಿ ನಿನ್ಮೇಲೆ ಡಿಪೆಂಡ್ ಆಗಿದಿನಿ ಅಂದ್ಕೊಂಡು ಅಧಿಕಾರ ಚಲಾಯಿಸ್ಲಿಕ್ಕೆ ಬರಬೇಡ. ನೀನಲ್ಲ ನಿನ್ನ ಜಾಗದಲ್ಲಿ ಯಾರೇ ಇದ್ರೂ ನಾನು ಹಾಗೇ ಮಾಡ್ತಿದ್ದೆ ತಿಳ್ಕೋ..." ಅಂತೆಲ್ಲಾ ಬೈದು ದಿನವಿಡೀ ಕೋಪಿಸಿಕೊಂಡಿದ್ದೆ. ಆ ಕ್ಷಣದಲ್ಲಿ ನಿನ್ನ ನಡವಳಿಕೆ ಅನಿರಿಕ್ಷಿತ ಅನ್ನಿಸಿ ಶಾಕ್ ಆಗಿದ್ರೂ, ಯಾವುದಕ್ಕೂ ಯಾರಿಗೂ ಅಂಟಿಕೊಳ್ಳದ ಎಲ್ಲಿಯೂ ಊರಿಕೊಳ್ಳದ ನಿನ್ನ ದಿಟ್ಟತನ ಒಂದು ಉಜ್ವಲ ಆದರ್ಶದಂತೇ ಕಂಡಿತ್ತು. ಅದೇ ನಿಜವಾದ ಸತ್ಯ ಅನ್ನಿಸಿತ್ತು.

ಆದ್ರೆ ಈಗ ಇಲ್ಲಿಂದ, ನೆತ್ತಿಯೇರಿ ಈಗಷ್ಟೇ ಇಳಿಯುತ್ತಿರುವ ಜ್ವರದ ಕಣ್ಣಿನಲ್ಲಿ ನೋಡುವಾಗ ಅದು ದಿಟ್ಟತನವಾಗಿ ಕಾಣಿಸ್ತಿಲ್ಲ ಕಣೇ, ಬದಲಿಗೆ ಹೇಡಿತನವೇನೋ ಅನ್ನಿಸ್ತಿದೆ. ಸಂಬಂಧಗಳ ಭಾವಗಳನ್ನು ಅದರ ಎಲ್ಲಾ ಸುಖದ ಫಲಗಳನ್ನು ಬಯಸುವ ನಾವು ಅದಕ್ಕೊಂದು ಹೆಸರಿಟ್ಟು ಗುರ್ತಿಸಿಕೊಳ್ಳೋಕೆ ಹೆದರ್ತೇವೆ. ಇದೊಂಥರ ಕಳ್ಳತನದ ಎಲ್ಲ ಸಂಪತ್ತೂ ಬೇಕು ಆದರೆ ಕಳ್ಳ ಅನ್ನಿಸ್ಕೋಬಾರ್ದು ಅಂದ್ಹಂಗೇ ಅಥವಾ ಇದು ಸರಿಯಾದ ಉದಾಹರಣೆ ಅಲ್ವೇನೋ, ಆದ್ರೆ ಇನ್ನೂ ಬೇರೇ ರೀತಿ ಹೇಳಲಿಕ್ಕೆ ತಿಳೀತಿಲ್ಲ ನಂಗೆ. ಆದರೆ ಇಲ್ಲಿ ಹಾಗಲ್ಲ. ಸಂಬಂಧದ ಸುಖವನ್ನು ಹೊಂದುವವರು ಅದರ ಹೆಸರಿನ ಭಾರ ಹೊರಲು ಹಿಂಜರಿಯೂದಿಲ್ಲ ತೇಜು... ಕಳ್ಳನ ಪಟ್ಟದ ಅರಿವಿದ್ದೇ ಅದರ ಸಂಪತ್ತನ್ನು ಅನುಭವಿಸ್ತಾರೆ.

ನಿಂಗೆ ಹಿಂಗೆಲ್ಲಾ ಹೇಳಿದ್ರೆ ಬಹುಶಃ ಏನೂ ಅರ್ಥ ಆಗ್ಲಿಕ್ಕಿಲ್ಲ. ಹೇಳಿಬಿಡ್ತೇನೆ ನೇರವಾಗಿ. ನನ್ನ ಅಪ್ಪನಿಗೆ ಅಮ್ಮನ ಹೊರತಾಗಿ ಒಂದು ಹೆಂಗಸಿನ ಜೊತೆ ಸಂಬಂಧವಿದೆ. ಹಾ! ವಿವಾಹೇತರ, ಅನೈತಿಕ ಏನು ಬೇಕಾದ್ರೂ ಹೇಳಬಹುದು ನಮ್ಮ ಪುಸ್ತಕದ ಭಾಷೆಯಲ್ಲಿ. ಇಲ್ಲಿನ ಜನರ ಭಾಷೆಯಲ್ಲಾದ್ರೆ 'ಅಪ್ಪ ಅವಳನ್ನು ಇಟ್ಟುಕೊಂಡಿದ್ದಾನೆ.'

ಇದೇ ಊರಿನವಳು. ತುಂಬಾ ಹಿಂದೆಯೇ ಗಂಡ ತೀರಿಕೊಂಡು ಒಬ್ಬಳೇ ಇದ್ದವಳು. ಅಪ್ಪ ಮತ್ತು ಆ ಹೆಂಗಸಿನ ಸಂಬಂಧದ ಬಗ್ಗೆ ಅಮ್ಮನಿಗೂ ತಿಳಿದಿದೆ

ಅನ್ನಿಸ್ತದೆ. ಆದರೆ ಅಮ್ಮ ಯಾವತ್ತೂ ಗೊಣಗಾಟದಲ್ಲೂ ಆ ಬಗ್ಗೆ ಬಾಯಿಬಿಟ್ಟಿರಲಿಲ್ಲ. ಆದ್ರೂ ಅವಳಿಗೆ ಈ ಬಗ್ಗೆ ಗೊತ್ತಿದೆ ಅಂತ ನಂಗೆ ಬಲವಾಗಿ ಅನ್ನಿಸ್ತಿದೆ. ಆಗೀಗ ತುಂಬಾ ತೆಳುವಾಗಿ ನನಗೂ ಇದರ ಸೂಚನೆಗಳು ಸಿಗುತ್ತಿದ್ರೂ ಅದೆಂದೂ ನನಗೆ ಖರೆಯಾಗಿ ಕಂಡಿರಲಿಲ್ಲ. ಇಲ್ಲಿ ಇಂಥ ಸಂಬಂಧಗಳು ಯಾವತ್ತೂ ಖರೆಯಾಗಿ ಕಾಣೂದಿಲ್ಲ ತೇಜು...

ಮೊನ್ನೆ ಅವರಿಬ್ಬರನ್ನೂ ಒಟ್ಟಿಗೇ ನೋಡಿದೆ. ನೋಡಬಾರದಿತ್ತು ನೋಡಿದೆ. ನೋಡಿಯೂ ನನಗೇನೂ ಆಗಬಾರದಿತ್ತು. ಇಷ್ಟೆಲ್ಲಾ ಓದಿದ, ತಿಳಿದುಕೊಂಡ, ಇಂಥವೆಲ್ಲಾ ಸಹಜವಾಗಿ ಸ್ವೀಕರಿಸಬಲ್ಲೆ ಎಂದು ನಂಬಿದ್ದ ನನಗೆ ಏನೂ ಆಗಬಾರದಿತ್ತು. ಆದರೆ ಏನೋ ಆಯಿತು. ತೀರಾ ನನ್ನ ಅಸ್ತಿತ್ವದ ಬುಡವೇ ಅಲ್ಲಾಡಿ ಹೋಗುವಂತೇ ಏನೋ ಆಯ್ತು.

ನನ್ನನ್ನು ನೋಡಿಯೂ ನೋಡದಂತೇ, ತನ್ನನ್ನು-ಅವಳನ್ನು, ತಮ್ಮಿಬ್ಬರ ಸಂಬಂಧವನ್ನು ನಿರಾಕರಿಸಲೂ ಹೋಗದೇ, ಸಮರ್ಥಿಸಲೂ ಹೋಗದೇ, ಆಗುವುದನ್ನು ಅದರ ಪಾಡಿಗೆ ಆಗಲು ಬಿಟ್ಟವನಂತೆ ಅಪ್ಪ ಸುಮ್ಮನೇ ಅವಳ ಬದಿಯಿಂದ ಎದ್ದು ನಡೆದ. ಹಾಗೆ ಹೋಗುವಾಗ ಅವನ ಮುಖವನ್ನು ಸಾಧ್ಯವಿದ್ದಷ್ಟೂ ಸೂಕ್ಷ್ಮವಾಗಿ ನೋಡಿದೆ. ಅಲ್ಲಿ ಕಳ್ಳತನ ಮಾಡಿ ಸಿಕ್ಕುಬಿದ್ದ ಹುಳ್ಳನೆಯ ಭಾವ ಇರಲಿಲ್ಲ. ಬದಲಿಗೆ ಬರೀ ನಿರ್ಲಿಪ್ತತೆ, ಬೆಚ್ಚಿ ಬೀಳಿಸುವ ನಿರ್ಲಿಪ್ತತೆಯಷ್ಟೇ ಇತ್ತು. ಸ್ವಲ್ಪ ಹೊತ್ತಿಗೆ ಅವಳೂ ದಾಟಿಹೋಗುವಾಗ ಸಣ್ಣಗೇ ಕೇಳಿದೆ ನನ್ನಷ್ಟಕ್ಕೆ ಎಂಬಂತೆ. "ಇವೆಲ್ಲಾ ಮಾಡೋಹಾಗಿದ್ರೆ ರಾಜಾರೋಷವಾಗೇ ಮಾಡ್ಬೋದಲ್ಲಾ... ಕದ್ದುಮುಚ್ಚಿ ಯಾಕೆ?" ಅವಳು ನಿಂತು ಹಿಂತಿರುಗಿ ನೋಡಿದಳು. "ಯಾಕಂದ್ರೆ ನಮ್ಮದು ರಾಜಾರೋಷದ ಸಂಬಂಧ ಅಲ್ಲ. ಆದ್ರೆ ಇದು ಪೂರ್ತಿ ಕದ್ದುಮುಚ್ಚಿಯೂ ಅಲ್ಲ..." ನೇರವಾಗಿ ನನ್ನೇ ದಿಟ್ಟಿಸಿ ಮಾತಾಡುತ್ತಿದ್ದ ಅವಳ ಕಣ್ಣಲ್ಲಿ ಎಂಥ ಕರುಣೆಯಿತ್ತು ಗೊತ್ತಾ ತೇಜು? ಅಲ್ಲಾಡಿ ಹೋದೆ ನಾನು. ಖರೆ ಅಂದ್ರೆ ನಮ್ಮ ಪ್ರಕಾರ ನಾನು ಅವಳನ್ನು ಕರುಣೆಯಿಂದ ನೋಡಬೇಕಾಗಿತ್ತು. ವಿಧವೆ ಹೆಣ್ಣು, ನೊಂದವಳು, ನನ್ನ ತಂದೆಯಿಂದ ಅನ್ಯಾಯಕ್ಕೊಳಗಾದವಳು. ತನ್ನನ್ನು ಶೋಷಿಸುತ್ತಿರುವ ಈ ಸಮಾಜದ ಮೇಲೆ ಸಿಟ್ಟು, ರೋಷ, ಆಕ್ರೋಶ, ದುಃಖ, ಎಲ್ಲವನ್ನೂ ಎದೆಯೊಳಗೆ ಅದುಮಿಟ್ಟುಕೊಂಡು ಬದುಕುತ್ತಿರುವವಳು... ಊಹೂಂ! ಅವಳ ಮುಖದಲ್ಲಿ ಆ ಯಾವ ಭಾವಗಳ ಲೇಶವೂ ಇರಲಿಲ್ಲ.

ಅವತ್ತು ಕಪ್ಪಿಟ್ಟುಕೊಂಡು ಜಪ್ಪಿಸುರಿದ ದೊಡ್ಡ ಮಳೆಯಲ್ಲಿ ನೆನೆದುಕೊಂಡೇ ಮನೆಗೆ ಬಂದೆ. ಮೈ ಒರೆಸಿಕೊಳ್ಳಬೇಕು ಅಂತಲೂ ಅನ್ನಿಸಲಿಲ್ಲ. ನೀರು ತೊಟ್ಟಿಕ್ಕುತ್ತಿದ್ದ ಬಟ್ಟೆಯಲ್ಲಿ ಹಾಗೇ ಕೂತೇ ಇದ್ದೆ ಸುಮ್ಮನೆ. ಸಂಜೆಯಾಗುತ್ತಿದ್ದಂತೇ ಮೈ ಬಿಸಿಯಾಗಲು ಶುರುವಾಯ್ತು. ಬಟ್ಟೆ ಬದಲಿಸಿ ಹಾಸಿಗೆಗೆ ಬೀಳುವಷ್ಟರಲ್ಲಿ ಚಳಿಜ್ವರದಿಂದ ಗಡಗಡನೇ ನಡುಗುತ್ತಿದ್ದೆ. ಅವತ್ತಿಂದ ಮತ್ತೆ ಎರಡು ದಿನ ಪ್ರಜ್ಞೆಯೂ ಅಲ್ಲದ ಪೂರ್ತಿ ನಿದ್ರೆಯೂ ಅಲ್ಲದ ವಿಚಿತ್ರ ಪರಿಸ್ಥಿತಿಯಲ್ಲಿ ಏನೇನು ಕಂಡೆ ಅನ್ನುವುದರ ಬಗ್ಗೆ ಇಲ್ಲಿ ವಿವರಿಸುವುದು ಅಸಾಧ್ಯ. ಹಾಸಿಗೆಯ ಬದಿ ದೀಪ ಹಚ್ಚಿಕೊಂಡಿದ್ದರೆ ಅದು ರಾತ್ರಿ ಅಂತಲೂ, ಬಾಗಿಲಿಂದ ಬೆಳಕು ಬರುತಿದ್ದರೆ ಅದು ಹಗಲು ಅಂತಲೂ ಗೊತ್ತಾಗುತ್ತಿತ್ತು. ಆದರೆ

ನಾನು ಕಣ್ತೆರೆದಾಗೆಲ್ಲಾ ನನ್ನ ಪಕ್ಕ ಕೂತಿರುತ್ತಿದ್ದ ಅಪ್ಪ ಕಾಣಿಸುತ್ತಿದ್ದ. ಯಾವುದೋ ಬೇರು ತಳೆಯುತ್ತಾ, ಕಷಾಯ ಮಾಡಿ ಕುಡಿಸುತ್ತಾ, ಪೇಟೆಯಿಂದ ತಂದ ಗುಳಿಗೆಗಳನ್ನು ತಿನ್ನಿಸುತ್ತಾ, ಅಮ್ಮನಿಗೆ ಹೇಳಿ ಹೆಸರುಗಂಜಿ ಮಾಡಿ ಕುಡಿಸುತ್ತಾ, ಜ್ವರ ನೆತ್ತಿಗೇರಿ ನಾನು ಹಲುಬುವಾಗ ಗಟ್ಟಿ ಕೈಹಿಡಿದುಕೊಂಡು, ತಣ್ಣೀರಪಟ್ಟಿ ಬದಲಿಸುತ್ತಾ...

ಒಮ್ಮೆ ನಾನು ಎಚ್ಚರಾದಾಗ ಅಪ್ಪ ನನ್ನ ಪಕ್ಕ ಗೋಡೆಗೊರಗಿ ನಿದ್ರೆ ಮಾಡಿದ್ದ. ದೀಪದ ಬೆಳಕಲ್ಲಿ ಅವನ ಕಣ್ಣ ಕೆಳಗಿನ, ಕತ್ತಿನಲ್ಲಿನ ಜೋತುಬಿದ್ದ ಚರ್ಮದ ಗೆರೆಗಳಲ್ಲಿ ನನಗೆ ಅರ್ಥವಾಗದ, ಅವನು ಅವಳೊಂದಿಗೆ ಮಾತ್ರ ಹಂಚಿಕೊಂಡಿರುವ ಯಾವುದೋ ಗುಟ್ಟಿದೆ ಅನ್ನಿಸಿ ಅವನನ್ನೇ ದಿಟ್ಟಿಸಿದ್ದೆ. ನಾನು ಕೊಂಚ ಮಿಸುಕಿದ್ದೇ ಯಾರೋ ಬಡಿದೆಬ್ಬಿಸಿದಂತೇ ಧಡಕ್ಕನೆ ಎದ್ದುಕೂತ. ನಾನು ಫಟ್‌ನೆ ನಿದ್ರಿಸುತ್ತಿದ್ದವನಂತೇ ಕಣ್ಮುಚ್ಚಿದೆ. ಯಾಕೋ ಅಪ್ಪನ ಮುಖ ನೋಡಲು ಧೈರ್ಯವೇ ಆಗಲಿಲ್ಲ. ಅವ ನನ್ನ ಹಣೆ ಎದೆ ಮುಟ್ಟಿ ಜ್ವರಪರೀಕ್ಷೆ ಮಾಡುವಾಗ, ತಣ್ಣೀರಪಟ್ಟಿ ಬದಲಿಸುವಾಗ, ಒದ್ದೆ ಬಟ್ಟೆಯಿಂದ ಮೈ ಕೈ ಒರೆಸುವಾಗ ಅವನನ್ನು ನೋಡಲು ಸಾಧ್ಯವಾಗದೆ ಮುಖ ತಿರುಗಿಸಿ ಕಣ್ಮುಚ್ಚುತ್ತಿದ್ದೆ. ಅಕಸ್ಮಾತ್ ಅವನ ಮುಖ ನೋಡಿದ್ರೆ ತೋಟದಿಂದ ನಾನು ಕೈ ಕುಯ್ದುಕೊಂಡು ಬಂದಾಗ ಇದ್ದಂಥ ನಗು ಇರ್ತಿತ್ತಾ? ಅದಿದ್ದರೆ ಹೇಗೋ ಅರಗಿಸಿಕೊಳ್ಳಬಹುದಿತ್ತು. ಆದರೆ ಅವಳೊಟ್ಟಿಗೆ ಕಂಡಾಗ ಇದ್ದಂಥ ನಿರ್ಲಿಪ್ತತೆ ಇದ್ದರೆ ಮಾತ್ರ ಅಸಾಧ್ಯ. ಅವನ ಆ ನಿರ್ಲಿಪ್ತತೆ ನನ್ನಲ್ಲಿ ವಿಚಿತ್ರ ಭಯ ಮತ್ತು ಪಾಪಪ್ರಜ್ಞೆ ಹುಟ್ಟಿಸುತ್ತೆ ಕಣೇ... ಮಜಾ ನೋಡು ಪಾಪಪ್ರಜ್ಞೆ ಭಯ ಎಲ್ಲ ಇರಬೇಕಾದದ್ದು ಅವನಿಗೆ. ಆದ್ರೆ ಅವ ಇದ್ಯಾವುದರಿಂದ್ಲೂ ಬಾಧಿತ ಆಗಿದ್ದಾನೆ ಅನ್ನೋದೇ ಇಲ್ಲ. ಬದಲಿಗೆ ನನ್ನನ್ನ ನರಳಿಸ್ತಿವೆ ಅವು.

ನಾವು ಬರೀ ಪ್ರಶ್ನೆಗಳಲ್ಲೇ ತೊಳಲಾಡ್ತಾ ಇರ್ತೀವಿ ತೇಜು. ಆದ್ರೆ ಇವರು ಧಾರಾವಾಹಿ, ಸಂತೆ, ಹಾದರ, ಕುಟುಂಬ, ಸಾಲ, ಸಂಬಂಧಗಳು ಈ ಎಲ್ಲ ಜಂಜಾಟಗಳ ದೈನಿಕದಲ್ಲೇ ಪ್ರಶ್ನೆಗಳ ಗೊಡವೆಯೇ ಇರದೇ ದ್ವಂದ್ವಗಳನ್ನು ಮೀರಿ ಜಿಗಿಯುವ ದಾರಿಗಳನ್ನು ಕಂಡುಕೊಂಡಿದ್ದಾರೆ. ನೀ ಹೇಳಿದ ಹಾಗೇ ಇದು ಬರೀ ಮಂಜುಗಡ್ಡೆಯಲ್ಲಿ ಹೂತಿಟ್ಟ ಹೆಣದಂಥ ಜಗತ್ತಲ್ಲ. ಹಿಮದ ಹಾಸಿನ ಒಳಗೊಳಗೇ ಮೈದುಂಬಿ ಹರಿಯೋ ಜೀವನದಿ. ಮೈಮರೆತು ನವಿಲನ್ನು ನೋಡುವ ಅಮ್ಮ, ಇಡೀ ಜಗತ್ತನ್ನೇ ಕರುಣೆಯಿಂದ ನೋಡಬಲ್ಲ ಅವಳು, ಎಲ್ಲವನ್ನೂ ನಿರ್ಲಿಪ್ತವಾಗಿ ನೋಡುವ ಅಪ್ಪ ಇವರೆಲ್ಲರೂ ನಮ್ಮ ಚರ್ಚೆಯ ಮಾನದಂಡಗಳಿಂದ ತಾಕಲೂ ಅಸಾಧ್ಯವಾದ ನೋಟಗಳು ಅನ್ನಿಸ್ತದೆ ನಂಗೆ. ಅಪಾಯದ ಅರಿವಿದ್ದೂ ರಿಸ್ಕ್ ತೆಗೆದುಕೊಳ್ಳುವ, ಅದರ ಪರಿಣಾಮಗಳನ್ನು ಎದುರಿಸಬಲ್ಲ ದಿಟ್ಟತನ ಇದೆ ಇವರಲ್ಲಿ. ನೆಲದಲ್ಲಿ ಬೇರೂರಿ ನಿಲ್ಲಬಲ್ಲ ಗಟ್ಟಿ ಮರಗಳು ಇವರು. ನಾವೋ ಎಲ್ಲೂ ಯಾವುದಕ್ಕೂ ಊರಿಕೊಳ್ಳದೇ ರಿಸ್ಕ್ ಇಲ್ಲದ ಸುಖದ ಫಲವನ್ನಷ್ಟೇ ಆಶಿಸುತ್ತಾ, ಗಾಳಿಬಂದ ಕಡೆಗೆ ಹಾರಿಹೋಗುವ ಹೊಟ್ಟುಗಳು. ನೋಡಿದ್ರೆ ನೋಡ್ತಾನೇ ಇರಬೇಕೆನ್ನುವಷ್ಟು ಚೆಂದ. ಆದರೆ ಎಲ್ಲೂ ಬೇರೂರಲಾರವು, ಮೊಳಕೆಯೊಡೆಯಲಾರವು. ಮೇಲಿಂದ ನಮ್ಮ ಪೊಳ್ಳುತನವನ್ನೇ ಆದರ್ಶ ಅಂತ ಬಿಂಬಿಸಿಕೊಂಡು, ಯಾರಾದ್ರೂ ಹೌದು ಹೌದು ಅನ್ನುವಂತೇ ಅದ್ಭುತ

ಉದಾಹರಣೆಗಳಲ್ಲಿ ವ್ಯಾಖ್ಯಾನಿಸಿಕೊಂಡು, ಅದನ್ನೇ ನಿಜ ಎಂದು ನಮ್ಮನ್ನು ನಾವೇ ನಂಬಿಸಿಕೊಳ್ತಾ ಸುಳ್ಳೇ ಬದುಕುವ ಆತ್ಮಹತ್ಯಾ ಮಾರ್ಗಿಗಳು, ಬೇರು ಬಿಳಲುಗಳನ್ನು ಕತ್ತರಿಸಿಕೊಂಡ ತ್ರಿಶಂಕುಗಳು ಅನ್ನಿಸ್ತು ಆ ಕ್ಷಣದಲ್ಲಿ.

ನಿಂಗಿದೆಲ್ಲಾ ಹುಚ್ಚು ಭಾವುಕತೆಯ ಮೂರ್ಖತನದ ಮಾತುಗಳಾಗಿ ಕೇಳಬಹುದು. ಆದ್ರೆ ನಂಗಿನ್ನೂ ಅವಳ ಕಣ್ಣುಗಳು ನಿಚ್ಚಳವಾಗಿ ಕಾಣಿಸ್ತಿದೆ ಕಣೇ... ಪುಸ್ತಕಗಳನ್ನು ಓದಿ, ಕ್ಲಾಸಿನಲ್ಲಿ ಕೂತು ಚರ್ಚಿಸಿ ಕೈಗೊಂಡ ಠರಾವಿನ ಸತ್ಯಕ್ಕೂ, ಬದುಕಿನ ಈ ವಿಚಿತ್ರ ಸತ್ಯಕ್ಕೂ ತುಂಬಾನೇ ಫರಕ್ಕಿದೆ. ನಾವು ದಡದಲ್ಲಿ ಸಿಕ್ಕ ಬೆಣಚು ಕಲ್ಲನ್ನೇ ವಜ್ರ ಅಂದುಕೊಂಡು ಅಟ್ಟಹಾಸದಿಂದ ಕುಣೀತಿದ್ರೆ, ಅವಳ ಕಣ್ಣಲ್ಲಿನ ಸಮುದ್ರ ಸುಮ್ಮನೇ ನಗ್ತಿದೆ ಆಟದಲ್ಲಿ ಗೆದ್ದು ಚಪ್ಪಾಳೆ ತಟ್ಟಿ ಕುಣಿವ ಪುಟ್ಟ ಮಕ್ಕಳನ್ನು ನೋಡಿದ ಹಾಗೇ ನಮ್ಮ ನೋಡ್ತಾ...

ಹುಂ! ನಾಳೆ ಬೆಳಿಗ್ಗೆಯೇ ಎದ್ದು ಅವಳ ಮನೆಗೆ ಹೋಗಬೇಕು ಅಂದ್ಕೊಂಡಿದ್ದೇನೆ. ಯಾಕೆ ಹೋಗ್ತೇನೆ, ಹೋಗಿ ಏನು ಮಾಡ್ತೇನೆ ಗೊತ್ತಿಲ್ಲ. ಆಗುವುದನ್ನು ಅದರಷ್ಟಕ್ಕೇ ಆಗಲಿಕ್ಕೆ ಬಿಟ್ಟು ಸುಮ್ಮನೇ ಹೋಗಬೇಕೆಂದುಕೊಂಡಿದ್ದೇನೆ. ಹಾ! ಸಾಧ್ಯವಾದರೆ ಅವಳ ಕಣ್ಣುಗಳನ್ನೊಮ್ಮೆ ದಿಟ್ಟಿಸಿ ನೋಡಬೇಕು, ಸಮುದ್ರವನ್ನರಸಿ. ಅಷ್ಟೇ...!

⌛

ಮಧುಕರನ ಮೈ ಯಾವುದೋ ಉದ್ವೇಗದಲ್ಲಿ ಸಣ್ಣಗೇ ಕಂಪಿಸುತ್ತಿತ್ತು. ತಲೆಯೆತ್ತಿ ಗಡಿಯಾರ ನೋಡಿದ. ಕೊಂಚ ಸ್ಪಷ್ಟವಾಗೇ ಕಾಣಿಸಿತು. ಐದು ಗಂಟೆಗೆ ಹತ್ತು ನಿಮಿಷಗಳಿವೆ. ಸುಮ್ಮನೇ ಹಾಸಿಗೆಯಿಂದ ಎದ್ದು ದೀಪ ಹಿಡಿದು ಸದ್ದಾಗದಂತೆ ಬಾಗಿಲ ತೆರೆದು ಹೊರಜಗುಲಿಗೆ ಬಂದ. ದೂರದಿಂದ ಮಳೆ ಬರುತ್ತಿರುವ ಸೂಚನೆಯಾಗಿ ಘೋ... ಶಬ್ದ ಕೇಳಿಸುತ್ತಿತ್ತು. ದೀಪವನ್ನು ಬಾಗಿಲ ಮೆಟ್ಟಿಲ ಮೇಲಿಟ್ಟು ಸುಮ್ಮನೇ ಅದನ್ನೇ ನೋಡುತ್ತಾ ನಿಂತ. ದೀಪದ ಬೆಳಕಿಗೆ ಆಕರ್ಷಿತರಾಗಿ ಹಾರುತ್ತ ಬಂದ ಹಾತೆ ತುಂಬೆಗಳು ಬೆಂಕಿಗೆ ಎಗರೆಗರಿ ಮೈಸುಟ್ಟುಕೊಂಡು ನೆಲಕ್ಕೆ ಬೀಳುತ್ತಿದ್ದವು. ಒಂದೊಂದು ಹುಳ ಬೆಂಕಿಗೆ ಹಾರಿದಾಗಲೂ ದೀಪ ಅಲ್ಲಾಡಿ ನೆರಳಿನ ಇಡೀ ಜಗತ್ತೇ ಅಲ್ಲೋಲ ಕಲ್ಲೋಲವಾಗಿ ಮತ್ತೆ ಸರಿಯಾಗುತ್ತಿದ್ದವು. ನೋಡುತ್ತಿದ್ದ ಹಾಗೆ ದೊಡ್ಡ ತುಂಬೆಯೊಂದು ಹಾರಿದ್ದೇ 'ಡಪ್' ನೇ ದೀಪ ಆರಿಹೋಯ್ತು. ದೀಪದ ನೇರಕ್ಕೆ ಬಿಳೀ ಹೊಗೆಯೆದ್ದು ವಿಚಿತ್ರ ವಾಸನೆ ಸುತ್ತೆಲ್ಲಾ ಹರಡಿತು. ಹೊರಗೆ ದೊಡ್ಡ ಮಳೆ ಶುರುವಾಗಿತ್ತು. ಮಧುಕರ ಕಿಟಕಿಯ ಬಳಿ ಬಂದು ಸರಳುಗಳಿಗೆ ಮುಖವೊತ್ತಿಕೊಂಡು ರಪಗುಟ್ಟಿ ಸುರಿಯುತ್ತಿದ್ದ ಮಳೆಯನ್ನೇ ನೋಡುತ್ತಾ ನಿಂತ.

ಎಷ್ಟೋ ಹೊತ್ತಿಗೆ ಹಿಂದೆ ಏನೋ ಸದ್ದಾದಂತಾಗಿ ತಿರುಗಿ ನೋಡಿದ. ಬಾಗಿಲಲ್ಲಿ ಅಪ್ಪ! ಬಂದು ನಿಂತು ಎಷ್ಟು ಹೊತ್ತಾಗಿತ್ತೊ ನೆಟ್ಟ ನೋಟದಿಂದ ಮಧುಕರನನ್ನೇ ನೋಡುತ್ತಿದ್ದ. ದೀಪ ಉರಿಯುತ್ತಿತ್ತು. ಅಪ್ಪನೇ ಹೊತ್ತಿಸಿರಬೇಕು. ಕ್ಷಣಕಾಲ ಮಧುಕರನೂ ಅಪ್ಪನನ್ನೇ ನೋಡುತ್ತಾ ನಿಂತ. ದೀಪದ ಕುಡಿಬೆಳಕಿನ ಹೊಯ್ದಾಟದಲ್ಲಿ ಅವನ ಕಣ್ಣುಗಳನ್ನೇ ಪೂರ್ತಿ ದಿಟ್ಟಿಸಿ ನೋಡಿದ. ಭಯವೆನಿಸಲಿಲ್ಲ.

ಅಪ್ಪ ನಿಧಾನಕ್ಕೆ ಮಧುಕರನನ್ನು ದಾಟಿ ಅಡುಗೆಮನೆಗೆ ಹೋದ. ಮಧುಕರ ಅಪ್ಪನ ಕಣ್ಣುಗಳನ್ನೇ ಧ್ಯಾನಿಸುತ್ತಾ ನಿಂತೇ ಇದ್ದ. ಮೈ ಬಿಸಿಯಾಗುತ್ತಿರುವಂತೆ ಭಾಸವಾಯ್ತು. "ಅಪ್ಪ ಎಷ್ಟೊತ್ತಿಂದ ನನ್ನ ಹಿಂದೆ ಬಂದು ನಿಂತಿದ್ದ?" ಅಡುಗೆ ಮನೆಯಿಂದ ಹಾಲು ಕರೆಯಲು ಕೊಟ್ಟಿಗೆಗೆ ಹೋದದ್ದು ಬಾಗಿಲು ತೆರೆದ ಸದ್ದಿಂದಲೇ ತಿಳಿಯಿತು. "ಅವನ ಮುಖದಲ್ಲಿ ನಗುವಿತ್ತಾ? ಆತಂಕವಿತ್ತಾ?" ಕಣ್ಣು ಕಿವಿ ಕೆಂಡದ ಹಾಗೆ ಸುಡಲು ಶುರುವಾಯ್ತು. ಆ ಮೌನ ನೋಟದ ಅರೆಗಳಿಗೆಯಲ್ಲಿಯೇ ನಮ್ಮಿಬ್ಬರ ಮಧ್ಯೆ ಅದೃಶ್ಯ ಸಂಕವೊಂದು ಹುಟ್ಟಿಕೊಂಡಿದೆ ಅನ್ನಿಸಿತು. ಇದರ ಬಗ್ಗೆ ತೇಜುಗೆ ಬರೆದರೆ ಹೇಗೆ ಎಂಬ ಯೋಚನೆ ಬಂತು. ತಕ್ಷಣ ಛೇ! ಯಾರಿಗೇ ವೈಯಕ್ತಿಕವಾಗಿ ವಿವರಿಸ ಹೊರಟರೂ ಹಾಳಾಗಿಬಿಡುವ ಕ್ಷಣಗಳಿವು ಅನ್ನಿಸಿತು. ಒಮ್ಮೆಲೇ ಚಕ್‌ನೇ ಏನೋ ಹೊಳೆದು 'ಹಾ...' ಎಂದು ಉದ್ಘರಿಸಿದ. ಜೊತೆಜೊತೆಗೇ ಮೈಬಿಸಿ ಒಮ್ಮೆಲೇ ಏರಿ ಚಿಲ್ಲನೇ ಬೆವರೊಡೆದು ಹಣೆ ಕತ್ತು ಎದೆ ತೊಡೆ ಎಲ್ಲ ಒದ್ದೆಯಾಯ್ತು. ಒಮ್ಮೆಲೇ ಮೈ ಭಾರ ಇಳಿಸಿದಂತೇ ಹಗುರಾಯ್ತು. ಒಮ್ಮೆ ಮುಖವೊರೆಸಿಕೊಂಡು ದೀಪ ಹಿಡಿದು ಒಳನಡೆದ. ಕೊಟ್ಟಿಗೆಯಲ್ಲಿ ಅಪ್ಪ ಗೌರಿ ಆಕಳಿಗೆ 'ಒದಿಬೇಡ... ಸುಮ್ನೇ ಇರು...' ಎಂದೆಲ್ಲಾ ಹೇಳುತ್ತಾ ಬೆನ್ನು ಚಪ್ಪರಿಸುತ್ತಿರುವ ಸದ್ದು ಕೇಳಿಸುತ್ತಿತ್ತು. ಉತ್ತಮ ಪುರುಷ ನಿರೂಪಣೆ ಅಂತ ತನ್ನಷ್ಟಕ್ಕೇ ಹೇಳಿಕೊಂಡು ಹೊಸ ಹಾಳೆ ತೆಗೆದು ಶುರುಮಾಡಿದ, ಬೆವರಿಂದ ತೋಯ್ದ ಕೈ ಇಟ್ಟ ಕಡೆಯೆಲ್ಲ ಹಾಳೆ ಒದ್ದೆಯಾಗುತ್ತಿದ್ದದ್ದನ್ನೂ ಗಮನಿಸದೇ.

⌛

ಕಣ್ತೆರೆದು ಸುತ್ತಲೂ ನೋಡಿದ ನನಗೆ ಮಧ್ಯರಾತ್ರಿಯ ದಟ್ಟ ಕತ್ತಲೆಯ ಹೊರತಾಗಿ ಬೇರೇನೂ ಕಾಣಿಸಲಿಲ್ಲ. ಎರಡು ದಿನದಿಂದ ಜ್ವರ ಬಂದು ಹಾಸಿಗೆ ಹಿಡಿದಿದ್ದವ ಇಂದಷ್ಟೆ ಸ್ವಲ್ಪ ಚೇತರಿಸಿಕೊಂಡಿದ್ದೆ...

ಕೇಪಿನ ಡಬ್ಬಿ

ಅಳುತ್ತಳುತ್ತಲೇ ಗೇಟು ತೆರೆದು, ತಿರುಗಿ ಮತ್ತೆ ಅದನ್ನು ಹಾಕದೇ ಹೊರ ನಡೆದೆ. ಸಣ್ಣಗೆ ಪಿರಿಪಿರಿ ಮಳೆ ಜಿನುಗುತ್ತಿತ್ತು. ಹಾಕಿಕೊಂಡ ಅಂಗಿ ಬೆನ್ನ ಮೇಲಿನ ಗಾಯದ ರಕ್ತಕ್ಕೆ ಅಂಟಿಕೊಂಡು ಅಸಾಧ್ಯ ಉರಿಯಾಗುತ್ತಿತ್ತು. ಮಣ್ಣು ರಸ್ತೆಯಲ್ಲಿ ಮಳೆಗೆ ರಾಡಿಯೆದ್ದು ಚಪ್ಪಲಿಯಿಲ್ಲದ ಕಾಲಿನ ಬೆರಳುಗಳ ಸಂಧಿಯಿಂದ ಪಿಚಿಕ್ ಪಿಚಿಕ್‌ನೆ ಹಾರುತ್ತಿತ್ತು. ಅತ್ತೆಮನೆ ನಮ್ಮ ಮನೆಯಿಂದ ಹತ್ತಿರದಲ್ಲೇ, ಅಂದರೆ ಒಂದರ್ಧ ಪರ್ಲಾಂಗು ಅಷ್ಟೇ ಇದ್ದುದರಿಂದ ಹೆದರಿಕೆಯೇನೂ ಇರಲಿಲ್ಲ. ಆದರೆ ನಾಚಿಕೆಯಾಗುತ್ತದಲ್ಲ. ಕೇಪಿನ ಡಬ್ಬಿಯನ್ನು ಪರತ್ ಕೊಟ್ಟು 'ತಪ್ಪಾತು' ಎಂದು ಹೇಳಿ ಬರಬೇಕು. ಅಷ್ಟರಲ್ಲಿ ನನ್ನ ಕೈ ಕಾಲಿನ ಮೇಲಿನ ಈ ಗಾಯದ ಗುರುತುಗಳನ್ನು ನೋಡದೇ ಇರುತ್ತಾರೆಯೇ? ಅದಕ್ಕೊಂದಿಷ್ಟು ಪ್ರಶ್ನೆಗಳು "ಎಂತಾ ಆತೋ...? ಅಪ್ಪ ಹೊಡೆದ್ನಾ...? ಎಂತರಲ್ಲಿ ಹೊಡೆದ...?" ಇದಕ್ಕೆಲ್ಲಾ ನಾನು ಉತ್ತರಿಸಬೇಕು. ಛೆ!

ಯೋಚಿಸುತ್ತಾ ನಡೆದವ ಗೊತ್ತಿಲ್ಲದೇ ರಸ್ತೆ ಮಧ್ಯ ತಗ್ಗಿನಲ್ಲಿ ನಿಂತ ನೀರಿನ ಮಡುವಿನಲ್ಲಿ ಕಾಲಿಟ್ಟೆ. 'ಪಚ್' ರಾಡಿ ಅಷ್ಟೆತ್ತರ ಹಾರಿ ಚಡ್ಡಿ ತುದಿಯೂ ಕೊಂಚ ಒದ್ದೆಯಾಯಿತು. ಕಾಲನ್ನು ಎತ್ತದೆ ಹಾಗೇ ನೀರಿನೊಳಗಿಂದಲೇ ಸರಿಸುತ್ತಾ 'ಗುಳ್... ಗುಳ್...' ಎಂದು ಸದ್ದು ಮಾಡುತ್ತಾ ನಡೆದೆ. ನೀರು ದಾಟಿ, ಅಳುವುದನ್ನೂ ಮರೆತು ತಿರುಗಿ ನೋಡಿದರೆ ನಾನು ಬಂದ ಜಾಗದಲ್ಲಿ ನೀರು ಕಲಕಿ ಕೆಂಪಾಗಿ ದಾರಿಯಾಗಿತ್ತು.

ಕಿಬ್ಬೊಟ್ಟೆಯ ಬಳಿ ನೋವಾದಂತೆನಿಸಿ ಎಷ್ಟೋ ಹೊತ್ತು ಮುಂಚಿನಿಂದ ಉಚ್ಚೆ ಕಟ್ಟಿಕೊಂಡಿದ್ದದ್ದು ನೆನಪಾಯ್ತು. ಚೆಡ್ಡಿ ಎತ್ತುವಾಗ ಕೊಂಚ ಒದ್ದೆಯಾದದ್ದು ಕಂಡು ಇದು ಬಹುಶಃ ಅಪ್ಪ ಹೊಡೆಯುವಾಗಲೇ ಬಂದಿದ್ದಿರಬೇಕು ಅನ್ನಿಸಿತು ಅಥವಾ ಮಳೆನೀರಿಗೆ ಒದ್ದೆಯಾದದ್ದಾ? ಅನುಮಾನವಾಗಿ ಒದ್ದೆ ಜಾಗಕ್ಕೆ ಬೆರಳು ತಿಕ್ಕಿ ಮೂಸಿ ನೋಡಿದೆ. ಇದು ಪಕ್ಕಾ ಉಚ್ಚೆನದೇ ವಾಸನೆ ಎಂದು ಗೊತ್ತು ಮಾಡಿಕೊಂಡು ಆ ನೀರಲ್ಲೇ ಉಚ್ಚೆ ಹೊಯ್ದೆ. ಜೋರ್ರನೇ ಸುರಿದದ್ದರಿಂದ ನೀರಿನ ಮೇಲೆ ನೊರೆಗುಳ್ಳೆಗಳು ತೇಲತೊಡಗಿದವು. ಕೊನೆಯ ಕೆಲವು ಹನಿಗಳು ಮೊಣಕಾಲ ಮೇಲೆ ಬಿದ್ದು ಒದ್ದೆಯಾಯಿತು. ಅದನ್ನು ಹಸಿರೆಲೆ ತೆಗೆದುಕೊಂಡು ಒರೆಸಿಕೊಂಡೆ.

ಈಗ ಮನೆಯಲ್ಲಿ ಮೂರು ತುಂಡಾಗಿ ಬಿದ್ದಿದ್ದ ಕೆಂಪುಬೆಲ್ಟು ನೆನಪಾಗಿ ಮರೆತುಹೋಗಿದ್ದ ಅಳು ಮತ್ತೆ ಉಕ್ಕರಿಸಿ ಅಳತೊಡಗಿದೆ.

ಎಷ್ಟು ಚೊಲೋ ಬೆಲ್ಟ್ ಆಗಿತ್ತು. ಕಳೆದ ವರ್ಷ ಯಲ್ಲಾಪುರ ಜಾತ್ರೆಯಲ್ಲಿ, ದೇವಿಗದ್ದುಗೆಯ ಬಳಿ ಪೂಜೆ ಮಾಡಿಸಿ ಪ್ರಸಾದ ತೆಗೆದುಕೊಂಡು, ಚಿಟ್ಟಾಣಿ ಮೇಳದ ಯಕ್ಷಗಾನಕ್ಕೆ ಹೋಗುವುದಕ್ಕೂ ಮುಂಚೆ ವಾಯ್.ಟಿ.ಎಸ್.ಎಸ್ ಎದುರಿನ ಮೈದಾನದಲ್ಲಿ ಅಪ್ಪ ತೆಗೆಸಿಕೊಟ್ಟ ಬೆಲ್ಟು ಅದು. ಕಂಬಳಿ ಸುಂಗಿನಂತೆ ಮಿದುಮಿದುವಾಗಿದ್ದ ಕೆಂಪುಬಣ್ಣದ ಬೆಲ್ಟಿಗೆ ಬಿಗಿದುಕೊಳ್ಳಲು ಲೆಕ್ಕಮಾಡಿ ಆರು ಕಣ್ಣುಗಳು. ಮೊದಲು ಆ ಬೆಲ್ಟು ಬೇಕೆಂದು ಕೇಳಿದಾಗ ಅಪ್ಪ ತೆಗೆಸಿಕೊಡಲು ಒಪ್ಪಿರಲಿಲ್ಲ. "ಶೀ... ಅದೆಲ್ಲಾ ನಾವು ತಕಂಬೂದಲ್ಲಾ, ಅದು ಒಕ್ಕಲವ್ರು ಹಾಯ್ಕಂಬೂ ಬೆಲ್ಟ್" ಎಂದಿದ್ದ. ನಾನು "ನಂಗೆ ಅದೇ ಬೇಕು" ಎಂದು ನೆಲಕ್ಕೇ ಬಿದ್ದು ರಂಪಾಟ ಮಾಡಿದಾಗ ಕಿವಿ ಹಿಂಡಿ "ಬಾಯಿಮುಚ್ಚು ಮಕಡ್ಯಾ ನೀ ಹಿಂಗೆ ರಗಳೆ ಮಾಡ್ತೆ ಹೇಳೇ ನಿನ್ನ ಎಲ್ಲಿಗೂ ತಕಬತ್ನಿಲ್ಲೆ" ಎನ್ನುತ್ತಾ ತೆಗೆಸಿಕೊಟ್ಟಿದ್ದ. ನಂತರ ಯಕ್ಷಗಾನ ನೋಡಲು ಹೋಗಿದ್ದೆವು.

ಅವತ್ತು 'ಸುಧನ್ವಾರ್ಜುನ'ದಲ್ಲಿ ಚಿಟ್ಟಾಣಿ ದೊಡ್ಡ ಕಿರೀಟ ಕಟ್ಟಿಕೊಂಡು 'ಸೃಷ್ಟಿಗರ್ಜುನನೇ ನೀನು...' ಹಾಡಿಗೆ ಕುಣಿಯುವಾಗ, ಅಪ್ಪ "ವ್ಹಾ...ವ್ಹಾ... ಅವನೇ ನೋಡು ಚಿಟ್ಟಾಣಿ, ಮುಖಕ್ಕೆ ಬಣ್ಣ ಬಡ್ಕಂಡಾಗ ಹಣೆ ಮೇಲಿನ ಬೊಂಗೆ ಕಾಣ್ತೇ ಇಲ್ಲೆ ನೋಡು" ಎಂದು ತೋರಿಸುವಾಗ, ಮಧ್ಯರಾತ್ರಿ ಉಚ್ಚೆ ಹೊಯ್ಯಲು ಹೋದಾಗ, ಒಂದು ಪ್ಲೇಟ್ ಬೊಂಡಾ ಬಜೆಯನ್ನು, ಕಟ್ಟಿಕೊಟ್ಟ ಪೇಪರ್‌ನಲ್ಲಿನ ಅಕ್ಷರಗಳನ್ನು ಹೆಕ್ಕಿ ಹೆಕ್ಕಿ ಓದುತ್ತಾ ತಿನ್ನುವಾಗ, ಎಲ್ಲ ಸಮಯದಲ್ಲೂ ಬೆಲ್ಟು ಕೈಯಲ್ಲಿ ಭದ್ರವಾಗಿತ್ತು.

ಮನೆಗೆ ಬಂದ ಮೇಲೂ ಅದನ್ನು ಸುರುಳಿಯಾಗಿ ಸುತ್ತಿ, ಒಳಗೆ ಡಾಂಬರ ಗುಳಿಗೆಯಿಟ್ಟು ಬೆಚ್ಚಗೇ ಪೆಟ್ಟಿಗೆಯಲ್ಲಿಟ್ಟಿದ್ದೆ. ಎಲ್ಲಾದ್ರು ಹೋಗುವಾಗ ಮಾತ್ರ ತೆಗೆಯುವುದು. ಇಂದು ಎಂತಕ್ಕೋ ಹೊರತೆಗೆದಿದ್ದ ಬೆಲ್ಟು ಹಾಗೇ ಉಳಿದುಹೋಗಿತ್ತು. ಅಪ್ಪನಿಗೂ ಹೊಡೆಯಲು ಅದೇ ಸಿಗಬೇಕೆ...?

ಎಲ್ಲಾ ಆದದ್ದು ಆ ಅತ್ತೆಯಿಂದಾನೆ. ಈಗ ಸುಮಾರು ದಿನದ ಹಿಂದೆ ಆಡಲು ಎಂದು ಅತ್ತೆಮನೆಗೆ ಹೋಗಿದ್ದೆ. ಅಲ್ಲಿ ಅತ್ತೆಯ ಮೊಮ್ಮಗ, ನನ್ನಷ್ಟೇ ನೆತ್ತೆಯ ಪಚ್ಚಿ ಬಂದಿದ್ದ. ಅವನ ಜೊತೆ ಆಟ ಆಡಿಕೊಂಡು ಬರುವಾಗ ಅಲ್ಲೇ ಗೋಡೆ ಕಪಾಟಿನಲ್ಲಿದ್ದ ನಾಲ್ಕಾಣೆಯ ಕೇಪಿನ ಡಬ್ಬ ನೋಡಿ, ತುಂಬಾ ಆಸೆಯಾಗಿ ಚಡ್ಡಿ ಕಿಸೆಯಲ್ಲಿ ಹಾಕಿಕೊಂಡು ಬಂದಿದ್ದೆ. ಆದ್ರೆ ಅದು ಹೇಗೋ ಪಚ್ಚಿಗೆ ಗೊತ್ತಾಗಿ ಅವನು ಅತ್ತೆಗೆ ಹೇಳಿಬಿಟ್ಟಿದ್ದ. ಇಂದು ಅಪ್ಪ ಯಾವುದೋ ಕೆಲಸಕ್ಕೆ ಗುಳ್ಳಾಪುರಕ್ಕೆ ಹೋಗಿ ಬರುವಾಗ ಅಪ್ಪನ ಸೈಕಲ್ ನಿಲ್ಲಿಸಿ ಅತ್ತೆ ಎಲ್ಲಾ ಹೇಳಿದಳಂತೆ.

ಅಪ್ಪ ಮನೆಗೆ ಬಂದವನೇ "ಅತ್ತೆಮನೆಯಿಂದ ಎಂತಾ ತಕಬಂದೆ? ಖರೆ ಹೇಳಿದರೆ ಏನೂ ಮಾಡ್ತಿಲ್ಲೆ, ಹೇಳು" ಎಂದು ನಯವಾಗೇ ಕೇಳಿದಾಗ ನಾನು ಅಪ್ಪನ ಬಳಿ ಸುಳ್ಳು ಹೇಳಲು ಭಯವಾಗಿ, ಕಪಾಟಿನಿಂದ ಕೇಪಿನ ಡಬ್ಬಿಯನ್ನು ತೆಗೆದು ಅಪ್ಪನ ಕೈಲಿಟ್ಟಿದ್ದೆ. ಅದನ್ನು ಕಂಡಾಗ ಅಪ್ಪನ ಧರ್ತಿಯೇ ಬದಲಾಗಿ "ಕಳ್ಳತನಾನೂ

ಕಲ್ತೆಯಾ...?" ಎನ್ನುತ್ತಾ ಅತ್ತಿತ್ತ ನೋಡಿದವನಿಗೆ ಕಂಡಿದ್ದು ನನ್ನ ಜಾತ್ರೆಯ ಕೆಂಪು ಬೆಲ್ಟು. ಬೆಲ್ಟು ಅಪ್ಪನ ಕೈಗೆ ಬರುತ್ತಲೇ ಹೊಡೆತ ಬೀಳುವುದು ಪಕ್ಕಾ ಆಗಿ ಓಡಲು ಎರಡು ಹೆಜ್ಜೆ ಇಡುವಷ್ಟರಲ್ಲಿಯೇ ಅಪ್ಪ "ಓಡಿರೆ ಎರಡು ಹೆಚ್ಚು ಬೀಳ್ತು" ಎಂದು ಗುಡುಗಿದ. ಅಲ್ಲೇ ನಿಂತು ಸಾವಕಾಶವಾಗಿ ಹಿಂದುಕಾಲಲ್ಲಿ ಒಂದೊಂದೇ ಹೆಜ್ಜೆ ಹಿಂದೆ ಹೋಗುತ್ತಾ "ಬ್ಯಾಡ ಅಪ್ಪಾ... ತಪ್ಪಾತು, ಇನ್ನು ಮುಂದೆ ಹಂಗೆ ಮಾಡ್ತಿಲ್ಲೆ ಸತ್ಯ ದೇವರಾಣೆ" ಎಂದು ಬೇಡಿಕೊಂಡೆ. ಆದರೂ ಕೇಳದೆ ಅಪ್ಪ "ಪೋರಾ ನೀ ನನ್ನ ಕರ್ಮ ತೋಳಿಲೇ ಹುಟ್ಟಿದವ. ಇಷ್ಟು ದಿನ ಅಕ್ಕ ಬಾವನ ಕೈಲಿ ಬೋಳಿಸಿಕೊಂಡದ್ದಾತು. ಈಗ ನೀ ಡಾಂಬರ ಹಚ್ಚವ್ನಾ...? ಕಳ್ಳತನ ಮಾಡಿ ಮರ್ಯಾದಿ ತೆಗಿತ್ಯಾ? ಮಾಡ್ತ್ಯಾ ಇನ್ನು... ಮಾಡ್ತ್ಯಾ...?" ಎನ್ನುತ್ತಾ ಬೆನ್ನು ಕೈ ಕಾಲಮೇಲೆ ರಪರಪ ಹೊಡೆದ. ಒಂದೊಂದು ಹೊಡೆತಕ್ಕೂ ಚರ್ಮ ಕಿತ್ತು 'ಚುರ್...' ಎನ್ನುತ್ತಿತ್ತು. ಕೊನೆಗೆ ನಾನು ತಡೆಯಲಾಗದೇ ಸಾಧ್ಯವಾದಷ್ಟೂ ದೊಡ್ಡ ಬಾಯ್ತೆಗೆದು "ಅಪಾ... ತಪ್ಪಾತೋ, ದಮ್ಮಯ್ಯಾ... ಹೊಡಿಯಡ್ದೊ..." ಎನ್ನುತ್ತಾ ಗಟ್ಟಿಯಾಗಿ ಅಪ್ಪನ ಕಾಲು ಹಿಡಿದುಕೊಂಡೆ. ಅಪ್ಪನ ಕಾಲಿನ ರೋಮ ನನ್ನ ಬಾಯಲ್ಲಿತ್ತು. ನನ್ನ ಬಾಯಿಯ ಜೊಲ್ಲು ಅಪ್ಪನ ಕಾಲ ಮೇಲೆ ಬೀಳುತ್ತಿತ್ತು.

ಮೂರು ತುಂಡಾದ ಬೆಲ್ಟಿನ ಚೂರನ್ನು ಒಗೆದ ಅಪ್ಪ ನನ್ನ ಕಿವಿ ಹಿಡಿದು ನನ್ನನ್ನು ಮೇಲೆತ್ತಿ, "ಈ ಕೇಪಿನ ಡಬ್ಬಾನ ಈಗೇ ಪರತ್ ಅತ್ತೆಮನೆಗೆ ಕೊಟ್ಟು, ಅವ್ರ ಹತ್ರ ತಪ್ಪಾತು ಹೇಳಿ ಬಾ ಹೋಗು" ಎಂದು ಕೇಪಿನ ಡಬ್ಬವನ್ನು ನನ್ನ ಕೈಲಿಟ್ಟ. ನಾನು ಅಳುತ್ತಲೇ ಗಿಳಿಗುಟ್ಟಕ್ಕೆ ಇದ್ದ ಅಂಗಿ ಹಾಕಿಕೊಂಡು ಬಾಗಿಲ ಬಳಿ ಬಂದು ತಿರುಗಿ ನೋಡಿದೆ. ನನ್ನನ್ನೇ ನೋಡುತ್ತಿದ್ದ ಅಪ್ಪ "ಹೋಗ್ತ್ಯಾ ಅಥವಾ..." ಎಂದು ಅತ್ತಿತ್ತ ತಿರುಗಿದಾಗ "ಹೋದ್ನೋ..." ಎಂದವನೇ ಬಾಗಿಲ ದಾಟಿ ದುಡುದುಡುನೇ ಬಂದಿದ್ದೆ. ಮೊನ್ನೆ ಶಾಲೆಯಲ್ಲೇ ಬಿಟ್ಟು ಬಂದಿದ್ದರಿಂದ ಕಾಲಿಗೆ ಚಪ್ಪಲಿಯೂ ಇರಲಿಲ್ಲ.

ಅಳುತ್ತಾ ಯೋಚಿಸುತ್ತಾ ರಸ್ತೆಬದಿಗೆ ನಿಂತವನಿಗೆ 'ಟ್ರಿಣ್...ಟ್ರಿಣ್...' ಎಂಬ ಯಾರದೋ ಸೈಕಲ್ ಬೆಲ್ ಕೇಳಿ ಎಚ್ಚರಾದಂತಾಗಿ ಅತ್ತೆಮನೆ ಕಡೆಗೆ ಓಡಿದೆ.

ಮಳೆಗಾಲವಾದ್ದರಿಂದ ಅಂಗಳದಲ್ಲಿ ಜಾರಿಕೆಯಾಗಿತ್ತು. ಎಚ್ಚರಿಕೆಯಿಂದ ನಡೆದು, ಬಾಗಿಲ ಮುಂದೆ ನಿಂತು, ಅತ್ತಿದ್ದ ಕಣ್ಣುಗಳನ್ನೆಲ್ಲ ಚೊಕ್ಕವಾಗಿ ಒರೆಸಿಕೊಂಡು "ಅತ್ತೆ..." ಎಂದು ಕರೆದೆ. ಎಷ್ಟೇ ತಡೆ ಹಿಡಿದಿದ್ದರೂ ಧ್ವನಿ ನಡುಗಿತು. ಬಾಗಿಲ ತೆಗೆದ ಅತ್ತೆ ಒಳಗೆ ಕರೆದು ಒಂದು ಸಲ ನನ್ನ ಮೇಲಿಂದ ಕೆಳಗಿನವರೆಗೆ ನೋಡಿದವಳೇ "ಅಪ್ಪ ಹೊಡೆದ್ನಾ...?" ಕೇಳಿದಳು. ಮಾತಾಡಿದರೆ ಎಲ್ಲಿ ಅಳು ಬಂದು ಬಿಡುತ್ತದೇನೋ ಎಂದು 'ಹೌದು' ಎಂಬಂತೆ ತಲೆ ಅಲ್ಲಾಡಿಸಿ ಕೇಪಿನ ಡಬ್ಬ ಕೊಟ್ಟೆ. ಅದನ್ನು ತೆಗೆದುಕೊಳ್ಳದ ಅತ್ತೆ "ಓ... ಅದಾ... ನೀನೇ ಇಟ್ಕಾ ಮರೀ... ಅಪ್ಪ ಗನಾಕೇ ಹೊಡೆದ್ನಾ? ಉರಿ ಆಗ್ತೇನೋ...?" ಕೇಳಿದಳು. ಅಷ್ಟೊತ್ತಿಗೇ ಹೊರಬಂದ ಅತ್ತೆಯ ಮಗ ಗಜುಬಾವ ನನ್ನ ನೋಡಿ "ಅಪ್ಪನ ಹತ್ರ ಹೊಡ್ತ ತಿಂದ್ಯಾ...? ಸರೀ ಆತು... ಮತ್ತೆ ಸಿಕ್ಕಿದ್ದೆಲ್ಲಾ ಕದ್ಕಂಡು ಹೋಗೂ ಕಳ್ಳರಿಗೆ ಹೀಂಗೇ ಆಗ." ಎಂದ. ನನಗೀಗ ಬಂದ ಅಳುವನ್ನು ತಡೆಯಲಾಗದೇ "ತಪ್ಪಾತು" ಎಂದು ಅಳುತ್ತಲೇ ಹೇಳಿ ಕೇಪಿನ ಡಬ್ಬ

ಕೈಯಲ್ಲಿ ಹಿಡಿದುಕೊಂಡೇ ಹೊರಗೋಡಿದೆ. ಎರಡು ಹೆಜ್ಜೆ ಹಾಕುವಷ್ಟರಲ್ಲೇ ಕಾಲುಜಾರಿ ಬಿದ್ದವ ಮತ್ತೆ ಮೂರು ಮಾರು ದೂರ ಜಾರಿಕೊಂಡೇ ಹೋದೆ. ಹಿಂದಿನಿಂದ ಬಾವ ನಗುತ್ತಿದ್ದದ್ದು ಮತ್ತು ಅತ್ತೆ "ಜಾರಿಕೆ ಇದ್ದು ಸಾವಕಾಶ ಹೋಗೋ..." ಎನ್ನುತ್ತಿದ್ದದ್ದು ಕೇಳುತ್ತಿದ್ದರೂ ತಿರುಗಿ ನೋಡದೇ ಎದ್ದು ಬಂದುಬಿಟ್ಟೆ. ರಸ್ತೆಯಲ್ಲಿ ನಿಂತಿದ್ದ ನೀರಲ್ಲೇ ರಾಡಿಯಾಗಿದ್ದ ಚಡ್ಡಿ, ಮೊಣಕಾಲು, ಕೈ ಹಸ್ತ ತೊಳೆದುಕೊಂಡೆ.

"ಆ ಅತ್ತೆಯಾದರೂ ಎಂಥವಳು? ಅಪ್ಪನ ಹತ್ರ ಚಾಡಿ ಹೇಳಿ ಹೊಡೆಸಿದ್ದು ಅವಳೇ, ಈಗ ನೋಡಿದರೆ ಎಷ್ಟು ಚೆನ್ನಾಗಿ ಮಾತಾಡಿಸ್ತು. ಎಲ್ಲಾ ನಾಟಕಾ. ಆ ಗಜುಬಾವನಂತೂ ಕತ್ತೆಗೊಡ್ಡು! ಹೊಡ್ತ ಬಿದ್ದದ್ದು ಸರೀ ಆತು ಹೇಳ್ತ" ನಾನು ಬಿದ್ದಾಗ ಅವ ಹಲ್ಲು ಕಿಸಿದು ನಕ್ಕಿದ್ದು ನೆನಪಾಗಿ ಪರತ್ ಹೋಗಿ ಅವನ ಮುಖದ ಬಳಿ ಹೂಸು ಬಿಟ್ಟು ಬರಬೇಕು ಅನ್ನುವಷ್ಟು ಸಿಟ್ಟು ಬಂತು.

"ಎಷ್ಟಾದರೂ ಅವ್ರೆಲ್ಲಾ ಮೋಸಗಾರರು. ಅತ್ತೆ ಮಾವ ಎಲ್ಲರೂ ಅಪ್ಪಂಗೆ ಮೋಸ ಮಾಡ್ದವೇಯಾ. ಅಮ್ಮ ಯಾವಗ್ಲೂ ಹೇಳ್ತಾ ಇರ್ತು ಅಪ್ಪಂಗೆ, 'ನಿಮ್ಮ ಅಕ್ಕ ಬಾವನೇ ನಮ್ಮ ಪರಿಹಾರದ ಅಷ್ಟೂ ದುಡ್ಡೂ ನುಂಗಿ ಹಾಕಿ ನಮ್ಮ ಈ ಸ್ಥಿತಿಗೆ ತಂದಿದ್ದು' ಅಂತ. ಅಪ್ಪಂಗೆ ಕೊಡಸಳ್ಳಿ ಡ್ಯಾಂ ಕಟ್ಟುವಾಗ ಜಮೀನು ಮುಳುಗಡೆ ಆಗ್ತು ಹೇಳಿ ಮೂರು ಲಕ್ಷ ಪರಿಹಾರ ಕೊಟ್ಟಿದ್ವಡ ಕೆಪಿಸಿಯವರು. ಅಪ್ಪ ಅದು ಪೂರ್ತಿ ಮಾವಂಗೇ ತೆಂಗಿನ ಕಾಯಿ ವ್ಯಾಪಾರಕ್ಕೆ ಹೇಳಿ ಸಾಲಕ್ಕೆ ಕೊಟ್ಟಿದ್ನಡ. ಮಾವ ಅದಷ್ಟೂ ದುಡ್ಡು ನುಂಗಿದ್ನಡ."

ಇಷ್ಟೆಲ್ಲಾ ವಿಷಯ ನನಗೆ ಅಪ್ಪನಾಗಲಿ, ಅಮ್ಮನಾಗಲಿ ನೇರವಾಗಿ ಹೇಳಿರದಿದ್ದರೂ ಕೂಡ ಆಗಾಗ ಸಂಜೆ ಅಪ್ಪ ತೋಟದಿಂದ ಕೆಲಸ ಮುಗಿಸಿ ಬಂದಾಗ ಅಮ್ಮ ಅಪ್ಪನ ಮಧ್ಯ ಆಗುವ ಜಗಳದಿಂದ ನಾನೇ ತಿಳಿದುಕೊಂಡಿದ್ದೆ.

ಆದರೆ ಮಾವ ಅಷ್ಟೆಲ್ಲಾ ದುಡ್ಡು ನುಂಗಿದ್ದರೂ ಅವನಿಗೆ ಹೊಟ್ಟೆನೋವು ಬರಲಿಲ್ಲ ಯಾಕೆ? ಎಂಬ ಪ್ರಶ್ನೆ ನನ್ನ ಬಹುವಾಗಿ ಕಾಡಿದ್ದರೂ ಅದನ್ನು ಅಪ್ಪ ಅಮ್ಮನ ಬಳಿ ಕೇಳಲು ಧೈರ್ಯವಾಗಿರಲಿಲ್ಲ. ಮಾವನ ಹೊಟ್ಟೆ ಅಷ್ಟು ದೊಡ್ಡದಿರುವುದೇ ಕಾರಣ ಎಂಬ ಉತ್ತರವನ್ನೂ ನನ್ನಷ್ಟಕ್ಕೇ ಕಂಡುಕೊಂಡಿದ್ದೆ.

ಹಾಗೆಲ್ಲ ಕೇಳುವುದು ಹಾಗಿರಲಿ, ಅವರು ಜಗಳವಾಡುತ್ತಿದ್ದಾಗ ಅಮ್ಮನಿಗೆ ಅನ್ನ ಬಡಿಸು ಎಂದು ಕೇಳಲೂ ಹೆದರುತ್ತಿದ್ದೆ. ಯಾಕೆಂದರೆ ಕೆಲವು ಸಲ ಅವರ ಜಗಳದ ಮಧ್ಯೆ ನಾನು ರಗಳೆ ಮಾಡಿದರೆ, ಅಪ್ಪ ಅಮ್ಮ ಇಬ್ಬರೂ ನನ್ನ ಮೇಲೆ ಎಗರಿ ಕೆಲವೊಮ್ಮೆ ಹೊಡೆತ ಬೀಳುವ ಪ್ರಸಂಗಗಳೂ ಇರುತ್ತಿದ್ದವು. ಅಪ್ಪ ಅಮ್ಮನ ಜಗಳ ಈಗ ಅಂತಲ್ಲಾ ಮೊದಲಿನಿಂದಲೂ, ಅಂದರೆ ನಾವು ಇಲ್ಲಿ ಮನೆ ಕಟ್ಟುವುದಕ್ಕಿಂತ ಮುಂಚೆ ಅತ್ತೆಮನೆಯಲ್ಲಿದ್ದಾಗಲೂ ನಡೆಯುತ್ತಿತ್ತು.

ಅಮ್ಮನಿಗೆ ಇಲ್ಲಿ ಬರಲು ಮನಸ್ಸಿರಲಿಲ್ಲ "ನಿಂಗ ಬೇಕಾದ್ರೆ ಅಲ್ಲೇ ಹೋಗಿ ಅರಮನೆ ಕಟ್ಟಿ, ನಾನಂತೂ ಬರಬಳ್ಳಿಯಲ್ಲೇ ಇರ್ತೆ. ಮುಳುಗಡೆಯಾದ್ರೆ ಇಲ್ಲಿದ್ದ ಎಲ್ಲವ್ಕೂ ಆಗೋ ಹಂಗೇ ನಂಗೂ ಆಗ್ತು" ಎಂದು ಪಟ್ಟುಹಿಡಿದು ಕುಂತಿದ್ದ ಅಮ್ಮನನ್ನು ಒಪ್ಪಿಸಿ ಕರೆತರುವಲ್ಲಿ ಅಪ್ಪನಿಗೆ ಸಾಕೋ ಸಾಕಾಗಿತ್ತು.

ನನಗಂತೂ ಹೊಸಮನೆಗೆ ಹೋಗುವುದು ಖುಷಿಯ ವಿಚಾರವೇ ಆಗಿತ್ತು. ಅಪ್ಪ

ಅಮ್ಮ ಸ್ವಂತ ಮನೆ ಕಟ್ಟುವವರೆಗೆ ಅತ್ತೆಮನೆಯಲ್ಲೇ ಉಳಿಯುವುದೆಂದು ನಿರ್ಧರಿಸಿದ್ದರು. ನನ್ನನ್ನು ಹೋದ ಮೊದಮೊದಲಿಗೆ ಚೆನ್ನಾಗೇ ನೋಡಿಕೊಳ್ಳುತ್ತಿದ್ದ ಅತ್ತೆ, ಒಂದು ವಾರಕ್ಕೆಲ್ಲಾ ಪೂರ್ತಿಯಾಗಿ ಬದಲಾಯಿಸಿಬಿಟ್ಟಿದ್ದಳು. ಮೊದಲು "ಊಟ ಮಾಡುವಾಗ 'ಕಚಾ ಕಚಾ' ಸದ್ದು ಮಾಡ್ತಾ ಉಣ್ತಾ. ಕೆಟ್ಟ ಹೇಸಿಗೆ" ಎಂದು ಶುರು ಮಾಡಿದವಳು ಕಡೆಗೆ ಇಡೀ ದಿನ ಯಾವುದಾದರೊಂದು ಕಾರಣ ಹುಡುಕಿ ಬೈಯುವುದು, ಕಿವಿ ಹಿಂಡುವುದು, ತಲೆಮೇಲೆ 'ಪಟ್'ನೇ ಹೊಡೆಯುವುದು ಮಾಡುತ್ತಿದ್ದಳು.

ಮಾವ ತೆಂಗಿನಕಾಯಿ ವ್ಯಾಪಾರಕ್ಕೆಂದು ಬಹುದಿನ ಮನೆಯಿಂದ ಹೊರಗಡೆಯೇ ಇರುತ್ತಿದ್ದ. ಗಜುಬಾವ ಬಿಕಾಂ ಮಾಡಲು ಧಾರವಾಡದಲ್ಲಿದ್ದ. ಅತ್ತೆಗೆ ಆಗಾಗ ದಮ್ಮು ಹೆಚ್ಚಾಗುತ್ತಿತ್ತು. ಆದರೆ ದಮ್ಮು ಇಲ್ಲದಿದ್ದ ದಿನವೂ ತಲೆನೋವು, ಸೊಂಟನೋವು ಏನಾದರೊಂದು ನೆವ ಹೇಳಿ ಮಲಗಿಬಿಡುತ್ತಿದ್ದಳು. ಮನೆ ಮತ್ತು ಕೊಟ್ಟಿಗೆಯ ದನದ ಕೆಲಸವೆಲ್ಲ ಅಮ್ಮನೇ ಮಾಡಬೇಕಾಗುತ್ತಿತ್ತು. ಹಾಗೇ ಮಲಗಿರುತ್ತಿದ್ದ ಅತ್ತೆ, ಮಾವ ಮಧ್ಯಾಹ್ನ ಊಟಕ್ಕೆ ಬರುವ ವೇಳೆ ಎದ್ದು ತಾನೇ ಬಾಳೆ ಹಾಕಿ ಬಡಿಸಿ, "ಉಸ್...! ಈ ಅಡಿಗೆ ಮಾಡಿ ಮುಗ್ಸುವರೆಗೆ ಸಾಕಾಗಿ ಹೋಗ್ತು" ಎನ್ನುತ್ತಿದ್ದಳು. ಅತ್ತೆಯ ಈ ನಾಟಕ ನನಗೆ ಮೊದಲು ಗೊತ್ತಿರಲಿಲ್ಲ. ಆದರೆ ಒಂದು ರಾತ್ರೆ ಅಮ್ಮ ಮಲಗುವ ಮುನ್ನ ನನ್ನ ಕೂಡಿಸಿಕೊಂಡು "ನೋಡೋ ಪುಟ್ಟು, ನಿನ್ನ ಅತ್ತೆ ನಾಟಕಾನ... ನಿಂಗಿದೆಲ್ಲ ಅರ್ಥವಾಗೋ ವಯಸ್ಸಲ್ಲ, ಆದ್ರೂ ನಿನ್ನತ್ರಲ್ಲದ್ದೇ ಮತ್ಯಾರತ್ರ ಹೇಳಲಿ? ಅಪ್ಪಂತೂ ಎಷ್ಟು ಬಡ್ಕಂಡ್ರೂ ಅಷ್ಟೇಯಾ. ಇನ್ನೂ ಎಷ್ಟು ಕರ್ಮ ತೊಳೆಯೂದು ಇದ್ದನ" ಎಂದು ಕಣ್ಣೊರೆಸಿಕೊಂಡಳು.

ಅಪ್ಪ ಇಡೀ ದಿನ ಅತ್ತೆಮನೆ ತೋಟದಲ್ಲಿ ಜಿಗ್ಗು ಸವರುವುದೂ, ತೆಂಗು-ಅಡಿಕೆ ಸಸಿ ನೆಡುವುದು, ನೀರು ಬಿಡುವುದು ಹೀಗೆ ಏನಾದರೊಂದು ಕೆಲಸ ಮಾಡುತ್ತಲೇ ಇರುತ್ತಿದ್ದ. ಅಪ್ಪ ಯಾವತ್ತಾದರೂ ಯಲ್ಲಾಪುರಕ್ಕೆ ಹೋಗಬೇಕಾದರೂ, ಅಥವಾ ನಂಗೆ ಶಾಲೆಗೆ ಹೆಸರು ಹಚ್ಚುವುದು, ಪಾಟಿಚೀಲ, ಪಾಟಿ ತೆಗೆಸಿಕೊಡುವಾಗಲೂ ಮಾವನ ಬಳಿ ದುಡ್ಡು ಕೇಳುತ್ತಿದ್ದ. ನಾನೊಂದು ದಿನ ಅಮ್ಮನ ಬಳಿ "ಅಮ್ಮ ಅಪ್ಪ ಎಂತಕ್ಕೆ ಮಾವ ಹತ್ರಾನೇ ದುಡ್ಡು ಕೇಳ್ತ? ಅಪ್ಪನ ಬಳಿ ದುಡ್ಡಿಲ್ಯಾ?" ಕೇಳಿದ್ದಕ್ಕೆ ಅಮ್ಮ "ಇದ್ದ ಬಿದ್ದದ್ದೆಲ್ಲ ಉದ್ಧಾರ ಮಾಡ್ಲೆ ಬಾವಂಗೇ ಕೊಟ್ಬಿಟ್ಟಿದ್ವಲ. ಈಗ ಅವ್ರ ಮುಂದೆ ಬಾಲ ಅಲ್ಲಾಡಿಸ್ತಾ ನಿಂತ್ಕಳುದೇಯಾ" ಎಂದು ಧಡಕ್ಕನೇ ಎದ್ದು ಹೋಗಿದ್ದಳು.

ಹೀಗೇ ನಾನೊಂದಿನ ಅಪ್ಪನ ಬಳಿ "ಅಪ್ಪಾ ನಮ್ಮ ಶಾಲೆಯಲ್ಲಿ ಎಲ್ಲವರ ಬಳಿಯೂ ಕಂಪಾಸ್ ಪೆಟ್ಟಿಗೆ ಇದ್ದು, ನಂಗೂ ಬೇಕಾಗಿತ್ತು" ಎಂದಿದ್ದೆ. ಮರುದಿನ ಮಧ್ಯಾಹ್ನ ಊಟವಾದ ಮೇಲೆ ಮಾವ ಜಗುಲಿಯ ಆರಾಂ ಕುರ್ಚಿಯಲ್ಲಿ ಕೂತಿದ್ದಾಗ, ಅಪ್ಪ ಮೆಲ್ಲನೇ ಅವನ ಎದುರಿಗೆ ನಿಂತು ಸಣ್ಣ ದನಿಯಲ್ಲಿ "ಬಾವಾ ಪುಟ್ಟೂಗೆ ಕಂಪಾಸ್ ಪೆಟ್ಟಿಗೆ ಬೇಕಡಾ... ಅದ್ಕೆ ಒಂದೈವತ್ತು ರೂಪಾಯಿ ಬೇಕಾಗಿತ್ತು" ಎಂದಿದ್ದ. ಅದನ್ನು ಹೆಬ್ಬಾಗಿಲ ಮರೆಯಲ್ಲಿ ನಿಂತು ನೋಡುತ್ತಿದ್ದ ನನಗೆ ಆಶ್ಚರ್ಯವಾಗಿತ್ತು. ನನ್ನೆದುರು, ಅಮ್ಮನೆದುರು ಎಷ್ಟೆಲ್ಲಾ ಜೋರು ಇರುವ ಅಪ್ಪ ಮಾವನೆದುರಿಗೆ ಯಾಕೆ ಇಷ್ಟು ಥಂಡಾ ಎಂದುಕೊಂಡೆ. ಮಾವ ತನ್ನ ಗುಡಾಣದಂತಾ ಹೊಟ್ಟೆಯನ್ನು ಸವರಿಕೊಳ್ಳುತ್ತಾ 'ಓ...

ಡೊರ್ರ್...' ಎಂದು ದೊಡ್ಡದಾಗಿ ತೇಗಿ "ಆ ಹುಡುಗರು ಹೇಳ್ತ. ಹೇಳಿದ್ದೆಲ್ಲ ತೆಗೆಸಿಕೊಡ್ತಾ ಇಪ್ಲಾಗ್ತನ ಮಾರಾಯಾ? ಈಗಿನ್ನೂ ಒಂದುನೆತ್ತೆ, ಈಗೇ ಎಂತಕ್ಕೆ ಕಂಪಾಸು-ಗಿಂಪಾಸು ಎಲ್ಲಾವ?" ಎಂದು ಕುರ್ಚಿಯಲ್ಲೇ ಒಂದು ಬದಿ ಕುಂಡೆಯೆತ್ತಿ, ಆಗ ತೇಗಿದ್ದಕ್ಕಿಂತ ದೊಡ್ಡದಾಗಿ ದೀರ್ಘವಾಗಿ 'ಪರ್ರ್... ಪರ್‌ರ್... ಬ್ರೋಂಕ್...' ಎಂದು ಹೊರಕೆ ಬಿಟ್ಟು ಎದ್ದವನೇ ಗಿಳಿಗುಟ್ಟಕ್ಕೆ ನೇತಾಕ್ಕಿದ್ದ ಅಂಗಿ ಕಿಸೆಯಿಂದ ಎಷ್ಟೋ ದುಡ್ಡು ತೆಗೆದು ಅಪ್ಪನ ಕೈಗೆ ಕೊಟ್ಟು ತನ್ನ ಕೋಣೆಗೆ ಹೊರಟು ಹೋದ. ಆಗಲೇ ಅಡುಗೆ ಕೋಣೆಯಲ್ಲಿ, ಉಂಡ ಜಾಗ ಒರೆಸುತ್ತಿದ್ದ ಅಮ್ಮ "ನಮ್ದೇ ದುಡ್ಡು ಆದ್ರೂ ನಮ್ಗೆ ಕೊಡುದಾದ್ರೆ ಬೇಡುವವರಿಗೆ ಕೊಟ್ಟಂಗೆ ಮಾಡ್ತ" ಎಂದು ಗೊಣಗಿದ್ದು ಹೆಬ್ಬಾಗಿಲ ಬಳಿ ಇದ್ದ ನನಗೆ ಕೇಳಿಸಿ ಜಗುಲಿಗೆ ಮುಟ್ಟದಿದ್ದರೂ, ನೀರಿನ ಚೊಂಬನ್ನು ನೆಲಕ್ಕೆ ಕುಕ್ಕಿದ ದನಿಯಂತೂ ಮುಟ್ಟೇ ಮುಟ್ಟಿತ್ತು.

ಆಗಲೇ ಇಂದು ರಾತ್ರಿ ಮಲಗುವಾಗ ಅಪ್ಪ ಅಮ್ಮ ಜಗಳ ಹೊಡೆಯುವುದು ಗ್ಯಾರಂಟಿಯೆಂದು ಹೊಳೆದು, ಊಟವಾದ ಮೇಲೆ ಬೇಗ ಹೋಗಿ ನಿದ್ರೆ ಮಾಡಬೇಕು ಅಮ್ಮ ಬರುವ ಮೊದಲೇ ಎಂದು ನಿರ್ಧರಿಸಿದೆ.

ಅಪ್ಪ ಅಮ್ಮ ಎಷ್ಟು ಸಿಟ್ಟು ಬಂದರೂ ಜಗಳ ಮಾಡುವುದು ರಾತ್ರಿ ಮಲಗುವಾಗಲೇ. ಅದೂ ಅತ್ತೆ ಮಾವ ರೂಮಿಗೆ ಹೋಗಿ ಬಾಗಿಲು ಹಾಕಿಕೊಂಡ ಮೇಲೆಯೇ. ಅಮ್ಮ ಯಾವುದಾದರೊಂದು ವಿಷಯ ತೆಗೆದು ಜಗಳ ಶುರುಮಾಡಿ ಕೊನೆಯಲ್ಲಿ "ನಿಮಗೆ ಜುಟ್ಟು ಹಿಡಿದು ಅಲ್ಲಾಡಿಸುವ ಹೆಣ್ತಿ ಇದ್ದಿದ್ರೆ ಆಗ ಬುದ್ಧಿ ಬರ್ತಿತ್ತು. ನಾನೊಬ್ಬ ಸಾಚಾ ಸಿಕ್ಕಿದ್ದೆ ಹೇಳಿ ಹುರಿದು ಮುಕ್ಕಿ" ಎಂದು ತಿರುಗಿ ಮಲಗುತ್ತಿದ್ದಳು. ಆಗೆಲ್ಲ ಕೆಲವೊಮ್ಮೆ ನಾನು ಹಾಸಿಗೆಯಲ್ಲಿ ಸುಮ್ಮನೇ ಕುಳಿತು ನೋಡುತ್ತಿದ್ದರೆ, ಮತ್ತೆ ಕೆಲವು ಸಲ ನಿದ್ರೆ ಬಂದವನಂತೆ ಗಟ್ಟಿಯಾಗಿ ಕಣ್ಣುಮುಚ್ಚಿ ಮಲಗಿಬಿಡುತ್ತಿದ್ದೆ.

ಸಾಮಾನ್ಯವಾಗಿ ದಿನವೂ ರಾತ್ರಿ ಊಟವಾದ ಮೇಲೆ, ಮೊದಲಿಗೆ ಅಮ್ಮ ಬಂದು ಮೂವರಿಗೂ ಸೇರಿಸಿ ಕಂಬಳಿ ಹಾಸಿ ಅದರ ಮೇಲೆ ಅವಳ ಹಳೆ ಹಸಿರು ಸೀರೆ ಹಾಸಿ ಒಂದೇ ಹಾಸಿಗೆ ಮಾಡುತ್ತಿದ್ದಳು. ಅಷ್ಟೊತ್ತಿಗೆ ಅಪ್ಪನೂ ಬಂದಿರುತ್ತಿದ್ದ. ಅಮ್ಮ ದಿನವೂ ಮಲಗುವ ಮುಂಚೆ ಪಲಕವನ್ನು ತೆಗೆದು ಹಾಸಿಗೆ ತಲೆದಿಂಬಿನಡಿ ಇಟ್ಟು, ಎದೆಗೆ ಸೆರಗು ಹೊದ್ದು ಮಲಗುತ್ತಿದ್ದಳು. ನಾನು ಅಪ್ಪ ಅಮ್ಮನ ಮಧ್ಯದಲ್ಲೇ ಮಲಗುತ್ತೇನೆಂದು ಹಟ ಮಾಡಿದರೂ, ಅಪ್ಪ ಅಮ್ಮ ಇಬ್ಬರೂ ಇದಕ್ಕೆ ಒಪ್ಪದೇ "ಗಂಡ ಹೆಂಡತಿ ಮಧ್ಯ ಮಲಗಿದವರು ಮುಂದಿನ ಜನ್ಮದಲ್ಲಿ ಹುಳಿಮಾವಿನಮರವಾಗಿಯೋ, ಕರಿಕುನ್ನಿಯಾಗೋ ಹುಟ್ಟುತ್ತ" ಎಂದು ಹೆದರಿಸಿ ಪಕ್ಕದಲ್ಲಿ ಮಲಗಿಸುತ್ತಿದ್ದರು. ಒಂದೊಂದು ಸಲ ಅಪ್ಪ ಅಮ್ಮನ ಮಧ್ಯ ತುಂಬಾ ಜಗಳವಾದ ದಿನ ಮಾತ್ರ ಅಮ್ಮ ಪಲಕ ಹಾಕಿಕೊಂಡೇ ಮಲಗುತ್ತಿದ್ದಳು. ನಾನು ಬದಿಗೇ ಮಲಗಲು ಹೋದರೂ ಜಗ್ಗಿ "ಇಲ್ಲೇ ಬಿದ್ಕಾ" ಎಂದು ಮಧ್ಯದಲ್ಲಿ ಮಲಗಿಸಿಕೊಳ್ಳುತ್ತಿದ್ದಳು. ಅಪ್ಪ ಸುಮ್ಮನೇ 'ಹೂಂ' ಎಂದು ದೊಡ್ಡ ನಿಟ್ಟುಸಿರು ತೆಗೆದು "ರಾಮಾ... ಶಿವಾ... ಗೋವಿಂದಾ..." ಎನ್ನುತ್ತಾ ಮಲಗುತ್ತಿದ್ದ.

ಸಮಯ ಸಿಕ್ಕಾಗಲೆಲ್ಲಾ ಅಮ್ಮ ನನ್ನ ಕೂರಿಸಿಕೊಂಡು ಅತ್ತೆ ಮಾವ ನಮಗೆ

ಮಾಡಿದ ಮೋಸದ ಬಗ್ಗೆ ವಿವರಿಸಿ, ಕೊನೆಗೆ "ನೀನಾದ್ರೂ ಚೋಲೋ ಕಲ್ತು, ನೌಕರಿ ಮಾಡಿ ನನಗೆ ಅನ್ನ ಹಾಕು" ಎನ್ನುತ್ತಿದ್ದಳು. ಇದು ಅಪ್ಪನಿಗೆಲ್ಲಾದರೂ ಕಂಡರೆ "ಆ ಸಣ್ಣ ಪೋರಂಗೆಲ್ಲ ಈಗ್ಲೇ ಇಲ್ಲದ್ದೊದ್ದ್ ತುಂಬಿ ಇಡಡಾ ಮಾರಾಯ್ತಿ" ಎಂದು ಸಿಡುಕಿದರೆ, ಅಮ್ಮ "ನಿಮ್ಮ ಕೈಲಂತೂ ನಂಗೆ ಕೂರಿಸಿ ಅನ್ನ ಹಾಕ್ಲೆ ಆಯ್ದಿಲ್ಲ, ಅವನಾದ್ರೂ ಹಾಕ್ಲಿ, ನಿಂಗ ಅದ್ನೂ ಕಲ್ಲು ಹಾಕಡಿ" ಎನ್ನುತ್ತಿದ್ದಳು.

ಅಪ್ಪ, ಅತ್ತೆ ಮಾವ ಮನೆಯಲ್ಲಿದಿದ್ದಾಗ ಸುಮ್ಮನೇ ಇರುತ್ತಿದ್ದರೂ ಕೂಡ, ಅವರಿಲ್ಲದಿದ್ದಾಗ ಜೋರು ಜೋರಾಗುತ್ತಿದ್ದ. ಮನೆಯ ಜಗುಲಿಯ ಒಂದು ಬದಿಗೆ ಮಾವ ಮಾತ್ರ ಕುಳಿತುಕೊಳ್ಳುವ ಕುರ್ಚಿಯಲ್ಲಿ ಕಾಲಮೇಲೆ ಕಾಲು ಹಾಕಿ ಕುಳಿತು ದೊಡ್ಡಕ್ಕೆ ಅಮ್ಮನಿಗೆ "ಏ... ಒಂದು ಲೋಟ ಚಾ ತಕಂಬಾರೇ..." ಎನ್ನುತ್ತಿದ್ದ. ಮತ್ತೆ ಏಳುವಾಗ ಕುರ್ಚಿಯನ್ನು ಹೆಗಲ ಟವೆಲ್‌ನಲ್ಲಿ ಬಡಿದು ಒರಿಸುವುದನ್ನು ಮರೆಯುತ್ತಿರಲಿಲ್ಲ.

ನಾವು ನಮ್ಮದೇ ಜಮೀನಿನಲ್ಲಿಯೇ ಮನೆ ಕಟ್ಟಿಕೊಂಡು ಇಲ್ಲಿಯೇ ಬಂದು ಉಳಿಯತೊಡಗಿದ ಮೇಲೂ ಅಪ್ಪ ಅಮ್ಮನ ಜಗಳ ನಿಂತಿರಲಿಲ್ಲ. ಈಗ ರಾತ್ರಿಯಷ್ಟೇ ಅಲ್ಲದೇ ಹಗಲು ಹೊತ್ತಿನಲ್ಲೂ ನಡೆಯುತ್ತಿತ್ತು. ಅತ್ತೆ ಮಾವ ರೂಮಿಗೆ ಹೋಗಿ ಬಾಗಿಲು ಹಾಕಿಕೊಳ್ಳುವುದನ್ನು ಕಾಯಬೇಕಾದ ಅವಶ್ಯಕತೆ ಇರಲಿಲ್ಲವಲ್ಲ.

ಅಮ್ಮನಿಗೆ ನಾನು, ಅತ್ತೆ ಮಾವನ ಬಗ್ಗೆ ಜೋಕು ಮಾಡಿದರೆ ಖುಷಿಯಾಗುತ್ತಿತ್ತು. ನಾನು ಏನಾದರೂ ಕೇಳಬೇಕಾದಾಗ ಅಮ್ಮನ ಖುಷಿಪಡಿಸಲು, ಮಾವನ ದಪ್ಪ ಕನ್ನಡಕ, ಡೊಳ್ಳು ಹೊಟ್ಟೆ, ತೇಗುವ, ಹೊರಕೆ ಬಿಡುವ ರೀತಿ, ಅತ್ತೆಯ ದಮ್ಮಿನ ಬಗ್ಗೆ ಜೋಕು ಮಾಡಿದರೆ ಅಮ್ಮ ಜೋರಾಗಿ ನಗುತ್ತಿದ್ದಳು. ಅಪ್ಪ ಮಾತ್ರ ನಗದೇ ಸಿಟ್ಟಿನಿಂದ ನನ್ನೇ ದುರುಗುಟ್ಟಿ ನೋಡುವಾಗ ನಾನು ಸುಮ್ಮನಾಗುತ್ತಿದ್ದೆ. ಅಪ್ಪನಿಗಿನ್ನೂ ಅತ್ತೆ ಮಾವನ ಮೇಲೆ ಪ್ರೀತಿ ಇದ್ದಂತಿತ್ತು. ಆದರೆ ಆ ದಿನ ಅತ್ತೆ ಮನೆಗೆ ಹೋಗಿ ಬಂದ ಮೇಲೆ ಅಪ್ಪನೂ ಪೂರ್ತಿ ಬದಲಾಗಿದ್ದ. ಆ ದಿನ ಅಪ್ಪ ಅತ್ತೆ ಮನೆಗೆ ಹೋಗಿದ್ದು ಮಾವನಿಗೆ ಕೊಟ್ಟ ಸಾಲದ ಮೂರು ಲಕ್ಷ ರೂಪಾಯಿ ಲೆಕ್ಕ ಕೇಳಿ ಉಳಿದ ಹಣವನ್ನು ತರಲಿಕ್ಕೆ.

ಆವತ್ತು ಅಪ್ಪ ಮನೆಗೆ ಬಂದಾಗ ಕತ್ತಲಾಗಿತ್ತು. ಬಂದವನೇ ಜಗುಲಿ ಮಂಚದ ಮೇಲೆ ಮಲಗಿಬಿಟ್ಟಿದ್ದ ಅಪ್ಪನನ್ನು ಮಾತಾಡಿಸುವ ಧೈರ್ಯ ನನಗೂ ಆಗಲಿಲ್ಲ. ಸಾಮಾನ್ಯವಾಗಿ ಹೊರಗೆ ಹೋಗಿ ಬಂದ ಕೂಡಲೇ ಸುದ್ದಿ ಕೇಳಲು ಕೂಡುತ್ತಿದ್ದ ಅಮ್ಮನೂ ಸುಮ್ಮನಿದ್ದಳು.

ಸ್ವಲ್ಪ ಹೊತ್ತಿನ ನಂತರ ಅಪ್ಪ, ಒಳಗೆ ಸುಮ್ಮನೇ ಕೂತಿದ್ದ ನನ್ನ "ಪುಟ್ಟು ಬಾ ಇಲ್ಲಿ" ಎಂದು ಹತ್ತಿರಕ್ಕೆ ಕರೆದ. ಎದುರಿಗೆ ಬಂದು ನಿಂತ ನನಗೆ "ಪುಟ್ಟು ನೀನು ಕಲ್ತು ಚೋಲೋ ನೌಕರಿ ಹಿಡಿ. ನಾವು ಈ ತೋಟ, ಮನೆ ಎಲ್ಲಾ ಮಾರಿ ಕೊಟ್ಟು ದೂರ ಪ್ಯಾಟೇಲಿ ಎಲ್ಲಾದ್ರೂ ಮನೆ ಮಾಡ್ಕಂಡು ಬದುಕುವ ಅಡ್ಡಿಲ್ಯಾ?" ಎಂದವನ ದನಿ ನಡುಗುತ್ತಿತ್ತು. ಎದುರಿಗೆ ಸ್ಟೂಲಿನ ಮೇಲಿದ್ದ ಚಿಮಣಿ ದೀಪದ ಬೆಳಕಿನಲ್ಲಿ ಕಣ್ಣಂಚು ಹೊಳೆಯುತ್ತಿತ್ತು.

ಅಪ್ಪನನ್ನು ಇಂಥ ಪರಿಸ್ಥಿತಿಯಲ್ಲಿ ನೋಡೇ ಇರದಿದ್ದ ನನಗೆ ದುಃಖಕ್ಕಿಂತ

ಹೆಚ್ಚಾಗಿ ಹೆದರಿಕೆಯಾಗಿ ಬಾಗಿಲಲ್ಲಿ ಬಂದು ನಿಂತಿದ್ದ ಅಮ್ಮನ ಸೊಂಟವನ್ನು ಓಡಿಹೋಗಿ ತಬ್ಬಿಕೊಂಡು ಅಳತೊಡಗಿದೆ. ನನ್ನ ಮುಖವನ್ನು ಹೊಟ್ಟೆಗೆ ಒತ್ತಿಕೊಂಡ ಅಮ್ಮನ ಅಪ್ಪುಗೆ ಎಂದಿಗಿಂತ ಬಿಗಿಯಾಗಿತ್ತು. ಬಿಸಿಯಾಗಿತ್ತು.

ಅವತ್ತು ರಾತ್ರಿ ಅಪ್ಪನೇ ನನ್ನ ಕೈಹಿಡಿದು ಮಧ್ಯದಲ್ಲಿ ಮಲಗಿಸಿಕೊಂಡ. ಅವನ ಕೈಮೇಲೆ ತಲೆಯಿಟ್ಟು ಹೊಟ್ಟೆಮೇಲೆ ಕಾಲು ಹಾಕಿ ಬೇಗನೇ ನಿದ್ರೆ ಮಾಡಿದ್ದೆ. ಮಧ್ಯರಾತ್ರಿ ಎಷ್ಟೊತ್ತಿಗೋ ಎಚ್ಚರಾದಾಗ ಪಕ್ಕದಲ್ಲಿ ಅಪ್ಪ ಇರಲಿಲ್ಲ. ಅಮ್ಮನೂ ಎದ್ದು ಚಿಮಣೀ ಹಚ್ಚಲು ಬೆಂಕಿಕಡ್ಡಿ ಗೀರುತ್ತಿದ್ದಳು. ನಾನು ನಿದ್ರಿಸಿದವನಂತೆ ಮಲಗೇ ಇದ್ದೆ. ದೀಪ ಹಚ್ಚಿಕೊಂಡು ಅಮ್ಮ ಹೊರಗೆ ಬಾಗಿಲ ಮೆಟ್ಟಿಲಲ್ಲಿ ಕೂತಿದ್ದ ಅಪ್ಪನ ಬಳಿಗೆ ಹೋಗಿ ಕೂತಳು.

ಅಪ್ಪ "ಬಾವ, ನಾ ಅವಂಗೆ ಕೊಟ್ಟ ದುಡ್ಡಿನ ಲೆಕ್ಕ ಕೊಟ್ಟ. ನನ್ನ ದುಡ್ಡು ಪೂರ್ತಿ ನನಗಾಗೇ ಖರ್ಚು ಮಾಡಿದ್ನಡ. ಎಲ್ಲಾ ಸುಳ್ಳು ಲೆಕ್ಕ ಕೊಟ್ಟು ಪಟಿ ಹಾಕ್ದ. ನಾನು ನಿನಗಿಂತ ಹೆಚ್ಚಾಗಿ ಅವ್ನ ನಂಬಿದ್ದೆ. ಅವ ಮಾತ್ರ ನನ್ನ ಕುತ್ತಿಗೇನೇ ಕೊಯ್ದ್ನಲೇ" ಎಂದ. ಅಮ್ಮ "ಹೋದ್ರೆ ಹೋಗ್ಲಿ, ನಮಗೆ ಈ ತೋಟ, ಮನೆ ಇದ್ದು. ಇದ್ರಲ್ಲೇ ದುಡಿವ. ದೇವ್ರು ನಮ್ಮ ಉಪವಾಸಂತೂ ಬೀಳಿಸ್ತಿಲ್ಲೆ ಹೇಳಿ ನಂಗೆ ನಂಬಿಕೆ ಇದ್ದು" ಅಂದಳು. ಅಪ್ಪ "ಅದಲ್ಲಾ, ದುಡ್ಡು ಹೋದ್ರೆ ಹೋತು, ಆದ್ರೆ ಆ ಬಾವನ ಮಾಣಿ ಗಜಾನನ ಇಂದು ನಂಗೆ ಹೊಡೀಲೇ ಎದ್ದಿದ್ದ ಮಾರಾಯ್ತಿ, ನಾನು ಅವ್ನ ಇಷ್ಟು ಸಣ್ಣವಿದ್ದಾಗಿಂದ ಹೇಲುಕುಂಡೆ ತೊಳೆಸಿ, ಉಚ್ಚೆ ವಸ್ತ್ರ ತೊಳೆದು, ಹೆಗಲ ಮೇಲೆ ಹೊತ್ತುಕೊಂಡು ತಿರ್ಗಿಸಿದ್ದೆ. ನಮ್ಮನೆ ಪುಟ್ಟುಗಿಂತ ಪ್ರೀತಿಂದ ನೋಡ್ಕಂಡಿದ್ದೆ ಅವ್ನ. ಈಗ ಯಾವ್ದೋ ಬಿಕಾಂ ಮುಗ್ಸಿಕ್ಕಿ ಬಂದಮೇಲೆ ನನ್ನ ಮೇಲೇ ಕೈ ಎತ್ತುವಷ್ಟು ದೊಡ್ಡವಾಗೋದ. ಆಗ್ಲೇ ನಾನು ಸಿಡಿಲು ಹೊಡೆದು ಸತ್ತೇ ಹೋಗಕಾಗಿತ್ತು ಅನ್ಸೋತು ಮಾರಾಯ್ತಿ... ನಾ ಸೋತೆ... ಸೋತೆ" ಎನ್ನುತ್ತಾ ಕೈಯಿಂದ ಮುಖ ಮುಚ್ಚಿಕೊಂಡ. ಅಮ್ಮ ಏನೂ ಮಾತಾಡದೇ ಅಪ್ಪನ ಕುತ್ತಿಗೆ ಬಳಸಿ ನಿಧಾನವಾಗಿ ಎದೆಗೊತ್ತಿಕೊಂಡಳು ನಿನ್ನೆ ರಾತ್ರಿ ನನ್ನ ಅಪ್ಪಿಕೊಂಡಂತೆ. ಬಾಗಿಲ ಹಿಂದೆ ನಿಂತಿದ್ದ ನಾನು ಅದನ್ನು ನೋಡಿ ನಾಚಿಕೆಯಾಗಿ ಬಂದು ಮಲಗಿಬಿಟ್ಟೆ.

ಅದಾದ ನಂತರವೂ ನಂಬಿಕೆ, ಸಂಬಂಧ, ಹಣ, ಪ್ರೀತಿ, ಮೋಸ ಹೀಗೇ ಅಪ್ಪ ಏನೇನೋ ಹೇಳುತ್ತಲೇ ಇದ್ದದ್ದು ಸ್ವಲ್ಪ ಸ್ವಲ್ಪ ಕೇಳುತ್ತಿದ್ದರೂ ಏನೂ ಅರ್ಥವಾಗುತ್ತಿರಲಿಲ್ಲ. ಒಟ್ಟಾರೆ ಗಜುಬಾವ ಅಪ್ಪನಿಗೆ ಹೊಡೆಯಲು ಬಂದಿದ್ದ ಎಂಬುದು ಮಾತ್ರ ಗೊತ್ತಾಗಿತ್ತು. ಅಪ್ಪನಿಗೆ ಗಜುಬಾವನಿಗಿಂತ ಹೆಚ್ಚು ಶಕ್ತಿ ಇದ್ದರೂ ಅಪ್ಪ ಯಾಕೆ ಅವನಿಗೆ ಹೊಡೆಯಲಿಲ್ಲ? ನಾನು ದೊಡ್ಡವನಾದ ಮೇಲೆ ಅತ್ತೆ ಮನೆಯವರನ್ನೆಲ್ಲ 'ಡಿಶ್ಯುಂ ಡಿಶ್ಯುಂ'ನೇ ಹೊಡೆಯಬೇಕು ಎಂದೆಲ್ಲಾ ಯೋಚಿಸುತ್ತಾ ನಿದ್ರೆ ಬಂದಿತ್ತು.

ಆ ರಾತ್ರಿ ಕನಸಲ್ಲಿ ಅತ್ತೆ ಮಾವ ಗಜುಬಾವ ಎಲ್ಲರೂ ನಮ್ಮನೆ ಮುಂದೆ ನಿಂತು ಅಪ್ಪನಿಗೆ ಬಯ್ಯುತ್ತಿದ್ದರು. ತುಂಬಾ ದೊಡ್ಡವನೂ ಶಕ್ತಿಶಾಲಿಯೂ ಅಗಿದ್ದ ನಾನು ಹೊರಬಂದು ಮೊದಲು ಗಜುಬಾವನನ್ನೂ, ಕಡೆಗೆ ಮಾವನನ್ನೂ ಹೊಡೆದುಹಾಕಿ,

ಅತ್ತೆಗೆ ಹೊಡೆಯುವಷ್ಟರಲ್ಲಿ ಎದ್ದುಬಂದ ಗಜುಬಾವ ಮನೆ ರೀಪಿನ ತುಂಡು ಮುರಿದು ಅಪ್ಪನ ತಲೆಗೆ ಹೊಡೆದಿದ್ದ. ಅದನ್ನು ಕಂಡು ಅಪ್ಪನ ಬಳಿಗೆ ಓಡಿಬರುವಷ್ಟರಲ್ಲಿ ನಾನು ಪಕ್ಕನೇ ಸಣ್ಣವನಾಗಿದ್ದೆ. ಅಪ್ಪ ತಲೆಹಿಡಿದುಕೊಂಡು ನೆಲಕ್ಕೆ ಬಿದ್ದಿದ್ದ. ರಕ್ತ ಸಿಡಿದಿತ್ತು. ಬೆಚ್ಚಿ ಎಚ್ಚರಾಗುವಷ್ಟರಲ್ಲಿ ಹಾಸಿಗೆಯಲ್ಲಿ ನಾನೊಬ್ಬನೇ ಇದ್ದೆ. ಬೆಳಕು ಹರಿದಿತ್ತು.

ಅವತ್ತಿಂದ ಅಪ್ಪನೂ ಅತ್ತೆಮಾವನ ಕುರಿತು ನನ್ನ ಜೋಕಿಗೆ ನಗಲು ಶುರುಮಾಡಿದ್ದ. ಅಮ್ಮ ಯಾವತ್ತಾದರೂ ಅವರ ಸುದ್ದಿ ತೆಗೆದರೂ ಸಿಡುಕುತ್ತಿದ್ದ. ಈಗ ನನಗೆ ಹೊಡೆತ ಬೀಳಲೂ ನಾನು ಕೇಪಿನ ಡಬ್ಬಿ ಕದ್ದದ್ದು ಅತ್ತೆ ಮನೆಯಿಂದ ಎಂಬುದೇ ಕಾರಣವಾಗಿರಬಹುದೆಂದು ನನ್ನ ಅನುಮಾನ.

ಯೋಚಿಸುತ್ತಾ ಯೋಚಿಸುತ್ತಾ ಗೊತ್ತಿಲ್ಲದೇ ಮನೆ ಗೇಟಿನ ಬುಡಕ್ಕೇ ಬಂದು ನಿಂತಿದ್ದೆ. ಅತ್ತೆ ಮನೆಯಲ್ಲಿ ಕೇಪಿನಡಬ್ಬ ತೆಗೆದುಕೊಂಡಿಲ್ಲ. ಅದು ಕೈಲೇ ಇತ್ತು. ಅದನ್ನು ಕಂಡ ಅಪ್ಪ ಮತ್ತೆ ಹೊಡೆದರೆ? ಭಯವಾಯ್ತು. ಅತ್ತಿತ್ತ ನೋಡಿ ಅಲ್ಲೇ ಪಕ್ಕದಲ್ಲೇ ಇದ್ದ ಬಿದಿರು ಹಿಂಡಿನ ಒಳಗೆ ಒಗೆದೆ. ಕೈಕಾಲೆಲ್ಲಾ ಒದ್ದೆ ರಾಡಿಯಾಗಿ, ಮೊಣಕಾಲಿನವರೆಗೂ ಕೆಸರು, ಕೊಳೆತ ಎಲೆ ತುಂಡುಗಳು ಅಂಟಿಕೊಂಡಿದ್ದವು. ಬೆರಳಸಂದಿಯಲ್ಲಿ ಜೀಕುತ್ತಿದ್ದ ಉಂಬಳಗಳನ್ನು ಕಿತ್ತೊಗೆದೆ.

ಮತ್ತೆ ಮಳೆ ಸಣ್ಣಗೆ ಜಿನುಗಲು ಶುರುವಾಯ್ತು. ಮಳೆಯಲ್ಲಿ ತೊಯ್ದರೆ ಅಪ್ಪ ಬೈಯುತ್ತಾನೆಂದು ಭಯದಿಂದಲೇ ಅಂಗಳಕ್ಕೆ ಕಾಲಿಟ್ಟೆ. ಮನೆಯೊಳಗೆ ಬಂದು ಜಗುಲಿ ಗಿಳಿಗುಟ್ಟಕ್ಕೆ ಅಂಗಿ ತೆಗೆದು ಸಿಕ್ಕಿಸಿದೆ. ಒಳಗೆ ಗೋಡೆಗೆ ಬೆನ್ನು ಆತುಕೊಂಡು ತುದಿಕಾಲಲ್ಲಿ ಕುಳಿತು ನನ್ನೇ ನೋಡುತ್ತಿದ್ದ ಅಪ್ಪ ಕಂಡ. ಅಮ್ಮನೂ ನಾನು ಬಂದದ್ದು ಗೊತ್ತಾದರೂ ಎಂದಿನಂತೇ "ಶೀ... ಶೀ... ಮನೆಪೂರ್ತಿ ರಾಡಿಮಾಡಿ ಹಾಕಡಾ, ಅಬ್ಬಿಗೆ ಹೋಗಿ ತಿಕ್ಕಿ ತಿಕ್ಕಿ ಚೊಕ್ಕಮಾಡಿ ಕಾಲು ತೊಳ್ಕಂಡು ಒಳಗೆ ಬಾ ನೆಡಿ" ಎಂದೆಲ್ಲ ಬೈಯಲಿಲ್ಲ.

ನನ್ನೇ ನೋಡುತ್ತಿದ್ದ ಅಪ್ಪ, ನಾನು ಅವನನ್ನು ನೋಡಿದ ಕೂಡಲೇ "ಬಾ..." ಎಂದು ಕೈಸನ್ನೆ ಮಾಡಿ ಕರೆದ. ಅವನ ಕಣ್ಣಿನಲ್ಲಿನ ಯಾವುದೋ ಭಾವಕ್ಕೆ ನನ್ನ ದುಃಖದ ಕಟ್ಟೆಯೊಡೆದು ದೊಡ್ಡದಾಗಿ ಅಳುತ್ತಾ ಓಡಿಹೋಗಿ ಅಪ್ಪನ ಕತ್ತನ್ನು ಅಪ್ಪಿಹಿಡಿದೆ. ಅಪ್ಪನ ಗದ್ದ ನನ್ನ ಹೆಗಲ ಮೇಲೆ ಇತ್ತು. ಸಣ್ಣಗೆ "ಪುಟ್ಟೂ... ನಾವು ಯಾವಾಗ್ಲೂ ಬೇಡಿಕೊಂಡು ತಿನ್ನೋ ಪ್ರಸಂಗ ಬಂದ್ರೂ ಕಳ್ಳತನ ಮಾಡಿ ತಿಂಬ್ಲಾಗಾ" ಎಂದ. ನಾನು ಮಾತಾಡದೆ "ಹೂಂ" ಎಂದೆ. ಮತ್ತೆ "ಬಾಳ ನೋವಾತೇನೋ" ಕೇಳಿದ. ನಾನು ಮತ್ತೆ "ಹೂಂ" ಅಂದೆ. ಅಪ್ಪನ ಕಣ್ಣಿಂದ ಬಿಸಿಹನಿಯೊಂದು ಬೆನ್ನಮೇಲಿನ ಗಾಯದ ಮೇಲೆ ಬಿದ್ದು 'ಚುರ್...' ಅಂದರೂ, ಅಪ್ಪ ಎಲ್ಲಿ ಅಪ್ಪುಗೆ ತಪ್ಪಿಸುತ್ತಾನೋ ಎಂದು ಹೆದರಿ "ಆಯ್" ಎನ್ನದೇ ತುಟಿಕಚ್ಚಿಕೊಂಡು ಇನ್ನಷ್ಟು ಬಿಗಿಯಾಗಿ ಅಪ್ಪಿದೆ. ಅಳು ನನಗೇ ಗೊತ್ತಿಲ್ಲದೇ ಎಷ್ಟೋ ಹೊತ್ತಿಗೆ ನಿಂತು ಹೋಗಿತ್ತು. ಹೊರಗೆ ಮಳೆ ಕಪ್ಪಿಟ್ಟುಕೊಂಡು 'ಧೋ...' ಎಂದು ಸುರಿಯುತ್ತಿತ್ತು.

❍

ಮಾತು ಮುಗಿಯುವ ಮೊದಲು

ಸೈಕಲ್ ಬ್ರೇಕ್ ಎಲ್ಲ ಸರಿಯಾಗೇ ಇತ್ತು. ಆದರೂ ಇಂಥ ಇಳಿಜಾರುಗಳಲ್ಲಿ ಬ್ರೇಕ್ ಬಿಟ್ಟು ಜೋರಾಗಿ ಸೈಕಲ್ ಓಡಿಸುವುದೆಂದರೆ ಮೊದಲಿನಿಂದಲೂ ಬಹಳ ಇಷ್ಟ. ಈಗಲೂ ಹೆಗ್ಗಾರ್ ಇಳಿಜಾರಿನಲ್ಲಿ ರಸ್ತೆಯ ಹೊಂಡಗಳಿಂದ ತಪ್ಪಿಸಿಕೊಳ್ಳುತ್ತ ಜೋರಾಗಿ ಹೋಗುತ್ತಿರುವಾಗ, ಕಿವಿಗೆ ರೊಂಯ್ ಎಂದು ಬೀಸುವ ಗಾಳಿಯ ಸದ್ದಿನೊಂದಿಗೆ ಮನಸಲ್ಲಿ ಅಕಾರಣ ಖುಷಿ ತುಂಬಿಕೊಳ್ಳುತ್ತಿತ್ತು. ಯಾವುದಾದರೂ ಹಾಡು ಹೇಳಬೇಕೆಂದು ಉಮೇದಿ ಬಂದರೂ, ಆ ಕ್ಷಣದಲ್ಲಿ ಯಾವುದೂ ನೆನಪಾಗದೇ ಬರೀ 'ಹೂ...ಹೂ...ಹು' ಎಂದು ರಾಗ ಎಳೆಯಲು ಶುರುಮಾಡಿಕೊಂಡೆ. ಕವರ್ ಇಲ್ಲದ ಚೈನಿಗೆ ಪ್ಯಾಂಟ್ ತಾಗಿ ಗ್ರೀಸ್ ಬಡಿಯುತ್ತಿದ್ದದ್ದು ಗೊತ್ತಾಗಿ ಒಂದು ಕೈಯ್ಯಲ್ಲಿ ಪ್ಯಾಂಟನ್ನು ಮೊಣಕಾಲವರೆಗೆ ಎತ್ತಿಹಿಡಿದು, ಇನ್ನೊಂದು ಕೈಯಲ್ಲಿ ಸೈಕಲ್ ಹ್ಯಾಂಡಲ್ ಹಿಡಿದು ಓಡಿಸುತ್ತಿರುವಾಗಲೇ ಕಿಸೆಯಲ್ಲಿನ ಮೊಬೈಲ್ 'ಬುರ್ರ್...ಬುರ್ರ್' ಎಂದು ನಡುಗುತ್ತಾ ರಿಂಗಾಯಿತು. ನಾನು ಮೊಬೈಲ್ ತೆಗೆಯಲು ಅಯಾಚಿತವಾಗಿ ಸೈಕಲ್ ಹ್ಯಾಂಡಲ್ ಹಿಡಿದ ಕೈಯನ್ನೇ ಬಿಟ್ಟಾಗ ಬ್ಯಾಲೆನ್ಸ್ ತಪ್ಪಿ ಅತ್ತಿತ್ತ ಓಲಾಡುತ್ತಾ ಇನ್ನೇನು ಬೀಳಲಿದ್ದ ಸೈಕಲ್‌ನ್ನು ಹೇಗೋ ಸುಧಾರಿಸಿ ಬ್ರೇಕ್ ಹಾಕಿದೆ. ಮೂರು ಮಾರು ದೂರ ಜರ್ರ್ ಎಂದು ಜರಿದ ಸೈಕಲ್ ಅಂತೂಇಂತೂ ನಿಂತಿತು. ರಸ್ತೆಮೇಲೆ ಅಷ್ಟು ದೂರದವರೆಗೂ ಕಪ್ಪು ಟೈಯರ್ ಮಾಗು ಮೂಡಿತು. ಇನ್ನೂ ಕೂಗುತ್ತಲೇ ಇದ್ದ ಮೊಬೈಲ್ ತೆಗೆದು ಯಾರು ಅಂತಲೂ ನೋಡದೇ ರಿಸೀವ್ ಮಾಡಿ ಕಿವಿಗಿಡಿದೆ. ಅತ್ತಕಡೆಯಿಂದ ಹಲೋಗಿಲೋ ಏನೂ ಇಲ್ಲದೇ ನೇರವಾಗಿ "ಎಲ್ಲಿದ್ಯೋ...?" ಅಂದಾಗಲೇ ಗೊತ್ತಾಗಿಬಿಟ್ಟಿತ್ತು ಮಾತಾಡುವವ ಚಂದ್ರಣ್ಣ!

"ನಿಮ್ಮನೆಗೇ ಹೋಗಿದ್ದೆ. ನೀ ಬತ್ಯನ ಹೇಳಿ ಸುಮಾರು ಹೊತ್ತು ಕಾದೆ. ಈಗ ವಾಪಸ್ ಹೋಗ್ತಾ ಇದ್ದೆ. ನೀ ಎಲ್ಲಿಗೆ ಹೋಗಿದ್ದೆ...?" ಎಂದೆ. ಅತ್ತ ಕಡೆಯಿಂದ ಮೌನ. ಕಾಲ್ ಕಟ್ಟಾಯ್ತೇನೋ ಅಂದ್ಕೊಂಡು ಡಿಸ್‌ಪ್ಲೇ ನೋಡಿ, ಮತ್ತೆರಡು ಸಲ "ಹಲೋ..." ಎನ್ನುವಷ್ಟರಲ್ಲಿ ಅತ್ತ ಕಡೆಯಿಂದ ಸಣ್ಣ ದನಿಯಲ್ಲೇ "ಇಲ್ಲೇ ಹೊಳೆದಡದಲ್ಲಿ

ಕೂತ್ಕಂಡಿದ್ದೆ" ಎಂಬುದರೊಟ್ಟಿಗೆ 'ಸೊರ್ರ್...' ಎಂಬ ಶಬ್ದ ಕೇಳಿ ಅವನು ಅಳುತ್ತಿದ್ದಾನೆ ಎಂಬುದು ಗೊತ್ತಾಯಿತು. ಆದರೂ ಗಾಬರಿಯಾಗಲಿಲ್ಲ. ಧ್ವನಿಯಲ್ಲಿ ಪ್ರಯತ್ನಪೂರ್ವಕ ಗಾಬರಿಯನ್ನು ತಂದುಕೊಂಡು "ಚಂದ್ರಣ್ಣಾ... ಎಂತಾ ಆತು? ಅಳ್ತಿದ್ಯಾ?" ಕೇಳಿದೆ. ಚಂದ್ರಣ್ಣ "ಇಲ್ಲಾ ಇಲ್ಲಾ... ಮಾಚಾ... ನೀ ಮನೆಗ್ ಹೋಗುವಾಗ ಹೊಳೆ ದಡದ ದೊಡ್ಡ ಕಲ್ಲಿನ ಹತ್ರ ಬಾ ಮಾತಾಡುದಿದ್ದು" ಎಂಬಷ್ಟನ್ನು ಕಷ್ಟಪಟ್ಟು ಹೇಳಿದ. ನಾನು "ಸರಿ, ಬಂದೆ ಈಗ" ಎಂದಷ್ಟೇ ಹೇಳಿ ಕಟ್ ಮಾಡಿದೆ.

'ಚಂದ್ರಣ್ಣ ಅಳುತ್ತಿದ್ದ!' ನನಗೇ ಗೊತ್ತಿಲ್ಲದೇ ಬಂದ ನಗು ನನ್ನ ಎಡ ಮೇಲ್ತುಟಿಯನ್ನು ವಕ್ರವಾಗಿಸಿತ್ತು. ತಕ್ಷಣವೇ 'ಥತ್' ಎಂದುಕೊಂಡು ನಕ್ಕಷ್ಟೇ ಅಪ್ರಯತ್ನವಾಗಿ ರಪ್ಪನೆ ಕೆನ್ನೆಗೆ ಹೊಡೆದುಕೊಂಡೆ. ಕೊಂಚ ಜೋರಾಗಿ ಪೆಟ್ಟುಬಿದ್ದು ಉರಿಯಾಯ್ತು. ತಲೆಕೊಡವಿಕೊಂಡೆ. ಮತ್ತೆ ಸೈಕಲ್ ಹತ್ತುವುದಕ್ಕೂ ಮೊದಲು ಚೈನಿಗೆ ತಾಕದಷ್ಟು ಮೇಲಕ್ಕೆ ಪ್ಯಾಂಟನ್ನು ಮಡಿಚಿಟ್ಟುಕೊಳ್ಳುವುದನ್ನು ಮರೆಯಲಿಲ್ಲ.

ಸೈಕಲ್ ಓಡಿಸುತ್ತಿರುವಾಗಲೇ ಚಂದ್ರಣ್ಣನ ಮನೆಯಿಂದ ಬರುವಾಗ ಭಾಗಿಚಿಕ್ಕಿ ಕಣ್ತುಂಬಿಕೊಂಡು ಹೇಳಿದ್ದು ನೆನಪಾಯ್ತು. "ಮಾಚಾ... ನಮ್ಮನೆ ತಮ್ಮ ಯಾಕೆ ಹಿಂಗಾದ್ನನ ಮಾರಾಯಾ, ಒಂದು ಮಾತಿಲ್ಲೆ ಕತೆಯಿಲ್ಲೆ. ಗುಮ್ಮನ ಗುಸುಕನ ಹಂಗೆ ಕೂತ್ಕಂಡಿರ್ತ. ಜನರು ಏನೇನೋ ಮಾತಾಡ್ತ ಹೇಳಿ ನಾವು ಅದ್ಕೆಲ್ಲಾ ತಲೆಕೆಡ್ಸಕಂಡು ಕೂತ್ಕಂಡ್ರೆ ನಡೀತಾ? ಅವ ಹಂಗದ್ದೆಲ್ಲಾ ಬಾನಗೇಡಿ ಮಾಡವಲ್ಲಾ. ನೀನಾರೂ ಮಾತ್ರ ಸಮಾಧಾನ ಹೇಳು ಮಾರಾಯಾ ಅವಂಗೆ. ಎಲ್ಲಿ ಎಂತಾ ಹೆಚ್ಚುಕಮ್ಮಿ ಮಾಡ್ಕತ್ನನಾ ಹೇಳಿ ನಂಗೆ ಎಷ್ಟೊತ್ತಿಗೂ ಶ್ವಾಸ ಮೇಲ್ ಸಿಕ್ಕಿಕೊಂಡೇ ಇರ್ತು" ಎಂದು ಕಣ್ಣೊರೆಸಿಕೊಂಡಿದ್ದಳು. ನಾನು "ಚಿಕ್ಕೀ... ಹಂಗೆಲ್ಲಾ ಏನೂ ಆಗ್ತಿಲ್ಲೆ. ನೀ ಹೆದರೂದು ಬ್ಯಾಡ. ನಾ ಚಂದ್ರಣ್ಣನ ಹತ್ರ ಮಾತಾಡ್ತೆ. ಅವ ಎಂತವ ಹೇಳಿ ನಂಗೊತ್ತಿಲ್ಯಾ?" ಎಂದು ಸಮಾಧಾನಿಸಿದ್ದೆ. ಕೊನೆಯ ಸಾಲಿನಲ್ಲಿಯ ವ್ಯಂಗ್ಯ ನನಗೇ ಅಸಹಜವಾಗಿ ಕಂಡಿದ್ದರೂ ಮತ್ತೆ ಸರಿಪಡಿಸುವ ಗೋಜಿಗೆ ಹೋಗದೇ ಸುಮ್ಮನೇ ಎದ್ದುಬಂದಿದ್ದೆ.

ಈಗ ಆ ಕೊನೆಯ ಸಾಲಿನ ವ್ಯಂಗ್ಯವೇ ಮತ್ತೆಮತ್ತೆ ನೆನಪಾಗಿ "ಛೆ! ಹಾಗೆ ಹೇಳಬಾರದಿತ್ತೇನೋ" ಅಂತೊಮ್ಮೆ ಅನ್ನಿಸಿತು. ಮರುಕ್ಷಣ ಮನಸ್ಸು ಸೆಟೆದುಕೊಂಡು "ತಪ್ಪೇನಿದೆ? ಅಷ್ಟಕ್ಕೂ ಚಂದ್ರಣ್ಣನ ಈಗಿನ ಪರಿಸ್ಥಿತಿಗೆ ನಾನ್ಯಾಕೆ ವ್ಯಥೆ ಪಡಬೇಕು? ಮಾಡಿದ್ದುಣ್ಣೋ ಮಾರಾಯಾ. ಇಷ್ಟು ವರ್ಷ ನನಗೆ ಅವ ಕೊಟ್ಟ ತ್ರಾಸಿಗೆ ಲೆಕ್ಕವಿದೆಯಾ? ಬೇರೆ ಯಾರಾದ್ರು ಆಗಿದ್ದಿದ್ರೆ ಹುಚ್ಚು... ಹುಚ್ ಹಿಡ್ಕಂಡು ಕುಣಿಬೇಕಾಗಿತ್ತು. ಇಷ್ಟಾದದ್ದೂ ಸಾಲದು ಅವನಿಗೆ. ಇನ್ನೂ ಆಗಲಿ ಇನ್ನೂ ಆಗಲಿ..." ಕೊನೆಯ ಶಬ್ದಗಳು ಶಬ್ದರೂಪ ತಳೆದು ಹೊರಬರುವುದರೊಟ್ಟಿಗೇ ಹಲ್ಲುಕಚ್ಚಿ, ಸೈಕಲ್ ಹ್ಯಾಂಡಲ್ ಮೇಲಿನ ಮುಷ್ಟಿ ಬಿಗಿಯಾದದ್ದು ನನ್ನ ಗಮನಕ್ಕೇ ಬಂದು, ಮತ್ತೆ ತಲೆ ಕೊಡವಿ ಸಡಿಲಾದೆ.

ನಾಲ್ಕನೆತ್ತೆ ಮುಗಿದು ಐದನೆತ್ತೆ ಶುರುವಾದಾಗ ಮನೆಯಿಂದ ಬಹಳ ದೂರ. ನಡೆದು ಹೋಗಲು ಆಗುವುದಿಲ್ಲವೆಂದು ಅಪ್ಪ ಸೈಕಲ್ ಮೇಲೆ ನನ್ನನ್ನು ಹಸವಸ್ತ್ರ, ಅಂಗಿಚಡ್ಡಿಗಳೊಟ್ಟಿಗೆ ಸೀತಾಪ್ಪಚ್ಚಿಯ ಮನೆಯಲ್ಲಿ ಬಿಟ್ಟು ಹೋದ ದಿನವೇ ಶುರುವಾಗಿತ್ತಲ್ಲ ಇವಂದು. "ಶೀ...ಶೀ... ಮಂಚದ ಮೇಲ್ ಕೂತ್ಕಳಡಾ ಚಾದರ ಕೆಸರಾಗ್ತು" "ಥೋ...

ಆ ಪುಸ್ತಕ ಮುಟ್ಟಡಾ, ಹರಿದುಹೋಗ್ತು" "ಈಗ ಟೇಪ್‌ರಿಕಾರ್ಡರ್ ಹಚ್ಚುವುದು ಬೇಡ. ನಂಗೆ ಓದ್ಕಳ" "ನಿನ್ನ ಅಂಗಿಯೆಲ್ಲಾ ನನ್ನ ಹ್ಯಾಂಗರಿಗೇ ಹಾಕಡಾ, ಬೇರೆ ಹಗ್ಗಾ ಕಟ್ಕಾ" ಹೀಗೆ ಹೆಜ್ಜೆಹೆಜ್ಜೆಗೂ ತನ್ನ ಪ್ರಭುತ್ವವನ್ನು ನನಗೆ ಸಾಬೀತುಪಡಿಸುವವನಂತೆ ವರ್ತಿಸುತ್ತಿದ್ದ. ನನಗೋ ಹೊಸ ಶಾಲೆಗೆ ಹೋಗುವ ಉಮೇದಿ. ಅಪ್ಪಚ್ಚಿ ಮನೆಯೆಂದರೆ ನಂದೇ ಮನೆ ಅಂದುಕೊಂಡಿದ್ದ ನನಗೆ, ಅಂಥ ಸೂಕ್ಷ್ಮಗಳೆಲ್ಲ ತಿಳಿಯುವ ವಯಸ್ಸೂ ಅಲ್ಲ ಅದು.

ಒಂದುಸಲ ನನ್ನ ಹೊಸ ಪಟ್ಟಿಗೆ ಹೆಸರು ಬರೆದುಕೊಳ್ಳಲು ಅವನ ಶೈನಿಂಗ್ ಪೆನ್ ತೆಗೆದುಕೊಂಡಾಗ ಯಾಕೆ ಏನು ಕೇಳದೇ 'ಪಟ್' ಎಂದು ತಲೆಗೆ ಜಪ್ಪಿದ್ದ. ನಾನೂ ದೊಡ್ಡ ದನಿಯಲ್ಲಿ "ಎಂತಕ್ಕೆ ಹೊಡೆದೆ?" ಎಂದು ಕೇಳಿದ್ದೆ. ಅವನು ಇನ್ನೂ ದೊಡ್ಡದಾಗಿ "ಇನ್ನೊಂದ್ಸಲ ನನ್ನ ಪೆನ್ ತಕೊಂಡರೆ ಕಾಲು ಮುರಿದು ಇಡ್ತೆ ನೋಡು ಮುಂಡೆಗಂಡಾ" ಅಂದಿದ್ದ. ನಾನು ಅಳುತ್ತಾ ಅಡುಗೆಮನೆಗೆ ಹೋಗಿ ಭಾಗಿಚಿಕ್ಕಿ ಬಳಿ "ನೋಡು ಚಿಕ್ಕೀ... ಚಂದ್ರಣ್ಣ ನನ್ನ ತಲೆಗೆ ಜಪ್ಪಿದ್ದೂ ಅಲ್ಲದ್ದೇ ಮುಂಡೆಗಂಡ ಅಂದ" ಎಂದು ದೂರು ಹೇಳಿದ್ದೆ. ಆಗ ಚಿಕ್ಕಿ "ಹೂ...ಹುಂ... ಇನ್ಮುಂದೆ ಅವ್ನ ಸಾಮಾನು ಎಂತದೂ ತಕಳಡಾ. ಈಗ ಅಳೂದು ಬಂದು ಮಾಡು. ನಮ್ಮನೇಲಿ ಇರುವಾಗ ಹಿಂಗೆಲ್ಲ ರಗಳೆಗಿಗಳೆ ಮಾಡಿರೆ ಶಾಲೆಬಿಡ್ಸಿ ಮನೇಗ್ ಕಳ್ಸಿಬಿಡ್ತೆ" ಎಂದು ಸೀರೆ ಎತ್ತಿ ಸೊಂಟಕ್ಕೆ ಸಿಕ್ಕಿಸಿಕೊಂಡು, ಅಬ್ಬಿ ಮೆಟ್ಟಿಲ ಮೇಲೆ ತುದಿಕಾಲಲ್ಲಿ ಕೂತು ಪಾತ್ರೆಗೆ ಬೂದಿ ತಿಕ್ಕಲು ಶುರುಮಾಡಿದಳು. ನನಗಾದ ಆಶ್ಚರ್ಯಕ್ಕೆ ಅಳುವುದೂ ಮರೆತುಹೋಗಿತ್ತು. ಈಗ ಕಂಡ ಚಿಕ್ಕಿ, ಪ್ರತಿಸಲ ಮೇ ರಜೆಯಲ್ಲಿ ನಾಲ್ಕು ದಿನ ಉಳಿದುಕೊಳ್ಳಲೆಂದು ಹೇಳಿ ಬರುತ್ತಿದ್ದಾಗಿನ ಚಿಕ್ಕಿಗಿಂತ ಬೇರೆಯಾಗಿ ಕಂಡಿದ್ದಳು. ನನಗೆ ಹೊಡೆದಿದ್ದ ಚಂದ್ರಣ್ಣನಿಗೆ ಚಿಕ್ಕಿಯೂ ಬೈದು ಹೊಡೆಯುತ್ತಾಳೆ. "ಇನ್ಮುಂದೆ ಅಂತಾ ಹೊಲಸು ಶಬ್ದ ಆಡಿದ್ರೆ... ಹೂಂ..." ಅಂತ ಗದರಿಸಿ, ನನ್ನ ತಲೆ ನೇವರಿಸಿ, ಮಡಿಲಿಗೆಳೆದುಕೊಂಡು ಸಮಾಧಾನ ಮಾಡುತ್ತಾಳೆ ಅಂದುಕೊಂಡಿದ್ದ ನನಗೆ ತುಂಬಾ ನಿರಾಸೆಯಾಗಿತ್ತು. ಬದಲಾಗಿ ಅವನ ಪರವಾಗಿಯೇ ಮಾತಾಡಿ "ಶಾಲೆ ಬಿಡ್ಸಿ ಮನೆಗೆ ಕಳಿಸ್ತೆ" ಎಂದು ನನ್ನ ಅಳುವಿಗೆ ಲಕ್ಷವೇ ಕೊಡದೇ ಹೋಗಿದ್ದು ತುಂಬಾ ಅವಮಾನವಾಯ್ತು. ಮೊದಲ ಸಲ ನಾನು ಯಾರೋ ಅಪರಿಚಿತರ ಮನೆಯಲ್ಲಿದ್ದೇನೆ ಅನ್ನಿಸಿ ಹೊರಬಂದೆ. ಚಂದ್ರಣ್ಣ ಹಲ್ಲು ಕಿಸಿದು ಸಣ್ಣಗೇ "ಸಾಕಾ ಇನ್ನೂ ಬೇಕಾ?" ಅಂದಾಗ ಮತ್ತೆ ಉಮ್ಮಳಿಸಿ ಬಂದ ಅಳುವನ್ನು ತಡಿಯಲಾಗದೇ ದುಡುದುಡುನೇ ಎಂಚಣಿಗೆ ಹತ್ತಿ, ಮೆತ್ತಿನ ಮೂಲೆಯಲ್ಲಿ ಸಣ್ಣಗೇ 'ಮ್ಹು...ಮ್ಹು...' ಎಂದು ಅಳುತ್ತಾ ಕೂತೆ. ಅಳುತ್ತಳುತ್ತಲೇ "ನಾ ಅತ್ತು ಅತ್ತು ಸತ್ತು ಹೋಗಲಿ. ಆಗ ಅಪ್ಪಚ್ಚಿ–ಅಪ್ಪ ಎಲ್ಲರೂ ಸೇರಿ ಚಿಕ್ಕಿ ಮತ್ತೆ ಚಂದ್ರಣ್ಣಂಗೆ ಸರೀ ಜಪ್ಪುತ್ತಿದ್ದ" ಎಂದು ನನ್ನಷ್ಟಕ್ಕೇ ಅಳುವ ದನಿಯಲ್ಲಿ ಹೇಳಿಕೊಂಡರೂ ಮರುಕ್ಷಣದಲ್ಲಿ ಸಾಯುವುದರ ಬಗ್ಗೆ ಭಯವಾಗಿ ಆ ಯೋಚನೆಯನ್ನು ಕೈಬಿಟ್ಟೆ. ಅಷ್ಟಷ್ಟೊತ್ತಿಗೆ ಅಳುವುದು ಮರೆತುಹೋದರೂ ಮತ್ತೆ ನೆನಪಿಸಿಕೊಂಡು ಅಳುತ್ತಿದ್ದೆ. ಮಧ್ಯದಲ್ಲಿಯೇ ಒಂದುಸಲ ಉಚ್ಚೆ ಕಟ್ಟಿಬಂದರೂ ಕೆಳಗೆ ಹೋಗಲು ಮನಸ್ಸಾಗದೇ, ಮೆಲ್ಲನೇ ಕಿಟಕಿ ಹತ್ತಿ ಎರಡೂ ಕೈಗಳಿಂದ ಕಿಟಕಿಯನ್ನು ಹಿಡಿದುಕೊಂಡು, ಸರಳುಗಳಿಗೆ ಸೊಂಟವನ್ನು

ಗಟ್ಟಿಯಾಗಿ ಒತ್ತಿಹಿಡಿದು, ಮಾಡಿನ ಹೆಂಚಿನ ಮೇಲೆ ಸಾಧ್ಯವಾದಷ್ಟೂ ಪೋರ್ಸಿನಿಂದ ಉಚ್ಚೆ ಹೊಯ್ದು ಮತ್ತೆ ಅಳುತ್ತ ಕೂತಿದ್ದೆ. ಸಂಜೆ ಸೀತಾಪ್ಪಚ್ಚಿ ಬಂದು "ಚಂದ್ರೂ... ಮಾಚಾ..., ಎರಡೂ ಜನ ಪಟಪಟನೇ ಕೈಕಾಲುಮುಖ ತೊಳ್ಕಂಡು ದೇವರ ಮುಂದೆ ಬಾಯಿಪಾಠ ಹೇಳಲು ಕೂತ್ಕಳಿ" ಎಂದು ಹೇಳುವತನಕ.

ನಾನು ಕಲಿಯಲು ಚಂದ್ರಣ್ಣನಷ್ಟು ಹುಶಾರಿರಲಿಲ್ಲ. ಇಂಗ್ಲಿಷ್ ಎಂದರಂತೂ ಮಾರುದೂರ. ಐದನೆತ್ತೆ ಸೇರಿದ ಹೊಸತರಲ್ಲಿ ಸರ್ ಹಾಕಿದ ಹತ್ತು ಇಂಗ್ಲಿಷ್ ಶಬ್ದಗಳಲ್ಲಿ ಎರಡು ಮಾತ್ರ ಸರಿಯಾಗಿ ಬರೆದು ಕಪ್ಪು ಸೀಸಂ ಪಟ್ಟಿಯಲ್ಲಿ ಕೈ ಬೀಗಿ ನೀಲಿಯಾಗುವಷ್ಟು ಪೆಟ್ಟು ತಿಂದಿದ್ದೆ. ಮನೇಲಿ ಯಾರಿಗೂ ಕಾಣಿಸಬಾರದೆಂದು ಚಡ್ಡಿ ಕಿಸೆಯಲ್ಲೇ ಕೈ ಹಾಕಿಕೊಂಡು ಬಂದಿದ್ದರೂ, ಆರನೆತ್ತೆಯಲ್ಲಿನ ಚಂದ್ರಣ್ಣನಿಗೆ ವಿಷಯ ಗೊತ್ತಾಗಿ ಮನೆಯಲ್ಲೆಲ್ಲಾ ಟಾಂಟಾಂ ಮಾಡಿದ್ದ. ಆವತ್ತು ಸಂಜೆ ಸೀತಾಪ್ಪಚ್ಚಿ "ದಡ್ಡ ಕುಮಾಂಡೂ, ಸರಿಯಾಗಿ ಓದು" ಎಂದು ಬೈದಾಗಿನಿಂದ ಚಂದ್ರಣ್ಣನೂ ನನ್ನ ಪದೇ ಪದೇ "ದಡ್ಡ ಕುಮಾಂಡು' ಎಂದು ಚಾಳಿಸಲಿಕ್ಕೆ ಶುರು ಮಾಡಿದ್ದ.

ಚಂದ್ರಣ್ಣ ಮನೆಯಲ್ಲಷ್ಟೇ ಅಲ್ಲದೇ ಶಾಲೆಯಲ್ಲಿ ಸರ್ ಬಳಿಯೂ "ಮನೇಲಿ ಪುಸ್ತಕಾನೇ ಹಿಡಿಯೂದಿಲ್ಲ ಸಾರ್... ಬರೀ ಗಿಲ್ಲಿ ಆಡ್ತಾ ಇರ್ತಾನೆ" ಎಂದು ಚಾಡಿ ಹೇಳಿದ್ದ. ಅವನು ಹುಶಾರಿ ಇದ್ದದ್ದಕ್ಕೆ ಸರ್ ಕೂಡ ಅವನ ಮಾತನ್ನು ನಂಬುತ್ತಿದ್ದರು. ನನ್ನನ್ನು ಬೇಕಂತಲೇ ಕಷ್ಟದ ಪ್ರಶ್ನೆ ಕೇಳಿ ಹೇಳದಿದ್ದಾಗ ಮತ್ತದೇ ಸೀಸಂ ಪಟ್ಟಿಯಲ್ಲಿ "ಆಟಾ ಆಡ್ಲೆ ಹೋಗ್ತೆ...? ಗಿಲ್ಲಿ ಆಡ್ತೆ... ಆಡ್ತೆ...?" ಎನ್ನುತ್ತಾ ರಪರಪ ಬಾರಿಸುತ್ತಿದ್ದರು.

ಆ ವರ್ಷದ ಪರೀಕ್ಷೆ ರಿಸಲ್ಟ್ ದಿನ ಸರ್ "ಏನೇನೂ ಇಲ್ಲಾ, ಎಲ್ಲ... ಎಲ್ಲದ್ರಲ್ಲೂ ಎತ್ತಿಹಾಕಿದ್ದೇ..." ಅಂತ ಎರೆಡೆರೆಡು ಸಲ ಹೇಳಿ ಮಾರ್ಕ್ಸಕಾರ್ಡ ಕೊಟ್ಟಿದ್ದರು. ಮಾರ್ಕ್ಸ ನೋಡಿದ ಅಪ್ಪ "ಹಿಂಗೇ ಮಾಡಿರೆ ಶಾಲೆ ಬಿಡಿಸಿ ಅಡಿಕೆ ಸಸಿ ಹೊಂಡ ತೆಗಿಯುವ ಕೆಲಸಕ್ಕೆ ಹಚ್ತೆ ನೋಡು. ದುಡ್ಡು ಮರದಿಂದ ಉದುರೂದು ಮಾಡಿದ್ಯಾ?" ಎಂದು ಬೈದಿದ್ದ. ಆ ವರ್ಷ ಚಂದ್ರಣ್ಣ ಶಾಲೆಗೇ ಪಸ್ಟು ಬಂದಿದ್ದ.

ಅಲ್ಲಿಂದ ಹೊಸ ತೊಂದರೆ ಶುರುವಾಗಿತ್ತು. ಎಲ್ಲರೂ "ಚಂದ್ರಣ್ಣ ನೋಡು ಎಷ್ಟು ಹುಶಾರಿ ಇದ್ದ. ನಿಂಗೆಂತಾ ರೋಗ? ಅವಂಗೆಂತಾ ಕೋಡಿದ್ದಾ? ನಿನ್ನಂಗೇ ಎರಡೇ ಕಣ್ಣು, ಎರಡೇ ಕೈ, ಒಂದು ತಲೆನೇ ಅಲ್ದಾ ಇದ್ದದ್ದು?" ಎಂದು ಹಂಗಿಸುತ್ತಿದ್ದರು.

ಈಗೀಗ, ಚಂದ್ರಣ್ಣನಿಗೆ ಏಳನೆತ್ತೆ ಪಬ್ಲಿಕ್ ಪರೀಕ್ಷೆ ಆದ್ದರಿಂದ ವಾರಕ್ಕೊಂದು ದಿನ ಸೀತಾಪ್ಪಚ್ಚಿ ನನಗೆ ಮತ್ತು ಚಂದ್ರಣ್ಣನಿಗೆ ಪಾಠದ ಪ್ರಶ್ನೆಗಳನ್ನು ಕೇಳುತ್ತಿದ್ದ. ಚಂದ್ರಣ್ಣ ಎಲ್ಲ ಪ್ರಶ್ನೆಗಳಿಗೂ ಪಟಾ ಪಟ್ ಉತ್ತರಿಸುತ್ತಿದ್ದ. ನನಗೆ "ಹಾ... ಮಾಚಾ ಕನ್ನಡದ ಮೊದಲನೆಯ ಪದ್ಯ ಹೇಳು ನೋಡ್ವ" ಅಂದಾಗ ನಾನು "ಮೊದಲು ತಾಯ ಹಾಲ ಕುಡಿದು... ಲಲ್ಲೆಯಿಂದ ತೊದಲು ನುಡಿದು..." ಎಂದು ಹೇಳಿ ಮುಂದಿನ ಸಾಲು ನೆನಪಿಸಿಕೊಳ್ಳಲು 'ಊ...ಆ...ಊ...' ಅನ್ನುತ್ತಿರುವಾಗ ಎದುರಿಗೆ ಕೂತ ಚಿಕ್ಕಿ 'ವುಹ್ಹುಹ್ಹುಹ್ಹು...' ಅಂತ ವಿಚಿತ್ರವಾಗಿ ನಕ್ಕು, ನಗು ತಡೆಯುವುದಕ್ಕೆಂಬಂತೇ ಬಾಯಿ ಮುಚ್ಚಿಕೊಳ್ಳುವುದ ನೋಡಿ ನನಗೆ ಎಲ್ಲವೂ ಮರೆತುಹೋಗಿ ಕಣ್ಣು ತುಂಬಿ ಬಂದು, ಸುಮ್ಮನೇ ದಿಟ್ಟಿಸುತ್ತಿರುವ ಚಿಮಣಿ ಬೆಳಕಿನ ಕುಡಿಯೂ ವಿಚಿತ್ರವಾಗಿ

ರಾಡಿಸಿದಂತಾಗಿ ಸಂಜೆ ಸೂರ್ಯನಷ್ಟು ದೊಡ್ಡದಾಗಿ ಕಾಣುತ್ತಿತ್ತು. ಆಗ ಸೀತಾಪ್ಪಚ್ಚಿ ಕೆಳದುಟಿ ಕಚ್ಚಿಕೊಂಡು "ಹೇಳ್ಲೋ... ಹೇಳು..." ಅನ್ನುತ್ತಾ ತೊಡೆಗೆ ಚಿವುಟುತ್ತಿದ್ದ. ಬದಿಗೇ ಕೂತಿರುತ್ತಿದ್ದ ಚಂದ್ರಣ್ಣ ನನ್ನ ಕಡೆ ನೋಡುವ ನೋಟದಲ್ಲಿನ ಯಾವುದೋ ವಿಕೃತಭಾವ ನನ್ನ ಚರಕ್‌ನೇ ಇರಿದು, ನಿನ್ನೆ ದಿನವಿಡೀ ಮೆತ್ತಿನಮೇಲೆ ಕುಳಿತು ಬಾಯಿಪಾಠ ಮಾಡಿದ್ದೆಲ್ಲಾ ಮರೆತು ಹೋಗಿ, ಚಿಮಣಿ ದೀಪದಿಂದ ದೃಷ್ಟಿ ಕದಲಿಸದೇ ಸುಮ್ಮನೇ ಕೂತಿರುತ್ತಿದ್ದೆ ಒತ್ತರಿಸಿ ಬರುವ ಅಳುವನ್ನು ತಡೆಯಲು ಇನ್ನಿಲ್ಲದಂತೇ ಯತ್ನಿಸುತ್ತಾ.

ಅಪ್ಪಚ್ಚಿ ಮೊದಮೊದಲು ಗದರಿದ. ಹೊಡೆದು ಬಡಿದೂ ನೋಡಿದ. "ಯಾಕೋ ಮಾಚಾ ಹಿಂಗೆ ಸುಮ್ಮಂಗ್ ಕೂತ್ಕತ್ತೆ? ಓದು ಮಾರಾಯಾ ಓದು. ನಿನ್ನ ಅಪ್ಪ ಅಬ್ಬೆ ಅಲ್ಲಿ ಎಷ್ಟು ತ್ರಾಸ್ ಪಡ್ತಿದ್ದ ನಿನ್ನ್ ಶಾಲೆಗೆ ಕಳಿಸ್ಲೆ. ನಿಂಗೆ ಓದ್ಲೆ ಎಂಥಾ ತೊಂದ್ರೆ ನನ್ನತ್ರ ಹೇಳು" ಎಂದೆಲ್ಲ ನಯವಾದ ದನಿಯಲ್ಲಿ ಕೇಳಿದ. ಊಹುಂ, ನಾನು ಮೌನ ಮುರಿಯದೇ ಎತ್ತಲೋ ನೋಡುತ್ತಾ, ಬಾಯಿಬಿಟ್ಟು ಅಳುವ ಪ್ರಸಂಗವನ್ನು ಆದಷ್ಟೂ ಮುಂದೂಡಲು ಯತ್ನಿಸುತ್ತಿದ್ದೆ. ಕೊನೆಗೆ ಅವನೇ ಕಣ್ತುಂಬಿಕೊಂಡು 'ಹೂಂ...' ಅಂತ ಉದ್ದನೆಯ ನಿಟ್ಟುಸಿರ ದಬ್ಬಿ ಎದ್ದು ಹೋದಾಗ, ಅಲ್ಲೇ ಕೂತಿದ್ದ ಚಿಕ್ಕಿ "ಖಡ್ಡಾ... ಖಡ್ಡಾ ನೀನು, ಅವ್ರ ಕಣ್ಣಲ್ಲೇ ನೀರು ಹಾಕ್ಸಿದ್ದೆ. ಈ ವರ್ಷ ಡುಮ್ಕಿ ಹೊಡಿಯದಿದ್ರೆ ಕೇಳು. ಬೇಕಾದ್ರೆ ಬರ್ದು ಕೊಡ್ತೆ" ಎಂದು ಕೆನ್ನೆಗೆ ತಿವಿದು ಹೋಗುತ್ತಿದ್ದಳು. ನಾನು ಮೆತ್ತಗೆ ಮೆತ್ತು ಹತ್ತಿ ಗುಸುಗುಸು ಅಳುತ್ತಿದ್ದೆ ರಾತ್ರಿ ಊಟಕ್ಕೆ ಬಡಿಸುವ ತನಕ. ಊಟಕ್ಕೆ ಕುಳಿತಾಗ ನನ್ನೆದುರಿಗೆ ಕೂತಿರುತ್ತಿದ್ದ ಅಪ್ಪಚ್ಚಿಗೆ ಬಗ್ಗಿ ಬಡಿಸುತ್ತಿರುವಾಗ, ಹಾಕಿಕೊಂಡ, ಕಪ್ಪುಬಣ್ಣದ ಮೇಲೆ ಬಿಳೀ ಚುಕ್ಕೆಗಳ ಚಿತ್ರವಿದ್ದ ನೈಟಿಯಲ್ಲಿ ಎದ್ದು ಕಾಣುತ್ತಿದ್ದ ಚಿಕ್ಕಿಯ ಮುಕಳಿಕುಂಡೆಗೆ ಎರಡೂ ಕಾಲೆತ್ತಿ ಝಾಡಿಸಿ ಒದ್ದುಬಿಡಬೇಕು ಅನ್ನಿಸುತ್ತಿತ್ತು. ಮರುಕ್ಷಣ ಅವಳು ಸಾರಿನ ತೋಪಿನ ಸಮೇತ ಅಪ್ಪಚ್ಚಿಯ ಮೇಲೆ ಮುಗ್ಗರಿಸಿ ಬೀಳುವ ದೃಶ್ಯ ಕಂಡಂತಾಗಿ ಬಂದ ನಗುವನ್ನು ಯಾರೂ ನೋಡಿಲ್ಲವೆಂದು ಖಚಿತಪಡಿಸಿಕೊಂಡು ಊಟ ಮುಂದುವರಿಸುತ್ತಿದ್ದೆ.

ಆಗಾಗ ಚಂದ್ರಣ್ಣನಿಗೆ ಶಾಲೆಗೆ ಹೋಗುವಾಗ ಮತ್ತು ಬರುವಾಗ ಎದೆನೋವು ಬರುತ್ತಿತ್ತು. ಆಗ ಅವನ ಮಣಭಾರದ ಪಾಟಿಚೀಲವನ್ನು ನಾನು ಹೊತ್ತುಕೊಂಡು ಹೋಗಬೇಕು. ಶಾಲೆಗೆ ಹೋದ ನಂತರ ಆಟಕ್ಕೆ ಬಿಟ್ಟಾಗ ಕ್ರಿಕೆಟ್ ಆಡುವಾಗ, ಮನೆಗೆ ಬಂದು ಬಾಯಿಬೇಡಿಗೆ ಎಂದು ಬೆಳಗಿನ ಚಾಟಿ, ತೆಳ್ಳಾವು ದೋಸೆಗಳನ್ನು ತಿನ್ನುವಾಗ, ಗಿಲ್ಲಿ ಲಗೋರಿಗಳನ್ನು ಆಡುವಾಗ ಆ ನೋವು ಎಲ್ಲಿ ಹೋಗುತ್ತದೆ? ಎಂಬ ಪ್ರಶ್ನೆಯೊಟ್ಟಿಗೇ ಉತ್ತರವೂ ನನ್ನಲ್ಲೇ ಇದ್ದುದರಿಂದ, ಸುಮ್ಮನಿದ್ದುಬಿಡುತ್ತಿದ್ದೆ.

ಇದನ್ನೆಲ್ಲ ಎಲ್ಲಿಯಾದರೂ ವಾರ ಎರಡುವಾರಕ್ಕೊಮ್ಮೆ ಶನಿವಾರ ಸಂಜೆ ಮನೆಗೆ ಬಂದಾಗ, ರಾತ್ರಿ ಒಲೆಯ ಮುಂದೆ ಅನ್ನ ಬಾಗಿಸಲು ಒದ್ದೆ ಪಾವಡ ಹಿಡಿದು ತುದಿಕಾಲಲ್ಲಿ ಕುಳಿತ ಅಬ್ಬೆಗೆ, ಅವಳ ಸೀರೆಗಿಂತ ಉದ್ದ ಬಂದ, ತುದಿ ಹರಿದ ಕೆಸರು ಲಂಗವನ್ನೇ ನೋಡುತ್ತ ಹೇಳುತ್ತಿದ್ದೆ. ಅವಳು "ಬೇರೆಯವರ ಮನೆಯಲ್ಲಿ ಇದ್ದವ ಅಂದಮೇಲೆ ಸುಧಾರಿಸ್ಕಂಡು ಹೋಗ. ನೀ ಏನೂ ಕಮ್ಮಿಯವಲ್ಲ ನಂಗೊತ್ತಿದ್ದು"

ಎಂದು ಗದರಿ, "ಅಯ್ಯೋ ಏನ್ ಹೊಗೆನೋ, ಹಸೀಸೌದಿ ಹಾಕಿದ್ದೆ ಅನ್ನಿಸ್ತು" ಅನ್ನುತ್ತ ಕಣ್ಣೊರೆಸಿ ಕೊಳ್ಳುತ್ತಿದ್ದಳು.

ಅಂತೂ ಚಿಕ್ಕಿ ಹೇಳಿದಂತೆ ಡುಮ್ಕಿ ಹೊಡೆಯದೇ ಏಳನೆಯತ್ತೆ ಪಬ್ಲಿಕ್ ಪರೀಕ್ಷೆನೂ ಮುಗಿಸಿದ್ದೆ. ಚಂದ್ರಣ್ಣ ಆ ವರ್ಷ ಎಂಟನೆಯತ್ತೆಯಲ್ಲಿ 83% ಮಾಡಿ ಶಾಲೆಗೇ ಪಸ್ಟ್ ಬಂದಿದ್ದ. ಅವನ ಮಾರ್ಕ್ಸ್‌ಕಾರ್ಡ ಮುಖಕ್ಕಿಡಿದು "ನೋಡ್ಕಾ ಮುಂದಿನ ಸಲ ನೀನು ಹಿಂಗೇ ಮಾಡದ್ರೆ... ಇದ್ದದ್ದೇಯಾ ತೋಟ... ದನಾ..." ಎಂದಿದ್ದಳು ಚಿಕ್ಕಿ. ಚಂದ್ರಣ್ಣನೂ "ಹ್ಹೆ...ಹ್ಹೇ..." ಎಂದು ಜೋರಾಗಿ ನಕ್ಕಿದ್ದ. ನಾನು ಸುಮ್ಮನೇ ನಿಂತಿದ್ದೆ. ಈಗೀಗ ಇಂತದ್ದಕ್ಕೆಲ್ಲ ನನಗೆ ಅಳುವೇ ಬರುತ್ತಿರಲಿಲ್ಲ. ಬದಲಾಗಿ ಯಾರಾದರೂ ಪ್ರೀತಿಯಿಂದ ಮಾತಾಡಿಸಿದರೆ ಅಳು ಬಂದುಬಿಡುತ್ತಿತ್ತು.

ಏಳನೆಯತ್ತೆ ಮುಗಿಸಿ ಹೈಸ್ಕೂಲು ಸೇರಿಕೊಂಡಾಗಲೂ ಚಂದ್ರಣ್ಣನ ಕಾಟ ತಪ್ಪಿರಲಿಲ್ಲ. ನನಗೆ ಮನೆಯಲ್ಲಿ ಎಲ್ಲರೂ 'ಮಾಚ' ಎಂದೇ ಕರೆದರೂ, ಶಾಲೆಯಲ್ಲಿ ಅದು ಯಾರಿಗೂ ಗೊತ್ತಿರದೇ 'ಮಹೇಶ' ಅಂತಲೇ ಕರೆಯುತ್ತಿದ್ದರು. ಚಂದ್ರಣ್ಣ ಬೇಕಂತಲೇ ನನ್ನ ಗೆಳೆಯರ ಎದುರಿಗೆ, ಕ್ಲಾಸಿನ ಹುಡುಗಿಯರಿಗೂ ಕೇಳಿಸುವಂತೆ "ಏ ಮಾಚಾ..." ಎಂದು ದೊಡ್ಡದಾಗಿ ಕರೆಯುತ್ತಿದ್ದ. ಅಲ್ಲದೇ 'ಮಾಚಾ ಹರಕು ಕಾಚಾ...' ಎಂಬ ಪದ್ಯವನ್ನು ಕಟ್ಟಿ, ಅದನ್ನು ನನ್ನ ಗೆಳೆಯರಿಗೆಲ್ಲಾ ಹೇಳಿಕೊಟ್ಟು ಎಲ್ಲರೂ ನನ್ನನ್ನು ಹಾಗೇ ಚಾಳಿಸುವಂತೇ ಮಾಡಿದ್ದ.

ಆ ವರ್ಷ ಅಗಸ್ಟ್ 15ರ ಭಾಷಣ ಸ್ಪರ್ಧೆಗೆ ನಾನೂ ಹೆಸರು ಕೊಟ್ಟಿದ್ದೆ. ಭಾಷಣ ಮಾಡಲು ನನ್ನ ಹೆಸರು ಕರೆದಾಗ ಹಿಂದೆ ಕೂತಿದ್ದ ಚಂದ್ರಣ್ಣ ಎಲ್ಲರಿಗೂ ಕೇಳಿಸುವಂತೇ "ಮಾಚನ ಮಾತು ಪೆಚಪೆಚಾ..." ಅಂದಾಗ ಎಲ್ಲರೂ ದೊಡ್ಡದಾಗಿ ನಕ್ಕಿದ್ದರು. ಅದರಲ್ಲೂ ನನ್ನದೇ ಕ್ಲಾಸಿನ ಚಂದದ ಹುಡುಗಿ ನೇತ್ರಾವತಿ 'ಪಟ್'ನೇ ಚಪ್ಪಾಳೆ ತಟ್ಟಿ, ಕಣ್ಣು ಸಣ್ಣಗೇ ಮಾಡಿ, ಮುಂದಕ್ಕೆ ಬಾಗಿ, ಮುಂದಿನ ಬೆಂಚಿಗೆ ತಲೆಕೊಟ್ಟು ನಕ್ಕ ರೀತಿಯಂತೂ ನನ್ನ ಮುಖದ ರಕ್ತವನ್ನೆಲ್ಲ ಬಸಿದುಕೊಂಡಿತ್ತು. ಏನೇನೋ ಮಾತಾಡಲು ಹೋಗಿ, ಎಲ್ಲ ಮರೆತು ಬಹಳ ದಿನಗಳ ನಂತರ ಕಣ್ಣಲ್ಲಿ ನೀರು ತುಂಬಿ, ಗಂಟಲು ಕಟ್ಟಿದಂತಾಗಿ, ದುಡುದುಡುನೇ ವೇದಿಕೆ ಇಳಿದು ಹೊರಹೋಗುವಾಗ, ಹಿಂದೆ ಕೂತಿದ್ದ ಚಂದ್ರಣ್ಣ ಎರಡೂ ಕೈಯೆತ್ತಿ 'ಹ್ಹೋ...ಹ್ಹೋ...' ಎಂದು ನಗುತ್ತಿದ್ದದ್ದು ಎದೆಯಲ್ಲಿ ಭಯಾನಕ ಚಲನಚಿತ್ರದಂತೇ ಶಾಶ್ವತವಾಗಿ ಅಚ್ಚೊತ್ತಿತ್ತು.

ಅಲ್ಲಿಂದ ಬಂದವನೇ ಓಡುತ್ತೋಡುತ್ತಲೇ ನೇರವಾಗಿ ಹೊಳೆಯ ಸೇತುವೆಯ ಬಳಿ ಬಂದು ನಿಂತಾಗ ಮುಖದಿಂದ ಬೆವರು ಹರಿಯುತ್ತಿತ್ತು. ಕಂಕುಳು, ಕುಂಡೆಯ ಮೇಲಿನ ಬಟ್ಟೆಯೆಲ್ಲಾ ಬೆವರಲ್ಲಿ ಒದ್ದೆಯಾಗಿದ್ದವು. ಅಂಗಿ ಕಾಲರ್ ಜಗ್ಗಿ ಮುಖದ ಬೆವರೊರೆಸಿಕೊಂಡು, ಸೇತುವೆಯ ಮೇಲೆ ಯಾರೂ ಇಲ್ಲದಿರುವುದ ಕಂಡು, ಮತ್ತೆ ಓಡುತ್ತಲೇ ಕೆಳಗಿಳಿದು ಹೊಳೆ ಬದಿಯಲ್ಲಿ ಎತ್ತರವಾಗಿ ನಿಂತಿದ್ದ ಕಲ್ಲಿನ ಮೇಲೆ ಹತ್ತಿ ನಿಲ್ಲುವವರೆಗಿದ್ದ ಸಾಯುವ ನಿರ್ಧಾರ, ಹೊಳೆಯ ನೀರಿನಲ್ಲಿ ಹಸಿ ಸೌದಿಯ ಹೊಗೆಯಲ್ಲಿ ಕಣ್ತುಂಬಿಕೊಂಡ ಅಬ್ಬೆಯ ಮುಖವೇ ಕಂಡಂತಾಗಿ ಸಂಪೂರ್ಣ ಧೈರ್ಯ ಉಡುಗಿ ವಾಪಸ್ಸಾಗಿದ್ದೆ. ಆವತ್ತಿಂದ ಯಾವಾಗ ವೇದಿಕೆ ಹತ್ತಿದರೂ ಕೈಯೆತ್ತಿ

ನಗುವ ಚಂದ್ರಣ್ಣನೇ ನೆನಪಾಗಿ, ಗಡಗಡ ನಡುಗಿ, ಮೈ ಬೆವರಿ ಎಲ್ಲ ಮರೆತು ಹೋಗುತ್ತಿತ್ತು. ಕ್ಲಾಸಿನಲ್ಲಿ ಟೀಚರ್ ಪ್ರಶ್ನೆ ಕೇಳಿದಾಗಲೂ, ಕುಳಿತಿರುವಾಗ ಸರಿಯಾಗಿ ಗೊತ್ತಿದ್ದ ಉತ್ತರ ಎದ್ದು ನಿಂತ ತಕ್ಷಣ ಎಲ್ಲ ಮರೆತುಹೋಗಿ ಗೊಂದಲಕ್ಕೀಡಾಗುತ್ತಿದ್ದೆ.

ಅಂತೂ ಒಂಬತ್ತನೆಯತ್ತೆಯಲ್ಲಿ, ನಲ್ವತ್ಮೂರೋ ನಲ್ವತ್ನಾಲ್ಕೋ ಪರ್ಸಂಟೇಜ್ ಮಾಡಿ ಪಾಸಾದಾಗ, (ಸರಿಯಾಗಿ ನೆನಪಿದೆ) ಚಂದ್ರಣ್ಣ 85.72% ಮಾಡಿ ಶಾಲೆಗೇ ಫಸ್ಟು ಬಂದಿದ್ದ. ನಂತರ ಸೈಯನ್ಸು ತಕೊಂಡು ಯಲ್ಲಾಪುರದ ವಾಯ್.ಟಿ.ಎಸ್. ಎಸ್‌ಗೆ ಸೇರಿಕೊಂಡು ಯಲ್ಲಾಪುರದಲ್ಲೇ ರೂಂ ಮಾಡಿದ್ದ.

ನಾನು ಅಷ್ಟರವಟ್ಟಿಗೆ ಚಂದ್ರಣ್ಣ ದೂರವಾದದ್ದರಿಂದಲೋ ಏನೋ 10ನೆಯತ್ತೆಯಲ್ಲಿ ಅಂತೂ ಇಂತೂ ಪಸ್ಟಕ್ಲಾಸಿಗೆ ಹತ್ತಿ ಪಾಸಾಗಿದ್ದೆ. ಇವನ ಮಾರ್ಕ್ಸಿಗೆ 'ಆರ್ಟ್ಸ್ ಒಂದೇ ಹಡಾಂಗ' ಎಂದು ತೀರ್ಮಾನಿಸಿದ ಅಪ್ಪ ನನ್ನನ್ನು ಗುಳ್ಳಾಪುರದಲ್ಲೇ ಆರ್ಟ್ಸ್ ಮಾತ್ರವೇ ಇದ್ದ ಪಿಯುಸಿ ಕಾಲೇಜಿಗೆ ಸೇರಿಸುವುದೆಂದು ತೀರ್ಮಾನಿಸಿದ್ದ. ಇಲ್ಲಿ ನನ್ನ ಅಭಿಪ್ರಾಯವನ್ನು ಯಾರೂ ಕೇಳಿರದಿದ್ದರೂ ಸೀತಾಪ್ಪಚ್ಚಿ ಲೈಬ್ರರಿಯಿಂದ ತಂದಿರುತ್ತಿದ್ದ ಭೈರಪ್ಪ, ಕಾರಂತರ ಕಾದಂಬರಿಗಳನ್ನು ಓದಿಕೊಂಡು, ಪಟ್ಟಿಯ ಕೊನೆ ಪೇಜಿನಲ್ಲಿ ನಾಲ್ಕು ಸಾಲಿನ ಕವನ ಗೀಚುವ ಹವ್ಯಾಸ ಬೆಳೆಸಿಕೊಂಡಿದ್ದ ನನಗೆ ಇದರಿಂದ ಖುಷಿಯೇ ಆಯಿತು. ಆದರೆ ಕಾಲೇಜಿಗೆ ಮಾತ್ರ ಮನೆಯಿಂದಲೇ ಹೋಗುವವ ಎಂದು ಅಬ್ಬೆಯ ಬಳಿ ಹಟ ಹಿಡಿದಿದ್ದರಿಂದ ಅಪ್ಪನೂ ಒಪ್ಪಿದ್ದ.

ಎಲ್ಲಕ್ಕಿಂತ ಹೆಚ್ಚಾಗಿ ಈಗ ಮನೆ ಕಾಲೇಜ್ ಎಲ್ಲೂ ಚಂದ್ರಣ್ಣ ಇರಲಿಲ್ಲ! ಹಾಗಂತ ಅವನಿಂದ ಸಂಪೂರ್ಣ ತಪ್ಪಿಸಿಕೊಂಡಿದ್ದೆ ಅಂತಲ್ಲ. "ಕಾಲೇಜ್‌ನಲ್ಲಿ ಯಾವುದೋ ಸುಂಕಸಾಳದ ನಾಯ್ಕರ ಪೈಕಿ ಹುಡುಗಿ ಹತ್ರ ಭಾಳ ಮಾತಾಡ್ತ ಇರ್ತ. ಕಾಲೇಜ್ ಬಿಟ್ಟ ನಂತ್ರ ಸುಬ್ಬಣ್ಣನ ಹೊಟೇಲ್ ಹಿಂದೆ ಹೋಗಿ ಇಬ್ರೂ ಮಿಸಳ್‌ಬಾಜಿ ತಿಂತಾ ಇರುತ್ವಡ. ಕ್ಲಾಸಿನಲ್ಲೂ ಲೆಕ್ಚರ್‌ಗಳಿಗೆಲ್ಲಾ ಎದುರುತ್ತರ ಕೊಟ್ಟು ಭಾಳ ಉಡಾಳ ಅನ್ನಿಸಿಕೊಂಡಿದ್ನಡ" ಹೀಗೆ ಅವನು ಹಬ್ಬಿಸುತ್ತಿದ್ದ 'ಅಡ'ಗಳು ಪಡಪಡಗಳಾಗಿ ನನ್ನ ಕಿವಿಗೆ ಬೀಳುತ್ತಲೇ ಇದ್ದವು. ಒಂದು ಸಲವಂತೂ ಸೀತಾಪ್ಪಚ್ಚಿಗೂ ಮತ್ತು ಚಂದ್ರಣ್ಣಂಗೂ ಯಾವುದೋ ವಿಷಯಕ್ಕೆ ಮಾತು ಬೆಳೆದು "ನಾ ಇಷ್ಟು ಥಂಡ ಇದ್ದದ್ದಕ್ಕೆ ನಿಂಗೋಕೆ ಸಸಾರ ಆಯ್ದೆ, ನಾನೂ ಮಾಚನ ಹಂಗೇ ಉಡಾಳ ಆದ್ರೆ ಆಗ ನಿಂಗೊಕೆ ಬುದ್ದಿ ಬರ್ತಿತ್ತು" ಅಂದನಂತೆ. ಹೇಗೊ ಸುದ್ದಿ ಬಂದು ನನ್ನ ತಲುಪಿದ ದಿನ ಪೂರ್ತಿ ಕತ್ತಲಾಗುವವರೆಗೂ ಹೊಳೆಬದಿಗೆ ಕುಂತೆದ್ದು ಬಂದಿದ್ದೆ.

ಬಹುಶಃ ಆವತ್ತೆ ನಿರ್ಧರಿಸಿಬಿಟ್ಟಿದ್ದೆ. ಸಾಕು, ಈ ಪಿಯುಸಿ ಒಂದು ಮುಗಿಸಿ ಎಲ್ಲಾದ್ರೂ ದೂರ ನಮ್ಮವರು, ಗುರ್ತು ಪರಿಚಯ ಇಲ್ಲದ ಕಡೆಗೆ ಕಾಲೇಜಿಗೆ ಸೇರಿಕೊಂಡು ಬಿಡಬೇಕು. ಅಪ್ಪನ ಹತ್ರ ಹೇಳುವುದು. ಒಪ್ಪದಿದ್ರೆ ಅಬ್ಬೆಗೆ ಸಾಯ್ತೆ ಅಂತ ಹೇಳಾದ್ರೂ ಒಪ್ಪಿಸೋದು ಎಂದು.

ಕ್ಲಾಸಿನಲ್ಲಿ ಒಂದು ಸಲ ಸರ್ "ಧಾರವಾಡದಲ್ಲಿ ಭಾಳ ಚೊಲೋ ಕಾಲೇಜ್ ಇದೆ. ಆದರೆ ಅಲ್ಲಿ ಸೇರಬೇಕಂದ್ರೆ ಕನಿಷ್ಟ 70% ಆಗಿರಬೇಕು" ಎಂದದ್ದು ಕೇಳಿ, ಅಷ್ಟೆಲ್ಲ ಮಾಡುವುದು ನನ್ನಿಂದ ಸಾಧ್ಯವೇ? ಅಂತೊಮ್ಮೆ ಅನ್ನಿಸಿತ್ತು, ಆದರೆ ಈ ನರಕದಿಂದ

ಪಾರಾಗಲು ಅದೊಂದೆ ದಾರಿ ಎಂದು ಛಲ ಹಿಡಿದು ಓದಿದೆ. ಕರೆಂಟು ಹೋದಾಗ ಚಿಮಣಿದೀಪ ಹೊತ್ತಿಸಿ ಓದಿದೆ. ನಿದ್ರೆ ಬಂದಾಗ ತಣ್ಣೀರಲ್ಲಿ ಮುಖ ತೊಳೆದುಕೊಂಡು ಬಂದೋ, ಚಿಟಚಿಟನೇ ತೊಡೆ ಕೈ ಕೆನ್ನೆಗೆಲ್ಲಾ ಚಿವುಟಿಕೊಂಡು ಓದಿದೆ. ಆಲಸಿ ಅನ್ನಿಸಿದಾಗ ರಪ್ಪನೇ ನನ್ನ ಕೆನ್ನೆಗೆ ನಾನೇ ಹೊಡೆದುಕೊಂಡು ಓದಿದೆ.

ನನ್ನ ಶ್ರಮ ಕೊನೆಗೂ ವ್ಯರ್ಥವಾಗದೇ ನಿರೀಕ್ಷೆಗೂ ಮೀರಿ ಫಲಕೊಟ್ಟಿತ್ತು. ಪಿಯೂಸಿಯಲ್ಲಿ 75% ಆದಾಗ ನನ್ನಲ್ಲಿ ಇಷ್ಟೊಂದು ಶಕ್ತಿ ಇದೆಯೇ? ಎಂಬ ಆಶ್ಚರ್ಯದೊಟ್ಟಿಗೆ ಮಾಡಬಹುದು ಎಂಬ ಆತ್ಮವಿಶ್ವಾಸವೂ ತುಂಬಿಕೊಂಡಿತ್ತು. ಅದೆಲ್ಲಕ್ಕಿಂತಲೂ ಹೆಚ್ಚಾಗಿ 'ಅಬ್ಬಾ...' ಎಂಬ ನಿರಾಳ ಭಾವವೇ ಹೆಚ್ಚಾಗಿತ್ತು.

ನನ್ನ ಮಾರ್ಕ್ಸ್ ಹೇಳಲು ಸೀತಾಪ್ಪಚ್ಚಿ ಮನೆಗೆ ಹೋದಾಗ ಚಿಕ್ಕಿ "75 ಆತಾ? ನನ್ನ ಅಕ್ಕನ ಕೂಸು ಮೇಧಾಂದು 92 ಆತು. ಕಡ್ಮೆ ಆತು ಹೇಳಿ ಅಳ್ತಾ ಇದ್ದಡ" ಅಂದಿದ್ದಳು. ನಾನು ಏನೂ ಉತ್ತರಿಸದೇ ಬಂದಿದ್ದೆ.

ನನಗೆ ಒಳ್ಳೇ ಮಾರ್ಕ್ಸ್ ಬಂದಿದ್ದರಿಂದಲೋ ಏನೋ ಅಪ್ಪನೂ ಧಾರವಾಡಕ್ಕೆ ಹೋಗುವ ಆಸೆಯನ್ನು ತಿರಸ್ಕರಿಸದೇ ಒಪ್ಪಿಕೊಂಡ. ಆದರೆ ಧಾರವಾಡದಲ್ಲಿ ನನಗೆ ಬೇಕಿದ್ದ ಎಲ್ಲ ವಿಷಯಗಳೂ ಇಲ್ಲದೇ ಹುಬ್ಬಳ್ಳಿಯ ಕಾಲೇಜ್ ಒಂದರಲ್ಲಿ ಸೇರಿಕೊಂಡೆ.

ಮನೆಯಿಂದ ಬರುವಾಗ ಜೈಲುಶಿಕ್ಷೆ ಮುಗಿಸಿದವರ ಖುಷಿ ಇದ್ದರೂ ಹುಬ್ಬಳ್ಳಿಗೆ ಬಂದ ಕೆಲದಿನಗಳಲ್ಲೇ ಇಲ್ಲಿನ ವಾತಾವರಣ ಇನ್ನೂ ಕಠಿಣ ಅನ್ನಿಸತೊಡಗಿತ್ತು. ಬೆಳಬೆಳಿಗ್ಗೆಯೇ ರಿಕ್ಷಾ, ವ್ಯಾನುಗಳಲ್ಲಿ ತೆಂಗಿನಕಾಯಿಮೂಟೆ ತುಂಬಿದಂತೆ ಬರುತ್ತಿದ್ದ ಕಪ್ಪುಕಪ್ಪು ಕಣ್ಣುಗಳ ಪುಟ್ಟ ಮಕ್ಕಳು, ಶ್ರೀಮಂತರ ಮನೆಯ ಟೆರೇಸಿನ ಮೇಲಿನ ಬೋನ್ಸಾಯಿ ಗಿಡಗಳಂತೇ ಕಾಣುತ್ತಿದ್ದವು. ಇಡೀ ದಿನ ಕಿರುಚುತ್ತಾ ಓಡಾಡುವ ಹೊಗೆಬುರುಕ ವಾಹನಗಳನ್ನು ಹೊತ್ತು ತೆಪ್ಪಗೇ ಮಲಗಿರುವ ರಸ್ತೆ 'ಅಯ್ಯೊ ಪಾಪ' ಅನ್ನಿಸುತ್ತಿತ್ತು. ಒಂದೊಂದು ರಾತ್ರಿ ರಸ್ತೆ ಬದಿಯಲ್ಲಿ ನಡೆಯುತ್ತಿರುವಾಗ, ಬದಿಯ ದೊಡ್ಡ ಸಿನಿಮಾದ ಪೋಸ್ಟರ್‌ಗಳಲ್ಲಿ ಬೀದಿ ದೀಪದ ಬೆಳಕು ಹೊಳೆದು ಮುಖವೇ ಕಾಣದೇ, ತಲೆಯೆತ್ತಿ ನೋಡುತ್ತಾ ಕಾಲೆಡವಿಕೊಳ್ಳುತ್ತಿದ್ದೆ. ದೊಡ್ಡ ಕಾಲೇಜ್‌ನಲ್ಲಿ ಧೂಳು ತುಂಬಿದ್ದ ಮುರುಕು ಡೆಸ್ಕ್, 'ಮೇಡ್ ಇನ್ ಹುಬ್ಬಳ್ಳಿ' ಭಾಷೆಯಲ್ಲಿ ಮಾತಾಡುವ ವಿದ್ಯಾರ್ಥಿಗಳು, ಎಲ್ಲ ಕಿರಿಕಿರಿ ಹುಟ್ಟಿಸುತ್ತಿದ್ದವು. ಸಂಜೆ ಹೊತ್ತಿನಲ್ಲಿ ಅಪ್ಪ-ಅಬ್ಬೆ, ಒಮ್ಮೊಮ್ಮೆ ಪ್ರಶ್ನೋತ್ತರ ಕೇಳಲು ಕೂತಿದ್ದ ಸೀತಾಪ್ಪಚ್ಚಿ ಕಣ್ತುಂಬಿಕೊಂಡು ಎದ್ದುಹೋದದ್ದು ಎಲ್ಲಾ ನೆನಪಾಗಿ, ಹಾಸಿಗೆ ಬಿಡಿಸಿ ಮುಖ ಅಡಿಗಾಗಿ ಮಲಗಿಬಿಡುತ್ತಿದ್ದೆ.

ಒಂದೆರಡು ತಿಂಗಳು ಕಳೆಯುವಷ್ಟರಲ್ಲಿ ಹುಬ್ಬಳ್ಳಿ ಜನರ ಮಾತು, ಹಗಲು ರಾತ್ರಿ ಎನ್ನದೇ ಕೂಗುವ ರೈಲು, ರಸ್ತೆಗಳ ಮೇಲೆ ಸ್ಕೂಟಿಯಲ್ಲಿ ಹೋಗುವ ಮೊಡವೆ ಮುಖದ ಹುಡುಗಿಯರ ಜೀನ್ಸ್ ಪ್ಯಾಂಟ್‌ಲ್ಲಿ ಫಿಟ್ಟಾಗಿರುವ ತೊಡೆಗಳು, ಬಿಗಿ ಟಿ-ಷರ್ಟ್‌ನಡಿಯಿಂದ ಉಬ್ಬಿ ಕಾಣುತ್ತಿದ್ದ ಒಳಉಡುಪಿನ ಬಾರ್‌ಗಳು ಎಲ್ಲದಕ್ಕೂ ಹೊಂದಿಕೊಂಡಿದ್ದೆ. ಯಾವ ಅಂಕಲ್ ಅಂಗಡಿಯಲ್ಲಿ ಕಾಲು ಕೇಜಿ ಅವಲಕ್ಕಿ ಮತ್ತು ಮೊಸರಿನ ಜೊತೆ ಒಂದು ಹಸಿಮೆಣಸು, ಉಳ್ಳಾಗಡ್ಡೆ ತೆಗೆದುಕೊಂಡರೂ ಹೆಚ್ಚಿಗೆ ದುಡ್ಡು ಕೇಳುವುದಿಲ್ಲ, ಹಾಸ್ಟೇಲ್‌ನಲ್ಲಿ ಹೆಚ್ಚು ಚಪಾತಿ ತೆಗೆದುಕೊಳ್ಳಲು ಅಡುಗೆ ಭಟ್ಟರನ್ನು

ಹೇಗೆ ಖುಷಿಪಡಿಸಬೇಕು, ಸಿಬಿಟಿ ಬಸ್ಸಿನಲ್ಲಿ ಹೋಗುವಾಗ ಇನ್ ಮಾಡಿದ ಷರ್ಟನ ಇಸ್ತ್ರಿ ಹಾಳಾಗದಂತೆ ಅಂಗಿಜಗ್ಗಿ ಹೇಗೆ ಕೂತುಕೊಳ್ಳಬೇಕು, ಯಾವ ಹೇರ್‌ಕಟಿಂಗ್ ಸೆಲೂನ್‌ನಲ್ಲಿ ಐದು ರೂಪಾಯಿ ಕಡಿಮೆಯಲ್ಲಿ ಮಂಡೆ ಮಾಡಿಸಿಕೊಳ್ಳಬಹುದು, ಒಂದೇ ಬ್ಲೇಡಿನಲ್ಲಿ ಐದು ಆರು ಸಲ ಹೇಗೆ ಶೇವಿಂಗ್ ಮಾಡಿಕೊಳ್ಳಬಹುದು, ಅಟ್ಯಾಚ್ಡ್ ಟಾಯ್ಲೆಟ್‌ಗೆ ಹೋದಾಗ ಸದ್ದು ಹೊರಗೆ ಕೇಳಿಸದಂತೇ ಹೇಗೆ ನೀರು ಬಿಟ್ಟುಕೊಳ್ಳಬೇಕು ಎಂಬುದೆಲ್ಲಾ ತಿಳಿದುಕೊಳ್ಳುವುದರ ಮೂಲಕ, ಚಿಲ್ಲರೆ ಕೊಡದ ಕಂಡಕ್ಟರನೊಂದಿಗೆ ದೊಡ್ಡ ದನಿಯಲ್ಲಿ ಜಗಳ ಹೊಡೆಯುವಷ್ಟಲ್ಲದಿದ್ದರೂ, ಪದೇಪದೇ ಕೇಳಿ ಪಡೆಯುವಷ್ಟು ಹುಬ್ಬಳ್ಳಿಗೆ, ಕಾಲೇಜಿಗೆ ಹೊಂದಿಕೊಂಡೆ.

ಹೈಸ್ಕೂಲಿನಲ್ಲಿದ್ದಾಗ ಶುರುವಾದ ಕೊನೆ ಪೇಜಿನಲ್ಲಿ ಕವನ ಬರಿಯುವ ಚಟ ಇನ್ನೂ ಬಿಟ್ಟಿರದಿದ್ದರಿಂದ, ಯಾವಾಗಲೋ ಒಮ್ಮೆ ಅದು ಕನ್ನಡದ ಶ್ಯಾಮಲಾ ಮೇಡಂಗೆ ಕಂಡು "ಏ ಭಾಳ ಚೊಲೋ ಬರ್ದಿದ್ದೀಯಲ್ಲೋ..." ಎನ್ನುತ್ತಾ ಉಳಿದ ಲೆಕ್ಚರ್‌ಗಳಿಗೂ ಕಾಣಿಸಿದ್ದರು. ಅವರೂ ಅದರ ಮೇಲೆ ಕಣ್ಣಾಡಿಸಿದಂತೇ ಮಾಡಿ "ಹೂಂಡ್ರೀ... ಮೇಡಂ" ಅಂದಿದ್ದರು. ಆವತ್ತಿಂದ ನನ್ನ ಮತ್ತು ಶ್ಯಾಮಲ ಮೇಡಂ ಮಧ್ಯೆ ಏನೋ ಒಂದು ಆತ್ಮೀಯತೆ ಬೆಳೆದುಕೊಂಡಿತ್ತು. ಕ್ಲಾಸಿನಲ್ಲಿ ನನಗೇ ಹೆಚ್ಚು ಪ್ರಶ್ನೆ ಕೇಳುತ್ತಿದ್ದರು. ಮೊದಮೊದಲು ಉತ್ತರ ಹೇಳಿ ಕುಳಿತುಕೊಳ್ಳುವಷ್ಟರಲ್ಲಿ ಮುಖ ಬೆವರಿನಿಂದ ಒದ್ದೆಯಾಗಿರುತ್ತಿದ್ದರೂ, ಕೊನೆಕೊನೆಗೆ ರೂಢಿಯಾಗಿ ಅವರೊಡನೆ ಚರ್ಚೆಗಿಳಿಯುವ ಮಟ್ಟಿಗೆ ಸುಧಾರಿಸಿದೆ.

ಇನ್ನೊಂದು ಸಲ ನನ್ನದೊಂದು ಸಣ್ಣ ಲೇಖನ ಪತ್ರಿಕೆಯಲ್ಲಿ ಪ್ರಕಟವಾದಾಗ, ಮೇಡಂ ಕ್ಲಾಸಿನಲ್ಲಿ ಎಬ್ಬಿಸಿ "ಚೊಲೋ ಬರ್ದಿದ್ದಿ... ವೆರಿಗುಡ್!" ಎಂದು ನನ್ನ ಹೆಗಲಮೇಲೆ ಕೈಹಾಕಿಕೊಂಡು ಓದಿಹೇಳಿದ್ದರು. ಅವರ ಕೈ ಹೆಗಲಮೇಲಿದ್ದಷ್ಟೂ ಹೊತ್ತು ಚಡಪಡಿಸಿ ನಾಚಿಕೆಯಿಂದ ಒದ್ದಾಡಿದ್ದ ನಾನು ಕೈ ತೆಗೆದಾಗ ನಿಟ್ಟುಸಿರು ಬಿಟ್ಟು "ಥ್ಯಾಂಕ್ಯೂ ಮೇಡಂ" ಅಂದಿದ್ದೆ. ಅವರು ಕ್ಲಾಸು ಮುಗಿಸಿ ಹೊರ ಹೋದಾಗ ನನ್ನ ಡೆಸ್ಕಿನಲ್ಲೇ ಕೂತಿದ್ದ ಗೆಳೆಯ ಪುರುಷೋತ್ತಮ "ಏನ್ರೀ ಮಹೇಶಾ$$$ರ... ಮೇಡಂ ನಿಮ್ಮ ಬಗ್ ಭಾಳ ಕಾಳಜಿ ತಗೊಳಾಕತ್ತಾರ...?" ಅಂದಾಗ ಒಳಗೊಳಗೇ ಖುಷಿ ಅನ್ನಿಸಿತ್ತು. ಅವತ್ತು ಮಧ್ಯರಾತ್ರಿ ಪದೇಪದೇ ಎಚ್ಚರಾಗಿ ಶ್ಯಾಮಲಾ ಮೇಡಂ ಕೈ, ಸೆಂಟ್ ಘಮ, ಬಿಳೀ ಬೆನ್ನಿನ ಮೇಲಿನ ಸೂಕ್ಷ್ಮ ರೋಮದ ಗುಳ್ಳೆಗಳು ನನ್ನ ಕಾಡಿದ್ದವು.

ಅಂದಿನಿಂದ ಶ್ಯಾಮಲಾ ಮೇಡಂ ನನಗೆ ಹೊಸದಾಗಿ ಕಾಣಲಾರಂಭಿಸಿದ್ದರು. ಅಷ್ಟೇನೂ ಚಂದವಿಲ್ಲ ಅನ್ನಿಸಿದ್ದ ಅವರ ಮುಖ, ಆಕರ್ಷಕ ಅನ್ನಿಸುತ್ತಿತ್ತು. ಅದುವರೆಗೆ ಗಮನಕ್ಕೇ ಬಂದಿರದ ಅವರ ಹಲ್ಲು, ತುಸು ಕಂದುತುಟಿ, ಯಾರಾದರೂ ಪ್ರಶ್ನೆ ಕೇಳಿದಾಗ ಕಣ್ಣು ಕಿರಿದಾಗಿ ಆಲಿಸುತ್ತಿದ್ದ ರೀತಿ, ಅವರ ಚಪ್ಪಲಿಯ ಮೇಲಿನ ಬಿಳೀ ಪ್ಲಾಸ್ಟಿಕ್ ಹೂವು, ಅವರು ಅಭಿನಯಿಸುತ್ತಾ ಪಾಠ ಮಾಡುತ್ತಿದ್ದ ರೀತಿ ಎಲ್ಲವೂ ವಿಶೇಷವಾಗಿ ಕಾಣಲಾರಂಭಿಸಿದ್ದವು. ಪಾಠ ಮಾಡುವಾಗ ಆಗಾಗ ಸೆರಗಿನಡಿಯಿಂದ ಕಾಣುತ್ತಿದ್ದ ಅವರ ಬಿಳೀ ಹೊಟ್ಟೆ, ಹೊಕ್ಕುಳ, ಸ್ಲೀವ್‌ಲೆಸ್ ಬ್ಲೌಸ್ ಹಾಕಿಕೊಂಡಾಗ ಕಾಣುತ್ತಿದ್ದ ಭುಜದ ಕೆಳಗಿನ ಕೈಯ ಬಿಳೀಭಾಗ ಎದೆಯ ಉಬ್ಬು, ಬೆನ್ನಿನ ತಗ್ಗು

ಎಲ್ಲವೂ ನನ್ನಲ್ಲಿ ಆಕ್ಷಣ ಏನನ್ನೋ ಉತ್ತೇಜಿಸುತ್ತಿದ್ದರೂ ನಂತರ ಪಾಪಪ್ರಜ್ಞೆಯಿಂದ ನರಳುವಂತೇ ಮಾಡುತ್ತಿತ್ತು. ಅವರೊಡನೆ ಮೊದಲಿನಂತೆ ಮಾತನಾಡಲಾಗದೆ ದೃಷ್ಟಿ ಎಲ್ಲೆಲ್ಲೋ ಹರಿಯುವ ಭಯದಿಂದ, ಅವರ ಮುಖದ ಯಾವ ಭಾಗವನ್ನೂ ನೋಡಲಾಗದೇ ಕಣ್ಣು ತಪ್ಪಿಸಿಯೇ ಮಾತಾಡುತ್ತಿದ್ದೆ.

ಆದರೆ ಶ್ಯಾಮಲಾ ಮೇಡಂ ಮಾತ್ರ ಇದ್ಯಾವುದರ ಅರಿವೇ ಇಲ್ಲದೇ ನನ್ನೊಡನೆ ಮೊದಲಿನಂತೆಯೇ ಆತ್ಮೀಯವಾಗಿ ಮಾತಾಡಿಸುತ್ತಿದ್ದರು. ನನಗದು ಸಾಧ್ಯವಾಗದೇ ಮಾನಸಿಕವಾಗಿ ತೊಳಲಾಡುತ್ತಿರುವಾಗಲೇ ಒಂದುದಿನ ಮಾತಿನ ಮಧ್ಯೆ ಯಾವುದೋ ಕಾರಣಕ್ಕೆ ಅವರು "ಮಗಾ..." ಎಂದಾಗ, ಎದೆಯಲ್ಲಿ ಒಮ್ಮೆಲೇ ಝುಗ್ ಎಂದಿತ್ತು. ಆ ಕ್ಷಣದಲ್ಲೇ ಎಲ್ಲ ಗೊಂದಲಗಳಿಗೂ ಪರಿಹಾರ ಸಿಕ್ಕಂತಾಗಿ ನನಗಿಂತ ಎಂಟತ್ತು ವರ್ಷವಷ್ಟೇ ದೊಡ್ಡವರಾದ ಶ್ಯಾಮಲಾ ಮೇಡಂ ನನಗೆ ಹೇಗೆ ಅಮ್ಮನಾಗಲು ಸಾಧ್ಯ? ಎಂಬೆಲ್ಲ ತಾರ್ಕಿಕ ಪ್ರಶ್ನೆಗಳೂ ಹುಟ್ಟದೇ ನೇರವಾಗಿದ್ದೆ. ಸಂಬಂಧಕ್ಕೊಂದು ಅತಾರ್ಕಿಕ ನೆಲೆ ದೊರಕಿ ಗೊಂದಲಗಳು ಮರೆಯಾಗಿದ್ದವು.

ಆ ವರ್ಷ ಕಾಲೇಜ್‌ನಲ್ಲಿ ಭಾಷಣ ಸ್ಪರ್ಧೆಗೆ ಭಾಗವಹಿಸಲು ಪ್ರೋತ್ಸಾಹ ಕೊಟ್ಟವರೂ ಶ್ಯಾಮಲಾ ಮೇಡಂ ಅವರೇ. ಅಷ್ಟೇ ಅಲ್ಲ ನನ್ನ ಹಿಂಜರಿಕೆಯನ್ನು ಗಮನಿಸಿ "ನೋಡು ಮಹೇಶಾ... ನಿನ್ನ ಹೆಸರನ್ನು ಸ್ಪರ್ಧಿಗ್ ನಾ ಹಚ್ಚೇನಿ. ನನ್ ಮಾನ ಉಳಿಸೋದು ಬಿಡೋದು ನಿನ್ನ ಕೈನಾಗ್ ಐತಿ ನೊಡ್ಪಾ..." ಎಂದು ಹೋಗಿದ್ದರು. ಇನ್ನ್ಯಾರದೋ ಮಾನದ ಜವಾಬ್ಧಾರಿ ನನ್ನ ಮೇಲಿದೆ ಎಂಬ ಸಂಗತಿಯೇ ನನಗೆ ಒಂದು ಹುರುಪು ಕೊಟ್ಟಿತ್ತು. ನಾನೇ ಬರೆದುಕೊಂಡು, ರೂಮಿನ ಟೆರೇಸಿನ ಮೇಲೆ ರಾತ್ರಿ ಹತ್ತತ್ತು ಸಲ ಪ್ರಾಕ್ಟೀಸು ಮಾಡಿದರೂ ಭಯವಿದ್ದೇ ಇತ್ತು. ಆದರೆ ಆ ದಿನ ನನ್ನ ಹೆಸರು ಕರೆದಾಗ ಭಾಷಣ ಮಾಡಲು ವೇದಿಕೆ ಹತ್ತಿ ನಿಂತವನಿಗೆ ಕೈಯೆತ್ತಿ ನಗುವ ಚಂದ್ರಣ್ಣ ಕಾಣಿಸಿರಲಿಲ್ಲ. ಎದುರಿಗೆ ಒಂದೇ ಕಾಲ ಮೇಲೆ ಹೆಚ್ಚು ವಾಲಿ ಕೈಕಟ್ಟಿ ನಿಂತು ನನ್ನನ್ನೇ ನೋಡುತ್ತಿದ್ದ ಶ್ಯಾಮಲಾ ಮೇಡಂ ಮಂದಹಾಸ ಮಾತ್ರ ಕಂಡಿತ್ತು. ಅದರ ಶಕ್ತಿಯಿಂದಲೇನೋ ಎಂಬಂತೇ ಮಾತನಾಡಿ ಬಂದಿದ್ದೆ. ಸ್ಪರ್ಧೆಯ ನಂತರ ನಿರ್ಣಾಯಕರೇ ಎದ್ದು ಬಂದು "ಭಾಳ ಚೊಲೋ ಮಾತಾಡ್ತಿಯಪ್ಪಾ, ಪ್ಲೀಸ್ ಕಂಟಿನ್ಯೂ ಇಟ್..." ಎಂದು ಕೈಕೊಟ್ಟು ಹೋಗಿದ್ದರು. ನನಗೆ ಸ್ಪರ್ಧೆಯಲ್ಲಿ ದ್ವಿತೀಯ ಬಹುಮಾನ ಬಂದಿತ್ತು. ಶ್ಯಾಮಲಾ ಮೇಡಂ ಅಂತೂ ಎಲ್ಲರ ಬಳಿಯೂ "ನೋಡ್ರೀ... ಭಾಗವಹಿಸೂದೇ ಇಲ್ಲ ಅಂತಿದ್ದಾರ್ರೀ... ನಾನೇ ಫೋರ್ಸ್ ಮಾಡಿ ಹೆಸ್ರು ಕೊಟ್ರೆ ಈಗ್ ಪ್ರೈಜ್ ತಕೊಂಡ್ ಕುಂತಾನ" ಎಂದು ಹೇಳುತ್ತಿದ್ದರು.

ನನಗೆ ಭಾಷಣದಲ್ಲಿ ಬಹುಮಾನ ಬಂದ ಸುದ್ದಿ ಚಂದ್ರಣ್ಣನಿಗೆ ಗೊತ್ತಾಗಿ "ಆ ಹುಬ್ಬಳ್ಳಿಲೆಲ್ಲ ಬರೀ ಕುಡುಕರೇಯಾ ಇರೂದು. ಪ್ರೈಜ್ ಕೊಡದ್ದೇ ಎಂತಾ ಮಾಡ್ತ...?" ಅಂದನಂತೆ ಎಂಬ ಸುದ್ದಿ ನನಗೆ ತಲುಪಿದಾಗ ನಾನು ದೊಡ್ಡಕ್ಕೆ ನಕ್ಕುಬಿಟ್ಟಿದ್ದೆ.

ಅದಾದ ಸ್ವಲ್ಪ ದಿನದಲ್ಲೇ ಮನೆಗೆ ಫೋನ್ ಮಾಡಿದ್ದಾಗ ಅಬ್ಬೆಯ ಮೂಲಕ ಚಂದ್ರಣ್ಣನನ್ನು ಕಾಲೇಜು ಬಿಡ್ಸಿ ಮನೇಗೆ ತಂದು ಇಟ್ಟಿದ್ದಾರೆ ಎನ್ನುವುದು ಗೊತ್ತಾದಾಗ ಅರೆ! ಅವನನ್ಯಾಕೆ ಕಾಲೇಜು ಬಿಡ್ಸಿದ್ದು? ಎಂತಾ ಲಪಡಾ ಮಾಡಿಕೊಂಡಿರಬಹುದು...?

ಅಂತೆಲ್ಲ ಸ್ವಲ್ಪ ಯೋಚಿಸಿದರೂ ನನ್ನ ಪರೀಕ್ಷೆ ಹತ್ತಿರ ಬಂದಿದ್ದರಿಂದ ಹೆಚ್ಚು ತಲೆಕೆಡಿಸಿಕೊಳ್ಳದೇ ಓದಿನಲ್ಲಿ ಮಗ್ನನಾಗಿದ್ದೆ. ಪರೀಕ್ಷೆ ಮುಗಿದು, ರಿಸಲ್ಟೂ ಬಂದು 86% ಆಗಿದೆ ಎಂಬುದು ಗೊತ್ತಾದಾಗ ಖುಷಿಗಿಂತ ಯಾರದೋ ಮೇಲೆ ಸೇಡು ತೀರಿಸಿಕೊಂಡ ವಿಕೃತ ತೃಪ್ತಿಯೇ ಹೆಚ್ಚಾಗಿತ್ತು. ರಜೆಯಲ್ಲಿ ಮನೆಗೆ ಹೋಗಿ ಸೀತಾಪ್ಪಚ್ಚಿಯ ಕೈಲಿ ಮಾರ್ಕ್ಸ್ ಕಾರ್ಡ್ ಕೊಟ್ಟಾಗ ಅವನು ಕಣ್ತುಂಬಿಕೊಂಡು ಬೆನ್ನುತಟ್ಟಿ "ನಿನ್ನ ಅಬ್ಬೆ-ಅಪ್ಪ ಗೆದ್ದ ತಮ್ಮಾ..., ಹಿಂಗೇ ಮಾಡು ಮುಂದಿನ ವರ್ಷಾನೂವ" ಎಂದಿದ್ದ. ಚಿಕ್ಕಿಯೂ ನನ್ನನ್ನು ಮೊದಲಿನಂತೇ ನೋಡದೇ ಚೆನ್ನಾಗಿ ಮಾತಾಡಿಸಿ, ಒತ್ತಾಯ ಮಾಡಿ ಊಟಕ್ಕೆ ಉಳಿಸಿಕೊಂಡಿದ್ದಳು. ಅನ್ನಕ್ಕೆ ತುಪ್ಪ ಬಡಿಸುವದು, ಸಾರಿನ ಹೋಳು ಆರಿಸಿ ಹಾಕುವುದು ಎಲ್ಲ ಮಾಡುತ್ತಿದ್ದಳು. ಚಂದ್ರಣ್ಣ ಸಾಧ್ಯವಾದಷ್ಟೂ ನನ್ನಿಂದ ತಪ್ಪಿಸಿಕೊಂಡಿರಲು ಯತ್ನಿಸುತ್ತಿದ್ದ. ಅಪರೂಪಕ್ಕೊಮ್ಮೆ ಸಿಕ್ಕಾಗ ಆಡುವ ಮಾತಲ್ಲೂ ಮೊದಲಿನ ಕೊಂಕು, ವ್ಯಂಗ್ಯ ಇರುತ್ತಿರಲಿಲ್ಲ. ಮೊದಲು ಹೊಗಳುತ್ತಿದ್ದ ಜನರೇ ಈಗ ತೆಗಳುವ ಸಂಗತಿಯನ್ನು ಜೀರ್ಣಿಸಿಕೊಳ್ಳಲಾಗದೇ ಹಿಂಡಿ ಹಾಕದ ಜರ್ಸಿ ಆಕಳಂತೆ ಬಡಕಲಾಗಿದ್ದ.

ಒಂದು ಸಲ ಸೀತಾಪ್ಪಚ್ಚಿ ಮನೆಯಲ್ಲಿ ಯಾವುದೋ ಕಾರ್ಯಕ್ರಮ ನಡೆದಾಗ ನೆಂಟರೊಬ್ಬರು ಅಬ್ಬೆಯ ಬಳಿ "ನಿನ್ನ ಮಗ ಹುಶಾರಿ ಆಗಿ ಹೋದ..., ಆದರೆ ಭಾಗಿಯ ಮಾಣಿನೇಯ..." ಎಂದು ಒಂದು ನಮೂನಿಯಲ್ಲಿ ಹೇಳಿದಾಗ, ಅಲ್ಲೇ ಕೂತಿದ್ದ ಭಾಗಿಚಿಕ್ಕಿ ಸಟಕ್ಕನೇ ಎದ್ದು ಹೋದದ್ದು, ಎಲ್ಲ ನನಗೆ ಹೇಳುತ್ತಾ ಚಂದ್ರಣ್ಣನ ಸುದ್ದಿಯನ್ನು ಪೂರ್ತಿ ಹೇಳಿದ್ದಳು ಅಬ್ಬೆ.

ಸಾಯನ್ಸು ಎಂದು ಹೋದ ಚಂದ್ರಣ್ಣನಿಗೆ ಅದು ಒಗ್ಗದೇ ಪ್ರಥಮ ವರ್ಷದಲ್ಲಿ ಬಯೋಲಾಜಿಯನ್ನು ಬಿಡಿಸಲಾಗದೇ, ಮ್ಯಾಥಮ್ಯಾಟಿಕ್ಸ್ ಜೊತೆ ಅದೂ ಸೇರಿಸಿ ಫೇಲಾಗಿದ್ದ. ಆದರೆ ಮನೆಯಲ್ಲಿ ಮಾತ್ರ ತಿಳಿಸಿರಲೇ ಇಲ್ಲ. ವಿಜ್ಞಾನ ತಲೆಗೆ ಹತ್ತದಿದ್ದಾಗ ಉಳಿದ ವಿಷಯಗಳು ಮನಸ್ಸಿಗೆ ಹತ್ತಿರವಾಗತೊಡಗಿದ್ದವು. ತನ್ನ ಕ್ಲಾಸಿನ ಕೊಂಕೇರ ಹುಡುಗಿ ಭವಾನಿಯನ್ನು ಲವ್ವು ಮಾಡುತ್ತೇನೆಂದು ಒಂದೆರಡು ತಿಂಗಳು ಹಾಗೇ, ಕ್ಲಾಸಿನ ಕಿಟಕಿ, ಬಾಗಿಲುಗಳಲ್ಲಿ ನಿಂತು ಲೈನ್‌ಗೀನ್ ಹೊಡೆದು, ಕೊನೆಗೆ ಲೆಟರ್ ಕೂಡ ಕೊಟ್ಟು, ಅವಳು ಲೆಟರ್ ಸಮೇತ ಕೈಕಾಲು ಅಲ್ಲಾಡಿಸಿ ಕ್ಯಾಕರಿಸಿ ಉಗಿದರೂ ಕೇಳದೇ ಹಿಂದೆಮುಂದೆ ಕಾಡಿ, ಅವರ ಮನೆಯವರು ಬಂದು "ಇನ್ನೊಂದು ಸಲ ತೊಂದ್ರೆ ಕೊಟ್ರೆ ಸೊಂಟಾ ಮುರಿದು ಕೈಲಿ ಕೊಡ್ತೀವಿ" ಅನ್ನುವವರೆಗೂ ಹೋಗಿದ್ದು, ಅಬ್ಬೆಯ ಆವೇಶಭರಿತ ಅಭಿನಯಿಕ ಕಥನದಲ್ಲಿ ರೋಚಕವಾಗಿ ಮೂಡಿಬಂದಿತ್ತು.

ಅದಾದ ನಂತರ ಭಗ್ನಪ್ರೇಮಿಯಂತೆ ಒಂದು ಕ್ಲಾಸಿಗೂ ಕುಳಿತುಕೊಳ್ಳದೇ ಯಲ್ಲಾಪುರ ಬಸ್‌ಸ್ಟಾಂಡ್‌ನಲ್ಲಿ ಅಡ್ಡಾಡುತ್ತಿದ್ದನಂತೆ. ಸಹವಾಸ ದೋಷದಿಂದ ಕುಡಿಯುವುದು, ಸಿಗರೇಟು ಸೇದುವುದು ಎಲ್ಲ ಚಟವೂ ಅಂಟಿಕೊಂಡಿತ್ತು. ಅದನ್ನು ಕಂಡ ಯಾರೋ ಮನೆಗೆ ಬಂದು ಸೀತಾಪ್ಪಚ್ಚಿಗೆ ಹೇಳಿದ್ದರೂ, ಅವನಿಗೆ ನಂಬಿಕೆಯಾಗಿರಲಿಲ್ಲ. ಸ್ವತಃ ಖಾತ್ರಿಪಡಿಸಿಕೊಳ್ಳಲು ಒಂದಿನ ಸುಮ್ಮನೇ ಯಲ್ಲಾಪುರಕ್ಕೆ ಹೋದರೆ, ಅಲ್ಲೇ ಬಸ್‌ಸ್ಟಾಂಡ್‌ನ ಬದಿಯ ಹೋಟೆಲ್‌ನಲ್ಲಿ ಯಾರೋ ನಾಲ್ಕಾರು

ಹುಡುಗರೊಟ್ಟಿಗೆ ಕೂತು ಪಾಳಿ ಪ್ರಕಾರ ಸಿಗರೇಟು ಸೇದುತ್ತಿದ್ದನಂತೆ. ಅದನ್ನು ಕಂಡ ಸೀತಾಪ್ಪಚ್ಚಿ ಅಲ್ಲೇ ಅವನ ಕೆನ್ನೆಗೆ ರಪರಪ ಬಾರಿಸಿ ಮನೆಗೆಳೆದುಕೊಂಡು ಬಂದ ನಂತರ ಮತ್ತೆ ಕಾಲೇಜಿಗೆ ಕಳಿಸಲಿಲ್ಲ. ಊರಿನಲ್ಲಿ ಅವನ ಬಗ್ಗೆ ಹಬ್ಬಿದ್ದ ಊಹಾಪೋಹಗಳಿಂದ ಜನರು ನೋಡುವ ರೀತಿಗೆ ಚಂದ್ರಣ್ಣ ಕುಗ್ಗಿಹೋಗಿದ್ದ.

ಇಷ್ಟೆಲ್ಲ ಸುದ್ದಿ ತಿಳಿದಿದ್ದರೂ ನನಗೆ ಎಂದೂ ಚಂದ್ರಣ್ಣ ಪಾಪ ಅನ್ನಿಸಿರಲೇ ಇಲ್ಲ. ಅವನ ಬಗ್ಗೆ ಯೋಚಿಸುವಾಗಲೆಲ್ಲ ಅವನಿಂದ ನಾನು ತಿಂದ ಒಂದೊಂದು ಯಾತನಾಮಯ ಕ್ಷಣಗಳೂ ಹೂಂಕರಿಸಿ ಮನದಲ್ಲಿ ರೋಷ ತುಂಬಿಹೋಗುತ್ತಿತ್ತು. ಈಗ ಚಂದ್ರಣ್ಣ ಫೋನ್ ಮಾಡಿದಾಗ ಬಂದ ನಗುವೂ ಅದರ ಪ್ರತಿಫಲವೇ ಆಗಿತ್ತೇನೋ.

ಯೋಚಿಸಿದಷ್ಟೂ ಅವನಿಗೆ ಸಹಾಯವಾಗಲಿ, ಸಮಾಧಾನವಾಗಲಿ ಕೊಡಲು ಒಪ್ಪದೇ ಮನ ಸೆಟೆದು ನಿಲ್ಲುತ್ತಿತ್ತು. ಇಷ್ಟೇ ಸಾಲದು ಇನ್ನೂ... ಇನ್ನೂ ಆಗಲಿ ಎಂದು ಚೀರುತ್ತಿತ್ತು.

ಚಂದ್ರಣ್ಣ ನನ್ನನ್ಯಾಕೆ ಹೊಳೆಬದಿಗೆ ಕರೆದಿರಬಹುದು? ಹೋದರೆ ನನ್ನ ನೋಡಿದ ಕೂಡಲೇ ಅತ್ತು ಬಿಡಬಹುದು. ನಂತರ "ಮಾಚಾ ನಂಗಿಲ್ಲಿ ಬದುಕುವುದು ಸಾಧ್ಯವಿಲ್ಲೋ... ನಿನ್ನ ಸಂತಿಗೇ ಹುಬ್ಬಳ್ಳಿಗೆ ಬರ್ತೆ. ಅಲ್ಲಿ ಯಾವುದಾರೂ ಅಂಗಡಿಯಲ್ಲಿ ಲೆಕ್ಕ ಹಚ್ಚು ಕೆಲ್ಸನಾದ್ರೂ ಮಾಡ್ಕಂಡಿರ್ತೆ. ಅಪ್ಪನ ಕೇಳಿ ಒಪ್ಪಿಸು" ಅನ್ನಬಹುದು. ಅಥವಾ "ನೀ ಮತ್ತೆ ಮಾರ್ಕ್ಸ್‌ಕಾರ್ಡ್ ತಕಂಡು ನಮ್ಮನೆ ಕಡೆಗೆ ಬರಡಾ ಮಾರಾಯಾ. ಎಲ್ಲವೂ ನನ್ನನ್ನು ನಿನ್ನ ಜೊತೆಗೆ ಹೋಲಿಸಿ ಚಾಳಿಸ್ತ. ನನಗೆ ಸತ್ತೇ ಹೋಗ್ವಾ ಅನಿಸ್ತು" ಅನ್ನಬಹುದು. ಹಾಗಂದರೆ "ಸಮಾಧಾನ ಮಾಡ್ಕಾ ಚಂದ್ರಣ್ಣಾ ಸಾಯೋ ಮಾತೆಲ್ಲಾ ಆಡಡಾ" ಅಂದೆಲ್ಲಾ ಸಮಾಧಾನ ಮಾಡದೇ "ನಿಂಗೆ ಈಗ ಗೊತ್ತಾಗ್ತು ಅಲ್ದಾ? ನನಗಾಗ ಎಷ್ಟೆಲ್ಲಾ ತ್ರಾಸ್ ಕೊಟ್ಟಿದ್ದೆ. ಈಗ ನೀನೂ ಅನುಭವಿಸು, ಹೂಂ..." ಎಂದು ನಿಷ್ಠುರವಾಗಿ ಹೇಳಿ ಎದ್ದು ಬಂದುಬಿಡಬೇಕು. ಅಥವಾ ಅವನು ಮತ್ತೆ ಕಾಲೇಜಿಗೆ ಹೋಗುವುದಕ್ಕಾಗಿ ಸೀತಾಪ್ಪಚ್ಚಿಯನ್ನು ಒಪ್ಪಿಸು ಎನ್ನಲು ಕರೆದಿರಬಹುದೇ?

ಯೋಚಿಸುತ್ತಾ ಹೋದಂತೆ ಉಕ್ಕುವ ರೋಷದೊಟ್ಟಿಗೇ ನಿರ್ಧಾರವೂ ಗಟ್ಟಿಯಾಗತೊಡಗಿತ್ತು. ಏನೇ ಆದರೂ ಅವನು ಕರೆದಲ್ಲಿ ಹೋಗುವುದೇ ಬೇಡ. ಅವನಿಗೆ ಸಹಾಯ ಮಾಡುವ ಯಾವ ಜರೂರೂ ನನಗಿಲ್ಲ. ನಂತರ ಕೇಳಿದರೆ ಮನೇಲಿ ಅರ್ಜೆಂಟ್ ಕೆಲಸ ಇದ್ದಿತ್ತು ಅಂದರಾಯ್ತು ಅಂತ ನಿರ್ಧಾರ ಮಾಡಿ ಗಟ್ಟಿಯಾಗಿ ಪೆಡಲ್ ತುಳಿಯತೊಡಗಿದೆ.

ಬೇಡಬೇಡವೆಂದರೂ ಚಂದ್ರಣ್ಣ ಹೇಳಿದ ಜಾಗದ ಸಮೀಪದಿಂದ ಹೋಗುವಾಗ ಅತ್ತ ತಿರುಗಿದೆ. ಚಂದ್ರಣ್ಣನನ್ನೂ ಕಂಡೆ. ಅವನು ನನಗೆ ಬೆನ್ನುಮಾಡಿ ಹೊಳೆಯನ್ನು ನೋಡುತ್ತಾ ನಿಂತಿದ್ದ. ಅದನ್ನು ನೋಡಿದ ನನ್ನೆದೆಯಲ್ಲಿ ಧಸಕ್ ಅಂತು. ಅದು... ಅದು... ನಾನು ಎಂಟನೆತ್ತೆಯಲ್ಲಿ ಸಾಯಬೇಕೆಂದು ನಿರ್ಧರಿಸಿ ಹಾರಲು ಹೋಗಿದ್ದ ಕಲ್ಲು...! ಥಟ್ಟನೇ ಆ ಕಲ್ಲ ಮೇಲೆ ನಿಂತವನು ಚಂದ್ರಣ್ಣನಲ್ಲ ನಾನೇ ಅನ್ನಿಸಿಬಿಟ್ಟಿತು. ಆ ಕ್ಷಣ ಮತ್ತೇನೂ ಯೋಚನೆ ಬರದೇ ಸೈಕಲ್ ಸ್ಟಾಂಡ್ ಹಾಕಿ, ಇನ್ನೂ ತಿರುಗುತ್ತಲೇ

ಇದ್ದ ಹಿಂದಿನ ಟೈಯರನ್ನು ಬ್ರೇಕ್ ಹಾಕಿ ನಿಲ್ಲಿಸಿ, ಪ್ಯಾಂಟಿಗೆ ಬಡಿದ ಚೈನ್‌ಮಶಿಯನ್ನು ಬಡ್... ಬಡ್... ಎಂದು ಬಡಿದುಕೊಳ್ಳುತ್ತಾ ಹೊಳೆಬದಿಗೆ ಹೊಂಟವನಿಗೆ, ಹಿಂದೆ ಒಂದು ಬದಿ ವಾರೆಯಾಗಿ ನಿಲ್ಲಿಸಿದ್ದ ಸೈಕಲ್ ಧಡಾಲ್‌ನೇ ಬಿದ್ದದ್ದು ಗೊತ್ತಾದರೂ ತಿರುಗಿ ನೋಡಲಿಲ್ಲ.

ಇಲ್ಲದ ತೀರದ ಕಡೆಗೆ...

ಗಂಪು ಸಿದ್ದಿ ಜೋಗಿಕಲ್ಲ ಗುಡ್ಡದ ತುದಿಗೆ ತಲುಪುವಷ್ಟರಲ್ಲಿ ಸೂರ್ಯ ಸುಮಾರು ಮೇಲೇರಿದ್ದ. ಕೈಯಲ್ಲಿದ್ದ ಡಪ್ಪನ್ನು ಬಂಡೆಯ ಮೇಲೆ ಬಿಸಿಲಿಗೆ ಕಾಯಲಿಟ್ಟು ಮರಳಿ ಬಂದು ಕಣಗಿಲ ಮರದ ಬುಡದಲ್ಲಿ ಕೂತ. ಕಿವಿ ಬದಿ, ಹಣೆಮೇಲೆ, ಕಂಕುಳಲ್ಲಿ ಒಸರುತ್ತಿದ್ದ ಬೆವರನ್ನು ತಲೆಗೆ ಕಟ್ಟಿದ್ದ ಕೆಂಪುಗೆರೆ ಟವೆಲ್ಲಿನಲ್ಲಿ ಒರೆಸಿಕೊಂಡು, ಎರಡು ಸಲ ಗಟ್ಟಿಯಾಗಿ ಕೊಡವಿ ಹೆಗಲ ಮೇಲೆ ಒಗೆದುಕೊಂಡ. ಅಂಗಿಯ ಎದೆಯ ಮೇಲಿನ ಒಂದು ಬಟನ್ ತೆಗೆದು 'ಉಸ್...' ಎಂದು ಒಳಗೆ ಗಾಳಿ ಊದಿಕೊಂಡು ಕಣ್ಣು ಕಿರಿದುಗೊಳಿಸಿ ಕೂತಲ್ಲಿಂದೇ ಗಂಗಾವಳಿ ಹೊಳೆಯ ಬದಿಗೆ ನೋಡಿದ. ಬಿರುಬಿಸಿಲಲ್ಲಿ ಅಷ್ಟೆತ್ತರ ಜೋಗಿಕಲ್ಲು ಗುಡ್ಡದಿಂದ ಅದು ದೊಡ್ಡ ಹಾವೊಂದು ಕಳಚಿಹೋದ ಪೊರೆಯಂತೆ ಕಾಣುತ್ತಿತ್ತು. ಹಾಗೇ ಮುಂದೆ ಕಣ್ಣಾಡಿಸಿದಾಗ ಕೆಂಪಾಗಿ ಕಾಣುತ್ತಿದ್ದ ನಾಲ್ಕಾರು ಡೇರೆಗಳು, ದೊಡ್ಡ ದೊಡ್ಡ ಗಾಡಿಗಳು, ಲೈಟಿನ ಕಂಬ ಇವೆಲ್ಲಾ ಶಂಭುಭಟ್ಟರ ಕವಳಪೋಳಿಯಲ್ಲಿನ ಸುಣ್ಣದ ಡಬ್ಬಿಯಷ್ಟೇ ಸಣ್ಣಗೆ ಕಾಣುತ್ತಿದ್ದವು. 'ಓಹೋ... ಅದೇ ರಿಯಾಲಿಟಿ ಸೋ ಸೂಟಿಂಗು ನಡೆಯೋ ಜಾಗ...' ಗಂಪು ತನ್ನಷ್ಟಕ್ಕೇ ಹೇಳಿಕೊಂಡ.

'ನಾಲ್ಕು ಗಂಟೆಯ ಒಳಗೆ ಅಲ್ಲಿರ್ಬೇಕು ಅಂದಿದ್ದ ಮ್ಯಾನೇಜರ. ಈ ಜಾನ್ಕೀ ಒಂದು ಎಷ್ಟೊತ್ತಿಗೆ ಬರ್ತದೋ ಏನೋ... ಈಗ ಟೈಮ್ ಎಷ್ಟಾಯ್ತೋ ಏನೋ?' ಅಂದುಕೊಳ್ಳುತ್ತಾ ಎದ್ದು ಹೋಗಿ ಬಂಡೆಯ ಮೇಲೆ ಬಿಸಿಲಿಗಿಟ್ಟಿದ್ದ ಡಪ್ಪನ್ನು ಎತ್ತಿ ಪರೀಕ್ಷಿಸಿದ. ಚರ್ಮ ಕಾದು ಒಂದು ಹದಕ್ಕೆ ಬಂದಿತ್ತು. ಒಂದೆರಡು ಬಿಡತ್ಗೆ ಬಡಿಯುತ್ತಾ "ಏ ಎಕ್ಕಲಗಂಗಿ ಏನ್ಮಾಡ್ತಿ ಮನೆಯೊಳಗಾ..." ಎಂದು ಬಾಯಿ ತೆಗೆದು ಹಾಡಲು ನೋಡಿದ. ಮತ್ತೆ 'ಊಹುಂ... ಯಾವ್ದಕ್ಕೂ ಜಾನ್ಕಿ ಬರ್ಲಿ' ಅನ್ನಿಸಿ ತಿರುಗಿ ಬಂದು ಕೂತು ತಲೆಯ ಗುಂಗುರು ಕೂದಲಲ್ಲಿ ಬೆರಳು ತೂರಿಸಿ ಆಟಮಾಡತೊಡಗಿದ. 'ನಿನ್ನೆ ಅದೇ ಹೇಳಿದ್ದು, ಮಧ್ಯಾಹ್ನದ ಹೊತ್ತು ಜೋಗಿಕಲ್ಲ ಗುಡ್ಡದ ಹತ್ರ ಬರ್ವಾ, ನಂತ್ರ ಅಲ್ಲೇ ಒಂದಿಷ್ಟು ಪಿರ್ಯಾಕ್ಟೀಸ್ ಮಾಡ್ದಂಗೆ ಮಾಡ್ಕಂಡು ಸೂಟಿಂಗ್ ಮಾಡುವ ಜಾಗಕ್ಕೆ

ಹೋಗುವವರೆಗೆ ಸರಿಯಾವ್ತದೆ ಅಂತ. ಆದ್ರೆ ಈಗ ನೋಡಿದ್ರೆ ಅವಳದೇ ಪತ್ತೆಯಿಲ್ಲ. ಎಲ್ಲಿ ಸಾಯ್ಲಿಕ್ ಹೋದ್ಲೋ ಏನೋ... ಅಥ್ವಾ ನಾನೇ ಲಗೂ ಬಂದ್ನೋ...? ಕಾಯ್ ಕರ್ತಾ... ಸೇ...ಸೇ...' ಅಂದುಕೊಳ್ಳುತ್ತಾ ಗುಡ್ಡದ ದಾರಿ ನೋಡಿದ. ಮೊಣಕಾಲ ಮೇಲೆ ಕೈಯೂರಿ ಊರಿ ಗುಡ್ಡ ಹತ್ತುತ್ತಾ ಬರುತ್ತಿರುವ ಜಾನಕಿ ಕಂಡದ್ದೇ ಮುಖ ಅರಳಿಸಿ ಎದ್ದುನಿಂತ. 'ಕುಹೂಯ್...' ಎಂದು ಕೂಗಿ ಅವಳು ತಲೆಯೆತ್ತಿ ನೋಡಿದಾಗ ಎರಡೂ ಕೈಯೆತ್ತಿ ಬೀಸಿದ. ಅವಳು ಅದನ್ನು ನೋಡಿದರೂ ನೋಡದಂತೆಯೇ ತಲೆತಗ್ಗಿಸಿ ಬರತೊಡಗಿದಳು. ಗಂಪುವಿಗೆ ಸಣ್ಣಗೇ ಅವಮಾನವಾದಂತಾಗಿ ತಿರುಗಿಬಂದು ಸುಮ್ಮನೇ ಮರಕ್ಕೊರಗಿ ನಿಂತು 'ಜಾನ್ಕಿ ಇತ್ತಿತ್ಲಾಗೆ ವಿಚಿತ್ರವಾಗಿ ದೊಡ್ಡ ಹೆಂಗಸ್ರಂಗೇ ಮಾಡ್ತಾಳಪ್ಪಾ...' ಅಂದುಕೊಂಡ.

ಇದೇ ಜೋಗಿಕಲ್ಲು ಗುಡ್ಡದ ಮೇಲೆಯೇ ಅವನು ಜಾನಕಿ ಮೊದಲು ಭೇಟಿಯಾದದ್ದು.

ಏಳು, ಎಂಟು, ಒಂಭತ್ತನೆತ್ತೆಗಳೆಲ್ಲ ಎರಡೆರಡು ವರ್ಷ ಕೂಡಿ ಪಾಸು ಮಾಡಿದ ಗಂಪುವನ್ನು ಹತ್ತನೆತ್ತೆಗೆ ಕಳಿಸಲು ಆಯಿ ಒಪ್ಪಲೇ ಇಲ್ಲ. "ಮಕಾ ಸಾಂಗ್ ನಕಾ ತಮ್ಮಣ್ಣಾ... ಸಾಲೆ ಗೀಲೆ ಎಲ್ಲಾ ಕಂಡಂಗಾತು. ಸಾಕು ಈಗ. ನಾಳೆಯಿಂದ ಸುಮ್ನೆ ಶಂಭು ಭಟ್ಟರ ತೋಟಕ್ಕೆ ತೆರಕು ಹೊರುವ ಕೆಲಸಕ್ಕೆ ಬಾ... ನಾಲ್ಕು ಪೈಸೆ ಕೂಡಾಕ್ಲಿಕ್ಕೆ ಆವ್ತದೆ. ಈ ಸಿಕ್ಷಣ ಎಲ್ಲಾ ನಮಗಲ್ಲಾ... ಸಿದ್ದಿ ಜನಕ್ಕೆ ಸಿಕ್ಷಣ ಕೊಡಬಾರಾ ಹೇಳಿ ಸಾಸ್ತ್ರನೇ ಇದ್ಯಂತೆ. ನನ್ಕಡೆನೂ ಒಬ್ಬೆ ಮಾಡ್ಕಂಡೋಗ್ಲಿಕ್ಕೆ ಆಗೂದಿಲ್ಲ. ರಗಳೆ ಮಾಡ್ದೆ ನಾಳೆಯಿಂದ ಕೆಲ್ಸಕ್ಕೆ ಬಾ ಅಸ್ಟೆಯಾ ಕೇಳಿತ್ತೋ..." ಎಂದು ಖಂಡತುಂಡ ಹೇಳಿದ್ದಳು. ಗಂಪುವಿಗೂ ಶಾಲೆ ಕಲಿಯೂದಂದ್ರೆ ಅಷ್ಟೇನೂ ಇಷ್ಟವಿರಲಿಲ್ಲ. ಅಲ್ಲದೇ ಕಳೆದ ವರ್ಷ ಯಲ್ಲಾಪುರ ಸ್ಪೋರ್ಟ್ಸನಲ್ಲಿ ಲಾಂಗ್ ಜಂಪು, ಹೈ ಜಂಪು, ಗುಂಡೆಸೆತ ಮೂರರಲ್ಲೂ ಫಸ್ಟು ಬಂದಿದ್ದ ಅವನನ್ನು ಅಮೇಲೆ ಬೇರೆ ಶಾಲೆಯವರು ತಕರಾರು ತೆಗೆದರು ಅಂತ ಏಜ್ ಬಾರ್ ಎಂದು ಬೈದು ಯಾವುದೇ ಬಹುಮಾನವನ್ನೂ ಕೊಡದೇ ಹೊರಗಟ್ಟಿದಾಗಿಂದ ಶಾಲೆಯಲ್ಲಿ ಎಲ್ಲ ಮಕ್ಕಳ ಜೊತೆಗಿದ್ದರೂ ತಾನು ಒಬ್ಬಂಟಿ ಅನ್ನಿಸುತ್ತಿತ್ತು. ಆದರೆ ಶಾಲೆ ಬಿಟ್ರೆ ಶಂಭು ಭಟ್ರ ತೋಟಕ್ಕೆ ಕೆಲಸಕ್ಕೆ ಹೋಗಬೇಕಾಗುತ್ತದೆ ಎಂಬುದೇ ಹೆಚ್ಚು ತ್ರಾಸದಾಯಕವಾಗಿ ಕಂಡಿತ್ತು.

ಗಂಪುವಿಗೆ ಮೊದಲಿನಿಂದಲೂ ತೋಟದಲ್ಲಿ ಹೆಣ್ಣಾಳುಗಳ ಮೈಕೈ ಮುಟ್ಟಿ ಮಾತಾಡಿಸುವ, ಮನೆಗೆ ಬಂದರೆ ಮಾತ್ರ ನೆರಳು ತಾಗಿದರೂ ಮಡಿ ಮೈಲಿಗೆ ಅಂತೆಲ್ಲಾ ಧಿಮಾಕು ತೋರಿಸುವ, ನಿನ್ನೆಯ ಅಡುಗೆಯನ್ನು ಹರಕು ಬಾಳೆಕೀಳೆಯಲ್ಲಿ ಆಳುಗಳ ಕೈಗೆ ದೂರದಿಂದಲೇ ಒಗೆಯುವ, ತಿಂದ ಜಾಗದಲ್ಲಿ ಸಗಣಿ ಹಾಕಿ ಸಾರಿಸುವಂತೆ ಹೇಳುವ ಶಂಭಟ್ಟರನ್ನು ಕಂಡರೆ ಆಗುತ್ತಿರಲಿಲ್ಲ. ಅದರಲ್ಲೂ ಈ ಹೈಸ್ಕೂಲಿಗೆ ಹೋದ ಮೇಲಂತೂ ಗಾಂಧಿ, ಸಮಾನತೆ, ಅಂಬೇಡ್ಕರ, ಅಸ್ಪೃಶ್ಯತೆ, ಕಾನೂನು ಅಂತೆಲ್ಲ ಸ್ವಲ್ಪ ಸ್ವಲ್ಪ ತಿಳಿದುಕೊಂಡಿದ್ದ ಅವನಿಗೆ ಹೇಗಾದರೂ ಮಾಡಿ ಕಲಿತು ವಕೀಲನಾಗಿ ಈ ಶಂಭುಭಟ್ಟರ ಮೇಲೆ ಜಾತಿನಿಂದನೆ ಕೇಸು ಹಾಕಬೇಕೆಂದು ಅನ್ನಿಸಿ ತನ್ನ ಯೋಚನೆಗೆ ತನಗೇ ರೋಮಾಂಚನವಾಗಿತ್ತು. ಆದರೆ ಅದನ್ನೆಲ್ಲಾದರೂ ಬಾಯಿಬಿಟ್ಟರೆ ಇವತ್ತೇ

ಶಾಲೆಬಿಟ್ಟು ಅವರ ಮನೆಕೆಲಸಕ್ಕೆ ಹೋಗಬೇಕಾಗುತ್ತದೆಂದು ಸುಮ್ಮನೇ ಇದ್ದ. ಈಗ ಆಯಿ ತನ್ನನ್ನು ಮುಂದೆ ಶಾಲೆಗೆ ಕಳಿಸದೇ ಅದೇ ಭಟ್ಟರ ಮನೆಗೆ ಕೆಲಸಕ್ಕೆ ಹಚ್ಚುತ್ತಾಳೆಂದು ಗೊತ್ತಾದಾಗ ಸಿಕ್ಕಾಪಟ್ಟೆ ಸಿಟ್ಟುಬಂದು "ಹಾ, ಆ ಭಟ್ಟರ ಮನೆ ಸೆಗಣಿ ತಿನ್ನು ಕೆಲಸಕ್ಕೆ ನೀನೇ ಹೋಗ... ನಾ ಸತ್ರೂ ಅಲ್ಲಿಗೆ ಹೋಗೂದಿಲ್ಲ ತಿಳ್ಕಾ..." ಎಂದು ಕೂಗಾಡಿ ದಡದಡನೇ ಮನೆಯಿಂದ ಹೊರಬಿದ್ದು ಜೋಗಿಕಲ್ಲ ಗುಡ್ಡ ಹತ್ತಿ ಕೂತುಬಿಟ್ಟಿದ್ದ.

ಅವತ್ತು ಸೌದಿಗೆಂದು ಜೋಗಿಕಲ್ಲ ಗುಡ್ಡ ಹತ್ತಿದ್ದ ಜಾನಕಿಗೆ ಯಾರೋ ಬಂಡೆಗಲ್ಲ ಮೇಲೆ ಮೊಣಕಾಲಲ್ಲಿ ಮುಖಮುಚ್ಚಿ ಕೂತಿದ್ದು ಕಾಣಿಸಿ ಅತ್ತ ನಡೆದಳು. ಈ 'ಬೆಟ್ಟದಲ್ಲಿ ಹಿಂಗೆ ಕೂತವ್ರು ಯಾರಪ್ಪಾ ಸಾಯ್ಲಿಕ್ಕೆ...' ಅಂದುಕೊಳ್ಳುತ್ತಾ ಹತ್ತಿರ ಹೋಗಿ ನೋಡಿ "ಅರೆ, ಗಂಪು ಅಲ್ವೇನ?" ಎಂದಿದ್ದೇ ಗಂಪು ಬೆಚ್ಚಿ ತಲೆಯೆತ್ತಿದ್ದ. ಎದುರಿಗೆ ಕತ್ತಿ ಹಗ್ಗ ಹಿಡಿದುಕೊಂಡು ಸೊಂಟದ ಮೇಲೆ ಕೈಯಿಟ್ಟುಕೊಂಡು ನಿಂತಿದ್ದ ಜಾನಕಿಯನ್ನು ನೋಡಿ ಹೇಗೆ ಪ್ರತಿಕ್ರಿಯಿಸಬೇಕು ಎಂಬುದೇ ತಿಳಿಯದೇ ಗೊಂದಲಗೊಂಡ. ಇಬ್ಬರೂ ಒಂದೇ ಊರಿನ ಒಂದೇ ಕೇರಿಯವರಾದರೂ ಜಾನಕಿ ಗುಲಾಬಿ ಸಿದ್ದಿಯ ಮಗಳು, ಎಂಟನೆತ್ತೆಗೆ ಸ್ವಲ್ಪದಿನ ಹೋಗಿ ಆಮೇಲೆ ಶಾಲೆಬಿಟ್ಟು ಭಟ್ಟರಮನೆ ಕೆಲಸಕ್ಕೆ ಹೋಗ್ತಾಳೆ ಎಂಬುದಷ್ಟೇ ಗೊತ್ತಿತ್ತು. ಈಗ ಈ ಗುಡ್ಡದ ಏಕಾಂತದಲ್ಲಿ ಚೌಡಿ ದೇವರ ಹಾಗೆ ಪ್ರತ್ಯಕ್ಷಳಾಗಿ ಎದುರು ನಿಂತಿರುವ ಜಾನಕಿಯನ್ನು ಸುಮ್ಮನೇ ನೋಡುತ್ತಾ ಕೂತುಬಿಟ್ಟ. ಜಾನಕಿ ಕೆಂಪಾಗಿ ತುಂಬಿ ನಿಂತಿದ್ದ ಗಂಪುವಿನ ಕಣ್ಣು ನೋಡಿ "ಅರೇ, ಕಾಯ್ ಗೇ... ಅಳ್ತಾ ಇದ್ಯೋ...?" ಎಂದು ಹುಬ್ಬು ಮೇಲೇರಿಸಿದಳು. ಗಂಪುವಿಗೆ ಒಮ್ಮೆಲೇ ನಾಚಿಕೆಯಾದಂತಾಗಿ "ಹ್ಞೆ ಹ್ಞೆ... ಕಾಯ್ ನಕಾ... ಹಂಗೆ... ಏನಿಲ್ಲ... ಸುಮ್ನೆ.." ಅಂತೆಲ್ಲಾ ಏನೇನೋ ಬಡಬಡಿಸಿ ಮುಖ ತಿರುಗಿಸಿದ್ದ. ಜಾನಕಿ ಅಲ್ಲೆ ಮರಕ್ಕೆ ಕತ್ತಿ ಕಪ್ಪಿಸಿ ಅವನ ಪಕ್ಕ ಬಂದು ಕೂತಳು. ಗಂಪು ವಿಚಿತ್ರ ಸಂಕೋಚದಿಂದ ಮುದ್ದೆಯಾಗಿ ಕೂತಿರಲೂ ಆಗದೇ ಎದ್ದು ಹೋಗಲೂ ಆಗದೇ ಒದ್ದಾಡಿದ. ಜಾನಕಿ ಮತ್ತೆ "ಸಾಂಗ್ ಗೇ... ಕಾಯ್...?" ಕೇಳಿದಳು. ಗಂಪುವಿಗೆ ಆ ದನಿಯಲ್ಲಿ ಇದುವರೆಗೂ ಗೊತ್ತಿರದ ಯಾವುದೋ ಆಪ್ತ ಭಾವ ತಾಕಿ "ಏನಿಲ್ಲ... ಏನಿಲ್ಲ..." ಅನ್ನುತ್ತಲೇ ಎಲ್ಲ ಹೇಳಿಬಿಟ್ಟಿದ್ದ. ನಂತರ ಜಾನಕಿ ಸ್ವಲ್ಪೊತ್ತು ಸುಮ್ಮನೇ ಕೂತಿದ್ದು ಆಮೇಲೆ "ನೀ ಹಂಗೆ ಕಿರುಚಾಡ್ಬೇಡ. ಆಯಿಗೆ ಸಮಾಧಾನದಿಂದ ತಿಳ್ಸಿ ಹೇಳು. ಆರಾಮ್ ಕಳಿಸ್ತಾಳೆ ನೋಡು ಬೇಕಾದ್ರೆ..." ಅಂದಳು. ಜಾನಕಿಯ ಬಾಯಲ್ಲಿ ಕೇಳಿದ ಕಾರಣಕ್ಕೇ ಆ ಮಾತು ಗಂಪುವಿಗೆ 'ಹೌದು... ಪಕ್ಕಾ ಹೌದು' ಅನ್ನಿಸಿತ್ತು. ಅನಂತರ ಏನೇನೋ ಮಾತಾಡುತ್ತಾ ಗಂಪು ತಾನೇ ಸೌದಿ ಒಜ್ಜೆ ಕಟ್ಟಿ, ಅವಳ ನೆತ್ತಿಗೆ ಹೊರಿಸಿ ಕಳಿಸಿದ್ದ. ತನ್ನ ವಿಚಿತ್ರ ಒಂಟಿ ಜಗತ್ತಿನಲ್ಲಿ ಸಿಕ್ಕಿದ ಜಾನಕಿಯ ಸಾಂಗತ್ಯದಿಂದ ಗಂಪು ಈಗಷ್ಟೇ ಕೆಚ್ಚಲು ತಿಂದ ಕರುವಿನಂತೆ ಉಮೇದುಗೊಂಡಿದ್ದ. ಅದೇ ಹುರುಪಿನಲ್ಲೆ ತನ್ನನ್ನು ಶಾಲೆಗೆ ಕಳಿಸಲು ಆಯಿಯನ್ನೂ ಒಪ್ಪಿಸಿದ್ದ.

ಮರುದಿನದಿಂದ ದಿನಾ ಸಂಜೆ ಹೊತ್ತಿಗೆ ಜೋಗಿಕಲ್ಲ ಗುಡ್ಡ ಹತ್ತುವುದು ಅವನಿಗೆ ಒಂದು ರೂಢಿಯಾಗಿ ಹೋಯ್ತು. ಜಾನಕಿಯ ಗುಂಗುರಾದರೂ ಎಣ್ಣೆಹಾಕಿ ಭಾಗತಲೆ

ತೆಗೆದು ಗಟ್ಟಿಯಾಗಿ ಕಟ್ಟಿದ ಜಡೆ, ಗುಂಡು ಕಣ್ಣುಗಳು, ಸೌದಿ ವಜ್ಜೆಯನ್ನು ತಲೆಗಿಟ್ಟಾಗ ದಪ್ಪ ಕೆಳತುಟಿಯನ್ನು ಕಚ್ಚಿ, ಕಣ್ಣು ಕಿರಿದುಗೊಳಿಸಿ ಕೊಂಚ ತೂಗುವ ಶೈಲಿ, ಕೈ ಎತ್ತಿದಾಗ ದಾವಣಿ ಮೇಲೆ ಸರಿದು ಸೊಂಟದಲ್ಲಿ ಸ್ವಲ್ಪೇ ಕಾಣುತ್ತಿದ್ದ ಅವಳ ಗುಲಾಬಿ ಪೆಟ್ಟಿಕೋಟು ಇವೆಲ್ಲ ಕನಸಿನಲ್ಲಲ್ಲದಿದ್ದರೂ ಮಧ್ಯರಾತ್ರಿ ಎಚ್ಚರಾದಾಗೆಲ್ಲ ನೆನಪಾಗಿ ಕಾಡತೊಡಗಿ ಗಂಪುವಿಗೆ ತಾನು ಜಾನಕಿಯನ್ನು ಲವ್ವು ಮಾಡುತ್ತಿದ್ದೇನೆ ಅನ್ನಿಸಿಬಿಟ್ಟಿತ್ತು.

ಜಾನಕಿಯೂ ಕಟ್ಟಿಗೆ ತರುವ ಕೆಲಸ ಇಲ್ಲದಿದ್ದರೂ ಏನಾದರೊಂದು ನೆವ ಮಾಡಿಕೊಂಡು ಸಂಜೆ ಗುಡ್ಡ ಹತ್ತುತ್ತಿದ್ದಳು. ಬೆಟ್ಟಕ್ಕೆ ಬರುವಾಗಲೂ ಪೌಡರ್ ಹಚ್ಚಿಕೊಂಡು ಬರುವ, ತನ್ನ ಪೆಂಗುಪೆಂಗು ಮಾತುಗಳಿಗೂ ಸುಮ್ ಸುಮ್ನೆ ದೊಡ್ಡಕ್ಕೆ ನಗುವ, ಈ ಚಟುವಟಿಕೆಗಳ ಗಡಿಬಿಡಿಯಲ್ಲೇ ಹೌದೋ ಅಲ್ವೋ ಅಂತ ಗೊಂದಲಕ್ಕೆ ಬೀಳುವಂತೆ ಕಣ್ಣ ಇಶಾರೆಗಳನ್ನು ಕೊಡುವ ಜಾನಕಿಯೂ ತನ್ನ ಲವ್ವು ಮಾಡುತ್ತಿರಬಹುದೆಂದು ಗಂಪುವಿಗೆ ಬಲವಾಗಿ ಅನ್ನಿಸಿದ್ದರೂ ಬಾಯಿಬಿಟ್ಟು ಹೇಳುವ ಧೈರ್ಯ ಸಾಲದೇ ಒದ್ದಾಡುತ್ತಿದ್ದ.

ಕೊನೆಗೊಂದು ದಿನ ಧೈರ್ಯ ಮಾಡಿ ಗಂಪು ಜಾನಕಿಗೆ ಚೀಟಿ ಕೊಡುವಷ್ಟರಲ್ಲಿ ಅನೇಕ ತಿಂಗಳುಗಳೇ ಕಳೆದುಹೋಗಿದ್ದವು. ಆಗ ಜಾನಕಿ ಮಾಡಿದ ಡೊಂಬರಾಟವನ್ನು ನೆನೆಸಿಕೊಂಡರೆ ಗಂಪುವಿಗೆ ಈಗಲೂ ನಗು ಬರುತ್ತದೆ. ಇವನು ನಡುಗುತ್ತಾ ಅವಳ ಕೈಯಲ್ಲಿ ಚೀಟಿ ಕೊಟ್ಟಾಗ ತೆರೆದು ಓದಿ ತಾನು ಇದನ್ನು ನಿರೀಕ್ಷಿಸಿಯೇ ಇರಲಿಲ್ಲವೆಂಬಂತೇ ಸಿಕ್ಕಾಪಟ್ಟೆ ಸಿಟ್ಟು ಬಂದವಳಂತೇ ಕಾಗದವನ್ನು ಮುದ್ದೆಕಟ್ಟಿ ಮುಷ್ಟಿ ಕಟ್ಟಿಕೊಂಡು ಗುಡ್ಡವಿಳಿದು ಹೋಗಿದ್ದಳು. 'ಇನ್ನು ಎಲ್ಲ ಮುಗಿದಂಗೇನೇ...' ಎಂದು ಗಂಪು ರಾತ್ರೆಯೆಲ್ಲಾ ನಿದ್ದೆಗೆಟ್ಟು, ಜಾನಕಿ ಅವಳ ಆಯಿ ಬಳಿ ಹೇಳಿದರೆ ಅಂತ ಭಯಗೊಂಡು ಒದ್ದಾಡಿ ಮರುದಿನ ಹೆದರುತ್ತಲೇ ಗುಡ್ಡ ಹತ್ತಿದರೆ ಜಾನಕಿ ಅವನಿಗಿಂತ ಮೊದಲೇ ಅಲ್ಲಿ ಬಂದು ಕೂತಿದ್ದಳು. ಗಂಪು "ತಪ್ಪಾಯ್ತು ಮಾರಾಯ್ತಿ..." ಅಂತೇನೇನೋ ಹೇಳುವಷ್ಟರಲ್ಲಿ ಅವಳೇ "ನಾನು ಒಪ್ಕೋತೇನೆ. ಆದ್ರೆ ಒಂದಿಷ್ಟು ಕಂಡೀಸನ್ ಅದೆ..." ಅಂತ ಶುರುಮಾಡಿ "ನಮ್ದು ಸಿನಿಮಾ ರೀತಿ ಅಪ್ಪಿ ಮುತ್ತು ಕೊಡೋ ಲವ್ವು ಆಗ್ಬಾರ್ದು... ಮದುವೆಗೂ ಮೊದ್ಲು ಮೈ ಮುಟ್ಟಿದ್ರೆ ಅದು ಲವ್ವಲ್ಲ ರೇಪ್ ಆವ್ತದೆ. ಮತ್ತೆ ನೀನು ಹಿಂಗೆ ಪೆಂಗನಂಗೆ ಇರಬಾರ್ದು, ಜವಾದ್ಬಾರಿ ಕಲೀಬೇಕು. ಯಾವತ್ತೂ ನಮ್ಮಪ್ಪನಂಗೆ ಸಂಜೆ ಕುಡ್ದು ಬಂದು ನಂಗೆ ಹೊಡಿಬಾರ್ದು..." ಇನ್ನೂ ಏನೇನೋ ಹೇಳುತ್ತಲೇ ಇದ್ದಳು. ಎಂದೂ ಕೂಡ ತನ್ನನ್ನು ಒಂದು ಹುಡುಗಿ ಲವ್ವು ಮಾಡಬಹುದು ಅಂತ ಯೋಚಿಸಿಯೂ ಇರದ ಗಂಪುವಿಗೆ ಕಿವಿಯೆಲ್ಲಾ ಬಿಸಿಯಾಗಿ ತಲೆ ಗಂವ್ ಆದಂತಾಗಿ ಏನೇನೂ ಕೇಳಿಸದೇ ಇದ್ದರೂ ಸರಿಸರಿ ಎಂಬಂತೇ ತಲೆ ಅಲ್ಲಾಡಿಸಿದ್ದ.

ಆದರೆ ಈ ಲವ್ವು ಶುರುವಾದಾಗಿನಿಂದ ಜಾನಕಿ ಮೊದಲಿನಂತಿರಲಿಲ್ಲ. ದಿನಾ ಬೆಟ್ಟಕ್ಕೆ ಬರುತ್ತಿದ್ದವಳು ಒಂದೊಂದ್ಸಲ ಹೇಳದೇ ಕೇಳದೇ ತಪ್ಪಿಸಿಬಿಡುತ್ತಿದ್ದಳು. ಯಾಕೆ ಅಂತ ಕೇಳಿದರೆ "ಕೆಲಸ ಇರ್ತದೆ ಕೆಲಸ... ನಂಗೂ ಜವಾದ್ಬಾರಿ ಉಂಟು ಖಾಲಿ ಪುಕ್ಕೋಟ್ ಅಲ್ಲಾ..." ಎನ್ನುತ್ತಿದ್ದಳು. ಅವಳಿಗೆ ಬೇಜಾರಾದಾಗೆಲ್ಲ ಗಂಪು,

ಬರೀಕ್ ಬರೀಕ್ ಪಾಂವ್ಸ ಯತಾ
ಯೋಗೇ ಬಿತ್ತುರು
ಶಂಬರ್ ರುಪ್ಯೆ ಸಾ ನೋಟ್ ದಿತಾ
ಕಾಡ್ ಗೇ ನಿಕ್ಕರು

ಅಂತೆಲ್ಲಾ ಪೋಲಿಹಾಡು ಹಾಡಿ ಅವಳನ್ನು ಖುಷಿಪಡಿಸಲು ಯತ್ನಿಸಿದರೆ ಮೊದಲಿನಂಗೆ ನಗದೇ "ಬರೀ ಮಳ್ಳು ಮಳ್ಳು ಮಾಡ್ತಿರ್ಬೇಡ. ನೀ ಏನೂ ಸಣ್ಣ ಪಾಪು ಅಲ್ಲ. ಮಾತ್ರ ಜವಾದ್ಬಾರಿ ಕಲಿ ಜವಾದ್ಬಾರಿ..."ಎಂದು ಬೈದುಬಿಡುತ್ತಿದ್ದಳು. ಗಂಪು ಜವಾದ್ಬಾರಿ ಕಲಿಯೂದು ಅಂದ್ರೆ ಏನು ಅಂತ ಯೋಚನೆಗೆ ಬೀಳುತ್ತಿದ್ದ. "ಬರೀ ಲವ್ವು ಮಾಡಿದ್ರೆ ಮುಗೀಲಿಲ್ಲ, ನಾಳೆ ಹೊಟ್ಟೆಗೆ ಏನೂ ಅಂತ ನೋಡ್ಕೋಬೇಕು. ದುಡ್ಡು ಮಾಡೋದು ಹೆಂಗೆ ಅಂತ ಯೋಚ್ಸು. ಆ ಮಂಚಿಕೇರಿ ಮಿಳ್ಯಾ ಸಿದ್ದಿ ಬೈಕ್ ತಗೊಂಡ್ನಂತೆ. ನಿನ್ನ ನಂಬ್ಕಂಡಿದ್ರೆ ನಾನು ಈ ಗುಡ್ಡದ ಮೇಲೆ ಪೋಲಿ ಹಾಡು ಕೇಳ್ತಾ ಮುದುಕಾಗೋದೇ ಅನ್ಸದೆ" ಎಂದು ತಿವಿಯುವಾಗ ಇವಳಿಗೆ ಏನು ಬೇಕಾಗಿದೆ ಎಂಬುದೇ ಅರ್ಥವಾಗದೇ ಮಂಕಾಗಿಬಿಡ್ತಿದ್ದ.

ಆಗಲೇ ಬೆಂಗಳೂರಿನ ಯಾವುದೋ ಟಿವಿ ಚಾನೆಲ್ ತನ್ನ ರಿಯಾಲಿಟಿ ಷೋ ಒಂದರ ಶೂಟಿಂಗ್‌ಗಾಗಿ ಅದೇ ಊರ ಗಂಗಾವಳಿ ನದಿಯ ದಡದಲ್ಲಿ ಟೆಂಟು ಹೂಡಿದ್ದು ಊರ ತುಂಬೆಲ್ಲ ಸುದ್ದಿಯಾಗಿತ್ತು. ಅಲ್ಲಿನ ಸೆಟ್ ಮತ್ತು ಇತರೆ ಕೆಲಸಗಳಿಗೆ ಊರ ಸಿದ್ದಿ ಆಳುಗಳನ್ನು ತೆಗೆದುಕೊಂಡು ಹೆಚ್ಚು ಪಗಾರು ಕೊಡುತ್ತಿದ್ದರು. ಅಲ್ಲಿಗೆ ಕೆಲಸಕ್ಕೆ ಹೋದರೆ ಭಟ್ಟರ ಜನ ಕೊಡುವ ಪಗಾರಿನ ಎರಡರಷ್ಟು ಸಿಗ್ತದೆ ಅಂತ ಗೊತ್ತಾಗಿದ್ದೇ ಎಲ್ಲಾ ಸಿದ್ದಿ ಆಳುಗಳೂ ಅಲ್ಲಿಗೇ ಮುಗಿಬಿದ್ದು ತೋಟದ ಕೆಲಸಕ್ಕೆ ಆಳುಗಳಿಲ್ಲದೇ ಭಟ್ಟರೆಲ್ಲಾ ತಲೆತಲೆ ಚಚ್ಚಿಕೊಳ್ಳುವಂತಾಗಿತ್ತು. ನೋಡಲು ಭಟ್ಟರ ಜನರಂಗೇ ಬೆಳ್ಳಗೇ ಚಂದಗೇ ಕಾಣುವ ಅವರು 'ಅಡಿಗೆ ಮನೆಯೊಳಗೂ ಆಳುಗಳನ್ನು ಬಿಟ್ಕೋತಾರಂತೆ, ಅವರಿಗೆ ಮಡಿ ಮೈಲಿಗೆ ಎಲ್ಲಾ ಇಲ್ವಂತೆ' ಎಂಬ ಸುದ್ದಿ ಊರ ಸಿದ್ದಿಗಳನ್ನು ಅಚ್ಚರಿಗೆ ಕೆಡವಿತ್ತು. ದೊಡ್ಡ ದೊಡ್ಡ ಕ್ಯಾಮರಾಗಳು, ಲೈಟುಗಳು, ದಿನಾ ಟಿವಿಯಲ್ಲಿ ನೋಡುವ ಧಾರಾವಾಹಿಯ ನಟನೊಬ್ಬ ಅದಕ್ಕೆ ನಿರೂಪಕನಾಗಿ ಬಂದದ್ದಾನಂತೆ. ಅವರು ಒಂದಿನ ಹಾಕ್ಕೊಂಡ ವಸ್ತ್ರ ಮತ್ತೊಂದಿನ ಹಾಕ್ಕೊಳ್ಳೋದಿಲ್ಲಂತೆ. ಹುಡುಗ ಹುಡುಗೀರೆಲ್ಲ ಹೊಳೆಲಿ ಒಟ್ಟಿಗೇ ಸ್ನಾನ ಮಾಡ್ತಾರಂತೆ... ಇನ್ನೂ ಏನೇನೋ ಅಂತೆ-ಕಂತೆಗಳು ಊರಲ್ಲಿ ಮೂರೊತ್ತು ಜನರ ಬಾಯಲ್ಲಿರುತ್ತಿದ್ದವು. ಇಲ್ಲಿ ಅವರ ಬಳಿ ಚೊಲೋ ಕೆಲಸ ಮಾಡಿದವ್ರನ್ನ ಬೆಂಗಳೂರಿಗೆ ಕರ್ಕೊಂಡೋಗಿ ಸಂಬಳದ ನೌಕರಿ ಕೊಡ್ತಾರಂತೆ ಎಂಬ ಗಾಳಿಸುದ್ದಿ ಸಿದ್ದಿ ಹುಡುಗರಲ್ಲಿ ಹುರುಪು ಹುಟ್ಟಿಸಿತ್ತು.

ಇವೆಲ್ಲ ಜಾನಕಿಯ ಕಿವಿಗೂ ಬಿದ್ದು ಒಂದೇ ಸಮನೇ ಗಂಪುವನ್ನು ಪೀಡಿಸಲು ಶುರುಮಾಡಿದ್ದಳು. "ಹೋಗಿ ಅಲ್ಲೇನಾದ್ರೂ ಕೆಲಸ ಹಿಡಿ, ಅವರ ದೋಸ್ತಿ ಮಾಡ್ಕೋ... ಮುಂದೆ ಬೆಂಗಳೂರಿಗೆ ಕರ್ಕೊಂಡೋಗಿ ಸಂಬಳದ ನೌಕರಿ ಕೊಟ್ರೂ ಕೊಡ್ಬಹುದು." ಅನ್ನುತ್ತಿದ್ದಳು. "ಮೊದ್ಲು ಹೈಸ್ಕೂಲೊಂದು ಮುಗ್ಸಿಕೊಳ್ತೆ ಮಾರಾಯ್ತಿ...

ಆಮೇಲೇನಾದ್ರೂ ಮಾಡಬಹುದು. ಬರೀ ದುಡ್ಡಷ್ಟೇ ಅಲ್ವೇ..." ಅಂತೆಲ್ಲಾ ಸಮಾಧಾನ ಮಾಡ್ಲಿಕ್ಕೆ ಹೋದರೆ "ಹಾ, ಬರೀ ದುಡ್ಡಷ್ಟೆ ಅಲ್ಲ. ನಿನ್ನ ಅಜ್ಜನ ಪಿಂಡ... ನೀನು ಪ್ರತೀ ನೆತ್ತೆಲಿ ನಾಲ್ಕುನಾಲ್ಕು ಸಲ ಡುಮ್ಕಿ ಹೊಡೆದುಕೊಳ್ತಾ ಹೈಸ್ಕೂಲು ಮುಗಿಸಿ ಏನಾದ್ರೂ ಮಾಡುವಷ್ಟರಲ್ಲಿ ನಾವು ಮುದುಕರಾಗ್ತೆವೆ ಅಷ್ಟೇಯ. ಆಚೆ ಬಿಡಾರದ ಮಂಜಾನ ನೋಡು. ಭಟ್ಟರ ಮನೆ ಗೊಬ್ಬರಕುಳಿ ಹುಳ ಇದ್ದಂಗೆ ಇದ್ದವ. ಒಂದೇ ವಾರ ರಿಯಾಲಿಟಿ ಸೋ ಕೆಲಸಕ್ಕೆ ಹೋಗಿ ಈಗ ಜೀನ್ಸ್ ಪ್ಯಾಂಟಿನಲ್ಲಿ ಅಡ್ಡಾಡ್ತಾನೆ. ಚಸ್ಮಾ ಗಿಸ್ಮಾ ಎಲ್ಲಾ ಅವ್ರೇ 'ಇಟ್ಕೊಳಪ್ಪಾ...' ಅಂತ ಪುಕ್ಕಟೇ ಕೊಟ್ಟಿದ್ರಂತೆ. ಈಗವ ಗುಳ್ಳಾಪುರ ವಿಸ್ವಭಟ್ರ ಅಂಗಡೀಲಿ ಉದ್ರಿ ಅಷ್ಟೂ ತೀರಿಸಿ ಮುಂದಿನವಾರ ಚೈನಾಸೆಟ್ ಮೊಬೈಲ್ ತಗೋತಾನಂತೆ... ಬ್ಯಾಂಕಲ್ಲಿ ಖಾತೆಯೆಲ್ಲಾ ತೆಗ್ದಿದ್ದಾನಂತೆ. ನಿನ್ನ ಮೊದ್ದು ತಲೆಗೆಲ್ಲಿ ಹೋಗ್ತದೆ ಅದು? ಅದ್ಕೇ ಭಟ್ರಜನ 'ಸಿದ್ದಿ ಬುದ್ದಿ ಬಾರಹ ಬುದ್ದಿ' ಅಂತ ಹೇಳ್ಕೊಂಡು ನಗೂದು. ಯಾವ ಸಾಯೂ ಕಾಲಕ್ಕೂ ಅರ್ಥ ಆಗೂದಿಲ್ಲ ನಿಂಗಿದು. ಸ್ವಲ್ಪಾದ್ರೂ ಜವಾಬ್ದಾರಿ ಇದ್ರೆ ಹೌದಾಗಿತ್ತು..." ಅಂತ ಬಿಕ್ಕಿದಳು. ಗಂಪುವಿಗೆ ಕಿರಿಕಿರಿ ಅನ್ನಿಸಿ "ಆಯ್ತು ಮಾರಾಯ್ತಿ, ನಾಳೆನೇ ಹೋಗಿ ಕೆಲ್ಸ ಕೇಳ್ಕೊಂಡ್ ಬರ್ತೇನೆ. ಆಯ್ತೋ...?" ಎಂದು "ಈಗ್ಲೇ ಹೆಣ್ತಿಯಂಗೆ ಆಡ್ತಾಳಪ್ಪಾ, ಮುಂದೆ ಹೇಗೋ..." ಎಂದು ಗೊಣಗಿದ. ಜಾನಕಿ ಮೂಗೊರೆಸಿಕೊಂಡು ನಕ್ಕಿದ್ದಳು.

ಮರುದಿನವೇ ಗಂಪು ಶೂಟಿಂಗ್ ಜಾಗಕ್ಕೆ ಹೋಗಿ ಅಲ್ಲಿನ ಮ್ಯಾನೇಜರ್‌ನನ್ನು ಭೇಟಿಯಾದ. "ಏನು ಕೆಲಸ ಮಾಡ್ತಿಯಪ್ಪಾ...?" ಎಂದು ಕನ್ನಡಕ ಸರಿಮಾಡಿಕೊಳ್ತಾ ಕೇಳಿದಾಗ ಗಂಪು "ಏನು ಕೆಲಸ ಬೇಕಾದ್ರೂ ಮಾಡ್ತೀವಿ ಸರ್, ನಂಜೊತೆ ಇನ್ನೊಬ್ಳು ಹುಡುಗಿ ಅದಾಳೆ. ಅವಳೂ ಬರ್ತಾಳೆ" ಅಂದ. ಮ್ಯಾನೇಜರ್ ಏನೋ ಯೋಚಿಸಿ "ನಿಂಗೆ ಹಾಡೋಕೆ ಬರತ್ತಾ...?" ಕೇಳಿದ. ಗಂಪು "ಓಹೋ... ಪ್ರತೀ ವರ್ಷ ಸುಗ್ಗಿ ಕುಣಿತದಲ್ಲೂ ಹಾಡ್ತೇನೆ. ಜಾನಕಿ ಚಂದಗೇ ಡ್ಯಾನ್ಸು ಮಾಡ್ತಾಳೆ" ಅಂದ. ಮ್ಯಾನೇಜರ್ "ಸರಿ ಹಾಗಾದ್ರೆ, ನಾಳೆ ನಾಲ್ಕೂವರೆಗೆ ಇಲ್ಲಿರಿ, ಸ್ವಲ್ಪ ಕೆಲ್ಸಾ ಇರ್ತದೆ. ನಂತರ ರಾತ್ರಿ ನಿಮ್ಮ ಸುಗ್ಗಿ ಕುಣಿತಾನ ಮಾಡಿ ತೋರಿಸ್ಬೇಕು. ಎರಡು ಸಾವಿರ ಕೊಡ್ತೇನೆ ಸಾಕಲ್ಲಾ..." ಎಂದ. ಗಂಪು ಒಮ್ಮೆ "ಎರಡು ಸಾವಿರ...!" ಎಂದು ಹುಬ್ಬೇರಿಸಿದವ "ಸರಿ ಸರ್..." ಎಂದು ಅಲ್ಲಿಂದ ಓಡಿ ಬಂದವನೇ ಜಾನಕಿಗೆ ವಿಷಯ ಮುಟ್ಟಿಸಿದ್ದ. ಅವಳೇ "ನಾಳೆ ಮಧ್ಯಾಹ್ನ ಜೋಗಿಕಲ್ಲ ಮೇಲೆ ಸ್ವಲ್ಪೊತ್ತು ಪಿರ್‍ಯಾಕ್ಟೀಸ್ ಮಾಡಿ, ಸೂಟಿಂಗ್ ಜಾಗಕ್ಕೆ ಹೋಗ್ವಾ" ಅಂತ ಹೇಳಿದ್ದಳು.

ಹಾಗೆಯೇ ಮರುದಿನ ಗಂಪು ಜಾನಕಿ ಜೋಗಿಕಲ್ಲ ಗುಡ್ಡದಿಂದ ಇಳಿದು ಶೂಟಿಂಗ್ ಸ್ಥಳಕ್ಕೆ ತಲುಪುವಷ್ಟರಲ್ಲಿ ಮೂರುವರೆ ಆಗಿಹೋಗಿತ್ತು. ದಾರಿಯುದ್ದಕ್ಕೂ ಜಾನಕಿ ತಾನು ಮನೆಯಲ್ಲಿ ಹೇಗೆ ಸುಳ್ಳು ಹೇಳಿಬಂದೆ... ಎರಡು ಸಾವಿರದ ಜೊತೆ ಮತ್ತೇನಾದ್ರೂ ಫ್ರೀ ಕೊಟ್ರೆ ತಗೋ, ಬೇಡ ಅನ್ಬೇಡ... ಅವರ ದೋಸ್ತಿ ಮಾಡ್ಕೋ... ಅಂತೆಲ್ಲಾ ಏನೇನೋ ಹೇಳುತ್ತಲೇ ಇದ್ದಳು.

ಅಲ್ಲಿಗೆ ಹೋದಾಗ ಅಲ್ಲಿ ರಿಯಾಲಿಟಿ ಷೋದ ಸ್ಪರ್ಧೆಯೊಂದು ನಡೆಯುತ್ತಿತ್ತು. 12 ಸ್ಪರ್ಧಿಗಳನ್ನು ಸಾಲಾಗಿ ನಿಲ್ಲಿಸಿದ್ದರು. ಅವರೆದುರು ಬಟ್ಟಲಲ್ಲಿ ಹಸಿ ಮಾಂಸವನ್ನು

ರಾಶಿ ಮಾಡಲಾಗಿತ್ತು. ಅದನ್ನು ಯಾರು ಹೆಚ್ಚು ತಿನ್ನುತ್ತಾರೆ ಎಂದು ನೋಡುವುದೇ ಆ ಸ್ಪರ್ಧೆ. ಅವರೆಲ್ಲಾ ತಿನ್ನಲಾರದೇ ತಿಂದು ವಾಂತಿ ಮಾಡಿಕೊಳ್ಳುತ್ತಾ ಒದ್ದಾಡುವುದ ನೋಡಿ ಗಂಪುವಿಗೂ ವಾಂತಿ ಬಂದಂತಾಯ್ತು. ಪಕ್ಕದಲ್ಲಿ ನಿಂತವನ ಬಳಿ "ಅದ್ಯಾಕೆ ಆ ಥರ ಗಲೀಜು? ಥೂ..." ಅಂದಾಗ ಅವನು ಗಂಪುವಿನ ಮುಖವನ್ನೇ ನೋಡಿ "ರಿಯಾಲಿಟಿ ಷೋನಪ್ಪಾ... ಗೆದ್ರೆ ಹತ್ತು ಲಕ್ಷ ಬಹುಮಾನ ಗೊತ್ತಾ? ತಿನ್ನದೇ ಏನ್ಮಾಡ್ತಾರೆ?' ಎಂದು ಉಸಿರೆಳೆದುಕೊಂಡ.

ಗಂಪು ಹತ್ತು ಲಕ್ಷಕ್ಕೆ ಎಷ್ಟು ಸೊನ್ನೆಗಳಿರುತ್ತವೆ ಎಂದು ಕೂಡ ಯಾವತ್ತೂ ಯೋಚಿಸಿರದಿದ್ದರೂ "ಹತ್ತು ಲಕ್ಷ ಕೊಡ್ತಾರಂದ್ರೆ ಏನ್ ಮಾಡ್ಲಿಕ್ಕೂ ಹೇಸೂದಿಲ್ಲ ಇವ್ರು" ಅಂತ ಗೊಣಗಿಕೊಂಡ. ಅವನ ಆಯಿ ಒಮ್ಮೆ ಮಹಾ ಜಿಪುಣ ರಾಮ ಹೆಗಡೇರ ಬಗ್ಗೆ ಹೇಳುತ್ತಾ "ನಾಲ್ಕಾಣೆ ಹೇಲಲ್ಲಿ ಬಿದ್ರೆ ನಾಲಗೇಲಿ ತೆಗಿಯೋ ಮನ್ಸ್ಯ..." ಎಂದಿದ್ದು ನೆನಪಾಯ್ತು. ಇವರಿಗೂ ಅಂಥದ್ದೊಂದು ಸ್ಪರ್ಧೆ ಇಟ್ರೆ ಹೇಗೆ ಅನ್ನಿಸಿತು. ಮರುಕ್ಷಣದಲ್ಲಿ ಅವರು ಮಲದಲ್ಲಿ ಬಿದ್ದ ಹಣವನ್ನು ಬಾಗಿ ನಾಲಗೇಲಿ ತೆಗೆಯುವ ಚಿತ್ರ ಕಣ್ಣಿಗೆ ಕಟ್ಟಿದಂತಾಗಿ ಅವರೆಲ್ಲ ಒಮ್ಮೆ ಮನುಷ್ಯರಂತೆಯೂ ಇನ್ನೊಮ್ಮೆ ಮನೆನಾಯಿ ಕಾಳುವಂತೆಯೂ ಕಾಣತೊಡಗಿ ಕಿಸಿಕ್‌ನೆ ನಗುಬಂತು. ಜಾನಕಿ ಗಕ್‌ನೆ ತಿರುಗಿ "ಸುಮ್ನಿರು" ಎಂದು ಪಿಸುಗುಟ್ಟಿದಾಗ ಸುಮ್ಮನಾಗಿ ಸುತ್ತಲೂ ನೋಡತೊಡಗಿದ.

ನದಿ ದಡದ ಮರಳಲ್ಲೇ ಹಗ್ಗ ಕಟ್ಟಿ ನಾಲ್ಕೈದು ಡೇರೆಗಳನ್ನು ಹಾಕಿದ್ದರು. ಹಳೆಯ ಕಾಲದ ಮನೆಯಂಥದ್ದೇನೋ ಸೆಟ್ ಹಾಕಲಾಗಿತ್ತು. ಬಯಲಲ್ಲಿ ನಾಲ್ಕೂ ಬದಿಗೆ ಎತ್ತರದ ಕಂಬಗಳನ್ನು ನೆಟ್ಟು ಅದಕ್ಕೆ ದೊಡ್ಡ ದೊಡ್ಡ ಲೈಟುಗಳನ್ನು ಕಟ್ಟಿದ್ದರು. ಅಲ್ಲೇ ನಿಂತಿದ್ದ ಬಸ್-ಜೀಪುಗಳಲ್ಲಿ ಕಿಟಕಿಯಿಂದ ಕಾಲು ಹೊರಹಾಕಿಕೊಂಡು ಸೀಟಿನ ಮೇಲೆ ಮಲಗಿ ಡ್ರೈವರ್‌ಗಳು ನಿದ್ರೆ ಮಾಡುತ್ತಿದ್ದರು. ನಾಲ್ಕು ಜನ ಹೆಗಲ ಮೇಲೆ ದೊಡ್ಡ ಕ್ಯಾಮರಾಗಳನ್ನು ಹೊತ್ತುಕೊಂಡು ಸ್ಪರ್ಧಿಗಳ ಸುತ್ತ ಅಡ್ಡಾಡುತ್ತಿದ್ದರೆ, ನೀಲಿ ಜೀನ್ಸ್ ಪ್ಯಾಂಟು ಹಳದಿ ಷರ್ಟ ತೊಟ್ಟ ನಿರೂಪಕ ಅವರೆದುರು "ಕಮಾನ್ ಕಮಾನ್ ಫಾಸ್ಟ್..." ಅಂತೇನೇನೋ ಇಂಗ್ಲಿಷಿನಲ್ಲಿ ಕೂಗುತ್ತಾ ಇನ್ನು ಹೆಚ್ಚು ತಿನ್ನುವಂತೇ ಪ್ರೋತ್ಸಾಹಿಸುತ್ತಿದ್ದ. "ಅಬ್ಬಾ...! ಟಿ.ವಿ.ಯಲ್ಲಿ ಒಂದು ತಾಸು ಬರುವ ಕಾರ್ಯಕ್ರಮಕ್ಕೆ ಎಷ್ಟು ಡೊಂಬರಾಟ ಮಾಡ್ತಾರಪ್ಪಾ... ಇವರಿಗೆಲ್ಲಾ ದುಡ್ಡು ಎಲ್ಲಿಂದ ಬರ್ತದೋ ಏನೋ? ಜಾನಕಿ ನಂಗೆ ಬೈಯುವಂಗೆ ಇವರೇನಾದ್ರೂ ದುಡ್ಡಿನ ಗಿಡ ಬೆಳೆಸಿದಾರಾ ಹೆಂಗೆ?" ಅನ್ನಿಸಿತು ಗಂಪುಗೆ. ಆಗಾಗ ಮೀನು ಹಿಡಿಯಲು ಬರುವ ಇದೇ ಜಾಗ ಇಂದು ಪೂರ್ತಿ ಅಪರಿಚಿತ ಅನ್ನಿಸಿ ಬೇರೆಯದೇ ಯಾವುದೋ ಜಗತ್ತಿನಲ್ಲಿದ್ದಂತೇ ಭಾಸವಾಗಿ ತಳಮಳವಾಯ್ತು. ಜಾನಕಿ ಮುಖ ಕಿವುಚಿಕೊಳ್ಳುತ್ತಾ ಕಣ್ಣು ಮುಚ್ಚಿಕೊಳ್ಳುತ್ತಾ ಸ್ಪರ್ಧಿಗಳು ಆ ಹಸಿಮಾಂಸ ತಿನ್ನುವುದನ್ನೇ ತನ್ಮಯಳಾಗಿ ನೋಡುತ್ತಾ ನಿಂತಿದ್ದಳು.

ಸ್ವಲ್ಪ ಹೊತ್ತಿಗೆ ಆ ಸ್ಪರ್ಧೆ ಮುಗಿದು ಮತ್ತೊಂದು ಸ್ಪರ್ಧೆ ಶುರುವಾಯ್ತು. ಮ್ಯಾನೇಜರ್ ಗಂಪು ಮತ್ತು ಜಾನಕಿಯನ್ನು ಕರೆದ. ಗಂಪುವನ್ನು ಹೊಳೆ ಬದಿಯ ಕೊರಕಲಿನಲ್ಲಿ ಮೊಣಕಾಲವರೆಗೆ ಬರುವ ರಾಡಿ ನೀರಲ್ಲಿ ನಿಲ್ಲಿಸಿದರು. ನಂತರ ನಿರೂಪಕ ಸ್ಪರ್ಧಿಗಳನ್ನು ಕರೆದು ಗಂಪುವನ್ನು ತೋರಿಸುತ್ತಾ "ಅಲ್ಲಿ ನಿಂತಿರೋನು

ಈ ಕಾಡಿನ ಮನುಷ್ಯ. ನೀವು ಈ ರಾಡಿಯಲ್ಲಿ ಅವನೊಡನೆ ಹೋರಾಡಿ, ಅವನನ್ನು ಸೋಲಿಸಿ ಆಚೆ ತುದಿ ಮುಟ್ಟಬೇಕು. ಯಾರು ಬೇಗ ರೀಚ್ ಆಗ್ತಾರೋ ಅವರು ವಿನ್ನರ್..." ಎಂದ. ಗಂಪು ಈ ಆಟವೇನೋ ಮಜಾ ಇದೆ ಅನ್ನಿಸಿ ಸಿದ್ಧನಾಗಿ ನಿಂತು ಆ ಸ್ಪರ್ಧಿಗಳನ್ನು ನೋಡಿದ. ಬೆಳ್ಳಗೆ ದಪ್ಪದಪ್ಪಗೇ ಪೈಲ್ವಾನರಂತಿದ್ದ, ಕೈ ಎದೆಮೇಲೆಲ್ಲಾ ಏನೇನೋ ಹಚ್ಚೆ ಹಾಕಿಸಿಕೊಂಡಿದ್ದ ಅವರನ್ನು ನೋಡಿ ಒಂದು ಸಲ ಭಯವಾಯ್ತು. ಆದರೂ "ಪ್ಯಾಟೆ ಹುಡುಗ್ರು ನೋಡ್ಲಿಕ್ಕಷ್ಟೇ ಚಂದ. ಪಾರಂ ಕೋಳಿಗಳಂಗೇ ತಾಕತ್ತಿರೂದಿಲ್ಲ" ಅಂತ ಸಮಾಧಾನ ಮಾಡಿಕೊಂಡ. ಮೊದಲಿಗೆ ಬಂದ ದಡಿಯ ಆ ರಾಡಿಯಲ್ಲಿ ಗಂಪುವಿನ ಸಮೀಪ ಬರುವಷ್ಟರಲ್ಲೇ ಸುಸ್ತಾಗಿಬಿಟ್ಟಿದ್ದ. ಗಂಪುವನ್ನು ಪಕ್ಕ ನೂಕಿ ಮುಂದೆ ನಡೆದಾಗ ಗಂಪು ಅವನ ಸೊಂಟವನ್ನು ಬಿಗಿಯಾಗಿ ಹಿಡಿದು ಎಳೆದೊಗೆದ. ಆ ಸ್ಪರ್ಧಿ ಅನಾಮತ್ತಾಗಿ ರಾಡಿಯಲ್ಲಿ ಬಿದ್ದುಬಿಟ್ಟ. ಮತ್ತೆ ಮೇಲೆದ್ದು ಸಿಕ್ಕಾಪಟ್ಟೆ ಸಿಟ್ಟು ಬಂದವನಂತೆ ಮುಖ ಮಾಡುತ್ತಾ ಎದ್ದು ಬಂದು ಗಂಪುವಿನ ಮುಖಕ್ಕೆ ಗುದ್ದು ಹೊಡೆದಾಗ ತುಟಿ ಒಡೆದು ರಕ್ತ ಬಂತು.

ನಿರೂಪಕ "ಕಮಾನ್ ಕಮಾನ್... ವೆರಿಗುಡ್ ಅಟಾಕ್..." ಕೂಗುತ್ತಿದ್ದ. ಗಂಪುವಿನ ತುಟಿ ಉರಿಯತೊಡಗಿ ಸಿಟ್ಟು ನೆತ್ತಿಗೇರಿತು. ಏನೇನೋ ವಿಚಿತ್ರವಾಗಿ 'ಕಾ... ಕೂ...' ಅಂತೆಲ್ಲಾ ಕೂಗುತ್ತಾ ಮುಷ್ಟಿಕಟ್ಟಿ ನಿಂತಲ್ಲೇ ಹಾರುತ್ತಿದ್ದ ಆ ದಡಿಯನನ್ನು ಸಬಂದ ಎತ್ತಿ ಕೆಸರಲ್ಲಿ ಒಗೆದವನೇ ಅವನ ಎರಡೂ ಕೈಗಳನ್ನು ಹಿಂದೆ ತಿರುವಿ ಮೊಣಕಾಲಲ್ಲಿ ಮೆಟ್ಟಿ ಹಿಡಿದ. ಅವನು ನೋವಿನಿಂದ ಲಬೋ ಲಬೋ ಬಡಿದುಕೊಳ್ಳುವಾಗ, ಹೆಮ್ಮೆಯಿಂದ ತನ್ನನ್ನೇ ನೋಡುತ್ತಿದ್ದ ಜಾನಕಿಯನ್ನು ನೋಡಿ ನಕ್ಕ. ಅಷ್ಟರಲ್ಲೇ ಬೆನ್ನಮೇಲೆ ಬಲವಾದ ಹೊಡೆತ ಬಿದ್ದು ಉರಿಯಾಗಿ ಆ ದಡಿಯನನ್ನು ಬಿಟ್ಟು ತಿರುಗಿ ನೋಡಿದ. ನಿರೂಪಕ ಅಷ್ಟು ದೂರದಿಂದಲೇ ಉದ್ದ ಕೋಲು ತೆಗೆದುಕೊಂಡು ಗಂಪುವಿಗೆ ಬಾರಿಸಿ "ಯೂ ಡರ್ಟಿ ಪಿಗ್... ಬಿಡೋ ಅವನ್ನ... ಕೊಂದಾಕ್ತಿಯೇನೋ ಬಾಸ್ಟರ್ಡ..." ಎಂದೆಲ್ಲಾ ಕೂಗುತ್ತಿರುವುದ ನೋಡಿ ಆತಂಕಗೊಂಡು ಸರಿದು ನಿಂತ.

ಆ ದಡಿಯ ನಿಧಾನ ರಾಡಿಯಿಂದ ಎದ್ದು ಹೋದ. ನಿರೂಪಕ ಮತ್ತೆ ಗಂಪುವನ್ನು ದಡಕ್ಕೆ ಕರೆದು ಹಿಗ್ಗಾಮುಗ್ಗಾ ಬೈದ. ಗಂಪು "ಅವನ್ಯಾಕೆ ನಂಗೆ ಹೊಡೀಬೇಕು? ಅಲ್ದೇ ನೀವೇ ಹೇಳಿದ್ರಲ್ಲ ನನ್ನನ್ನು ದಾಟಿಹೋಗದಂಗೆ ತಡಿಬೇಕು ಅಂತ." ಅಂದ. ನಿರೂಪಕ "ಫಕ್ ಇಟ್..." ಎಂದು ವಿಚಿತ್ರ ಸನ್ನೆ ಮಾಡಿ "ತಡೀಬೇಕು ಅಂದ್ರೆ ಅವನ್ನ ರಾಡೀಲಿ ಮುಳುಗಿಸಿ ಕೊಲ್ಬೇಕು ಅಂತಲ್ಲ. ತಡಿಯೋ ಹಾಗೆ ಆಕ್ಟ... ಆಕ್ಟ ಮಾಡ್ಬೇಕು. ನಟನೆ... ತಿಳೀತಾ? ಅವ ಹೊಡೆದ ಅಂತ ನೀನೂ ಹೊಡೆಯೋದಲ್ಲ. ನಿಂಗೆ ಹಣ ಕೊಡಲ್ವಾ? ಬೇಕಿದ್ರೆ ಇನ್ನೂ ಐನೂರು ಜಾಸ್ತಿ ತಗೋ. ಸ್ವಲ್ಪೊತ್ತು ಅವರನ್ನು ಹಿಡಿದು ಎಳೆದ ಹಾಗೇ ಆಕ್ಟ ಮಾಡಿ ಅಮೇಲೆ ನೀನು ಸೋತು ಅವ್ರನ್ನು ಬಿಡ್ಬೇಕು ಓಕೆನಾ? ಹೋಗು ನಿಲ್ಲು ಅಲ್ಲಿ..."

ಗಂಪು ಮತ್ತೆ ಹೋಗಿ ರಾಡಿಯಲ್ಲಿ ನಿಂತ. ಎದುರಿಂದ ಬರುವ ಸ್ಪರ್ಧಿಗಳು ಗಂಪುವಿಗೆ ಎಲ್ಲೆಂದರಲ್ಲಿ ಒದ್ದು ಗುದ್ದಿ ಜಿಗಿದಾಡುತ್ತಿದ್ದರು. ಗಂಪು ಮಾತ್ರ ಹೊಡೆಯದೇ ಅವರನ್ನು ಸ್ವಲ್ಪೊತ್ತು ತಡೆದಂಗೆ ಮಾಡಿ ಬಿಡಬೇಕಾಗಿತ್ತು. ಅವನ ತಲೆಕೂದಲು ಜಗ್ಗಿ,

ಕಿವಿ ತಿರುಚಿ, ಕೈಯನ್ನು ಮಡಿಚಿ, ಹೊಟ್ಟೆ ಎದೆಗೆಲ್ಲಾ ಗುದ್ದಿ ಗುದ್ದಿ ಗಂಪುವಿನ ಹೊಟ್ಟೆಯೆಲ್ಲಾ ತೊಳಿಸಿ ಬಂದಂತಾಗುತ್ತಿತ್ತು. ಆ ಸ್ಪರ್ಧೆ ಮುಗಿಯುವಷ್ಟರಲ್ಲಿ ಗಂಪು ಹೈರಾಣಾಗಿ ನಿಲ್ಲಲಾರದಷ್ಟು ನಿತ್ರಾಣನಾಗಿದ್ದ.

ಅದಾದ ನಂತರ ಹುಡುಗಿಯರ ಸರದಿ. ಈಗ ಗಂಪುವನ್ನು ನಿಲ್ಲಿಸಿದ ಜಾಗದಲ್ಲಿ ಜಾನಕಿಗೆ ನಿಲ್ಲುವಂತೆ ಹೇಳಿದರು. ಗಂಪು "ಇದೆಲ್ಲಾ ಏನೂ ಬ್ಯಾಡ ಜಾನ್ಕೀ ಹೋಗ್ವಾ ನಾವು" ಅಂದ. ಜಾನಕಿ "ಸುಮ್ನಿರು ಏನಾಗೂದಿಲ್ಲ..." ಎಂದು ರಾಡಿಯಲ್ಲಿ ಹೋಗಿ ನಿಂತಳು. ಆ ಹುಡುಗಿಯರಿಗಂತೂ ಜಾನಕಿಯ ಜಡೆಯೇ ಸಸಾರಕ್ಕೆ ಸಿಗುತ್ತಿದ್ದುದರಿಂದ ಅದನ್ನೇ ಹಿಡಿದು ಎಳೆದಾಡುತ್ತಿದ್ದರು. ಜಾನಕಿಗೆ ಜೀವ ಹೋಗುವಷ್ಟು ನೋವಾಗಿ ಕಣ್ಣಲ್ಲಿ ನೀರು ಬಂದರೂ ಏನೂ ತೋರಗೊಡದೇ ಮತ್ತೆ ನಿಲ್ಲುತ್ತಿದ್ದಳು. ಪ್ರತಿಯೊಂದು ಸ್ಪರ್ಧಿಗಳು ಕಿತ್ತಾಡುವಾಗಲೂ ನಿರೂಪಕ "ಕಮಾನ್ ಕಮಾನ್... ಗರ್ಲ್ಸ್, ನೆನಪಿಸ್ಕೊಳ್ಳಿ... ಹತ್ತು ಲಕ್ಷ ಬಹುಮಾನ ನಿಮ್ಮದಾಗತ್ತೆ... ಅಟಾಕ್... ಮೂವ್..." ಅಂತೆಲ್ಲಾ ಪದೇ ಪದೇ ಕೂಗುತ್ತಿದ್ದ. ಕೊನೆಯ ಸ್ಪರ್ಧಿಯಂತೂ ಸುಸ್ತಾಗಿದ್ದ ಜಾನಕಿಯನ್ನು ನೆಲಕ್ಕೆ ಕೆಡವಿ ರಾಡಿ ನೀರಲ್ಲಿ ಅವಳ ಮುಖ ಮುಳುಗಿಸಿ ಹಿಡಿದು ವಿಚಿತ್ರವಾಗಿ ನಗುತ್ತಾ ಡಾನ್ಸ್ ಮಾಡಿದಳು. ಉಸಿರುಗಟ್ಟಿ ಒದ್ದಾಡುತ್ತಿದ್ದ ಅವಳನ್ನು ಒಂದೊಂದು ದಿಕ್ಕಿನಿಂದ ಒಂದೊಂದು ಕ್ಯಾಮರಾಗಳು ಸೆರೆ ಹಿಡಿಯುತ್ತಿದ್ದವು. ಗಂಪುವಿಗೆ ಹೆದರಿಕೆಯಾಗಿ "ಏ... ಸತ್ತೋಗ್ತಾಳೆ ಬಿಡ್ರೋ..." ಎಂದು ಕೂಗಿದ. ನಿರೂಪಕ ಇವನೆಡೆ ನೋಡಿ ನಕ್ಕು "ಹತ್ತು ಲಕ್ಷ ಬಹುಮಾನ ಟೈಮ್ ವೇಸ್ಟ ಮಾಡ್ಬೇಡ... ಮೂವ್..." ಎಂದು ಕೂಗಿದಾಗ ಸ್ಪರ್ಧಿ ಜಾನಕಿಯನ್ನು ಬಿಟ್ಟು ಗುರಿಯೆಡೆಗೆ ನಡೆದಳು. ಜಾನಕಿ ನೀರಿಂದ ಮುಖ ಎತ್ತಿ 'ಆಆಆಮ್...' ಎಂದು ಜೋರಾಗಿ ಉಸಿರೆಳೆದುಕೊಂಡು ಜೋಲಿ ಹೊಡೆಯುತ್ತಾ ಅಂತೂ ಇಂತೂ ನಿಂತಿದ್ದನ್ನು ನೋಡಿ ಗಂಪು ಗಡಗಡ ನಡುಗಿಬಿಟ್ಟ.

ಆ ಸ್ಪರ್ಧೆ ಮುಗಿದದ್ದೆ ಎಲ್ಲರೂ ಗುಂಪು ಗುಂಪಾಗಿ ಡೇರೆಯ ಒಳಗೆ, ನದಿದಡಕ್ಕೆ, ಬಯಲಿಗೆ ನಡೆದರು. ಎಲ್ಲ ಸ್ಪರ್ಧಿಗಳಿಗಾದ ತರಚು ಗಾಯಗಳಿಗೆ ಬ್ಯಾಂಡೇಜು ಹಚ್ಚತೊಡಗಿದರೇ ವಿನಃ ಗಂಪು ಜಾನಕಿಯತ್ತ ಯಾರೂ ತಿರುಗಿಯೂ ನೋಡಲಿಲ್ಲ. ಸುಸ್ತಾಗಿ ಬೀಳುವಂತಾಗಿದ್ದ ಜಾನಕಿ-ಗಂಪು ನಿಧಾನವಾಗಿ ನದಿಯ ಕಡೆ ನಡೆದುಬಂದು ನೀರಲ್ಲಿಳಿದು ಮೈಯೆಲ್ಲಾ ತೊಳೆದುಕೊಂಡು, ಅಲ್ಲೇ ದಡದ ಕಲ್ಲಮೇಲೆ ಕೂತರು. ಒಬ್ಬರ ಮುಖ ಒಬ್ಬರಿಗೆ ಕಾಣದಷ್ಟು ಸಂಜೆಯಾಗಿತ್ತು. ಯಾವ್ಯಾವುದೋ ಹುಳಗಳು ವಿಚಿತ್ರ ಸದ್ದಿನಲ್ಲಿ ಕಿರುಚುತ್ತಿದ್ದವು. ಗುಡ್ಡದ ಬದಿಯಿಂದ ಚಿತೋಳವೊಂದು ಬೆದೆಗೆ ಬಂದು ಕೂಗುತ್ತಿತ್ತು. ಈ ಕತ್ತಲೆಗಿಂತ ದಟ್ಟ ವಿಷಾದವೊಂದು ಇಬ್ಬರನ್ನೂ ಜಗಿದು ಒಗೆದಂತೆ, ಅಲ್ಲಿಂದ ಕಪ್ಪನೇ ಆಕೃತಿಯಾಗಿ ಕಾಣುತ್ತಿದ್ದ ಜೋಗಿಕಲ್ಲ ಗುಡ್ಡವನ್ನೋ, ನೀರಲ್ಲಿ ಆಗೀಗ ಪೊಳಕ್‌ನೆ ಹಾರುತ್ತಿದ್ದ ಮೀನುಗಳನ್ನೋ ನೋಡುತ್ತಾ ಎಷ್ಟೋ ಹೊತ್ತು ಸುಮ್ಮನೇ ಕೂತಿದ್ದರು. ಗಂಗಾವಳಿಯ ನೀರಿನ ದನಿಯಲ್ಲಿ ಯಾವುದೋ ಹೆಪ್ಪುಗಟ್ಟಿದ ಭಾವವೊಂದು ತಮ್ಮನ್ನು ಅಮುಕಿ ಹಿಂಡುತ್ತಿರುವಂತೇ ಇಬ್ಬರ ಕತ್ತೂ ಬಿಗಿದುಕೊಂಡಿದ್ದವು. ಗಂಪು ಒಡೆದ ತನ್ನ ತುಟಿಯನ್ನು ಪದೇ ಪದೇ ನಾಲಿಗೆಯಲ್ಲಿ ಸವರಿಕೊಳ್ಳುತ್ತಾ 'ಸೇ... ಸೇ...' ಎಂದು ತಲೆಕೊಡವಿಕೊಳ್ಳುತ್ತಿದ್ದ.

ಜಾನಕಿ ಕೂದಲು ಜಗ್ಗಿ ಜಗ್ಗಿ ಧಿಂ ಎನ್ನುತ್ತಿದ್ದ ತಲೆಯನ್ನು ಎರಡೂ ಕೈಗಳಿಂದ ಗಟ್ಟಿಯಾಗಿ ಒತ್ತಿ ಕೂತಿದ್ದಳು. ಎಷ್ಟೋ ಹೊತ್ತಿನ ನಂತರ ಗಂಪು 'ಇಲ್ಲಿ ಕೇಳೆ ಜಾನ್ಕೀ... ಇವ್ರ ದುಡ್ಡೂ ಬೇಡ ದೋಸ್ತಿನೂ ಬೇಡ. ಹೋಗ್ ಬಿಡ್ವ ಸುಮ್ನೆ. ಯಾಕೆ ಈ ರಗಳೆ..." ಎಂದ. "ನೀ ಸುಮ್ನಿರ್ಲಿಕ್ಕೆ ಏನ್ ತಗೊಳ್ತೀ? ಕಾಯ್ ಗೇ... ಇಷ್ಟೆಲ್ಲಾ ಅನುಭವಿಸಿ ದುಡ್ಡೂ ಸಿಗ್ಲಿಲ್ಲ ಅಂದ್ರೆ ಏನು ಮಾಡ್ದಂಗಾಗ್ತದೆ? ಈ ರಾತ್ರಿ ಸ್ವಲ್ಪೊತ್ತು ಡಪ್ಪು ಬಾರಿಸಿಕೊಂಡು ಕುಣಿದ್ರೆ ಆಯ್ತು. ಮುಗೀತದೆ. ಅಲ್ದೇ ಅವ ನಿಂಗೆ ಇನ್ನೂ ಐನೂರು ಬೇಕಾದ್ರೆ ಜಾಸ್ತಿ ತಗೋ ಅಂದ್ನಲ್ಲ. ಅದನ್ನೂ ಕೇಳು ಮತ್ತೆ... ಅಸ್ಟೇ, ಇನ್ನು ಸ್ವಲ್ಪ ತ್ರಾಸ್ ಬಿಟ್ರೆ ಆಯ್ತು. ಎಲ್ಲಾ ಸರೀನೇ ಆಗ್ತದೆ ನೋಡು ಬೇಕಾದ್ರೆ..." ಎಂದ ಜಾನಕಿಯ ಮಾತಿನಲ್ಲಿ ಅವಳಿಗೇ ನಂಬಿಕೆ ಇಲ್ವೇನೋ ಅನ್ನೋ ಹಾಗೆ ನಡುಕ ಸೇರಿತ್ತು.

ಸ್ವಲ್ಪ ಹೊತ್ತಿಗೆ ಯಾರೋ ಬಂದು ಇವರನ್ನು ಕರೆದರು. ಮತ್ತೆ ತಿರುಗಿ ಹೋದಾಗ ಎಲ್ಲರೂ ಊಟ ಮುಗಿಸಿ ಬಯಲಲ್ಲಿ ಸೇರಿದ್ದರು. ಇವರ ಊಟದ ಬಗ್ಗೆ ಯಾರೂ ಕೇಳಲಿಲ್ಲ. ಬಯಲಲ್ಲಿ ಕಟ್ಟಿಗೆ ರಾಶಿ ಕೊಟ್ಟು ಬೆಂಕಿ ಹಾಕಿದ್ದರು. ಅದರ ಸುತ್ತಲೂ ಸ್ಪರ್ಧಿಗಳು ಕೂತಿದ್ದರು. ಗಂಪು ಅದೇ ಬೆಂಕಿಯಲ್ಲಿ ಡಪ್ಪನ್ನು ಹದ ಮಾಡಿಕೊಂಡು ಹಾಡಲು ಸಿದ್ಧನಾದ. ಅಷ್ಟೊತ್ತಿಗೇ ಬಂದ ನಿರೂಪಕ "ಏ ಹೀಗಲ್ಲ ಹೀಗಲ್ಲ. ಇಲ್ಲಿ ಬನ್ನಿ" ಎಂದು ಇಬ್ಬರನ್ನೂ ಡೇರೆಯೊಳಕ್ಕೆ ಕಳಿಸಿಕೊಟ್ಟ. ಅಲ್ಲಿದ್ದ ಒಬ್ಬ ಮುದುಕ ಗಂಪುವಿನ ಪ್ಯಾಂಟು ಷರ್ಟ ಬಿಚ್ಚಿಸಿ ಒಳಚಡ್ಡಿಯ ಮೇಲೆ ಹಸಿರು ಎಲೆಗಳಿಂದ ಮಾಡಿದ ದುಪ್ಪಡಿಯನ್ನು ಕಟ್ಟಿದ. ಹುಬ್ಬು, ಎದೆ, ಭುಜದ ಮೇಲೆಲ್ಲಾ ಏನೇನೋ ಬಣ್ಣದ ಚಿತ್ರ ವಿಚಿತ್ರ ಗೆರೆಗಳನ್ನೆಳೆದ. ಕುತ್ತಿಗೆ, ಸೊಂಟಕ್ಕೆ, ಭುಜಕ್ಕೆಲ್ಲ ದಪ್ಪ ಬಣ್ಣ ಬಣ್ಣದ ಮಣಿಗಳ ಹಾರ ಕಟ್ಟಿದ. ತಲೆಗೆ ಎಂಥದ್ದೋ ಮುಳ್ಳು ಬಳ್ಳಿಯನ್ನು ಕಟ್ಟಿ "ಹಾ ಹೋಗು" ಎಂದಾಗ ಗಂಪು ಇದೆಲ್ಲಾ ಮುಗಿದರೆ ಸಾಕಪ್ಪಾ ಅಂದುಕೊಳ್ಳುತ್ತಲೇ ಹೊರಬಂದ. ಜಾನಕಿ ಆಗಲೇ ಹೊರಗೆ ನಿಂತು ಇವನಿಗೇ ಕಾಯುತ್ತಿದ್ದಳು. ಅವಳಿಗೂ ಎದೆ, ಸೊಂಟದ ಮೇಲೆ ಯಾವುದೋ ಪ್ರಾಣಿಯ ಚರ್ಮ ಕಟ್ಟಿದ್ದರು. ತಲೆಗೆ ಹಕ್ಕಿಗರಿಗಳ ಕಿರೀಟ. ಮುಖದ ಮೇಲೆಲ್ಲಾ ಬಣ್ಣದ ಗೆರೆಗಳು. ತೊಡೆ ಹೊಟ್ಟೆಯೆಲ್ಲಾ ಬೆತ್ತಲಾಗಿ ಜಾನಕಿ ಸಂಕೋಚದಿಂದ ಮುದ್ದೆಯಾಗಿ ಕತ್ತಲಲ್ಲೇ ನಿಂತಿದ್ದಳು.

ಅವರು ಬೆಂಕಿ ಹಾಕಿದಲ್ಲಿ ಬಂದು ನಿಂತದ್ದೇ ಎಲ್ಲರೂ ಹೋ... ಎಂದು ಚೀರಿ ಶಿಳ್ಳೆ ಚಪ್ಪಾಳೆ ಹೊಡೆದರು. ನಿರೂಪಕ ಕ್ಯಾಮರಾಕ್ಕೆ ಮುಖ ಮಾಡಿ ನಿಂತು "ನೋಡಿ ವೀಕ್ಷಕರೇ, ಇವರು ಈ ಕಾಡಿನ ಮನುಷ್ಯರು. ಬುಡಕಟ್ಟು ನಿಗ್ರೋ ಜನಾಂಗಕ್ಕೆ ಸೇರಿದ ಇವರು ನೋಡಲಿಕ್ಕೆ ಎಷ್ಟು ವಿಚಿತ್ರವೋ ಅವರ ಬದುಕುವ ಕ್ರಮವೂ ಅಷ್ಟೇ ವಿಚಿತ್ರ. ನೀವು ಆ ಮನುಷ್ಯನ ತುಟಿಯ ಮೇಲೆ, ಮುಖದ ಮೇಲೆ ಗಾಯಗಳನ್ನು ನೋಡಿ. ಈಗಷ್ಟೇ ಯಾವುದೋ ಪ್ರಾಣಿಯನ್ನು ಬೇಟೆಯಾಡಿ ಬಂದಂತಿದೆ. ಅವರ ಬಟ್ಟೆ, ಜೀವನ ಶೈಲಿ, ಆಹಾರ, ಸಂಪ್ರದಾಯಗಳು ಪೂರ್ತಿ ವಿಭಿನ್ನ. ಆದರೆ ಅವರ ಮುಖದ ಮೇಲಿನ ಮುಗ್ಧತೆ ಮಾತ್ರ ಅನನ್ಯ. ನಾಗರಿಕತೆಯ ಸೌಲಭ್ಯಗಳಿಂದ ಪೂರ್ತಿ ವಂಚಿತರಾಗಿ, ಆಧುನಿಕತೆಯ ದಾಳಿಗೆ ನಶಿಸಿ ಹೋಗುತ್ತಿರುವ ಅವರ ನೋವಿನ

ಕತೆ ಅವರ ಬಾಯಿಂದಲೇ ಕೇಳೋಣ ಬನ್ನಿ..." ಎನ್ನುತ್ತಾ ಇವರೆದುರು ಬಂದು "ನಮಸ್ಕಾರಗಳು" ಎಂದು ವಿಚಿತ್ರವಾಗಿ ಬಾಗಿ "ಹೇಳಿ, ನಿಮ್ಮ ಆಹಾರದ ಬಗ್ಗೆ, ಕೆಲಸ ಕಾರ್ಯ, ದಿನವಿಡೀ ಏನು ಮಾಡ್ತಿರಾ? ನಿಮ್ಮ ನೋವೇನು ಎಲ್ಲಾ ಹೇಳಿ..." ಎಂದ. ಗಂಪು "ನಾವು ಅನ್ನ ಸಾರು ಉಣ್ತೇವೆ... ವಿಸೇಸ ಅಂದ್ರೆ ಮೀನು ಕೋಳಿ ಹಂದಿ ಉಡ ಹೊಡ್ದಾಗ ಅದ್ರ ಪದಾರ್ಥ ಅಸ್ಟೆಯಾ... ದಿನಾ ಇವಳು ಭಟ್ಟರ ಮನೆ ಕೆಲ್ಸಕ್ಕೆ ಹೋಗ್ತಾಳೆ. ನಾನು ಹೈಸ್ಕೂಲು, ಹತ್ತನೆತ್ತೆ ಕಲೀತಿದ್ದೇನೆ..." ಎಂದ. ನಿರೂಪಕ ಕ್ಯಾಮರಾ ಕಡೆ ತಿರುಗಿ "ಕಟ್ ಕಟ್" ಅಂದವನೇ ಒಮ್ಮೆಲೇ "ಫಕ್ ಇಟ್..."ಎಂದು ನೆಲಕ್ಕೆ ಒದ್ದು ಕಿರಿಚಿದ. "ಇವ್ರನ್ನು ಯಾರು ಇಲ್ಲಿಗೆ ಕರ್ಕೊಂಡ ಬಂದ್ರೋ...? ಇವರಿಗೆ ಸ್ವಲ್ಪ ಟ್ರೇನ್ ಮಾಡ್ರಪ್ಪಾ... ಶಿಟ್... ಬುಲ್ ಶಿಟ್..." ಎನ್ನುತ್ತಾ ಬದಿಗೆ ಹೋದ. ಸುತ್ತ ಕೂತಿದ್ದವರೆಲ್ಲರೂ ಕಿಸಿಕಿಸಿನೇ ನಕ್ಕರು. ಗಂಪುಗೆ ತಾನು ಮಾಡಿದ ತಪ್ಪೇನು ಎಂಬುದೇ ತಿಳಿಯದೇ ಕೆಟ್ಟ ಅವಮಾನವಾಯ್ತು. ನಂತರ ಅಲ್ಲಿಗೆ ಬಂದ ಮ್ಯಾನೇಜರ್ "ಏ ಇಲ್ಲಿ ಕೇಳಿ ಅವರು ನಿಮ್ಮ ಆಹಾರದ ಬಗ್ಗೆ ಕೇಳಿದಾಗ ಬೇಟೆಯಾಡ್ತೀವಿ, ಪ್ರಾಣಿಗಳ ಹಸಿಮಾಂಸ ಗೆಡ್ಡೆ ಗೆಣಸು ತಿಂತೀವಿ. ಕಲ್ಲು ಬಂಡೆಗಳ ಮೇಲೆ ಮಲಗ್ತೀವಿ, ನಮ್ಗೆ ರಸ್ತೆ ಕರೆಂಟು ಶಿಕ್ಷಣ ಯಾವ್ದೂ ಇಲ್ಲ ಅನ್ಬೇಕು. ನಮ್ಮನ್ನು ಊರೊಳಗೆ, ಶಾಲೆಯೊಳಗೆ ಸೇರಿಸ್ಕೊಳ್ಳಲ್ಲ ಅನ್ಬೇಕು. ಕೊನೆಯಲ್ಲಿ ನಮ್ಮ ನೋವುಗಳನ್ನು ಹೇಳಲು ಅವಕಾಶ ಕೊಟ್ಟ ಈ ಚಾನಲ್‌ನವರಿಗೆ ಧನ್ಯವಾದಗಳು ಅಂತ ಹೇಳಿ ಕಣ್ಣೊರೆಸಿಕೊಳ್ಳಬೇಕು ತಿಳೀತಾ?" ಎಂದು ಗದರಿದ. ಗಂಪು "ಆದ್ರೆ ಸಾರ್ ಅದು ಸುಳ್ಳು. ನಾವು ಅನ್ನಾನೇ ಉಣ್ತೇವೆ, ಊರೊಳಗೇ ಇದ್ದೇವೆ. ನಾ ಹೈಸ್ಕೂಲಿಗೆ ಹೋಗ್ತಿದೀನಿ ಇನ್ನೂ..." "ಸುಮ್ನಿರಯ್ಯಾ, ನೀನು ಹೇಗಾದ್ರೂ ಇರು. ಆದರೆ ಕ್ಯಾಮೆರಾ ಮುಂದೆ ಹೀಗೇ ಹೇಳ್ಬೇಕು. ನೀ ಹೆಂಗಿರ್ತೀಯಾ ಅನ್ನೋದು ಮುಖ್ಯ ಅಲ್ಲ ನಮಗೆ, ರಿಯಾಲಿಟಿ ಷೋ ಸಕ್ಸಸ್ ಆಗೋದು ಮುಖ್ಯ. ಹಣ ಕೊಡಲ್ವಾ ನಿಂಗೆ? ಹೇಳಿದಷ್ಟು ಮಾಡು..." ಎಂದು ಗುಡುಗಿ ಆಚೆ ಹೋದ. ಜಾನಕಿ ಸಣ್ಣಗೇ "ನೀ ಸುಮ್ನಿರು, ನಾ ಹೇಳ್ತೀನಿ ಎಲ್ಲಾ..." ಎಂದು ಪಿಸುಗುಟ್ಟಿ ಮುಂದೆ ಬಂದಳು.

ಅವೆಲ್ಲಾ ಡೊಂಬರಾಟ ಮುಗಿಯುವಷ್ಟರಲ್ಲಿ ಮಧ್ಯರಾತ್ರಿ ದಾಟಿತ್ತು. ಗಂಪು ಇನ್ನೊಮ್ಮೆ ಬೆಂಕಿಗೆ ಡಪ್ಪು ಹದಮಾಡಿಕೊಂಡು ಬಾರಿಸಲು ಶುರುಮಾಡಿದ. "ಏ ಎಕ್ಕಲಗಂಗೀ... ಹೋಗಿ ಬರುವೆ ನಾನ... ಮನೆಕಡೆ ಜ್ವಾಪಾನ..." ಎಂದು ಹಾಡಿಕೊಂಡು ಡುಂ ಡಪ್ ಡುಂಡುಂ ಡಪ್ ಎಂದು ಬಾರಿಸಲು ಶುರು ಮಾಡಿದ್ದೇ ಜಾನಕಿ ಡಪ್ಪಿನ ತಾಳಕ್ಕೆ ಸರಿಯಾಗಿ ಹೆಜ್ಜೆ ಹಾಕತೊಡಗಿದಳು. ಅವಳ ಕಾಲ ಗೆಜ್ಜೆದನಿ ಕೇಳಿದ್ದೇ ಹುರುಪುಗೊಂಡ ಗಂಪು ಇನ್ನಷ್ಟು ಪರವಶನಾಗಿ ಕಣ್ಮುಚ್ಚಿಕೊಂಡು ಬಾರಿಸತೊಡಗಿದ. ಜಾನಕಿಯೂ ಎಲ್ಲಾ ನೋವನ್ನು ಕಳಚೊಗೆದಂತೆ ಮೈಮರೆತು ಕುಣಿಯತೊಡಗಿದಳು. ಜಾತ್ರೆಯಲ್ಲಿ ಕಳೆದುಹೋದ ಮಗುವಿಗೆ ಒಮ್ಮೆಲೇ ಅಮ್ಮ ಸಿಕ್ಕಂತೆ, ಎಂಥದ್ದೊ ಆವೇಶ ಇಬ್ಬರ ಮೈಯನ್ನೂ ಹೊಕ್ಕಿತ್ತು. ಸುತ್ತ ಕೂತವರ ಶಿಳ್ಳು, ಚಪ್ಪಾಳೆ, ನಿರೂಪಕ ಕ್ಯಾಮರಾ ಎದುರು ಇವರೆಡೆಗೆ ಕೈ ತೋರಿಸುತ್ತಾ ಏನೇನೋ ವಟಗುಡುತ್ತಿರುವುದು ಏನೇನೇನೂ ಗಮನಿಸದೇ, ಇಲ್ಲಿದ್ದದ್ದು ಬರೀ ನಾವಿಬ್ಬರೇ ಎಂಬಂತೆ ಕುಣಿಯುತ್ತಿದ್ದರು. ಡಪ್ಪಿನ

ಸದ್ದಿಗೆ ಎಂಬಂತೇ ಲಾಸ್ಯವಾಡುತ್ತಿದ್ದ ಬೆಂಕಿಯ ಬೆಳಕಿನಾಟದಲ್ಲಿ ಇಬ್ಬರೂ ವಿಶಿಷ್ಟವಾಗಿ ಹೊಳೆಯುತ್ತಿದ್ದರು. ಆ ಕುಣಿತದಲ್ಲೇ ಈ ರಿಯಾಲಿಟಿ ಷೋ ಜಗತ್ತಿಗೆ ಎಂದಿಗೂ ದಕ್ಕಲಾರದ ಭಾಷೆಯಲ್ಲಿ ಪರಸ್ಪರರನ್ನು ಸಂತೈಸಿಕೊಳ್ಳುತ್ತಿರುವಂತೆ ಭಾಸವಾಗುತ್ತಿತ್ತು.

ಎಷ್ಟೋ ಹೊತ್ತಿಗೆ ಡಪ್ಪು ಬಡಿಯುವುದನ್ನು ನಿಲ್ಲಿಸಿ ನೋಡಿದಾಗ ಎಲ್ಲರೂ ಗುಂಪುಗಟ್ಟಿ ಕೂತು ಉದ್ದುದ್ದ ಬಾಟಲನ್ನು ಎರೆಸೆರೆಸಿ ಕುಡಿಯುತ್ತಿದ್ದರು. ಕೆಲವರು ಎದ್ದು ನಿಂತು ಡಪ್ಪಿನ ಬಡಿತಕ್ಕೆ ಓಲಾಡುತ್ತಾ ಮೈಕುಣಿಸುತ್ತಿದ್ದರು. ಗಂಪು–ಜಾನಕಿ ಸುಸ್ತಾಗಿ ಕುಳಿತುಕೊಂಡಿದ್ದೇ "ಕಮಾನ್ ಮ್ಯಾನ್... ಡ್ಯಾನ್ಸ ಡ್ಯಾನ್ಸ..." ಎಂದು ಕೂಗತೊಡಗಿದರು. ಗಂಪು ಎದ್ದು ಮ್ಯಾನೇಜರ್ ಬಳಿ ಬಂದು "ಸರ್ ಬಾಳ ಹೊತ್ತಾಯ್ತು. ನಮ್ಗೆ ದುಡ್ಡು ಕೊಡಿ ನಾವು ಹೋಗ್ತೇವೆ" ಅಂದ. ಮ್ಯಾನೇಜರ್ "ಏ... ಇಲ್ಲ ಇಲ್ಲ... ನೀವು ಬೆಳಗಿನವರೆಗೂ ಕುಣೀಬೇಕು. ಇನ್ನು ಐನೂರು ಜಾಸ್ತಿ ತಗೊಳ್ಳಿ ಬೇಕಾದ್ರೆ." ಅಂದ. ಗಂಪುಗೆ ಕೋಪ ಬಂದು "ಜಾಸ್ತೀನೂ ಬೇಡ ಗೀಸ್ತೀನೂ ಬೇಡ. ಮೊದಲು ಹೇಳಿದಷ್ಟು ಕೊಡಿ ನಾವು ಹೋಗ್ತೇವೆ" ಎಂದು ಧ್ವನಿ ಎತ್ತರಿಸಿದ. "ಇಲ್ಲ ಬೆಳಗಿನವರೆಗೆ ಕುಣಿದರೆ ಮಾತ್ರ ಹಣ, ಇಲ್ಲಾಂದ್ರೆ ಇಲ್ಲ..." ಎಂದು ಭುಜ ಕೊಡವಿದಾಗ ಅವನನ್ನು ಅಲ್ಲೇ ಜಜ್ಜಿ ಹಾಕುವಷ್ಟು ಸಿಟ್ಟು ಬಂತು ಗಂಪುಗೆ. ಜೊತೆಗೇ ತಮ್ಮ ಈ ಸ್ಥಿತಿಗೆ ಅಳುವೂ ಬಂದಂತಾಗಿ ತುಟಿ ಕಚ್ಚಿದ. ಹಲ್ಲು ಸರೀ ಗಾಯಕ್ಕೇ ತಾಗಿ ಜೀವ ಹೋಗುವಂತೇ ನೋವಾದಾಗ "ಈ ನರಕಕ್ಕಿಂತ ಭಟ್ಟರ ತೋಟಕ್ಕೆ ತೆರಕು ಹೊರುವುದೇ ವಾಸಿ" ಅನ್ನಿಸಿ "ಕೇಸು ಹಾಕೂದಾದ್ರೆ ಈ ಬೇವರ್ಸಿಗಳ ಮೇಲೇ ಹಾಕಬೇಕು" ಅನ್ನಿಸಿಬಿಡ್ತು. ಜಾನಕಿಯೇ "ಹೆಂಗೋ ಇನ್ನು ಸ್ವಲ್ಪೊತ್ತಿಗೆ ಬೆಳಗಾಗ್ತದೆ. ಮಾತ್ರ ಬೆಳಕು ಹರಿದದ್ದೇ ಮುಗಿಸಿ ಹೋದ್ರಾಯ್ತು ಬಿಡು..." ಎಂದು ಸಮಾಧಾನಿಸಿ ಮರಳಿ ಕರೆತಂದಳು. ಇಬ್ಬರಿಗೂ ಕೈಕಾಲು ಆಡಿಸಲಾರದಷ್ಟು ಸುಸ್ತಾಗಿ ನಿದ್ದೆ ಒತ್ತಿ ಬಂದರೂ ಮತ್ತೆ ಕುಣಿದರು. ಎಷ್ಟೊತ್ತಿಗೆ ಬರ್ತಾನೋ ಎಂದು ಸೂರ್ಯ ಹುಟ್ಟುವ ದಿಕ್ಕನ್ನೇ ನೋಡುತ್ತಾ ಬೆಳಗಿನವರೆಗೂ ಕುಣಿದರು.

ಸ್ವಲ್ಪ ಬೆಳಕು ಹರಿಯುವಷ್ಟರಲ್ಲಿ ಬೆಂಕಿ ಪೂರ್ತಿ ಆರಿ ಒಂದೆರಡು ಕೊಳ್ಳಿಗಳು ಮಾತ್ರ ಗಾಳಿ ಬಂದಾಗ ಕೆಂಪಗೇ ಹೊಳೆಯುತ್ತಿದ್ದವು. ಸುತ್ತ ಕೂತವರೆಲ್ಲಾ ಒಬ್ಬರ ಮೇಲೊಬ್ಬರು ಮಲಗಿ ನಿದ್ರಿಸಿದ್ದರು. ಗಂಪು ಜಾನಕಿಗೆ "ನಾನು ಹೋಗಿ ದುಡ್ಡು ತಗೊಂಡು ಬರ್ತೆನೆ. ನೀ ಹೊಳೆ ಹತ್ರ ನಿತ್ಕೊಂಡಿರು" ಎಂದು ಕಳಿಸಿ ಮ್ಯಾನೇಜರ್ ಡೇರೆಯತ್ತ ನಡೆದ. ಗಂಪುವನ್ನು ನೋಡಿದ್ದೇ ಮ್ಯಾನೇಜರ್ ಏನೂ ಕೇಳದೇ ಡೇರೆಯೊಳಗಿಂದ ಸೂಟ್‌ಕೇಸ್ ತಂದು ಒಂದಿಷ್ಟು ಹಣ ಎಣಿಸಿ ಗಂಪುವಿಗೆ ಕೊಟ್ಟು "ಪೆಂಟಾಸ್ಟಿಕ್ ಜಾಬ್ ಕಣಯ್ಯಾ... ಮುಂದಿನ ವಾರ ಬಂದು ಭೇಟಿಯಾಗು. ನಿಂಗೆ ನಮ್ಮ ಚಾನಲ್‌ನಲ್ಲೇ ಕೆಲಸ ಕೊಡಿಸ್ತೇನೆ. ಬೆಂಗಳೂರಿಗೇ ಬರುವೆಯಂತೆ" ಎಂದರೂ ಗಂಪುವಿಗೇನೂ ಖುಷಿಯಾಗಲಿಲ್ಲ. ಅವನಿಗೆ ಅಲ್ಲಿಂದ ತಪ್ಪಿಸಿಕೊಂಡು ಹೋದರೆ ಸಾಕು ಅನ್ನಿಸಿಬಿಟ್ಟಿತ್ತು. ದುಡ್ಡು ತೆಗೆದುಕೊಂಡು ಹೊಳೆಬದಿಗೆ ಬರುತ್ತಾ ಜಾನಕಿಗೆ ಈ ವಿಷಯ ಹೇಳಿದ್ರೆ ಖುಷಿಯಾಗ್ಬೋದು ಅಂದುಕೊಂಡ.

ಅದೇ ಯೋಚನೆಯಲ್ಲಿ ಬರುತ್ತಿದ್ದವ ಹೊಳೆಬದಿಯಲ್ಲಿ ಯಾರೋ ಇಬ್ಬರು

ಗುದ್ದಾಡುತ್ತಿರುವುದ ನೋಡಿ ಅತ್ತ ಓಡಿದ. ಅಲ್ಲಿ ರಿಯಾಲಿಟಿ ಷೋ ಸ್ಪರ್ಧಿಯೊಬ್ಬ ಜಾನಕಿಯನ್ನು ಎಳೆದೆಳೆದು ಅಪ್ಪಿಕೊಳ್ಳುತ್ತಾ "ಕಮಾನ್ ಟ್ರೈಬಲ್ ಬ್ಯೂಟಿ... ಯೂ ವೆರಿ ಸೆಕ್ಸಿ..." ಅಂತೇನೇನೋ ಬಡಬಡಿಸುತ್ತಿದ್ದ. "ಮಕೊಡ್ ಜಾವಣ್ಯಾ... ಬೋಸುಡಚಾ... ಥಪ್ಪಡ್ ಮಾರ್ತಾ ತುಕಾ..." ಅಂತ ಬೈಯುತ್ತಾ ಅವನಿಂದ ತಪ್ಪಿಸಿಕೊಳ್ಳಲು ಯತ್ನಿಸುತ್ತಿದ್ದಳು. ಗಂಪು ಓಡಿಹೋದವನೇ ಕೈಗೆ ಸಿಕ್ಕ ಕಟ್ಟಿಗೆಯನ್ನು ತೆಗೆದುಕೊಂಡು ಅವನ ಬೆನ್ನಿಗೆ ಬಾರಿಸಿದ. ಅವನು ಜಾನಕಿಯನ್ನು ಬಿಟ್ಟು ಮರಳ ಮೇಲೆ ಬಿದ್ದು "ಅಯ್ಯೋಯ್ಯೋ..." ಎಂದು ಬೊಬ್ಬೆ ಹೊಡೆಯುತ್ತಾ ಉರುಳಾಡತೊಡಗಿದ. ಗಂಪು ಜಾನಕಿಯತ್ತ ತಿರುಗಿ "ಜಾನ್ಕೀ ನೀನು ಹೋಗು" ಎಂದವನೇ ಮತ್ತೆ ಮರಳ ಮೇಲೆ ಬಿದ್ದವನ ಮುಖ ಮೂತಿ ನೋಡದೇ ರಪರಪ ಬಾರಿಸತೊಡಗಿದ. ಅವನ ಚರ್ಮ ಕಿತ್ತು ಮರಳೆಲ್ಲಾ ರಕ್ತರಕ್ತವಾಯ್ತು. ಅಷ್ಟರಲ್ಲಿ ಬೊಬ್ಬೆ ಕೇಳಿ ಡೇರೆಯ ಕಡೆಯಿಂದ ಓಡಿಬಂದ ಜನರು ಗಂಪುವನ್ನು ಹಿಡಿದು ನಿಲ್ಲಿಸಿದರು. ಹೊಡೆತ ತಿಂದವನು ಎದ್ದು ನಿಲ್ಲುವಷ್ಟಿರಲಿಲ್ಲ. ಅವನನ್ನು ಎತ್ತಿಕೊಂಡೇ ಹೋದರು. ಗಂಪುವನ್ನೂ ಎಳೆದುಕೊಂಡು ಹೋಗಿ ಮ್ಯಾನೇಜರ್ ಡೇರೆಯ ಮುಂದೆ ನಿಲ್ಲಿಸಿದರು.

ಮ್ಯಾನೇಜರ್ ರಪರಪ ಗಂಪುವಿನ ಕೆನ್ನೆಗೆ ಬಾರಿಸಿ "ಬ್ಲಡಿ ಬಿಚ್, ಬಾಸ್ಟರ್ಡ... ಯಾಕೋ ಹೊಡ್ದೆ ಅವ್ನಿಗೆ...?" ಕೇಳಿದ. ಗಂಪು "ಅವ್ನು ನನ್ನ ಜಾನ್ಕೀನ ರೇಪ್ ಮಾಡ್ಲಿಕ್ಕೆ ಬಂದ. ಅದ್ಕೇ ಹೊಡ್ದೆ. ಬರೀ ಹೊಡ್ಯೋದಲ್ಲ, ಸಿಗಿದು ಹೊಳೆಗೆ ಚೆಲ್ತೇನೆ ಬೋಸುಡಿ ಮಗನ್ನ... ಊರವ್ರಿಗೆಲ್ಲಾ ಕರ್ಕೊಂಡ್ ಬಂದು ಒಂದು ಗತಿ ಕಾಣ್ಸಿಲ್ಲಾಂದ್ರೆ ನಾನು ಗಂಪು ಸಿದ್ದಿನೇ ಅಲ್ಲ ತಿಳ್ಕಳಿ..." ಎಂದು ಕೂಗುವಾಗ ಗಂಪು ಕೋಪದಿಂದ ಗಡಗಡ ನಡುಗುತ್ತಿದ್ದ. ಮ್ಯಾನೇಜರ್ ಸ್ವಲ್ಪೊತ್ತು ಸುಮ್ಮನಿದ್ದು ನಂತರ ತಣ್ಣಗೇ "ಹುಂ, ಏನೋ ಆಗೋಯ್ತು, ಬಿಟ್ಟುಬಿಡು ಅದನ್ನು. ಮತ್ತೆ ಊರವ್ರಿಗೆಲ್ಲಾ ಹೇಳಕ್ಕೋಗ್ಬೇಡ. ನಿಂಗೆಷ್ಟು ಹಣ ಬೇಕು ಕೇಳು." ಅಂದ. ಗಂಪು ಮತ್ತೆ ಕೆರಳಿ "ದುಡ್ಡು ಕೊಟ್ಟು ಏನ್ ಬೇಕಾದ್ರೂ ತಗೋತಿರಾ...?" ಕಿರುಚಿದ. ಆಗ ನಿರೂಪಕ ಇವನ ಮುಂದೆ ಬಂದು "ಫಕ್ ಇಟ್..." ಎಂದು ಸನ್ನೆಮಾಡಿ, "ಏ ಸ್ಟುಪಿಡ್ ಟ್ರೈಬಲ್ ಎನಿಮಲ್... ನಾವು ಮನಸ್ಸು ಮಾಡಿದ್ರೆ ಚಿಟಕಿ ಹೊಡೆಯೋದ್ರೊಳಗೆ ನಿಮ್ಮ ಇಡೀ ಊರನ್ನೇ ಕೊಂಡ್ಕೋತೇವೆ ಗೊತ್ತಾ...?" ಎಂದು ಗಂಪುವಿನ ಮುಖದ ಮೇಲೆ ಮೂರುಸಲ ಚಿಟಕಿ ಹೊಡೆದ. ಗಂಪುವಿಗೆ ಹೊಕ್ಕುಳೊಳಗಿಂದ ರೋಷ ಒತ್ತಿಬಂದು "ಹೌದಾ...?" ಎಂದವನೇ ವಿಚಿತ್ರವಾಗಿ ನಗುತ್ತಾ ಹಿಂಗಾಲಲ್ಲೇ ನಡೆದು ಬಯಲಲ್ಲಿ ರಾತ್ರೆ ಹಾಕಿದ್ದ ಬೆಂಕಿಯಲ್ಲಿ ಇನ್ನೂ ಕಿಡಿಯಾಡುತ್ತಿದ್ದ ಒಂದು ಕೊಳ್ಳಿಯನ್ನು ಎತ್ತಿಕೊಂಡ. ನಂತರ ಎಲ್ಲ ನೋಡುತ್ತಿದ್ದ ಹಾಗೆ ಸುಯ್ಯನೇ ಓಡಿ ಮ್ಯಾನೇಜರ್ ಡೇರೆಯೊಳಗೆ ನುಗ್ಗಿದ. ಅಲ್ಲೇ ಮೇಜಿನ ಮೇಲೆ ಹಣದ ಸೂಟ್‌ಕೇಸ್ ಕಾಣಿಸಿತು. ಬೆಂಕಿಕೊಳ್ಳಿಯನ್ನು ಒಳಗೆ ಒಗೆದವನೇ ಸೂಟ್‌ಕೇಸ್ ಎತ್ತಿಕೊಂಡು ಅದೇ ವೇಗದಲ್ಲಿ ಹೊರಗೋಡಿ ಬಂದ. ಗಂಪುವಿನ ಕೈಯಲ್ಲಿ ಸೂಟ್‌ಕೇಸ್ ನೋಡಿದ್ದೇ ಮ್ಯಾನೇಜರ್ "ಏ... ಹಿಡಿರೋ ಅವನ್ನ... ಹಣ...ಹಣ..." ಎಂದು ಬೊಬ್ಬೆ ಹೊಡೆಯತೊಡಗಿದ. ಆಗ ಎಲ್ಲರೂ ಹೊಳೆಯತ್ತ ಓಡುತ್ತಿರುವ ಗಂಪುವಿನ ಬೆನ್ನು ಬಿದ್ದರು.

ಗಂಪು ಹೊಳೆದಡ ಮುಟ್ಟಿದ್ದೇ ಸುಳಿಯಿರುವ ಜಾಗ ನೋಡಿ ಜಿಗಿದು ಆಚೆದಡಕ್ಕೆ ಈಜತೊಡಗಿದ. ಎಲ್ಲರೂ ದಡದಲ್ಲೇ ನಿಂತು ಕೂಗುತ್ತಿದ್ದರು. ಈಜು ಬರುವ ಒಂದಿಬ್ಬರು ಹೊಳೆಗೆ ಜಿಗಿದು ಸುಳಿಯ ಹೊಡೆತ ತಡೆಯಲಾಗದೇ ತಿರುಗಿ ದಡ ಹತ್ತಿದರು. ಯಾರೋ ಕಲ್ಲೆತ್ತಿ ಒಗೆದಾಗ ನೀರಲ್ಲಿ ಮುಳುಗಿದ ಗಂಪು ಎರಡು ಮಾರು ದೂರ ಹೋಗಿ ಎದ್ದು ಆರಾಮಾಗಿ ಆಚೆದಡ ಹತ್ತಿ ತಿರುಗಿ ನಿಂತ. ಈಚೆ ದಡದಲ್ಲಿ ಕೈಯೆತ್ತಿ ಏನೇನೊ ಕೂಗುತ್ತಿರುವ ಮ್ಯಾನೇಜರ್ ಮತ್ತು ನಿರೂಪಕ ಕಾಣಿಸಿದರು. ಅವರನ್ನು ನೋಡುತ್ತಲೇ ಕೈಯಲ್ಲಿನ ಸೂಟ್‌ಕೇಸನ್ನು ಕಲ್ಲಲ್ಲಿ ಕುಟ್ಟಿ ಒಡೆದು ಅದರೊಳಗಿನ ಹಣವನ್ನೆಲ್ಲಾ ಹೊಳೆಗೆ ಚೆಲ್ಲಿ "ಏ... ಬೋಸುಡಚಾ... ಲವಡ್ಯಾ ಬೋಳಿಮಕ್ಕಳಾ..." ಎಂದು ಅವರಿಗೆ ಅರ್ಥವಾಗಲಿಕ್ಕಿಲ್ಲ ಅನ್ನಿಸಿ ಅವರೇ ಹೇಳುತಿದ್ದ ಇಂಗ್ಲಿಷ್ ಬೈಗುಳಗಳನ್ನು ನೆನಪಿಸಿಕೊಳ್ಳುತ್ತಾ "ಏ... ಬ್ಲಡ್ಡೀ... ಬಿಚ್ಚು, ಬಾಸ್ತರಡು...ಫಕ್ಕು ಫಕ್ಕು... ನಿಮ್ಮ ದುಡ್ಡೆಲ್ಲಾ ಈ ಗಂಗಾವಳಿ ಹೊಳೆ ತಕಂಡದೆ. ಏನು ಬೇಕಾದ್ರೂ ಮಾರಿ ತಗೋತಿರಲ್ಲಾ... ತಕೊಂಡೋಗಿ ಈ ಹೊಳೇನ... ನಾನು ಮೇಲೆ ಹೋಗಿ ಹೇಲ್ತೇನೆ. ಅದು ತೇಲಿ ಬರ್ತದೆ. ಅದು ಮಾತ್ರ ಪೂರ್ತಿ ಪುಕ್ಕಟೆ... ತಕೊಂಡೋಗಿ ತಕೊಂಡೋಗಿ ಬೇವರ್ಸಿಗಳಾ..." ಎಂದು ಕೂಗಿ ಹೇಳಿ ತಿರುಗಿ ಓಡಿ ಕಾಡಿನೊಳಗೆ ಮಾಯವಾದ. ಸಾವಿರ ಸಾವಿರದ ಕೆಂಪು ನೋಟುಗಳು ಮರದಿಂದ ಬಿದ್ದ ಹೂವಿನ ಹಾಗೆ ಗಂಗಾವಳಿಯ ಅಲೆಗಳ ಮೇಲೆ ತೊನೆಯುತ್ತಾ ತೇಲಿಹೋಗುತ್ತಿದ್ದವು. ಅವುಗಳನ್ನು ನೋಡುತ್ತಾ ತಲೆಯಮೇಲೆ ಕೈಹೊತ್ತು ಕೂತ ಮ್ಯಾನೇಜರ್ ಡೇರೆಯ ಕಡೆ ಗದ್ದಲ ಕೇಳಿ ತಿರುಗಿ ನೋಡಿದಾಗ ತನ್ನ ಡೇರೆಯಲ್ಲಿ ಬೆಂಕಿ ಆಕಾಶದೆತ್ತರಕ್ಕೆ ಭಗಭಗ ಉರಿಯುತ್ತಿರುವುದ ಕಂಡು ಹುಚ್ಚನಂತೆ ಕೂಗುತ್ತಾ ಅತ್ತ ಓಡಿದ.

ಓಡುತ್ತೋಡುತ್ತಲೇ ಜೋಗಿಕಲ್ಲ ಗುಡ್ಡಹತ್ತಿ ಏದುಸಿರು ಬಿಡುತ್ತಾ ನಿಂತ ಗಂಪುವನ್ನು ನೋಡಿದ್ದೇ, ಕಲ್ಲಮೇಲೆ ಕೂತಿದ್ದ ಜಾನಕಿ ದೊಡ್ಡಕ್ಕೆ ಅಳುತ್ತಾ ಓಡಿಬಂದು ಗಂಪುವನ್ನು ತಬ್ಬಿಕೊಂಡಾಗ ಇನ್ನೂ ಗಡಗಡ ನಡುಗುತ್ತಿದ್ದಳು. ಇಷ್ಟು ದಿನದಿಂದ ಲವ್ವು ಮಾಡುತ್ತಿದ್ದರೂ ಜಾನಕಿಯನ್ನು ತುದಿಬೆರಳಿಂದಲೂ ಮುಟ್ಟಿರದ ಗಂಪುವಿಗೆ, ಈಗ ಮೈಮರೆತು ತಬ್ಬಿ ಅಳುತ್ತಿರುವ ಜಾನಕಿಯನ್ನು ಸಮಾಧಾನಿಸುವುದೋ ಅಥವಾ ತಾನು ರೋಮಾಂಚನಗೊಳ್ಳುವುದೋ ಎಂದು ಗೊಂದಲವಾಯ್ತು. ಜಾನಕಿ ನೀರು-ಬೆವರಿಂದ ತೊಯ್ದು ಗಂಪುವಿನ ಒದ್ದೆ ಮೈಯನ್ನು ಗಟ್ಟಿ ತಬ್ಬಿಕೊಂಡು ಬಿಕ್ಕಿ ಬಿಕ್ಕಿ ಅಳುತ್ತಿದ್ದಳು. ಗಂಪು ನಿಧಾನಕ್ಕೆ ಅವಳ ಮುಡಿಯಲ್ಲಿ ಅಡ್ಡ ಸಿಕ್ಕಿಕೊಂಡು ಉಳಿದಿದ್ದ ಒಂದೇ ಗರಿಯನ್ನು ಬಿಡಿಸಿ ಒಗೆದ. ಈಗಲೇ ಈ ನೆತ್ತಿಯ ಭಾಗತಲೆಯ ಮೇಲೆ ಮುತ್ತು ಕೊಟ್ಟರೆ ಜಾನಕಿ ಹೇಗೆ ಪ್ರತಿಕ್ರಿಯಿಸಬಹುದು ಅಂತ ಯೋಚಿಸುತ್ತಾ ಗಂಗಾವಳಿಯ ಕಡೆ ನೋಡಿದ. ಅಲ್ಲಿ ರಿಯಾಲಿಟಿ ಷೋ ಜಾಗದಲ್ಲಿ ಕೆನ್ನಾಲಿಗೆಯೆತ್ತಿ ಕುಣಿಯುತ್ತಿದ್ದ ಬೆಂಕಿ ಮತ್ತು ದಟ್ಟವಾಗಿ ಹರಡುತ್ತಿದ್ದ ಕಪ್ಪು ಹೊಗೆ ತನ್ನ ಡಪ್ಪಿನ ತಾಳಕ್ಕೇ ಕುಣಿಯುತ್ತಿವೆಯೆನ್ನಿಸಿ ಧೈರ್ಯ ಮಾಡಿ ಹಗೂರಕ್ಕೆ ತನ್ನ ಒಡೆದು ಗಾಯಗೊಂಡ

ತುಟಿಗಳನ್ನು ಜಾನಕಿಯ ನೆತ್ತಿಗೆ ಒತ್ತಿ ಗಾಯದ ನೋವನ್ನು ಸಹಿಸಲು ಗಟ್ಟಿ ಕಣ್ಮುಚ್ಚಿದ. ಒಮ್ಮೆಲೇ ಅಳುತ್ತಿದ್ದ ಜಾನಕಿಯ ಧ್ವನಿ ಬದಲಾಗಿ ಅದು ನಕ್ಕಿದ್ದಾ ಬಿಕ್ಕಿದ್ದಾ ಎಂದು ಗೊಂದಲವಾದರೂ ಕಣ್ತೆರೆಯಲಿಲ್ಲ.

○

ಛಂದ ಪುಸ್ತಕ ಬಹುಮಾನ

ಪುಟ್ಟ ಪಾದದ ಗುರುತು - ಸುನಂದಾ ಪ್ರಕಾಶ ಕಡಮೆ - ₹ 130
ಈ ಕತೆಗಳ ಸಹವಾಸವೇ ಸಾಕು - ಅಲಕ ತೀರ್ಥಹಳ್ಳಿ - ₹ 60
ಹಟ್ಟಿಯೆಂಬ ಭೂಮಿಯ ತುಣುಕು - ಲೋಕೇಶ ಅಗಸನಕಟ್ಟೆ - ₹ 180
ಗೋಡೆಗೆ ಬರೆದ ನವಿಲು - ಸಂದೀಪ ನಾಯಕ - ₹ 60
ಮೊದಲ ಮಳೆಯ ಮಣ್ಣು - ಕಣಾದ ರಾಘವ - ₹ 140
ಆಟಿಕೆ - ಬಸವಣ್ಣೆಪ್ಪಾ ಕಂಬಾರ - ₹ 100
ಮಾಯಾಕೋಲಾಹಲ - ಮೌನೇಶ ಬಡಿಗೇರ - ₹ 165
ಕೇಪಿನ ಡಬ್ಬಿ - ಪದ್ಮನಾಭ ಭಟ್, ಶೇವ್ಕಾರ - ₹ 190
ಮನಸು ಅಭಿಸಾರಿಕೆ - ಶಾಂತಿ ಕೆ ಅಪ್ಪಣ್ಣ - ₹ 230
ದೇವರು ಕಚ್ಚಿದ ಸೇಬು - ದಯಾನಂದ - ₹ 140
ಧೂಪದ ಮಕ್ಕಳು - ಸ್ವಾಮಿ ಪೊನ್ನಾಚಿ - ₹ 130
ಡುಮಿಂಗ - ಶಶಿ ತರೀಕೆರೆ - ₹ 130
ಬಯಲರಸಿ ಹೊರಟವಳು - ಛಾಯಾ ಭಟ್ - ₹ 150
ಮಾಕೋನ ಏಕಾಂತ - ಕಾವ್ಯಾ ಕಡಮೆ - ₹ 130

ಕಥಾಸಂಕಲನ

ಶಕುಂತಲಾ - ಗುರುಪ್ರಸಾದ್ ಕಾಗಿನೆಲೆ - ₹ 80
ಜುಮುರು ಮಳೆ - ಸುಮಂಗಲಾ - ₹ 220
ಶಾಲಭಂಜಿಕೆ - ಡಾ. ಕೆ. ಎನ್. ಗಣೇಶಯ್ಯ - ₹ 180 (7ನೇ ಮುದ್ರಣ)
ಕಾರಂತಜ್ಜನಿಗೊಂದು ಪತ್ರ - ಸಚ್ಚಿದಾನಂದ ಹೆಗಡೆ - ₹ 150
ಹಕೂನ ಮಟಾಟ - ನಾಗರಾಜ ವಸ್ತಾರೆ - ₹ 80
ಕಾಲಿಟ್ಟಲ್ಲಿ ಕಾಲುದಾರಿ - ಸುಮಂಗಲಾ - ₹ 80
ಹುಲಿರಾಯ - ಕೀರ್ತಿರಾಜ್ - ₹ 80
ನಿರವಯವ - ನಾಗರಾಜ ವಸ್ತಾರೆ - ₹ 125
ಹನ್ನೊಂದನೇ ಅಡ್ಡರಸ್ತೆ - ಸುಮಂಗಲಾ - ₹ 170
ಗಾಳಿಗೆ ಮೆತ್ತಿದ ಬಣ್ಣ - ಕರ್ಕಿ ಕೃಷ್ಣಮೂರ್ತಿ - ₹ 180
ಕನ್ನಡಿ ಹರಳು - ಪದ್ಮನಾಭ ಭಟ್, ಶೇವ್ಕಾರ - ₹ 130
ಒಂದು ಚಿಟಿಕೆ ಮಣ್ಣು - ಲಕ್ಷ್ಮಣ ಬಾದಾಮಿ - ₹ 130
ಬಂಡಲ್ ಕತೆಗಳು - ಎಸ್ ಸುರೇಂದ್ರನಾಥ್ - ₹ 160
ದೇವರ ರಜಾ - ಗುರುಪ್ರಸಾದ್ ಕಾಗಿನೆಲೆ - ₹ 225 (2ನೇ ಮುದ್ರಣ)
ಕಟ್ಟು ಕತೆಗಳು - ಎಸ್ ಸುರೇಂದ್ರನಾಥ್ - ₹ 210
ಮಡಿಲು (ನೀಳ್ಗತೆ) - ನಾಗರಾಜ ವಸ್ತಾರೆ - ₹ 15
ತಿರಾಮಿಸು - ಶಶಿ ತರೀಕೆರೆ - ₹ 210
ತೊಟ್ಟು ಕ್ರಾಂತಿ - ಕಾವ್ಯಾ ಕಡಮೆ - ₹ 180
ಒಂದು ಬಾಗಿಲು ಮತ್ತು ಮೂರೂ ಚಿಲ್ಲರೆ ವರ್ಷಗಳು - ಶಾಂತಿ ಕೆ ಅಪ್ಪಣ್ಣ - ₹ 190

ಪ್ರಬಂಧ

ಪೂರ್ವ ಪಶ್ಚಿಮ - ಎಂ. ಆರ್. ದತ್ತಾತ್ರಿ - ₹ 80
ರಾಗಿಮುದ್ದೆ - ರಘುನಾಥ ಚ. ಹ. - ₹ 120
ಕುಟ್ಟವಲಕ್ಕಿ / ಗೊಜ್ಜವಲಕ್ಕಿ - ಪ್ರಶಾಂತ ಆಡೂರ - ₹ 170 / ₹ 170
ಕಿಲಿಮಂಜಾರೋ - ಪ್ರಶಾಂತ್ ಬೀಚಿ - ₹ 80
ಮಿಸಳ್ ಭಾಜಿ - ಭಾರತಿ ಬಿ ವಿ - ₹ 190
ನೀ ಮಾಯೆಯೊಳಗೋ... - ವಿಕ್ರಮ ಹತ್ವಾರ - ₹ 150
ಸಾವೆಂಬ ಲಹರಿ - ಗುರುಪ್ರಸಾದ ಕಾಗಿನೆಲೆ - ₹ 140
ವೈದ್ಯ, ಮತ್ತೊಬ್ಬ - ಗುರುಪ್ರಸಾದ ಕಾಗಿನೆಲೆ - ₹ 120
ಅಪ್ಪನ ರ್‍ಯಾಲೀಸ್ ಸೈಕಲ್ - ದರ್ಶನ್ ಜಯಣ್ಣ - ₹ 110
ಇಮೋಜಿ ಭಾಷೆ - ಕರ್ಕಿ ಕೃಷ್ಣಮೂರ್ತಿ - ₹ 150

ಅನುವಾದ

ದಿ ಚಾಯ್ಸ್ - ಈಡಿತ್ ಎವಾ ಎಗರ್ (ಜಯಶ್ರೀ ಭಟ್) - ₹ 280
ದೇಹವೇ ದೇಶ - ಗರಿಮಾ ಶ್ರೀವಾಸ್ತವ (ವಿಕ್ರಮ ವಿಸಾಜಿ) - ₹ 250
ಪರ್ಸೆಪೊಲಿಸ್- ಮಾರ್ಜಾನ್ ಸತ್ರಪಿ (ಪ್ರೀತಿ ನಾಗರಾಜ) - ₹ 395
ಗಾಳಿ ಪಳಗಿಸಿದ ಬಾಲಕ - ವಿಲಿಯಂ ಕಾಂಕ್ವಾಂಬಾ (ಕರುಣಾ ಬಿ ಎಸ್) - ₹ 320
ಅಮೋಸ್ ಫಾರ್ಚೂನ್ - ಎಲಿಝಬೆತ್ ಯೇಟ್ಸ್ (ಜಯಶ್ರೀ ಭಟ್) - ₹ 110
ನವ ಜೀವಗಳು - ವಿಲಿಯಂ ಡಾಲ್ರಿಂಪಲ್ (ನವೀನ ಗಂಗೋತ್ರಿ) - ₹ 250
ಮೈಕೆಲ್ ಕೆ - ಜೆ.ಎಂ. ಕುಟ್‌ಸೀ (ಸುನಿಲ್ ರಾವ್) - ₹ 170
ಲೇರಿಯೊಂಕ - ಹೆನ್ರಿ ಆರ್. ಓಲೆ ಕುಲೆಟ್ (ಪ್ರಶಾಂತ ಬೀಚಿ) - ₹ 140
ಅರೆಶತಮಾನದ ಮೌನ - ಯಾನ್ ರಫ್-ಓ'ಹರ್ನ್ (ಅರುಣ್) - ₹ 310
ಪರ್ವತದಲ್ಲಿ ಪವಾಡ - ನ್ಯಾಂಡೊ ಪರಾಡೊ (ಸಂಯುಕ್ತಾ ಪುಲಿಗಲ್) - ₹ 340
ಚಂದಿರ ಬೇಕೆಂದವನು - ಮಿಮಿ ಬೇರ್ಡ್ (ಪ್ರಜ್ಞಾ ಶಾಸ್ತ್ರಿ) - ₹ 180
ಬಂಡೂಲ - ವಿಕಿ ಕಾನ್‌ಸ್ಟಂಟೇನ್ ಕ್ರುಕ್ (ರಾಜ್ಯಶ್ರೀ ಕುಳಮರ್ವ) - ₹ 425
ರೆಬೆಲ್ ಸುಲ್ತಾನರು - ಮನು ಎಸ್ ಪಿಳ್ಳೈ (ಸಂಯುಕ್ತಾ ಪುಲಿಗಲ್) - ₹ 420
ಫಾಲೋಯಿಂಗ್ ಫಿಶ್ - ಸಮಂತ್ ಸುಬ್ರಮಣಿಯನ್ (ಸಹನಾ ಹೆಗಡೆ) - ₹ 280
ಜಗವ ಚುಂಬಿಸು - ಸುಬ್ರೊತೋ ಬಾಗ್ಚಿ (ವಂದನಾ ಪಿ ಸಿ) - ₹ 240
ಪರ್ದಾ ಅಂಡ್ ಪಾಲಿಗಮಿ - ಇಕ್ಬಾಲುನ್ನೀಸಾ ಹುಸೇನ್ (ದಾದಾಪೀರ್) - ₹ 380
ವಾಡಿವಾಸಲ್ - ಚಿ. ಸು. ಚೆಲ್ಲಪ್ಪ (ಸತ್ಯಕಿ) - ₹ 100
ನಾಲ್ಕನೇ ಎಕರೆ - ಶ್ರೀರಮಣ (ಅಜಯ್ ವರ್ಮಾ ಅಲ್ಲೂರಿ) - ₹ 100
ಮಾವೋನ ಕೊನೆಯ ನರ್ತಕ - ಲೀ ಶ್ವಿನ್‌ಶಿಂಗ್ (ಜಯಶ್ರೀ ಭಟ್) - ₹ 340
ಕೋಬಾಲ್ಟ್ ಬ್ಲೂ - ಸಚಿನ್ ಕುಂಡಲ್‌ಕರ್ (ಸಪ್ನಾ ಕಟ್ಟಿ) - ₹ 150
ವಿದ್ಯಾವಂತ ವೇಶ್ಯೆಯ ಆತ್ಮಕಥೆ - ಮಾನದಾ ದೇವಿ (ನಾಗ ಹುಬ್ಳಿ) - ₹ 240
ದಿ ಲೈಟ್‌ಹೌಸ್ ಫ್ಯಾಮಿಲಿ - ಫಿರಾತ್ ಸುನೇಲ್ (ಮಾಧುರಿ ಕುಲಕರ್ಣಿ) - ₹ 230
ನನ್ನ ತಂಗಿ ಈಡಾ - ಕಾರೊಲೀನ ವಾಲ್ (ಹರ್ಷ ರಘುರಾಮ್) - ₹ 260
ಸತ್ತವರ ಸೊಲ್ಲು - ಆಶುತೋಷ್ ಭಾರದ್ವಾಜ್ (ಕಾರ್ತಿಕ್ ಆರ್.) - ₹ 380
ಮುರಿದ ಕಡಲು - ಮನೋಜ್ ರೂಪ್ಡಾ (ಚಂದ್ರಶೇಖರ ಮದಭಾವಿ) - ₹ 230

ವಸುಧೇಂದ್ರ

ಮನೀಷೆ - ಕತೆಗಳು - ₹ 120 (8ನೇ ಮುದ್ರಣ)
ಯುಗಾದಿ - ಕತೆಗಳು - ₹ 190 (9ನೇ ಮುದ್ರಣ)
ಚೇಳು - ಕತೆಗಳು - ₹ 120 (8ನೇ ಮುದ್ರಣ)
ಹಂಪಿ ಎಕ್ಸ್‌ಪ್ರೆಸ್ - ಕತೆಗಳು - ₹ 195 (10ನೇ ಮುದ್ರಣ)
ಮೋಹನಸ್ವಾಮಿ - ಕತೆಗಳು - ₹ 270 (8ನೇ ಮುದ್ರಣ)
ವಿಷಮ ಭಿನ್ನರಾಶಿ - ಕತೆಗಳು - ₹ 280 (5ನೇ ಮುದ್ರಣ)
ಕೋತಿಗಳು - ಪ್ರಬಂಧ - ₹ 120 (8ನೇ ಮುದ್ರಣ)
ನಮ್ಮಮ್ಮ ಅಂದ್ರೆ ನಂಗಿಷ್ಟ - ಪ್ರಬಂಧ - ₹ 100 (28ನೇ ಮುದ್ರಣ)
ರಕ್ಷಕ ಅನಾಥ - ಪ್ರಬಂಧ - ₹ 110 (5ನೇ ಮುದ್ರಣ)
ವರ್ಣಮಯ - ಪ್ರಬಂಧ - ₹ 225 (7ನೇ ಮುದ್ರಣ)
ಐದು ಪೈಸೆ ವರದಕ್ಷಿಣೆ - ಪ್ರಬಂಧ - ₹ 280 (6ನೇ ಮುದ್ರಣ)
ಹರಿಚಿತ್ತ ಸತ್ಯ - ಕಾದಂಬರಿ - ₹ 200 (7ನೇ ಮುದ್ರಣ)
ತೇಜೋ-ತುಂಗಭದ್ರಾ - ಕಾದಂಬರಿ - ಉತ್ತಮ/ಸಾದಾ (₹ 500/₹ 450) (17ನೇ ಮುದ್ರಣ)
ಮಿಥುನ - ಶ್ರೀರಮಣರ ಕತೆಗಳು - ₹ 135 (8ನೇ ಮುದ್ರಣ)
ಎವರೆಸ್ಟ್ - ಜಾನ್ ಕ್ರಾಕೌರ್ - ₹ 420 (4ನೇ ಮುದ್ರಣ)
ರೇಷ್ಮೆ ಬಟ್ಟೆ - ಕಾದಂಬರಿ - ₹ 450 (3ನೇ ಮುದ್ರಣ)

ಕಾದಂಬರಿ

ಎನ್ನ ಭವದ ಕೇಡು - ಎಸ್ ಸುರೇಂದ್ರನಾಥ್ - ₹ 75
ನ್ಯಾಸ - ಹರೀಶ ಹಾಗಲವಾಡಿ - ₹ 470
ಗುಣ - ಗುರುಪ್ರಸಾದ್ ಕಾಗಿನೆಲೆ - ₹ 150
ದ್ವೀಪವ ಬಯಸಿ - ಎಂ. ಆರ್. ದತ್ತಾತ್ರಿ - ₹ 320
ತಾರಾಬಾಯಿಯ ಪತ್ರ - ದತ್ತಾತ್ರಿ ಎಂ ಆರ್ - ₹ 160
ಅಗೆದಷ್ಟೂ ನಕ್ಷತ್ರ - ಸುಮಂಗಲಾ - ₹ 230
ಪ್ರಿಯೇ ಚಾರುಶೀಲೆ - ನಾಗರಾಜ ವಸ್ತಾರೆ - ₹ 380
ಋಷ್ಯಶೃಂಗ - ಹರೀಶ ಹಾಗಲವಾಡಿ - ₹ 160
ಅಂತು - ಪ್ರಕಾಶ ನಾಯಕ್ - ₹ 200
ಚುಕ್ಕಿ ಬೆಳಕಿನ ಜಾಡು - ಕರ್ಕಿ ಕೃಷ್ಣಮೂರ್ತಿ - ₹ 200
ದೀಪವಿರದ ದಾರಿಯಲ್ಲಿ - ಸುಶಾಂತ್ ಕೋಟ್ಯಾನ್ - ₹ 160
ದಾರಿ - ಕುಸುಮಾ ಆಯರಹಳ್ಳಿ - ₹ 395
ಬರೀ ಎರಡು ರೆಕ್ಕೆ - ಸುನಂದಾ ಪ್ರಕಾಶ ಕಡಮೆ - ₹ 260

ಕವಿತೆ

ಮದ್ಯಸಾರ - ಅಪಾರ - ₹ 90
ಪೂರ್ಣನ ಗರಿಗಳು - ಪೂರ್ಣಪ್ರಜ್ಞ - ₹ 70
ಹಲೋ ಹಲೋ ಚಂದಮಾಮ - ರಾಧೇಶ ತೋಳ್ಪಾಡಿ - ₹ 50

ಪದಚರಿತೆ

ಸರಿಗನ್ನಡಂ ಗೆಲ್ಗೆ - ಅಪಾರ - ₹ 390

ಓದಿ ಓದಿ ಮರುಳಾಗಿ!

ಛಂದ ಪುಸ್ತಕ ಬಹುಮಾನ

ಹೊಸ ಕತೆಗಾರರನ್ನು ಗುರುತಿಸುವ ಸಲುವಾಗಿ ನಮ್ಮ ಪ್ರಕಾಶನ ಸಂಸ್ಥೆಯು ಕಳೆದ ಇಪ್ಪತ್ತು ವರ್ಷಗಳಿಂದ ಕತೆಗಳ ಹಸ್ತಪ್ರತಿ ಸ್ಪರ್ಧೆಯನ್ನು ನಡೆಸುತ್ತಾ ಬಂದಿದೆ. ಈವರೆಗೆ ಒಂದೂ ಕಥಾಸಂಕಲನವನ್ನು ಪ್ರಕಟಿಸದವರು ಈ ಸ್ಪರ್ಧೆಯಲ್ಲಿ ಭಾಗವಹಿಸಬಹುದು. ಇತರ ಪ್ರಕಾರಗಳಲ್ಲಿ ಒಂದೆರಡು ಪುಸ್ತಕಗಳನ್ನು ಪ್ರಕಟ ಮಾಡಿದವರೂ ಇದರಲ್ಲಿ ಭಾಗವಹಿಸುವ ಅವಕಾಶವಿರುತ್ತದೆ. ಮೊದಲ ಸುತ್ತಿನ ಆಯ್ಕೆಯನ್ನು ಪ್ರಕಾಶನದ ಸದಸ್ಯರು ಮಾಡಿ, ಕೊನೆಯ ಆಯ್ಕೆಗಾಗಿ ಸುಮಾರು ಹತ್ತು ಹಸ್ತಪ್ರತಿಗಳನ್ನು ನಾಡಿನ ಹಿರಿಯ ಸಾಹಿತಿಗಳಿಗೆ ಒಪ್ಪಿಸುತ್ತಾರೆ. ಆಯ್ಕೆಯಾದ ಹಸ್ತಪ್ರತಿಯನ್ನು ಪುಸ್ತಕ ರೂಪದಲ್ಲಿ ಪ್ರಕಟಿಸಿ, ಪ್ರಶಸ್ತಿ ಪತ್ರ, ಫಲಕ ಹಾಗೂ ನಲವತ್ತು ಸಾವಿರ ರೂಪಾಯಿ ಬಹುಮಾನವನ್ನು ನೀಡಲಾಗುತ್ತದೆ. ಈವರೆಗೂ ಈ ಸ್ಪರ್ಧೆಯಲ್ಲಿ ಬಹುಮಾನ ಪಡೆದವರ ವಿವರಗಳ ಪಟ್ಟಿಯನ್ನು ಮುಂದಿನ ಪುಟದಲ್ಲಿ ನೀಡಿದ್ದೇವೆ.

ಇವರಲ್ಲಿ ಮೌನೇಶ ಬಡಿಗೇರ, ಶಾಂತಿ ಕೆ ಅಪ್ಪಣ್ಣ, ಪದ್ಮನಾಭ ಭಟ್ ಶೇವ್ಕಾರ ಮತ್ತು ಸ್ವಾಮಿ ಪೊನ್ನಾಚಿ ಅವರಿಗೆ ಕೇಂದ್ರ ಸಾಹಿತ್ಯ ಅಕಾಡೆಮಿಯ ಯುವ ಪುರಸ್ಕಾರ ದೊರೆತಿದೆ. ವಿನಯಾ, ಶಾಂತಿ ಕೆ ಅಪ್ಪಣ್ಣ ಮತ್ತು ಪದ್ಮನಾಭ ಭಟ್ ಶೇವ್ಕಾರರ ಪುಸ್ತಕಗಳಿಗೆ ಕರ್ನಾಟಕ ಸಾಹಿತ್ಯ ಅಕಾಡೆಮಿಯ ಪುಸ್ತಕ ಬಹುಮಾನ ಅಥವಾ ದತ್ತಿ ಬಹುಮಾನಗಳು ಸಂದಿವೆ. ಇನ್ನೂ ಹಲವಾರು ನಾಡಿನ ಪ್ರಮುಖ ಪ್ರಶಸ್ತಿ ಮತ್ತು ಬಹುಮಾನಗಳೂ ಈ ಕೃತಿಗಳಿಗೆ ಲಭ್ಯವಾಗಿವೆ.

ನೀವು ಈ ಸ್ಪರ್ಧೆಯಲ್ಲಿ ಭಾಗವಹಿಸಬೇಕೆ? ಹಾಗಿದ್ದರೆ ನಮ್ಮ ಮುಂದಿನ ವರ್ಷದ ಸ್ಪರ್ಧೆಯ ಆಹ್ವಾನವನ್ನು ಖ್ಯಾತ ಕನ್ನಡ ನಿಯತಕಾಲಿಕೆಗಳಲ್ಲಿ ಅಥವಾ ಸಾಮಾಜಿಕ ಜಾಲತಾಣಗಳಲ್ಲಿ ನಿರೀಕ್ಷಿಸಿರಿ. ಹೆಚ್ಚಿನ ವಿವರಗಳಿಗೆ 98444 22782 ಗೆ ಸಂದೇಶ ಕಳುಹಿಸಿರಿ.

ಓದಿ ಓದಿ ಮರುಳಾಗಿ!

ಛಂದ ಪುಸ್ತಕ ಬಹುಮಾನ ಪಡೆದ ಕೃತಿಗಳು

ಕತೆಗಾರರು	ಕಥಾಸಂಕಲನ	ತೀರ್ಪುಗಾರರು
ಸುನಂದಾ ಕಡಮೆ	ಪುಟ್ಟ ಪಾದದ ಗುರುತು	ಅಶೋಕ ಹೆಗಡೆ/ ಸುಮಂಗಲಾ
ಅಲಕ ತೀರ್ಥಹಳ್ಳಿ	ಈ ಕತೆಗಳ ಸಹವಾಸವೇ ಸಾಕು	ಕೇಶವ ಮಳಗಿ/ ಸುಮಂಗಲಾ
ಲೋಕೇಶ ಅಗಸನಕಟ್ಟೆ	ಹಟ್ಟಿಯೆಂಬ ಭೂಮಿಯ ತುಣುಕು	ಬೊಳುವಾರು
ವಿನಯಾ	ಊರ ಒಳಗಣ ಬಯಲು	ನೇಮಿಚಂದ್ರ
ಸಂದೀಪ ನಾಯಕ	ಗೋಡೆಗೆ ಬರೆದ ನವಿಲು	ಅಮರೇಶ ನುಗಡೋಣಿ
ಕಣಾದ ರಾಘವ	ಮೊದಲ ಮಳೆಯ ಮಣ್ಣು	ಕೆ. ಸತ್ಯನಾರಾಯಣ
ಬಸವಣ್ಣೆಪ್ಪಾ ಕಂಬಾರ	ಆಟಿಕೆ	ಕುಂ. ವೀರಭದ್ರಪ್ಪ
ಮೌನೇಶ ಬಡಿಗೇರ	ಮಾಯಾಕೋಲಾಹಲ	ಓ.ಎಲ್.ಎನ್. ಸ್ವಾಮಿ
ಪದ್ಮನಾಭ ಭಟ್	ಕೇಪಿನ ಡಬ್ಬಿ	ಎಂ. ಎಸ್. ಆಶಾದೇವಿ
ಶಾಂತಿ ಕೆ ಅಪ್ಪಣ್ಣ	ಮನಸು ಅಭಿಸಾರಿಕೆ	ಎಚ್.ಎಸ್.ಆರ್
ದಯಾನಂದ	ದೇವರು ಕಚ್ಚಿದ ಸೇಬು	ನಾ. ಡಿಸೋಜಾ
ಸ್ವಾಮಿ ಪೊನ್ನಾಚಿ	ಧೂಪದ ಮಕ್ಕಳು	ಎಂ. ಎಸ್. ಶ್ರೀರಾಮ್
ಶಶಿ ತರೀಕೆರೆ	ಡುಮಿಂಗ	ಲಲಿತಾ ಸಿದ್ಧಬಸವಯ್ಯ
ಛಾಯಾ ಭಟ್	ಬಯಲಲರಸಿ ಹೊರಟವಳು	ತಾರಿಣಿ ಶುಭದಾಯಿನಿ
ಕಾವ್ಯಾ ಕಡಮೆ	ಮಾಕೋನ ಏಕಾಂತ	ಟಿ.ಪಿ. ಅಶೋಕ

www.ingramcontent.com/pod-product-compliance
Lightning Source LLC
LaVergne TN
LVHW100838051026
849519LV00006B/2351
* 9 7 8 9 3 8 4 9 0 8 6 3 8 *